Kính Lưu Niệm

HOA HƯỚNG DƯƠNG

TUYỂN TẬP VĂN THƠ

QUA BIỂN
và
GỌI HỒN DÂN TỘC

HOA HƯỚNG DƯƠNG
Tác giả xuất bản

Trình bày
TRƯƠNG CÁT DƯƠNG

Kỹ thuật & Layout
TRƯƠNG THẾ VŨ
TRƯƠNG QUỐC BẢO
TRƯƠNG QUỐC DZUÂN

Hình bìa và hình phụ trang
TRƯƠNG NGUYỄN TRÀ MI

Xuất bản năm 2007 tại Hoa Kỳ
Ấn Loát tại nhà in Hương Quê

QUA BIỂN

Truyện Dài Tình Cảm Thời Chinh Chiến

Hoa Hướng Dương

Thời gian dù có qua; Nhưng lời lẽ nầy ở lại:

● Xin tạ ơn các chiến sĩ Quân Lực Việt Nam Cộng Hòa đã hy sinh trong cuộc chiến vừa qua và các Văn Nghệ Sĩ dùng ngòi bút tranh đấu cho công bằng, tự do và lẽ phải.

● Để tưởng niệm các sĩ quan Hải Quân cùng những người đã mất trong tai nạn máy bay ca-ri-bu rớt tại biển An Thới, Phú Quốc năm 1973.

● Thành kính dâng lên hương hồn hai đấng sinh thành, suốt đời con mãi nhớ thương…

● Gợi nhớ cho các con, mẹ như đóa hướng dương luôn hướng về ánh mặt trời.

● Tặng người bạn đời đã cho tôi nhiều hương vị đặc biệt như chén nước mắm nhỉ pha sẵn của vùng trời quê hương Phú Quốc.

Hoa Hướng Dương

LỜI MỞ ĐẦU

"Một đời người; Một quyển sách!"

Kính thưa quý độc giả, quý thi văn hữu, cùng quý bạn đồng điệu, đồng hương.

Trong hoàn cảnh khá đặc biệt, Hoa Hướng Dương cố gắng hoàn tất quyển Tuyển Tập Văn Thơ nầy mong để lại cho quê hương Phú Quốc, cho những người yêu văn chương, yêu chữ nghĩa và con cháu về sau một món quà tinh thần nhỏ bé nhưng chan chứa tình yêu quê hương đất nước lớn lao.

Hoa Hướng Dương không phải là nhà văn hay nhà thơ chuyên nghiệp. Viết chỉ là để ký thác nỗi lòng, san sẻ tâm tư mình trong tình người Việt Nam lưu vong, xa xứ. Viết để giới thiệu đến quý độc giả về quê hương Phú Quốc. Viết để lưu lại từng con đường, từng góc phố, những di tích lịch sử, những danh lam thắng cảnh hay những nét văn hóa đặc thù, độc đáo của từng địa phương trước năm 1975.

Câu chuyện nhen nhúm từ giữa thập niên 1990, sau sáu tháng tác giả đã hoàn tất gần nửa cốt truyện. Vì hoàn cảnh, đến 10 năm sau 2005 tác giả viết tiếp tục và đã kết thúc ở năm 2006. Thật là điều kỳ diệu… Một đoạn đường đi qua quá gian nan nhưng đó là nghĩa sống…

Trong sự giới hạn của quyển sách, dĩ nhiên tác giả không thể giới thiệu đầy đủ hết các địa danh của vùng đất đảo, kính mong các bậc độc giả, đồng hương chấp nhận và lượng thứ cho.

- ***Qua Biển*** là truyện dài tình cảm thời chinh chiến. Câu chuyện được kết hợp bởi nhiều mảnh đời ghép lại. Thực hư lẫn lộn, đôi khi tác giả phải tiểu thuyết hóa, bi thảm hóa, thi vị hóa để dẫn đưa câu chuyện đến chỗ hợp lý, hợp tình. Vì vậy, nếu có sự trùng hợp về địa danh, cơ quan hay tên tuổi các nhân vật trong truyện thì đó cũng là sự ngẫu nhiên mà thôi!

- *Gọi Hồn Dân Tộc* là chủ đề trên trăm bài thơ nói lên thân phận, cuộc đời và nỗi lòng của tác giả đối với nước non, dân tộc, đang đắm chìm trong sự áp bức, đói nghèo. Các bạn sẽ thấy thấp thoáng bóng dáng mình ẩn hiện qua những thi phẩm đấu tranh và tình tự quê hương chất ngất.

Tất cả là tâm huyết, là khối óc, trái tim, đôi khi cũng có nhiều giọt lệ rớt xuống từ trong tận cùng khổ đau bất hạnh của một kiếp người.

Kính thưa quý vị độc giả, "Không nơi nào đẹp bằng quê hương!". Nên khi ra đi mỗi chúng ta đã mang theo quê hương. Vì lẽ đó, Hoa Hướng Dương xin hân hạnh giới thiệu đến các bạn quê hương Phú Quốc của mình, một hải đảo xa xôi, bình dị, nhưng không kém phần sinh động, nên thơ, đầy ắp tình người...

Trước năm 1975 ít có ai biết đến Phú Quốc, nhất là những người sống ở đất liền hay ở xa thành phố lớn. Duy chỉ có một số anh em lính hải quân và quân cảnh nếu được thuyên chuyển ra Phú Quốc là coi như bị lưu đày...Điều nầy có đúng vậy không? Mời độc giả theo dõi câu chuyện rồi sẽ có sự trả lời.

Hay, dở là do sự nhận xét của mỗi người, nhưng đối với tác giả cảm thấy vừa hoàn thành xong bổn phận, đóng góp cho quê hương mình một việc làm tốt đẹp và đầy ý nghĩa...

San Jose, ngày 1 tháng 10 năm 2006

Hoa Hướng Dương

Hoa hướng về ánh sáng

*Nhà văn **Diệu Tần Nguyễn Tinh Vệ***

1. Đây là những chọn lọc thơ văn của một nữ lưu mà tôi đã có dịp nói đến qua dịp ra mắt CD thơ của bà cách đây mấy năm. Người ta còn nhớ số quan khách tham dự kỷ lục hôm đó, cũng như số CD cao nhất đã được đồng hương ủng hộ nồng nhiệt. Tác giả là một nhà thơ, bước sang sáng tác văn xuôi cũng thành thạo. Rất có thể Tuyển tập nầy là một lưu niệm, một kỷ vật chữ nghĩa sau chót của một đời người, một đời trải tâm tư, cảm nghĩ qua thơ văn. Tác giả cho tôi biết như thế và tôi cảm nhận được một chút gì chua xót, đắng cay trong giọng nói rất bình thường. Những lời nói, những dòng chữ của một bông hoa rất thèm ánh sáng, nhưng số phận quái ác đã che mờ ánh sáng của bà.

2. Người làm thơ, viết văn không nhìn rõ được cảnh vật, không thấy được khuôn mặt thân yêu của chồng con, bằng hữu, chỉ tiếp nhận ngoại cảnh bằng xúc giác, thính giác và bằng giác quan thứ sáu, có nghị lực đáng nể. Phải đọc hết truyện dài "QUA BIỂN" của Hoa Hướng Dương mới thấy được khả năng nhận xét tinh tường, trí nhớ phi thường của một tài năng người khiếm thị. Khối óc minh mẫn được vận dụng tối đa, bổ xung cho thị lực cộng với văn tài đã tạo ra tác phẩm QUA BIỂN, một câu chuyện tình đẹp như mơ, nhưng cũng đầy ngang trái. Chàng sĩ quan hải quân qua biển bằng tàu thuyền, phi cơ Caribou với cô sinh viên sư phạm, người vợ chưa cưới "qua biển mồ côi một mình".

3. Bối cảnh diễn ra mối tình đầy thương cảm là hải đảo Phú Quốc, nơi tác giả được sinh ra và lớn lên, học hành yêu đương và đau khổ. Có thể nói những tình tiết ngoại cảnh và nội tâm đã được phóng lớn lên. Câu chuyện tình cách nay gần ngót 40 năm hiện lên rõ nét với những ngôn từ, cảm nghĩ, tập quán rất miền Nam. QUA BIỂN không hẳn là một hồi ký cũng không phải là một tự truyện của tác giả, bởi bà đã lồng vào nhiều tình tiết thực hư lẫn lộn. Rõ nét nhất là những địa danh của hòn đảo nổi danh về nước mắm, những ngọn núi, ngôi chùa, con đường, bãi tắm... những mẩu truyện truyền thuyết và chuyện thực nổi bật như một tài liệu du lịch đầy đủ chi tiết, nếu có thêm những tấm ảnh, những bản đồ, sơ đồ.

4. Với một phong cách văn chương rất miền Nam, trung thực, chơn chất, cởi mở, thẳng thắn, Hoa Hướng Dương đã làm sống lại những mảnh đời hoa mộng nữ sinh miền Nam. Những thiếu nữ đầy ước mơ sống nơi biển núi xa cách đất liền. Hơi văn đôi khi quá bộc trực nhưng tràn ắp nữ tính mềm mại, nồng nàn. Đã có rất nhiều truyện ngắn, truyện dài, các tác giả nam, nữ, lão thành hay mới đặt bàn viết thường kể chuyện Hà Nội, Huế, Đà lạt, Hải Phòng, Qui Nhơn, Nha Trang... và thôn quê, nhưng ít người viết về hải đảo, một hòn đảo lớn nổi danh về hương vị mặn nồng quê hương, dân tộc, về loại chó rừng có văn trên lưng tinh khôn, về những vườn bạt ngàn hồ tiêu cay xé và có cả quá khứ chiến tranh qua di tích trại tù lớn.

5. Tuy có đắng cay, ngang trái, chua xót, đau thương, mất mát nhưng toàn thể câu chuyện vẫn toát lên sức sống mãnh liệt, tin yêu, lãng mạn. Bên cạnh những cố chấp, hủ tục, độc đoán gia đình xen lẫn những máu lệ chiến tranh, như cảnh ba cỗ quan tài nằm giữa nhà của ba anh em trong đại gia đình, nhưng ở hai chiến tuyến đối nghịch..., vẫn bừng lên niềm yêu thương trung tín, thủy chung. Vẫn vang lên những tiếng cười rộn rã, những nụ hôn tình tứ, bỏng cháy, ngay cả cảnh người nữ bạo dạn hiến dâng trong một đêm mưa gió, lạnh lẽo giữa ngôi nhà bỏ

hoang chỉ có ánh lửa củi rác leo lét. Tâm lý sống vội, yêu mau thời chiến đã được ngòi bút Hoa Hướng Dương chậm rãi, ôn tồn, trung thực thuật lại, không cường điệu, không lên gân.

6.   Kết cấu tiểu thuyết cổ điển thường là một happy ending. Kẻ gian, người ác sẽ đền tội, gia đình người lương thiện, ngay thật sẽ sum hợp, thành công, đầy ắp tiếng cười hạnh phúc. Đoạn kết QUA BIỂN người đọc chưa thấy điều vui vẻ cổ điển đó, nhưng tác giả cũng không bi thảm hóa phần cuối sách. Cô Tiết Quân, người vợ chưa cưới ấy, người gánh chịu đau thương chất ngất ấy đã xé lòng cho chào đời bé trai kháu khỉnh không cha. Và một phép lạ đã xảy ra cho Tiết Quân bị điên loạn, sau khi vị hôn phu qua đời. Phép lạ nầy không vô lý, trái lại rất khoa học, sẽ được các nhà phân tâm học và các bác sĩ sản khoa chấp nhận, liên hệ đến tâm lý và sinh lý người đàn bà mang thai bị mất chồng. Phép lạ nầy mầm non, là hy vọng là tin yêu, là tương lai trước mặt. Tác giả Hoa Hướng Dương đã khéo léo nhường phần kết cuộc cho độc giả tùy quan niệm người đọc muốn tự kết cuộc cổ điển happy ending hay sad ending. Do đó chương cuối cùng mới có tên là Giấc Mơ Trùng Phùng . Vậy có thể chỉ là giấc mơ mà cũng có thể là sự thật hiển nhiên.

7.   Gánh chịu điều không may, tác giả Hoa Hướng Dương xứng đáng được giơ tay chào đón, khen ngợi, tuy bà chỉ thấy chúng ta "mờ mờ nhân ảnh" nhưng vẫn cảm nhận được tình người qua giọng nói, qua cái xiết tay. Với sự say mê sáng tác thơ văn, với ý chí, lòng can đảm, rồi ra phép lạ cũng sẽ diễn ra với tác giả. Cho ra đời đứa con tinh thần cưu mang từ hàng chục năm nay, làm di sản cho các con và được người đọc cảm thông, bàn tán, nhận xét là an ủi lớn lao, biết đâu cặp mắt của bà sẽ thấy ánh sáng rõ hơn, bởi bà không chịu để cho bóng tối khuất phục. Cũng như chúng ta, người Việt tha hương sẽ không chịu khuất phục cường quyền, sẽ có ngày trở lại quê cha, đất tổ, xua đi tăm tối, hưởng ánh mặt trời rạng rỡ.

Diệu Tần

Truyện Thơ Qua Biển

Truyện Qua Biển, Truyện dài Phú Quốc
Giới thiệu người những nét đặc trưng
Kèm theo câu chuyện của Quân
Yêu chàng lính thủy - Mùa xuân đầu đời
Chuyện tình cảm giữa thời chinh chiến
Trên quê hương nổi tiếng mắm ngon
Danh lam, di tích vẫn còn
Anh hùng Trung Trực -Đạo con quên mình
Những phong tục chùa, đình cũng lạ!
Chạy than hồng đâu đã phỏng chân
Xô giàn tháng bảy Sùng Hưng
Chùa Cao, Dinh Cậu sao bừng trong đêm
Bên Xóm Cồn mùa êm gỡ cá
Thuyền ra khơi lưới đã đơm đầy
Sau tục Tống Gió, kéo mây...
Trời làm biển động mưa ngày, mưa đêm
Ghẹ Hàm Ninh mang đem chợ bán
Bà con mình cũng ráng đi xa
Mười hai cây số tà tà
Dương Đông đón nhận "món quà" trời cho
Dân trên đảo chẳng lo, chẳng tính
Sống theo mùa - Tôn kính Thần linh
Cầu xin Bà, Cậu thương tình
Bình an, no ấm cúng Đình là xong
Những tập tục đã lồng trong truyện
Có kèm theo truyền thuyết Gia Long
Nhớ thời chúa Nguyễn long đong
Chạy ra Phú Quốc, cố mong chờ ngày...
Xin tiếp nối truyện dài Qua biển
Của chàng trai nổi tiếng hào hoa
Yêu cô gái đảo thật thà
Đến hồi kết cuộc sẽ ra thế nào ???

TRI ÂN

Chúng tôi chân thành tri ân quý Mạnh Thường Quân, quý bà con, thân hữu xa gần có tên dưới đây đã đặt mua sách trước và vui lòng bảo trợ cho quyển sách nầy được ra đời.

♥ Quý vị mãi mãi là hoa bướm mùa xuân, nồng hương, thắm sắc trong vườn văn thơ hải đảo.

♥ Quý vị là vầng thái dương sáng soi, chiếu rọi cho loài hoa rất cần ánh nắng mặt trời.

* Hội Đồng Hương Phú Quốc, San Jose, California
* Ô.B. GS. Trần Công Thiện, Chủ tịch Hội Văn Hóa Việt
* Cô Đoan Trang, Giám đốc Đài Phát thanh Quê Hương
   AM 1120 KZJS
* Nghị Viên Madison Nguyễn, San Jose
* Khu Hội Cựu Tù Nhân Chính Trị Bắc California
* Lực Lượng Sĩ Quan Thủ Đức/QLVNCH
* Bạch Đằng-Hội Ái Hữu Hải Quân & Hàng Hải/VNCH Bắc CA
* Lực Lượng Chiến Sĩ Hải Quân/QLVNCH
* Hội Ái Hữu Hải Quân Khóa 1&2/HSQ&SQDV/HQVNCH
   (ÔB: Trần Văn Thảnh- Đinh Khắc Tư- Trương Sĩ Tam- Ngô Tấn Phổ- Hồ Hải- Hồ Tấn Thuần- Nguyễn Văn Hưng)
* Bà Trương Bích Hoa HT Hội Phụ Nữ VN Hải Ngoại Bắc CA
* Bà Hoàng Xuyên Anh, Chủ tịch Văn Bút TT Tây Bắc Hoa Kỳ
* Bà Lê Thanh, HT Hội P.N.X.H. Thiện Nguyện Việt Mỹ Bắc CA
* Ô.B. Bác Sĩ Phan Mỹ Dung (408) 274-3881
* Ô.B. Bác Sĩ Nguyễn Trọng Nhi (408) 923-6898
* Nha Sĩ Dương Bích Hải và Phu Quân (408) 286-3240
* Bác Sĩ Nhãn Khoa Đinh Phi Hùng (408) 945-9277
* Ô.B. Nguyễn Hiển và Nguyễn Renee, Waterloo,Iowa
* Ô.B. Phạm Triệu, Whichita, Kansas
* Kỹ Sư Bùi Khánh Dư và Đỗ Thùy Hương, San Jose, CA

TRI ÂN

* Hoa Hậu Công Nương Á Châu Elizabeth Võ Bích Liên - Bích Liên Charity Foundation – Bích Liên Beauty Center (San Jose -Milpitas-Sacramento-Houston) 1-888-776-8181
* Ô.B. Phan Vinh, Chủ nhân DHT Collison & Service (408) 288-8856
* Ô.B. Đặng Tâm, Chủ nhân Tân Lập Super Market (408) 995-0802
* Ô.B. Phạm Quang Hiền và Lê Tích Tố, San Jose, CA
* Ô.B. Nguyễn Văn Sáu Và Nguyễn Thị Ái, Stockton, CA
* Ô.B. Nhà thơ Trương Như Quốc Lân, San Jose, CA
* Ô.B. Nhà thơ Trúc Giang, Stockton, California
* Thi Sĩ kiêm Nhiếp ảnh gia Võ Thạnh Văn, San Rafael, CA
* Thi hữu Du Sơn Lãng Tử, San Rafael, California
* Kỹ Sư Lê Thiện Chín và Hoa Nhung, Manhattan Beach, CA
* Ô.B. Vũ Vương và Vũ Julie, Katy, Texas
* Ô.B. Lý Văn Hạnh và Huỳnh Thu Lan, Zeeland,Michigan
* Kỹ Sư Đinh Công Thuận và Trương Lệ Hằng, San Jose, CA
* Ô.B. Trần Quang Hà, Grand Prairie,Texas
* Ô.B. Ngô Kim Tài, Houston, Texas
* Kỹ Sư Trần Quốc Mạnh Tôn và Ngô Minh, Benicia, CA
* Ô.B. Nhanh-Lên, Dodge City, Kansas
* Cô Đỗ Kim Hương, San Jose, CA
* Cô Dương Ngọc Sương, San Jose, CA
* Ô.B. Võ Nguyễn Đạt và Nguyễn Phương Thúy, San Jose, CA
* Kỹ Sư Peter Hùng Bùi và Nghiêm Thị Vân Ngoan, RSM, CA
* Kỹ Sư Lê Y và Lê Thu Thanh, Fremont, California
* Ô.B. Hoa-Vàng, San Jose, California.
* Phụng - Hảo, Diệp - Cầm, Kim Hương - Duy Lễ.

  ♥ Quý vị mãi mãi là kỳ quan đẹp nhất trong thế giới tình người.
  ♥ Xin nhận nơi đây lòng biết ơn sâu xa nhất của Hoa Hướng Dương.

MỤC LỤC TRUYỆN

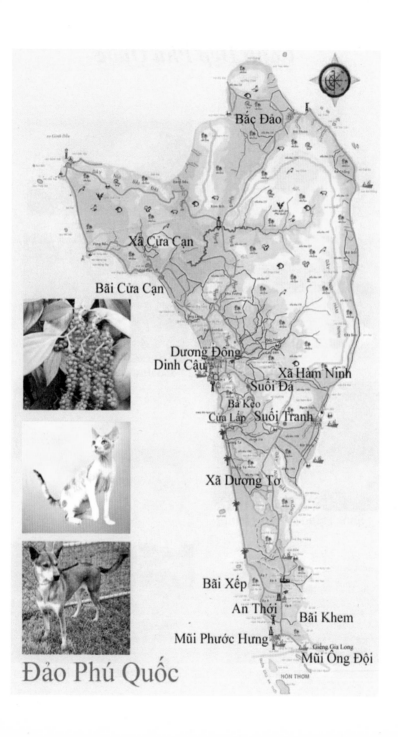

Bắc Đảo

Xã Cửa Cạn

Bãi Cửa Cạn

Dương Đông
Dinh Cậu

Xã Hàm Ninh

Suối Đá

Bà Kèo
Cửa Lấp   Suối Tranh

Xã Dương Tơ

Bãi Xếp

An Thới   Bãi Khem

Mũi Phước Hưng

Giếng Gia Long
Mũi Ông Đội

Đảo Phú Quốc

Cảnh Đẹp Phú Quốc

Dinh Cậu, Phú Quốc

Bãi Cửa Cạn

Bãi Khem

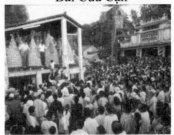

Cỗ đụn (Lễ Hội Xô Giàn)

Suối Tranh (Thác Tranh)

Mũi Gành

Hòn Dăm

Nhà Thùng Nước Mắm

Máy bay Ca-Ri-Bu và Phi Trường Quân Sự An Thới

Hình gia đình cha mẹ và chị em của tác giả
Hàng sau: Người thứ nhứt bên phải là Hoa Hướng Dương

Hoa Hướng Dương năm 16 tuổi   Hình chụp ngày Thành Hôn

Hình ảnh gia đình, thân hữu, em và con cháu của tác giả

Tác giả thăm viếng cầu Golden Gate, San Francisco năm 1982.

Dưới một mái nhà 1995

Các con: Bảo -Trà mi –Dzuân -Vũ Và Tác giả 2004

Tác giả HHD và phu quân cùng thân hữu tình dài 30 năm: Mến +Hà-Sương - Vũ Julie + Vũ Vương - Nguyễn Renee + Nguyễn Hiển

Tác giả và các em, các cháu trong ngày ra mắt CD thơ 16-5-2004

HOA HƯỚNG DƯƠNG

Q U A   B I Ể N

Truyện Dài Tình Cảm Thời Chinh Chiến

XUẤT BẢN 2007

Chương Một

XỨ LƯU ĐÀY

An giật mình thức dậy vì nghe tiếng cười nói ồn ào của những người bạn đồng hành trên con đò máy đã chở hơn bốn mươi hành khách rời bến cảng Rạch Giá từ chiều tối hôm qua. Lênh đênh trên mặt đại dương gần tám tiếng đồng hồ, rồi cuối cùng cũng cập bến tàu An Thới (Phú Quốc). An ngó ra bên ngoài, bầu trời vẫn còn tối đen, tuy nhiên phía trong bến thì có nhiều ánh đèn điện sáng trưng. An nhớ lại suốt mấy ngày qua, chàng không ngồi xe lửa thì cũng ngồi xe đò và giờ đây chàng đang ngồi trên con tàu gỗ thô sơ, không an toàn chút nào cả! Nhớ lại đầu tháng trước, An nhận được sự vụ lệnh thuyên chuyển về Bộ Tư Lệnh Hải Quân Vùng 4 Duyên Hải, căn cứ đặt tại An Thới, phía nam hải đảo Phú Quốc. An nấn ná ở lại Cam Ranh, chờ đến lúc cận ngày mới vội vã lên đường. Lúc mới ra trường chàng được thuyên chuyển xuống Trợ Chiến Hạm HQ 228, sau khi bị thương An được đổi về Căn Cứ Cát Lở hơn một năm, rồi đổi ra Cam Ranh chàng đóng đô luôn từ đó đến nay. Nơi đây, chàng sống những ngày tháng bình thản và vui nhộn, bước chân ra đi trong lòng An còn mang ít nhiều luyến tiếc. Nhưng chàng tự an ủi "Đã chọn cái nghiệp hồ hải tang bồng thì cuộc đời phải qua nhiều bến nước". Mặc dù là lính hải quân, An ít khi đi biển, ngoại trừ lúc thực tập trên tàu trước khi mãn khóa. An bơi dở lắm rớt xuống nước là có thể chìm ngay, An nghĩ đến đây bỗng dưng chàng giật mình, suốt một đêm dài con tàu gỗ đơn sơ kia đã cưu mang hơn bốn mươi người và cũng may là không có chuyện gì xảy ra. Mùa nầy là mùa biển êm, lúc tàu rời bến Rạch Giá thì trời gần tối, con tàu lướt nhẹ trên mặt nước.thoạt đầu An còn trông được màu nước đục lờ lờ, mãi hơn một tiếng đồng hồ sau thì tàu đi sâu vào đại dương mênh mông. Tàu vượt qua Hòn Tre, Hòn Nghệ và sau cùng An chẳng thấy được gì nữa vì trời hoàn toàn tối sầm. Gió thổi càng lúc càng nhiều, An phải lấy chiếc áo ba-đờ-suy khoác vào người cho đỡ lạnh, rồi lẹ làng tìm một chỗ ít gió để tựa lưng. Tiếng máy nổ xì xạch, xì xạch của con tàu đã đưa An vào giấc ngủ thật dễ dàng. Chuyến xe lửa từ Cam Ranh vô Sài gòn khiến An mệt ngất ngư, tới nơi chàng ở tạm nhà người bạn, sáng hôm sau chàng thức sớm đến bến xe đò Phú Lâm để đi về Rạch Giá, tìm phương tiện ra Phú Quốc trình diện với sếp mới của mình. An sẽ được làm việc tại Phòng Hành Quân dưới sự chỉ huy của đại úy Xuân.

An cứ mãi miên man suy nghĩ, nên chàng là người cuối cùng rời tàu. Chàng thong thả đứng lên đưa tay vuốt lại mái tóc, rồi xách túi hành lý chậm rãi bước lên bờ. An đang lừng khừng chưa biết rẽ về hướng nào, thì chợt chàng vừa thấy phía trước có tiệm bán cà phê, hơn chục người khách đã ngồi trong đó rồi. An bước nhanh vào tiệm tìm cho mình một chỗ ngồi khuất gió. Chàng gọi một ly cà phê sữa nóng, ly cà phê đã giúp chàng tươi tỉnh và ấm áp lại bội phần. Hôm nay là ngày thứ bảy, đường sá tấp nập người qua lại, trời đã sáng hẳn, lúc nầy An mới có thể quan sát cảnh vật chung quanh rõ ràng hơn. Con đường xi măng dài nằm dọc theo bờ biển, phía trên là nhà cửa của dân chúng, và vài hãng nước mắm tên tuổi như Nghĩa Thạnh, Phong Hưng, bên cạnh là con đường ngang, có cái giếng nước để cung cấp cho toàn khu vực. Phía dưới mé biển, nhiều dãy nhà sàn kề nhau xen lẫn giữa tiệm quán và những sạp lớn dùng để phơi các thứ hải sản. Một đoạn cầu gỗ khá vững chắc nối dài từ trong bờ ra xa tận mặt biển để ghe tàu cập bến, lên xuống hàng hóa và khách đi đò. An ngồi trong quán khá lâu, đã uống cạn luôn bình trà nóng, chàng nhìn xuống đồng hồ đeo tay, thấy kim chỉ đúng 7:3O phút, An gọi ông chủ quán tính tiền, sẵn đó hỏi thăm đường đi đến Bộ Tư Lệnh Hải Quân. Ông chủ quán kéo tay An ra ngoài cửa tiệm rồi chỉ về phía trước mặt:

- Đó, trung úy thấy không, băng qua vùng cát nầy và cây cầu nhỏ kia, có cái cổng sơn màu khói tàu là cổng vào Bộ Tư Lệnh đấy trung úy ạ! Chắc ông mới đổi đến hả?

Ông chủ quán nhìn An cười cười nói đùa:

- Rồi từ từ ông sẽ thích ở đây luôn đó! Để rồi coi...

An cười, lòng mang đầy ngờ vực vì câu nói pha trò vui tính của ông chủ quán. Chàng lịch sự chào cám ơn và hứa trở lại tiệm ông một ngày gần đây.

An bước ra khỏi tiệm với xách hành lý bên mình. Đường sá ồn ào, nhộn nhịp lên hẳn, người đi chợ khá đông, quân đội, dân thường chen chúc. Nhất là các anh lính quân cảnh khiêng nhiều cần xé đầy thực phẩm tươi để lo bữa ăn cho gần ba chục ngàn tù binh Cộng sản đang bị giam giữ tại An Thới nầy. An cũng thấy mấy anh lính hải quân trong ban ẩm thực đi chợ lo bữa ăn cho các anh em đồng đội trong căn cứ.

Chàng thấy quang cảnh cũng khá sinh động, vậy mà trước khi đến đây An cứ nghĩ rằng nơi nầy đúng là nơi "Cá ho, sò gáy" rồi cuộc sống của chàng sẽ buồn tẻ, không biết làm gì cho hết thời gian sau những giờ làm việc. Bởi chỗ ở trước kia của chàng vô cùng vui nhộn, tiện nghi, thứ gì cũng có. Nên trước khi đi An đã mua một số sách, truyện để đọc giải trí cho qua thời giờ trong những ngày mưa gió. Vì thời tiết ở vùng ven biển thường có những cơn mưa nắng bất ngờ, kéo dài năm bảy ngày liên tục, nếu thế chàng chỉ còn có nước nằm nhà trùm mền đọc sách mà thôi!

An đi qua cây cầu nhỏ, bước chân xuống vùng cát trước mặt, thân chàng như chúi nhủi - "Sao cát ở đây khó đi thế nầy?". Chàng nhìn kỹ lại thì thấy hạt cát rất mịn, nhưng không được trắng lắm, có lẽ nước từ trên khúc chợ cá chảy xuống con lạch nhỏ nầy, lâu ngày dòng nước dơ thấm vào bãi cát, nên màu cát trắng trở thành màu xám tro.

An bước đi ngả nghiêng, xiêu vẹo dưới ánh nắng chan hòa của buổi sớm mai. Có bầy chim se sẻ gọi nhau ríu rít trên tầng cây trứng cá cạnh ngôi trường Mai Chí. Chúng tụ năm, tụ bảy, đưa mỏ mổ lia lịa vào chùm bông trắng nằm ẩn sau đám lá xanh. Một cơn gió biển thổi lên, hất tung cành lá, vừa lúc An đi tới gần thì cả bầy chim cùng cất cánh bay lên một lượt. Chỗ An đi qua cách mé biển mươi mét, nơi đây An thấy có bức tượng Đức Thánh Trần Hưng Đạo, dáng người uy nghi, mắt nhìn ra biển khơi như để phòng quân gian xâm nhập hải phận. Phía trước là một vùng nước xanh bao la, được viền bởi bờ cát trắng phau, xa xa có hàng dương cao lả ngọn rung rinh theo từng cơn gió biển thổi về. Phía tận cùng là dãy núi thấp bọc sau lưng phi trường quân sự An Thới. Không khí buổi sáng thật trong lành mát mẻ, An dừng chân lại vươn vai, ưỡn ngực hít vài hơi thật dài để lấy lại tinh thần sau những ngày di chuyển mệt nhọc. Tấm bảng to với hàng chữ Bộ Tư Lệnh Hải Quân Vùng 4 Duyên Hải hiện ra trước mặt. An sửa lại quân phục chỉnh tề rồi tiến tới hỏi thăm và giới thiệu mình với người lính gác. Sau khi đưa giấy tờ chứng minh, anh lính mở cổng cho chàng. An cám ơn anh ta rồi đi thẳng theo lời chỉ dẫn của người lính gác. An bước lên tấm vỉ sắt có nhiều lỗ tròn nằm nối tiếp nhau từ phòng làm việc nầy tới phòng làm việc kia. Chàng liên tiếp đi qua hai dãy nhà rồi quẹo trái, An đọc ngay hàng chữ Bộ Chỉ Huy Hành Quân, đúng là nơi chàng phải đến trình diện. An dừng lại đôi phút sửa ngay ngắn cái cát-két, rồi bước thẳng vào phòng. Giữa phòng là bàn làm việc của cấp chỉ huy, trên bàn có bảng gỗ nhỏ khắc tên Đại Úy Hồ Thanh Xuân. Hai bên cũng có hai dãy bàn làm việc của các anh em khác. Đại úy Xuân ngẩng đầu lên, An liền đứng lại nghiêm chỉnh, đưa tay chào và nói to:

   - Hải quân trung úy Vũ Đình An, số quân... xin trình diện đại úy trưởng phòng...

   Qua thủ tục, nghi thức đơn giản, đại úy Xuân vui vẻ bắt tay An trong tinh thần thật cởi mở. Ông ta cho An biết công việc ở đây bình thường không quá phức tạp. Mỗi ngày đến làm việc lúc tám giờ sáng, nghỉ ăn cơm trưa lúc mười hai giờ, rồi trở vô làm lại lúc hai giờ chiều. Hôm nào tới đợt mình trực thì vào ban tối, chuyện ấy sẽ được sắp xếp sau. Ông gọi một anh lính đưa An xuống khu cư xá sĩ quan độc thân. An chào đại úy Xuân rồi theo anh lính xuống cư xá.

Đây là một dãy nhà khá dài, mái lợp bằng thứ tôn cách nhiệt. Vách được đóng bởi những tấm nhôm dầy gợn sóng. Bên trong chia làm nhiều căn phòng nhỏ. Hai người đi tới cuối dãy hành lang, anh lính đứng lại mở khóa cửa rồi cho An biết, đây là phòng của chàng. Căn phòng rộng vừa đủ cho một người độc thân ở. Một chiếc giường đơn nhà binh, một bàn viết và một tủ sắt cao treo áo quần, có nhiều ngăn nhỏ để đựng các thứ lặt vặt. Mãi quan sát căn phòng An quên chào cám ơn anh lính, chàng vội bước ra cửa nhớn nhác tìm coi anh lính còn lảng vảng đâu đó không? May sao anh chỉ vừa lướt ngang qua ngạch cửa cuối dãy nhà. An lớn tiếng gọi, anh ta quay trở lại, An nhờ anh ta chỉ nhà vệ sinh và phòng tắm, anh vui vẻ chỉ cho An rồi cáo từ. An chợt nhớ ra mình cần một cái ghế ngồi để làm việc hay viết thư gì đó, anh ta hứa sẽ mang đến cho An nay mai.

An trở lại phòng, lấy trong túi xách ra cái khăn, áo quần và bàn chải đánh răng, rồi đi thẳng xuống phòng tắm. Chàng cởi bộ quân phục đã mặc trong suốt mấy hôm liền, An nghĩ bụng - "Phải tìm một nơi nào đó để giặt sạch và ủi hồ cho thẳng nếp mới được!".

Vòi nước mát từ búp sen phun ra làm chàng thấy dễ chịu, khoan khoái lạ thường. Bao nhiêu mệt nhọc từ từ tan biến. An dự tính tắm rửa xong, chàng sẽ ra phố ngắm cảnh, ngắm người, để coi cái trạm lưu đày nầy hoang vắng đến cỡ nào! Và cũng sắp đến giờ cơm trưa, mình cần có chút gì bỏ vào bụng. Đại úy Xuân có nói rồi, mình bắt đầu làm việc ngày thứ hai, hôm nay mới thứ bảy mà thôi, mặc sức đi thăm qua cho biết sự tình… An tắt vòi nước, quơ vội chiếc khăn lau mạnh vào người, chà thật nhanh lên tóc rồi xoa đều mấy cái. Đầu lắc qua lắc lại cho những giọt nước rớt ra khỏi tóc, rồi chàng đi thẳng về phòng, buông mình nằm trên chiếc giường nệm êm ái. An cảm thấy cái lưng như được dãn ra và thoải mái vô cùng. Một cảm giác êm ả, bình yên chợt đến, bao nhiêu mệt nhọc, bụi đường chàng dùng nước rửa sạch cả rồi!

Bây giờ chỉ còn những ngày tháng đang chờ trước mặt "Liệu ta có chịu sống an phận nơi vùng hải đảo xa xôi nầy chăng? Còn đâu nữa không khí ồn ào, vui nhộn nhưng phức tạp nơi thị xã Cam Ranh…" Nhớ ngày vừa rời ghế nhà trường, sau khi đậu xong bằng tú tài, chàng vào quân trường Nha Trang chưa đầy hai mươi tuổi, đầu óc An còn rất ngây thơ, trong sáng và đơn thuần. Sau một thời gian thụ huấn chàng tốt nghiệp, mang cấp bậc thiếu úy và được chuyển xuống HQ 228 thường xuyên đi công tác tại Vùng 4 Sông Ngòi, thỉnh thoảng tàu chàng cũng được lịnh tiếp tế nhiên liệu xăng dầu cho các Giang đoàn và Duyên đoàn. Chàng nhớ có lần khi đi tuần trong sông, nhất là sông Hàm Luông. Nước sông lên xuống bất thường, khi tàu ra thì nước lớn, khi tàu vào sông thì thủy triều lại rút. Lòng sông bên lở bên bồi, bên cạn bên sâu, tàu phải đi sát bờ chỗ có nước sâu hơn. Bọn Việt Cộng thừa dịp phục kích ngay tại khúc sông đó. Khi nghe những loạt đạn đầu tiên, An và anh em trong nhiệm sở tác chiến liền bắn trả tức khắc. Cuộc chạm súng kéo dài khoảng mười phút, tiếng súng của địch im bặt. An nhìn thấy nhiều đám khói đen bốc cao sau những lùm cây dọc bờ sông.Tàu bị trúng hai quả B40, An bị thương ở chân bởi một mảnh đạn, phải băng bột mấy tháng. Sau khi lành lại, An được đổi về Cát Lở, rồi Cam Ranh cho đến nay. Nơi đây đã cho chàng nhiều kỷ niệm đẹp và một cuộc sống thật thú vị biết bao! Nhớ mỗi đầu tháng lãnh lương, cả bọn rủ nhau đi quán rượu. Rồi những ngày cuối tuần, thỉnh thoảng lại ra các bãi tắm, tha hồ mà "rửa mắt".

An chẳng muốn đứng lên, hình như chàng còn luyến tiếc chiếc giường nệm đã cho chàng những giây phút thật tuyệt vời. An bước tới mở cánh cửa tủ, soi mặt mình trong gương, mái tóc đã khô, da mặt chàng có phần hơi trắng xanh. Bình thường các bạn hay gọi chàng là "công tử bột" cũng vì màu da quái ác đó! An muốn được da của mình sậm lại một chút thì có lẽ dễ nhìn hơn. Nhờ sóng mũi cao, mày rậm, mắt sáng tinh anh, cằm chẻ, gương mặt chữ điền cân xứng với cái miệng rộng và đôi môi dày mọng lúc nào cũng hồng hồng như môi con gái. Thêm hai hàm răng trắng đều, mỗi khi chàng cười trông thật có duyên và mời mọc làm sao! Không biết tại sao trên khuôn mặt chàng được kết hợp giữa hai hình ảnh, hai sắc thái khác nhau? Mắt to, lông mi dài, nước da trắng một cách ngộ nghĩnh. Đây là những thứ mà phái nữ cần có, chớ chàng đâu cần phải có những thứ nầy! Đó là đề tài để các bạn trêu ghẹo chàng mỗi khi tụ năm, tụ ba tán dóc. Cũng may là chàng có một thân hình cao lớn, vạm vỡ, rõ là tướng của nam nhi đại trượng phu chớ bộ!

An cẩn thận chải lại mái tóc, những nếp tóc nằm chồng lên nhau, hơi nhô ra phía trước, vuông trán rộng tạo cho chàng một dáng vẻ nghệ sĩ hơn là một anh lính "lưu đày". An đã hài lòng với mái tóc của mình, chàng lấy cái ví nhỏ đựng giấy tờ cá nhân cho vào túi, bước ra khỏi phòng, đi qua dãy hành lang dài hun hút, vài ngọn đèn điện treo lủng lẳng trên trần nhà, giúp ánh sáng thêm cho cả dãy hành lang. An đi ngược lại cổng Bộ Tư Lệnh, lúc mà ban sáng chàng đã đi lối vào nầy để trình diện cấp trên. Anh lính gác vừa trông thấy An đã vui vẻ hỏi han:

- Sao, trung úy đã trình diện xong rồi hả? Bây giờ chắc là ra phố phải không?

An trả lời:

- Vâng, mọi chuyện xong cả rồi! Anh làm ơn chỉ hộ tôi đường nào ra phố chánh? Vì tôi cần mua sắm những thứ dùng hàng ngày!

Anh lính sốt sắng chỉ tay ra con đường trước mặt:

- Nè, trung úy quẹo phải ở con đường nầy, đi một đoạn thì gặp ngã tư, ông nên quẹo trái. Chợ búa, tiệm, quán hầu hết đều nằm ở đó.

An cám ơn anh lính rồi thong thả bước đi. Chàng rảo bước trên con đường, cất tiếng hát nho nhỏ *Trời còn ươm nắng để gió đi tìm...*". Nắng ở đây không nóng rát, gay gắt như những thành phố khác, vì gió biển thổi vào đưa hơi mát từ ngàn khơi len lỏi pha trộn vào cái không khí khô cằn được hòa tan trong hơi nước của đại dương.

Gió thổi tung mái tóc, An đưa tay kéo mũ két sát xuống phần trán, mặt trời treo nghiêng trên đầu làm bóng chàng ngắn hơn. Một thứ ánh nắng nồng nàn, chan hòa cả cây lá, An có cảm giác vui vui, tinh thần sảng khoái. Khúc đường tráng nhựa đã biến mất, nhường lại con đường đất gồ ghề, gợn sóng. Hai bên có hàng lau sậy mọc lưa thưa, một cơn gió thổi tới, cả đám cỏ lau nằm rạp xuống như cúi chào, mừng đón anh lính lạ xa kia vừa mới đến. Trên mặt đường, nhiều vũng nước còn ứ đọng sau một cơn mưa trái mùa. An phải tránh né, khiến bước chân chàng không còn thong thả, nhịp nhàng.

Đi gần cuối con đường đất, An đang ở ngay ngã tư. Nếu theo như anh lính chỉ thì chàng phải rẽ trái để ra phố. An vừa xoay người thì chợt thấy tiệm bán và cho thuê sách báo Tiết Quân, chàng dự tính khi trở về cư xá sẽ ghé vô mua vài tờ báo.

Đây là con lộ chính của thị xã. Ngày tháng chồng chất, kẻ đi qua, người đi lại, xe nhà binh lên xuống, sức nặng đè ép mặt đất rắn chắc hơn. Tuy nhiên, nếu sau cơn mưa con đường trở nên trơn trợt. Nhiều vũng nước to nằm chình ình ra giữa đường làm cản trở mọi thứ lưu thông. Hai bên nhà cửa tiệm quán chật ních, lầu có, trệt có. Nhưng lối kiến trúc không được thẩm mỹ lắm. Có lẽ những người đến đây làm ăn sinh sống theo tình hình phát triển của quân đội, như lính Quân Cảnh vì sự trông coi mấy chục ngàn tù binh Cộng Sản trong trại giam mà đã đặc phái bốn tiểu đoàn trú đóng tại đây, còn Hải Quân nào là Bộ Tư Lệnh, Hải Đội 4 Duyên Phòng, Căn Cứ Yểm Trợ Tiếp Vận An Thới, Duyên Đoàn 42, Căn Cứ Hải Quân Phú Quốc và Đài Kiểm Báo 403. Bộ binh thì có Đặc Khu Phú Quốc, Tiểu Đoàn Địa Phương Quân, Công Binh, Căn Cứ Tiếp Vận và Pháo Binh v. v…

Giờ nầy cũng quá trưa, chợ búa không còn sinh hoạt ồn ào, nhộn nhịp như buổi sáng nữa. Người qua lại cũng thưa thớt. An thấy anh em quân cảnh xuống chợ mua những thứ cần dùng và ăn uống, cười nói vui vẻ trong quán. Chàng thấy rất ít anh em đồng đội ngồi tiệm, có thể vì tàu tuần dương chưa cập bến, còn những anh ở bờ thì giờ nầy họ đang làm việc tại căn cứ của mình.

An ghé vô một tiệm tạp hóa bên đường, chàng chọn nơi nầy vì thấy sạch sẽ, ngăn nắp hơn các tiệm khác. Chàng nhìn lên quày hàng, lựa một số đồ dùng cần thiết rồi nhờ người bán gói lại. An mở bóp trả tiền, người bán nói lời cám ơn và hẹn chàng lần sau tới mua giúp nữa.

An vừa quay ra thì mắt chàng chợt trông thấy một bóng giai nhân. Nàng đi thẳng vào tiệm thuốc bắc phía bên kia đường. Nàng đẹp lắm, dáng người cao ráo, mặt trái soan, mũi dọc dừa, mắt to như hai hạt nhãn, miệng chúm chím môi hồng, má lúm đồng tiền rất có duyên. Mái tóc dài óng ả phủ xuống bờ vai thon nhỏ. Quần đen, áo bà ba màu hoàng anh làm nổi bật làn da trắng khỏe mạnh, thanh xuân.

An còn đang thờ người ra, suy nghĩ về nàng - " Chà, sao quái lạ thế, nơi khô cằn đèo heo gió cát như nơi đây, làm sao có một bông hoa biết nói, đẹp đẽ đến thế nhỉ?".

Nàng xuất hiện rực rỡ như một bông hoa nở trái mùa, làm tươi thắm, ấm áp cho quang cảnh chung quanh. An phải công nhận rằng nàng đẹp thật, một thứ sắc đẹp kiêu sa, diễm lệ. An đứng khuất vào cánh cửa, chăm chú nhìn nàng. Nàng vui vẻ nói đôi câu với người bán thuốc, miệng cười xinh xắn, gương mặt hiền thanh tú. Nàng nhận gói thuốc, bước ra khỏi tiệm, đi vội vã xuống dưới khu chợ cá, qua mấy tiệm bán tạp hóa, rồi thì bóng nàng mất dạng. An đảo mắt kiếm tìm nhưng bóng nàng đã bặt tăm. Chàng lấy làm tiếc lắm, không ngờ nơi đây có người đẹp kiểu cách đến thế! Khác hẳn những cô gái hải đảo quê mùa. Biết đâu nàng đã có gia đình rồi? Biết đâu nàng là vợ một sĩ quan nào đó? An không thể cho là như thế được. Trên gương mặt nàng còn đượm nét thơ ngây của một cô nữ sinh hơn là một thiếu phụ. Tuổi của nàng áng chừng chưa đầy hai mươi cơ mà? Trong đầu An bóng hình cô gái cứ lởn vởn, chàng hy vọng mong gặp lại cô nàng và tìm cách làm quen. Rồi chàng lại nhủ thầm - "Chưa chắc đến phiên ta đâu. Nếu nàng là hoa chưa có chủ thì còn biết bao nhiêu kẻ si tình đang sắp hàng tham dự cuộc thi".

An lại trở ngược lên con đường chính, chàng ghé vào quán Minh Phụng, kêu một phần ăn để giải quyết cái bao tử của mình. An chọn một chỗ ngồi trong góc, mặt hướng ra phía đường cái mong có cơ hội thấy lại cô gái vừa rồi… Chợt một hình ảnh thật hay, thật lạ đập vào mắt An. Một người lính quân cảnh đang cỡi trên lưng con ngựa ô khỏe mạnh, lông nó mướt rượt, bốn chân đi bon bon trên đường phố hẹp. Mọi người hướng mắt ra nhìn, hình ảnh oai phong, giống như một hiệp khách giang hồ trở về cố hương thăm làng xưa phố cũ…Thật ra con ngựa nầy của anh Hiệp, một người có máu nghệ sĩ, thích nét độc đáo, đời sống phóng khoáng, lãng tử nên Hiệp đã nuôi con ngựa nầy làm phương tiện lên xuống chợ, trại giam. Ngày đầu tiên mới đến mà An đã thấy nơi chốn nầy có lắm điều kỳ thú!

Đã hơn mười hai giờ trưa, trong quán từ từ đông nghẹt khách ăn trưa, Vài chiếc xe GMC chở đầy lính quân cảnh chạy ngang qua và cho lính xuống ở cuối con đường. Các anh thay nhau nhảy vội vàng khi bốn bánh xe chưa kịp ngừng hẳn lại. Cả đám tua tủa, chia năm, chia ba tìm cho mình quán ăn, cửa tiệm vừa ý để ăn uống thỏa thích. Từ sáng đến giờ, khi ra đường An thấy quân đội nhiều hơn thường dân. Ngoài số người mua, kẻ bán, các phụ nữ tay xách giỏ, tay dắt con, có lẽ họ đi chợ để lo bữa ăn cho gia đình mà những người nầy là vợ, con của các anh lính đang đồn trú nơi đây. An gọi người tính tiền, liền có một cô gái nước da bánh mật ra đon đả hỏi han chàng:

- Dạ, chào trung úy, hình như ông là người mới tới, tàu nào vậy? Ở đây người cũ, người mới em đều nhận ra cả! Sao thức ăn có vừa miệng không? Lần sau mời ghé tiếp tục nhé. Ông có cần em giúp đỡ gì không?

Cô chủ nhỏ ăn nói cởi mở vui tính, thật thà một cách rất hồn nhiên. An thong thả trả lời từng câu hỏi của cô, và chàng cũng xin cô chỉ dẫn vài điều mà chàng muốn biết:

- Vâng, tôi là người mới đến, không đi tàu, ở trên bờ tại Bộ Tư Lệnh. Nhờ cô chỉ hộ nơi nào nhận giặt ủi quân phục?

Cô gái nói:

- Bên trái tiệm em, ông đi thẳng, con đường càng ra xa phố thì nhà cửa lưa thưa, trung úy sẽ thấy một bảng hiệu "Nhận giặt ủi áo quần nhà binh".

An móc bóp trả tiền và khen:

- Tiệm cô nấu thức ăn khá lắm đấy! Ngày tháng sau nầy tôi sẽ thường đóng đô ở đây đó! Được không?

- Hân hạnh lắm chứ! Mời trung úy ghé thường xuyên.

An đứng lên và nói lời tạm biệt, chàng bước xuống ba bậc tam cấp. Đối diện quán nầy là tiệm hớt tóc, An nhủ thầm - "Chà, mai mốt ta phải nhờ ông thợ hớt tóc nầy làm đẹp cái đầu mình mới được!". Người thợ hớt tóc là một ông già Tàu ốm nhom, chắc có lẽ vì nghề nghiệp mà ông ta không mập được.

Ánh nắng trưa chói chang đang nằm rớt lên phân nửa gương mặt chàng, An đưa cặp kiếng mát tra vào đôi mắt. Cảnh vật có phần dịu lại. An đi tới ngã tư, chàng rẽ trái lên ngôi nhà thờ nằm trên đồi cao. Bên kia góc đường có căn nhà lầu đồ sộ là tiệm tạp hóa và rạp chiếu bóng Nam Hoa. Đối diện xeo xéo là tiệm phở Bò Vàng, cạnh là trường Thánh Phê-Rô. Trước sân có trồng mấy cây dừa cao khẳng khiu, tàu lá rũ xuống lào xào, nhún nhảy theo cơn gió ban trưa. Quán kem Thùy Dương nằm bên phải ở giữa lưng chừng con dốc.

Càng đi chàng càng thấy nơi đây mát mẻ hơn dưới phố, có lẽ vì cây lá nhiều, phần đất cao hơn, đón nhận hầu hết từng cơn gió biển thổi tới. An tìm một bệ đá dưới tàng cây bên cạnh nhà thờ để nghỉ chân và ngắm cảnh tình chung quanh. Một con đường thẳng tắp từ trên cao nhìn xuống, chàng thấy biển cả mênh mông, màu nước xanh dịu dàng. Biển xanh nên trời cũng xanh, thỉnh thoảng có vài cụm mây trắng trôi lạc loài về phương trời vô định nào đó, trên mặt biển vài chiếc ghe đánh cá qua lại rồi mất hút. Hình ảnh trong sáng, nhẹ nhàng gợi cảm như một bức tranh mà người họa sĩ phác họa trong lúc cõi lòng thật bình yên và hạnh phúc. Tiếng gà gáy vang lên giữa buổi trưa thanh vắng, tiếp theo là những tiếng gáy liên tục vang xa. Từ buổi thiếu thời tới ngày khôn lớn, An vẫn thích nghe tiếng gà gáy ban trưa. Tâm hồn chàng được chìm lắng trong yên bình mộc mạc. Chàng liên tưởng đến nếp sống nơi miền quê đơn sơ mà thân ái, đậm tình láng giềng hàng xóm. Một mái nhà tranh, hoa cỏ chung quanh, có bầy gà, bầy vịt. Một người vợ đảm đang quán xuyến việc nhà, còn chàng thì mở một trường dạy học, trong đám trẻ cũng có những đứa con của chàng nữa. Ước mơ chỉ chung chung ấy mà chàng đã được toại nguyện đâu?

Quê hương của chàng xa tít tận miền cao nguyên sương mù Đà Lạt, nơi đó đã cho chàng nhiều kỷ niệm suốt quãng đời niên thiếu, lớn lên chỉ thấy toàn là cây rừng, núi đá, đồi thông bạt ngàn, dốc cao, dốc thấp. Nên khi trưởng thành chàng đã mơ ước cuộc sống hải hồ. Đất nước chiến tranh, chàng đã chọn đăng vào lính hải quân, làm tròn bổn phận người trai thời ly loạn. Nhưng tiếc thay khi ra trường chàng không được xuống tàu tuần dương làm việc. Tuy nhiên chàng cũng được đổi về vùng duyên hải Cam Ranh và giờ đây là đảo Phú Quốc.

Trước mắt chàng biển cả bao la, mặc cho chàng trải mộng hải hồ, trải mộng yêu đương, thả trôi hoài bão theo từng đợt sóng. An nhìn vô nhà thờ, cánh cửa đóng im lìm, chàng khấn nho nhỏ - "Lạy Chúa Jesu, hãy cho con có cơ hộ gặp lại nàng lần nữa". Dù đầu óc nghĩ nhiều thứ chuyện, nhưng chàng không thể quên hình ảnh cô gái đẹp tuyệt trần ban trưa, vì chàng vừa trông thấy một con đường đầy bóng mát, những cành cây hai bên đan chụm vào nhau tạo thành chiếc lọng dài. Ánh nắng xuyên qua tàng lá lung linh rơi xuống mặt đường... "Ôi, con đường tình ái, hãy để cho ta cùng nàng bước chung trên con đường thơ mộng, tràn ngập hương yêu". Chàng mơ màng rên khe khẽ, tưởng cuộc tình sẽ đến trong nay mai.Và cũng có thể ngày mai sẽ không bao giờ đến! Nhưng một điều khiến cho An vững niềm tin "Nơi đây một thị trấn nhỏ bé, đất không rộng, người không đông, cơ hội gặp lại nàng cũng dễ dàng thôi!". An đứng lên, đưa tay phủi vài cái vào phía sau quần, giở cát-két đội lên đầu, lấy kiếng đeo vào mắt, chàng thong dong đi dưới tàng cây đầy bóng mát. Hai bên đường, nhiều nhà cửa dân cư với vuông sân khá rộng. Chàng ung dung đi hết con đường, gặp ngay ngã ba, An quẹo phải, con đường khá rộng, vài chiếc xe Jeep lướt qua, bụi đỏ tung mù trời. Chàng thoáng thấy một bảng hiệu "Nhận giặt ủi", đúng như lời cô chủ nhỏ chỉ dẫn. Nếu đi tới nữa sẽ gặp lại ngã tư, nơi đó có tiệm sách báo Tiết Quân. Chàng đi không xa lắm thì đã thấy ngã tư phía trước. Tiệm sách giờ nầy rất thưa người, một chú nhỏ khoảng chừng mười bốn tuổi, thoạt trông thấy chàng đã mỉm cười, chào hỏi lễ phép:

- Thưa chú, cần gì ạ?

An đưa tay lấy một tờ Sông Kiên, mắt nhìn lên dãy kệ có nhiều quyển truyện đặt ngay ngắn. An lựa mấy quyển rồi đưa cho chú nhỏ làm thủ tục thuê mượn. Chàng đặt cọc một số tiền, đưa tên, tuổi cho thằng bé ghi vào sổ. Thằng nhỏ ghi chép rất rành mạch, nó trao sách cho An, chàng hứa sẽ mang trả lại sau khi đọc xong tất cả.

An khệ nệ ôm mớ sách báo, tay kia xách một túi đồ mà chàng đã mua ngoài phố, rồi đi thẳng về cư xá.

* * *

Quân bước nhanh vào nhà như cố tình né tránh thứ ánh nắng khắc nghiệt kia làm rát bỏng da mặt nàng, hai má đỏ au, vài giọt mồ hôi lấm tấm trên vầng trán thông minh. Quân đưa tay hất mái tóc đang lòa xòa làm vướng víu, che khuất tầm nhìn, mồ hôi dính vào mảng tóc con làm nàng rất khó chịu. Nàng đi thẳng ra lu nước phía sau nhà, múc nước đổ vào lòng bàn tay rồi đưa lên rửa cả khuôn mặt. Hơi nước mát lạnh làm Quân thấy dễ chịu, nàng đổ xối xả lên đôi bàn chân trắng hồng. Quân đáp ứng những điều cần thiết cho cơ thể. Mỗi khi đi trong những ngày nắng cháy như vậy, lúc về đến, nàng liền bước vội vào nhà coi ba nàng đang làm gì, ở đâu? Chắc có lẽ ông đang ở nhà trước nằm trên chiếc ghế bố thường nhật. Khi nãy nàng mới vào nhà thì ông đã ngồi ở đó từ lâu rồi, vì thấy con gái hấp tấp chạy trốn ánh nắng gay gắt buổi trưa, nên ông Hai không vội lên tiếng. Quân từ ngoài vùng sáng bước vào vùng tối, nên nàng chẳng thấy ông Hai ngồi ở đó. Nàng đến ngồi cạnh bên cha hỏi nhỏ:

- Thưa ba, hôm nay ba đỡ hơn chút nào không ba? Con có ghé tiệm thuốc bắc, chú Bảy gởi cho ba gói thuốc, bảo con sắc cho ba uống, lửa thật nhỏ mới có công hiệu.

- Bệnh già của ba mà con, mỗi khi trở trời là vậy đó! Vì nhà đơn chiếc quá, chỉ có hai cha con mình, nên bắt buộc ba phải nhắn con về để lo thuốc thang, cơm nước cho ba và coi sóc cửa tiệm.

Quân nghe cha nói một hơi dài, hàm chứa sự than thân, trách phận trong tuổi già quạnh hiu, đơn chiếc. Nàng không đáp lại lời nào, trong tình thế bắt buộc nàng phải nghỉ học để trở về lo cho cha. Quân đứng lên nói với cha:

- Để con xuống bếp làm thức ăn, và nấu cơm trưa cho ba ăn nghe ba. Hôm nay con có mua được rau mồng tơi, sẽ nấu cho ba một tô canh cùng với tép bạc, món mà ba thích lắm đó!

Nàng vừa lo việc cơm nước, đầu óc mãi nghĩ lung tung, Quân mơ hồ thấy lại hình ảnh không rõ nét của mười năm về trước. Gia đình nàng gồm có ba, mẹ, hai người chị và nàng là đứa con gái út. Lúc ấy nàng khoảng chín, mười tuổi gì đó. Từ miền cao nguyên đất đỏ, được một người bạn của mẹ mách nước, theo kế hoạch phát triển, chính phủ sẽ đưa ra Phú Quốc nhiều đơn vị quân đội, căn cứ đóng tại An Thới, một vùng đất đầy hứa hẹn. Vì đời sống ở miền cao nguyên đã bao phen làm cho gia đình nàng không có cơ may khấm khá. Thế là cả nhà dọn đi sau mùa hè năm đó, lúc ấy nàng mới học hết lớp ba trường quận. Số tiền của hai vợ chồng suốt thời gian làm lụng vất vả phải chi tiêu vào cuộc sống mới. Mẹ nàng đã sang lại một sạp bán hàng ngoài chợ, dần dần bà có nhiều vốn liếng hơn nên cũng đã mua được tiệm tạp hóa ngay mặt đường lộ chính của thị xã nầy. Việc buôn bán rất được suôn sẻ, thuận lợi, mẹ nàng lại mua được căn nhà gần bờ biển của hai vợ chồng vị sĩ quan hải quân nọ, vì thời gian ở đây khá lâu nên họ đã thuyên chuyển về vùng khác. Căn nhà cũng khá xinh xắn, gọn gàng, rất tiện nghi cho năm người giống như gia đình nàng vậy. Lúc ấy chị hai nàng cũng đã đến tuổi cặp kê, giúp đỡ cho cha mẹ rất nhiều việc. Vài năm sau, cha mẹ nàng trúng mối đấu thầu, cung cấp các loại thực phẩm tươi cho trại giam tù Cộng Sản. Tiền bạc lúc đó rất hạnh thông, nàng là đứa con gái út ham học, khi học hết tiểu học, nàng được ba mẹ gởi vào ở nhà người dì ruột tại Rạch Giá để tiếp tục lên trung học. Đây là mong ước của nàng, vì là con út nên mọi người ai cũng yêu thương, chiều chuộng nàng cả. Thế rồi khăn gói lên đường rời xa cha mẹ và hai chị. Nàng phải tự lo liệu mọi sự sinh họat cho cuộc sống của mình vào cái tuổi chưa lớn mấy. Quân chỉ có thể về thăm nhà vào dịp nghỉ hè hay lễ Tết mà thôi. Bốn năm sau mẹ nàng mất bởi một cơn bạo bệnh. Từ đó ba nàng buồn rầu không thiết gì đến chuyện làm ăn buôn bán nữa, ông sang tiệm tạp hóa lại cho người khác và cũng gả hai chị nàng đi lấy chồng luôn. Hai anh rể nàng là lính, nên thường rày đây, mai đó. Cứ cách vài năm hai chị nàng về thăm cha một lần. Cuộc sống của ba nàng rất quạnh hiu và đơn lẻ. Để giết thời giờ ông nảy sinh ra sáng kiến, mở một cửa hiệu bán và cho thuê sách báo. Công việc nhẹ nhàng mà cũng rất thích hợp với ba nàng lắm. Cách một tháng thì ông vô Rạch Giá tính tiền bạc với nhà cung cấp sách báo. Số bán không hết thì gởi trả lại, nên cha con nàng thường gặp nhau hơn. Mỗi khi đi vắng, ba nàng thường gởi tiệm sách cho người cô họ trông coi, thời gian chỉ mất vài ngày là ông trở về tiếp tục công việc.

Trong cuộc sống tương lai, Quân phác họa một chương trình rất ngăn nắp và qui mô. Nếu có bằng tú tài đôi và ba nàng cho phép học đến nơi đến chốn, thì nàng sẽ chọn ngành luật khoa hoặc sư phạm. Vì đã có hướng đi rõ ràng, nên tất cả thời giờ Quân chỉ dùng vào việc học mà thôi. Những chuyện tình yêu lăng nhăng, lít nhít nàng không hề quan tâm đến. Quân đang ở vào năm đệ nhất, vừa học giỏi lại có nhan sắc, biết bao nam sinh theo tán tỉnh nàng. Nào viết thư tình gởi trộm, nào trồng cây si sau mỗi buổi tan trường. Tất cả nàng đều không lưu tâm. Chưa ai có đủ bản lãnh lọt vào mắt xanh người đẹp.

Sau mùa hè, Quân trở lại học niên khóa mới chỉ vừa đúng hai tháng, thì được tin ba nàng đau nặng, nên nàng phải tạm nghỉ học, trở về nhà lo cho cha già. Quân rất nôn nóng, mong được trở lại trường sớm để tiếp tục việc học hành, nhưng bệnh của ba nàng thì chưa hoàn toàn bình phục. Có nhiều buổi sáng, lúc thức dậy, Quân xách giỏ đi chợ mà cứ tưởng xách cặp đi học, nhớ tới con Dung, con Sương, con Trúc mà nàng nghe buồn hiu hắt. Nàng chỉ mới xa cô, thầy, bạn học hơn tuần nay thôi, mà sao nàng thấy lâu dài quá! Cầu mong ba nàng chóng lành bệnh, nàng mới trở lại trường được. Thiên đường của nàng là sân trường, lớp học, thầy cô và một đám bạn bè thân thương. Cõi mộng của nàng là chùm phượng vỹ ấm áp giữa mùa hè rực rỡ, tinh thần là những bài học khó, giúp nàng mở mang thêm kiến thức, hiểu biết sâu sắc hơn về cuộc sống ở tương lai đúng nghĩa!

Quân dọn cơm ra bàn, so lại hai đôi đũa rồi xới cơm vào hai chén. Trên bàn có tô canh mồng tơi nấu với tép bạc và dĩa cá thu kho tiêu, hơi nóng bốc lên quyện vào cơm gạo mới khiến nàng cảm thấy đói bụng lắm. Bữa ăn thật đơn sơ nhưng vì nàng có biệt tài nấu nướng nên thức ăn không cao lương cũng trở thành ngon miệng. Có lẽ nhờ nàng đi học xa nhà từ thưở thiếu thời, mọi thứ sinh hoạt ăn uống nàng đều tự lo liệu lấy, riết rồi thành thói quen, nàng càng ngày càng nấu nướng khéo léo hơn.

Quân bước lên nhà trên, cẩn thận dìu ông Hai ngồi vào chiếc ghế, rồi nói:

- Mời ba ăn cơm, ăn xong ba nằm nghỉ, con phải ra tiệm sách coi có gì lạ không?

- Ờ, con ra phụ thằng Khôi, khi nào xế chiều, về nấu cho ba nồi cơm rồi sắc thuốc bắc của chú Bảy gởi cho ba ban sáng đó.

Quân quên lửng gói thuốc bắc chú Bảy đưa, nàng thưa:

- Dạ, sau cơm chiều con sẽ sắc để tối ba uống...

Thằng Khôi đang viết lia lịa xuống quyển vở, chợt trông thấy Quân bước vào, cậu bé mừng quá:

- Em cứ sợ chị đến không kịp, sẽ trễ giờ học em mất. Hôm nay không đông khách lắm, tiền bạc, sổ sách em ghi rõ ràng để trong học tủ đó, chị coi lại đi. Thôi em phải đi học ngay bây giờ, tan học em sẽ đến để chị về lo cơm nước cho cậu Hai.

Nói xong, thằng nhỏ lượm mấy quyển vở bỏ vào cặp rồi chạy nhanh ra cửa. Thằng bé nầy là con của cô Năm, người cô họ xa, thường ngày nó mang cơm do mẹ nó nấu ra cho ba của Quân. Ông ăn cơm tháng để đỡ mất công cho buổi nấu nướng, một mình thì ăn gì cũng được. Khi bận việc cần người coi tiệm thì ông Hai nhờ thằng Khôi, sau đó cho nó chút ít tiền để ăn quà vặt. Thằng nhỏ thông minh, lanh lợi, hoạt bát, lại cũng có chút ít chữ nghĩa. Nó đang học lớp đệ ngũ trường Thánh Phê-Rô, nên mọi việc giao cho nó ông Hai an tâm lắm. Nó học từ hai giờ trưa đến sáu giờ chiều thì tan học, về nhà thăm mẹ một chút, rồi nó chạy ra coi ông có sai nhờ gì không.

Quân ngồi trong tiệm, ngó mông ra đường cái. Một chiếc xe Dodge chạy ngang bụi đỏ bay mù trời. Cái nơi đây là thế đấy, hễ mỗi khi trời đổ mưa thì đường sá lầy lội, trơn trợt, còn trời nắng gay gắt thì bụi tung mịt mù nếu có một cơn gió lốc thổi tới, hay một chiếc xe nhà binh lướt qua. Quân không hiểu sao, ở đây có quân đội, dư thừa phương tiện như đơn vị Công binh và Đặc khu Phú Quốc mà chẳng ai chịu xây đường, đắp cống cho dân chúng địa phương nhờ, thật ra là để cho các ông nhờ thì đúng hơn. Mấy chiếc xe nhà binh chạy qua, chạy lại, chạy lên, chạy xuống, chở thực phẩm cho lính tráng, trại tù cũng đủ làm cho các con đường sạt lở, hư hại, lồi lõm. Đau thương cho những con đường huyết mạch của thị trấn nầy, chưa được một lần mang tên. Họ cứ gọi là con đường Cái, con đường Đất Đỏ, con đường Xuống Chợ, con đường Ra Biển, con đường đi Bộ Tư Lệnh, hoặc con đường đi Trại Giam. Rồi Ngã Ba Công Binh, Ngã Tư Nhà Thờ, con đường Xóm Đạo v.v... Riết rồi cũng quen, những danh từ thật đúng nghĩa.

Quân không thích sống ở nơi nầy lắm, nếu ở lâu nước da nàng trở nên thâm thâm, mốc mốc. Chung quanh là biển cả, ánh nắng mặt trời càng nóng thì sự bốc hơi của nước biển càng nhiều, theo những cơn gió đưa vào trong đảo mang hơi ẩm của biển mặn, bám vào da thịt khiến màu da trở nên mặn mà, rít rít, khó chịu, nhưng ở lâu riết rồi cũng quen dần. Mỗi khi nghỉ hè, nàng về đảo ở vài tháng, lúc trở lại trường chúng bạn đều kêu lên: "Con mọi đảo Phi Châu trở về bây ơi!".

Cứ thế, phải mất hơn tháng da nàng mới trở lại bình thường, phần vì nàng quá trắng, da dễ bị ăn nắng hơn các người khác, mà đứa con gái nào chẳng muốn da mình trắng, má mình hồng!

Quân ở đảo thêm năm hôm nữa, thấy tình trạng cha nàng tiến triển rất khả quan, gần như trở lại bình thường. Một buổi chiều, trong lúc ngồi ăn cơm ông Hai nói:

- Bây giờ ba thấy trong người khá lắm rồi, vậy ngày mai con hãy trở vào Rạch Gía để tiếp tục việc học đi con, nghỉ lâu quá thì bài vở làm sao theo kịp với chúng bạn. Năm nay là năm thi cử của con, mà ba bệnh hoạn thế nầy thì tội cho con thật. Phải chi hai chị con ở gần, thì đâu đến nỗi con phải nghỉ học mà về đây săn sóc cho ba!

Ông Hai nói một hồi như thể để trần tình với đứa con gái, hầu thông cảm cái tuổi về già nay ốm, mai đau... Vì ông biết Quân rất hiếu học, việc học đối với nàng rất quan trọng. Vốn bất đắc dĩ nàng phải chịu gián đoạn. Quân mơ màng cái ngày mai khăn áo lên đường, trở vô Rạch Giá, gặp lại thầy cô quý mến, đám bạn thân thương, vui đùa hồn nhiên. Có những chiều tan trường cả bọn giành nhau ra cửa lớp như đàn ong vỡ tổ, huyên thuyên nói cười. Những tiếng cười dòn tan như hàng ngàn mảnh vỡ của khối thủy tinh liên tục vang lên từng hồi. Có nhiều buổi trưa đầu thu gió nhẹ, ngồi trong cửa lớp, nàng thường để hồn mình đi hoang đậu trên cành phượng hồng nở muộn, cánh gió mơn man rung nhẹ, xác hoa lửng lơ bay trong màu nắng mới. Sân trường vắng lặng, ngoài xa, hai hàng điên điển đang độ trổ hoa vàng rực rỡ, nặng trĩu cành non bên phiến lá xanh xanh chen lẫn giữa đám hoa ngọt ngào màu sắc. Rồi có những ngày mưa, con nước dâng cao, đám hoa lục bình từ đâu kéo về trôi lều bều theo dòng nước đẩy đưa. Trên con đường về nhà sau giờ tan học, đi qua cây cầu nhỏ, nàng thường cúi xuống đưa tay vớt lên những cánh hoa lục bình tím ngát, nhuộm ánh hoàng hôn hấp hối cuối ngày.

Chẳng biết từ lúc nào nàng đã yêu hoa, nhất là những loài hoa đánh dấu cho một mùa sang, cho một bắt đầu, một kết thúc hay một đổi thay nào đó. Để rồi tàn tạ, rụng rơi rữa nát, âm thầm ra đi. Đó là quy luật thiên nhiên của trời đất mà tất cả vạn vật đều có chung một quỹ đạo.Với số tuổi nầy, nàng không muốn khám phá hay đi quá xa về những điều bí ẩn, phức tạp trong đời sống. Như đã nói, thế giới của nàng là sân trường, lớp học, thầy cô, bạn bè với những chồng sách vở thân thương. Cõi mộng của nàng là những ngày tháng tương lai đầy hứa hẹn. Muốn có những điều tốt đẹp, thành quả ở ngày mai, thăng hoa cho cuộc sống, nàng phải cố ra công học tập chuyên cần, trau dồi kiến thức. Nàng muốn làm một điều gì lợi ích cho xã hội, chớ nàng không muốn giống như cánh hoa sớm nở, tối tàn, không lưu lại dấu vết gì cho nhân thế.

Chương Hai

NGÀY THÁNG RONG CHƠI

An đã ổn định cuộc sống sau hơn một tháng rưỡi ở đây. Ngày hai buổi đến sở làm, công việc chẳng có gì phức tạp, nghề lính thì đâu cũng giống nhau. Làm báo cáo, gởi các công văn, công điện đến các đơn vị trực thuộc. Dùng máy vô tuyến để liên lạc, truyền tin những tin tức khẩn cấp. Theo dõi trên hải đồ những tàu bè qua lại, cùng các hoạt động của Tuần Dương Hạm và PCF trên mặt biển thuộc khu vực kiểm soát của Bộ Tư Lệnh Vùng 4 Duyên Hải. Công việc có thể làm từ ngày nầy sang ngày khác, mấy quyển sách đọc riết rồi cũng chán. Chàng lại thả bộ ra quán cà phê ngoài phố, ngồi nhâm nhi để giết thời giờ. Lần nào ra phố An cũng cố ý đi ngang tiệm thuốc bắc mà lần mới đến chàng đã trông thấy một người đẹp xuất hiện. Nàng xuất hiện như một "Mỹ nhân ngư", trồi lên mặt nước, rồi quẫy đuôi một cái lặn mất tăm hơi, để lại cho chàng bao nỗi ngẩn ngơ, luyến tiếc, khao khát ngóng tìm, mong có ngày gặp lại...

Đã bao lần ra phố, đã bao đêm trăn trở, niềm hy vọng đang trở thành tuyệt vọng. Cô gái cá kia đang nhởn nhơ bơi lội nơi vùng biển nào đây? Sao chưa lên đảo sưởi ánh mặt trời ấm áp, hay nàng cố tình lẩn trốn người trai lính thủy đa tình, lãng mạn, thương nhớ vu vơ, nhưng chưa lần bày tỏ niềm yêu thương thầm kín.

An nghĩ nhiều về cô gái ấy, nhưng cơ hội gặp lại thì quá mong manh, nên bỗng dưng chàng quên bặt cô nàng. An

không còn nghĩ đến người đẹp sau gần hai tháng vui chơi với
đám bạn bè xưa cũ. Họ quen nhau từ khi còn ở Đà Lạt và
quân trường, sau khi mãn khóa, mỗi người đổi về mỗi chỗ
khác nhau. Lần nầy tình cờ gặp lại giữa chốn trời nước bao
la, xa cảnh phồn hoa đô hội, nên họ thường kéo nhau đi nhậu
sau giờ làm việc, chén anh, chén tôi, ly đầy ly vơi, cho thỏa
chí mấy năm trời không gặp. Ba tuần lễ liên tiếp, họ kéo An
đi tắm biển, bắt cá tại một bãi biển rất nên thơ, rất thiên
nhiên, quyến rũ. Bãi cát trắng phau, mịn màng như không có
dấu chân người lui tới. Màu nước xanh trong vắt, mát rượi,
mực nước không sâu lắm, đi ra xa mà cát dưới chân vẫn còn
nâng đỡ cả thân người. Thật là một bãi tắm lý tưởng và an toàn.

Câu chuyện tắm biển của tuần lễ kia đã làm An xấu
hổ vô cùng. Buổi sáng chủ nhật, chàng còn nằm nướng lại
trên giường, bọn Vũ, Sang (Trung úy quân cảnh) đến tận
phòng, lôi chàng đi tắm biển với bọn họ. Xe Jeep chở bọn họ
cùng với ba cô giáo trường làng, cô Ngoan, cô Phấn và cô
Hồng, các cô giáo cũng là người quen, bạn bè của họ đã lâu
ngày, An là người mới, nên có chút ngại ngần. Xe trực chỉ
chạy tới bãi Khem (Kem), Khu bãi nầy nằm về phía đông
bên cạnh trại giam tù binh Cộng Sản. Bốn Tiểu Đoàn Quân
Cảnh được biệt phái canh phòng, trông coi trại giam. Bãi
Khem nằm trong khu vực quân sự nên cấm thường dân lai
vãng. Dù thế, khi các người đẹp từ Sài Gòn ra, hoặc các cô ca
sĩ của Đoàn Văn Nghệ Biệt Khu Thủ Đô hay Hoa Tình
Thương đến để trình diễn cho lính coi, dĩ nhiên, hôm sau
phải đưa các người đẹp đó đi tắm biển, đi săn cá. Các ông
đơn vị trưởng có cơ hội ga-lăng và phục vụ các người đẹp
hết mình.

Xe của bọn An vượt qua đường mòn Trinh Nữ, rồi lại
leo dốc đồi Ái Ân, băng ngang nhà Thủy Tạ mới tới được bãi
Khem (Những danh từ trên đều do các anh quân cảnh đặt tên,
những cái tên rất thơ mộng dễ yêu, vì các nơi nầy đều nằm
trong khu vực của bốn tiểu đoàn quân cảnh trú đóng).

Mặt biển phẳng lặng, bãi cát trắng tinh, chưa in dấu
chân người, các cô đã mặc sẵn đồ tắm bên trong, vừa thấy

nước, các người đẹp vội chạy ào xuống. Vũ, Sang cũng thế, hai cặp nầy bơi giỏi lắm, còn lại An và cô giáo Phấn bơi dở nên thủng thẳng xuống nước. Hai người không dám ra xa nên lẩn quẩn gần bờ, mực nước xăm xắp ngang ngực. Bỗng dưng cô giáo Phấn hét lên:

– Úi cha, đau quá!

An đứng gần đó, lo lắng hỏi:

– Chuyện gì thế, cô Phấn?

– Phấn chẳng biết nữa! Cái chân đau nhức lắm...

Vừa nói, tay Phấn vừa bơi, một chân cò cò vô bờ. An đến gần dìu cô giáo Phấn lên bãi.

Phấn ngồi bẹp trên cát, nàng lật bàn chân lên coi, An nhìn thấy là biết ngay Phấn đã bị nhum đâm (miền khác gọi con nầy là con Cầu gai vì nó có hình tròn như quả banh, chung quanh lại toàn là gai nhọn). Thứ nầy đâm vô da thịt thì nhức thấu xương.

Nước mắt bắt đầu ứa ra, Phấn cắn răng, mím môi để dằn cơn đau nhức. An ngó ra xa, đưa tay ngoắc ngoắc bọn Vũ, Sang ra dấu bảo họ bơi vào bờ.

Sang vô tư cười trên sự đau khổ của Phấn:

– Không sao đâu cô Phấn, tôi có cách...

Nói đoạn, Sang bước tới bỏ nhỏ vào tai An:

– Mầy cho cổ xin chút nước tiểu đi! Cái quỷ nầy kỵ nước tiểu, có nước ấy gai sẽ tan nhanh.

An vừa xấu hổ vừa xùng vì lời đề nghị kỳ cục của Sang, chàng nổi cáu:

– Mầy cho đi! Còn thằng Vũ nữa.

– Tao mới tè xong hết rồi.

An bực bội, xẵng giọng:

– Tao cũng vậy!

– Đừng xạo! Làm anh hùng cứu mỹ nhân đi mầy.

Phấn tiếp tục kêu la, đau đớn. Hai cô giáo kia xúm lại ôm chân bạn, Hồng an ủi:

– Mầy ráng đi, coi mấy anh ấy có giúp được gì không?

Phấn nhăn nhó:

– Mấy ảnh bàn tán gì mà lâu thế? Sao không chở tao về bệnh xá để lấy gai ra.

Vũ chạy tới kéo tay An lên bìa rừng, một lát sau cả ba người trở xuống, bưng theo một vỏ ốc to, trong đó có đựng một thứ nước vàng vàng, đang còn âm ấm, Sang bưng đến trước mặt Phấn:

- Nầy, cô ngâm chân vào đây, năm phút sau là hết nhức ngay.

Phấn không cần thắc mắc, nước đó là nước gì, có lẽ vì nhức quá nên nàng cứ y lời Sang bảo, hoặc giả nàng chắc cũng hiểu cách chữa khẩn cấp là phải dùng thứ nước nầy đây! Thế rồi năm phút sau các gai kia từ từ tan dần, Phấn không còn kêu la, đau đớn nữa. Một lối chữa mẹo vô cùng hiệu quả. An học được kinh nghiệm quý báu đó, chàng được tiếng vừa nghĩa hiệp vừa khôi hài vì câu chuyện trên.

Các bãi biển trong khu vực An Thới, thỉnh thoảng có vài chú nhum đi lạc, nên cũng gây hãi hùng cho các người đẹp hoặc các người ở xa mới tới, chớ nếu dân địa phương thì hầu hết ai cũng biết cách chữa ấy. Nhum đâm thì cứ đâm, người tắm biển thì cứ tắm. Cũng giống như An thích ngao du sơn thủy, thích ngắm sóng nước mây trời. Vì thế chàng hay để ý đến quang cảnh chung quanh.

Từ hướng đông nam, phần cuối cùng của đảo, mũi đá nhọn phía bên bờ xa kia kéo dài thành một hình vòng cung đến đường phi đạo và từ phi đạo kéo thêm một vòng cung nữa là tới mũi Phước Hưng nằm về hướng tây nam (hình thể như số ba nằm ngửa) chia ra làm hai khu vực rõ rệt. Hãy lấy đường phi đạo làm chuẩn, vùng khu quân sự tính từ cổng Bộ Tư Lệnh đến khu vực phi trường, còn từ ngoài hàng rào của Bộ Tư Lệnh trở ra tới mũi Phước Hưng là khu dân sự. Bến tàu, bến cá, tiệm quán và nhà cửa của dân chúng địa phương. Bãi biển An tắm mấy tuần qua rất đẹp, sát bờ có một cánh rừng con, đất không cao, rừng lá lưa thưa, nhiều loại cây trái nhưng chỉ là trái cây hoang dã mà thôi. Cánh rừng nhỏ nầy chạy dọc theo triền núi, bọc sau lưng Đặc khu, kéo dài tới trại giam. Nếu đi sang bờ rừng bên kia sẽ có bãi biển khác. Bãi nầy khá dài, phong cảnh rất hữu tình nên thơ nhưng không kém phần hùng vĩ. Từ hướng đông nam, nếu ra xa cách bờ khoảng hơn cây số thì mực nước sâu lắm. Ngày xưa thường có cá mập xuất hiện, nhưng sau nầy không thấy nữa. Dân địa phương kể rằng: *"Thời chúa Nguyễn đánh với nhà Tây Sơn có lúc bị thua trận, phải bôn ba, cầu viện Xiêm-La. Khi đi ngang qua vùng biển Phú Quốc, ngài liền cho tàu chiến ghé lên bờ để tìm thức ăn, nước uống cho ba quân tướng sĩ, vì trên tàu đã khô cạn lương thực. Ngài và đám tùy tùng lên bãi nhưng không tìm đâu ra nguồn nước ngọt cho quân lính uống trong cơn đói khát. Bao nhiêu giếng được đào lên nhưng đều không có nước ngọt, ngài liền ra lệnh đi qua vùng bãi bên kia coi xem sao. Cả đám người băng qua một cánh rừng nhỏ, lọt vào mặt biển phía đông, nhưng rồi ngài lại vô cùng thất vọng, chẳng có con suối nào, chẳng có dòng nước ngọt nào trên phần đất tạm lưu quân nầy. Ngài bước lên một tảng đá cao nằm sát bờ biển rồi khẩn vái đất trời cùng thần linh: 'xin hãy ban cho một nguồn nước ngọt, để ba quân, tướng sĩ mới có thể qua cơn đói khát nầy!'*

Sau khi khẩn vái đất trời thần linh, ngài Nguyễn Ánh toan quỳ xuống bái tạ, thanh gươm báu đeo bên hông làm trở ngại, ngài liền rút gươm cắm phập vào khe đá bên cạnh. Thật kỳ diệu thay, một dòng nước tuôn ra từ kẽ nứt của tảng đá nọ, khiến mọi người vô cùng mừng rỡ và ngạc nhiên lắm. Ngài cúi xuống nếm thử coi sao? Vị nước ngọt dịu, mát rượi, không tanh hôi gì cả. Mạch nước cứ chảy ra triền miên đến mãi về sau nầy vẫn còn cái nguồn nước ấy. Cái nguồn nước đã cứu thoát quân lính nhà Nguyễn trên đường bôn tẩu một cách huyền diệu. Nguồn nước ấy nằm sát bờ biển, lại từ trong khe đá chảy ra do mũi kiếm báu của chúa Nguyễn khơi dòng, nên dân chúng địa phương đặt cho một cái tên lịch sử là Giếng Gia Long.

Hiện nay trên bờ đá kia, còn lờ mờ dấu chân của chúa Nguyễn in lên nhưng theo thời gian đã không còn đậm nét.

Nhờ có giếng nước ngọt nầy, chúa Nguyễn hạ lệnh cho tất cả quân lính lên bờ, ăn uống no nê, thực phẩm thì chài cá biển, còn rau trái thì hái trong rừng. Như thế cũng tạm lưu quân ở đây để chờ mọi người hồi phục sức lực, dũng khí và tinh thần hăng hái mới lên đường. Nhưng một ngày kia, thám tử báo cáo rằng, đoàn quân nhà Tây Sơn đuổi theo ráo riết sắp đến sát mục tiêu. Chúa Nguyễn vội vã ra lệnh cho ba quân, tướng sĩ lên tàu và nhổ neo chạy về hướng tây bắc. Trong đêm tối trời, các chiếc tàu khác đều nhổ neo lên hết, nhẹ nhàng không trở ngại, chỉ có chiếc tàu của ngài bị trục trặc, chẳng hiểu vì sao mà neo cứ nặng chình chịch, kéo hoài không cách nào nhúc nhích nổi. Trong lúc ấy có ông Đội Trưởng với tài lặn, lội không ai bì kịp. Ông Đội liền lao mình xuống biển lặn một hơi dài, để xem xét tình hình trắc trở của dây neo. Bãi đêm lạnh lẽo, mặt nước đen ngòm, bóng hình ông có xuống nhưng chờ mãi không thấy ông trồi lên. Cả đám người trên tàu rất sốt ruột, nhưng không thể chờ mãi được, chúa Nguyễn liền ra lệnh kéo neo lên thử. Lạ lùng thay, bây giờ đường dây neo kéo lên thong thả, nhẹ nhàng. Đoàn tàu vội vàng trực chỉ hướng Dương Đông. Chúa Nguyễn đành bỏ lại một công thần trung can liệt nghĩa, và bãi Ông Đội được mang danh từ đó.

Khi đến Dương Đông, chúa Nguyễn cho quân lính dựng trại, dựng lều ở đấy khá lâu. Thời gian đầu vì chưa quen thủy thổ, nên có rất nhiều binh sĩ ngã bệnh chanh nước (Một thứ bệnh bụng chương to, người kiệt sức, mệt mỏi, vàng da) binh sĩ không còn sức lực chiến đấu. Một lần nữa ngài lại khấn vái linh thần, có lẽ vì số ngài có chân mạng Đế Vương nên được thần linh mách bảo trong giấc mơ - 'Hãy hái lá muồng đun sôi, lấy nước uống sẽ chữa được chứng chanh nước.' (Loại lá muồng nầy thường mọc theo bờ suối, bờ sông, hoặc nơi ẩm ướt). Nhờ toa thuốc ấy của thần linh mà binh lính đã thoát qua cơn bệnh ngặt nghèo. Thắng nhà Tây Sơn, chúa Nguyễn lên ngôi, nhớ các ơn ấy nên sau nầy vua nhà Nguyễn phong nhiều sắc chỉ và phong Thần cho đình Ông Bổn tại thị trấn Dương Đông".

An ở đây, nhìn thấy biển trời mênh mông, bát ngát, nghe từng câu chuyện kể lạ lùng, mầu nhiệm, như thấy lại hình ảnh của tiền nhân, như đang sống trong thời kỳ đó. Mỗi câu chuyện là một đề tài hấp dẫn, đưa chàng gần gũi hơn, cảm tình hơn với hải đảo Phú Quốc nầy. Chàng cũng thường để ý đến các chi tiết nhỏ nhặt khác. Mỗi lần đầu tháng, đường sá, phố chợ trở nên tấp nập, huyên náo, vui nhộn hơn. Tiếng xe chạy lên xuống ầm ì, người qua lại đông đúc, hàng hóa cũng được chở đến nhiều hơn. Có lẽ vì ngày đầu tháng là ngày lãnh lương, nên các anh em mới có tiền ăn nhậu, tiêu xài mua sắm những thứ đồ cần thiết. Khuôn mặt địa phương sẽ khác lạ mỗi khi tàu tuần dương cập bến. Các anh lính nước lên bờ, đi đầy cả đường phố, các tiệm bán bia thì mặc tình hốt bạc, các anh em xả láng, cho bỏ những ngày tháng dưới tàu cùm chân, co cẳng.

Dù một thị xã nhỏ nhoi (Toàn đảo Phú Quốc chiều dài từ bắc xuống nam khoảng 50 kí lô mét, chỗ hẹp nhất là vùng An Thới khoảng 3 kí lô mét. Chỗ rộng nhất là vùng Bắc Đảo 25 kí lô mét). Dân toàn đảo không quá 15 ngàn, tại An Thới trên dưới 3000 dân không kể tù binh và quân đội. Nơi đây nhu cầu cần thiết cho sinh hoạt bình thường cũng khá đầy đủ, nhà thờ, chùa, trường học, tiệm sách báo, tiệm giặt ủi, chỗ nấu cơm tháng, tiệm thuốc bắc, thuốc tây, rạp xi-nê, bệnh xá v.v… nói tóm lại chẳng thiếu thứ gì. Nếu một người an phận thì sống ở đây thoải mái, bình yên hơn nhiều. Cuộc sống không bon chen, tranh giành, hay đòi hỏi những thứ ngoài tầm tay.

Ngày tháng phẳng lặng trôi qua, sau bữa cơm chiều, An thường nhắc chiếc ghế bố dựa lưng ra ngồi dưới mái hiên của dãy cư xá độc thân. Dãy nhà nầy cất dọc theo bờ biển, nằm bên cạnh Bộ Tư Lệnh một khoảng. Nơi đây chàng có thể ngắm rõ cảnh chiều êm ả của đại dương. Mấy chiếc thuyền chài nhàn nhã vào bến. Ngoài khơi kia chàng thấy bóng một hòn đảo nhỏ lờ mờ, nghe đâu nó được gọi là Hòn Thơm gì đó… Ngó sang mạn phải, chàng thấy ngay một căn nhà khá đồ sộ, xây trên mỏm đất cao. Đó là nhà sản xuất nước mắm Phước Hưng, nên dân chúng gọi nơi phần đất nhô ra là mũi Phước Hưng cho tiện. Phía trái của chàng, qua mấy dãy nhà che khuất một phần bờ biển, đường phi đạo chắn ngang là chỗ máy bay quân sự lên xuống thường ngày. Chạy dọc theo phi trường có một dãy núi thấp, cây lá xanh um, giữa lưng chừng triền núi, An thấy một quang cảnh rất nên thơ, mấy bóng cây cao lá mùa đỏ ối, làm tô đậm thêm nét sắc màu trong buổi chiều cuối thu. Một đàn hải âu vỗ cánh bay ngang rồi mất hút, xa xa làn sóng bạc nhấp nhô theo cơn gió lăn tăn vỗ nhẹ vào bờ. Trên nền trời cao thẳm, trong vắt, vài cụm mây trắng lặng lờ trôi. Cõi lòng An cảm thấy phới phới, nhàn du trong khung cảnh bình yên của nơi chốn nầy. Chàng thả hồn rong chơi trên ngàn con sóng biển. Màu trời tối hơn, mặt biển đã pha màu hồng cam rồi tim tím. Ánh tà dương từ từ rớt xuống dưới làn nước mù xa tận cuối chân trời. Một ngày như mọi ngày tuần tự trôi qua.

Sáng nay đại úy Xuân đã cho An biết là nội trong tuần tới, chàng sẽ được đi một chuyến công tác đặc biệt vào Sài gòn. Cái tin nầy làm cho An thấy vui lên. Tính ra thì chàng đã ở đây được ba tháng rồi! Thời gian lẹ thiệt... An đã có dự định, gần ngày đi chàng sẽ mua một số chai nước mắm ngon, vài ký khô thiều, một ít khô mực thượng hạng về biếu người quen ở Sài gòn. Những thức ăn hải sản đối với dân thành phố rất là quý. Rồi khi trở ra, An sẽ mua những thứ khác như nem chua, vịt quay để kéo cả đám bạn nhậu cho say một bữa, nghiêng ngửa đất trời.

*   *   *

An tay xách, nách mang lần lượt di chuyển hết mấy thùng đồ lớn xuống tàu. Con tàu gỗ mà ba tháng trước đã đưa chàng về vùng đất lưu đày nầy. Rồi bây giờ nó mang chàng trở lại đất liền sau một đêm lênh đênh trên sóng nước.

An tìm một chỗ tốt dựa lưng. Bầu trời quang đãng thấy rõ những vì sao đêm lấp lánh, dù rằng trời chưa tối lắm. Chàng ngồi hút thuốc và ngó lung ra đại dương, khi tàu qua khỏi Hòn Thơm thì trời đã tối hẳn, gió thổi nhiều hơn, mọi người hình như đã vắng bặt những câu chuyện phiếm. Ai cũng tìm cho mình một chỗ nằm hay một chỗ ngồi thích hợp. An nằm xuống, đầu kê lên thùng quà, hai chân co lại, vì chàng khá cao, chân tay dài hơn người thường, khi đi, khi nằm đều

chiếm lắm chỗ! Chiếc áo ba-đờ-suy chàng phủ lên mình cũng
che được phần nào sương gió của biển đêm. Con tàu lầm lũi
đi trong đêm tối tịch mịch và An cũng đã âm thầm, êm ái đi
vào giấc ngủ.

Quá nửa đêm, con tàu bị trục trặc máy móc bất ngờ,
nên đã nằm ì một chỗ, sau mấy giờ sửa chữa, máy tàu đã hoạt
động trở lại bình thường. Con tàu tiếp tục lên đường, sắp vào
bến cảng Rạch Giá thì một chuyện rắc rối nữa xảy ra. Mực
nước thủy triều đã rút xuống, tàu không thể nào vào bến dễ
dàng, vì gần bờ biển có vùng đất bồi kéo dài ra tận ngoài xa.
Những tàu bè lớn, chỉ có thể cập bến khi con nước dâng lên
cao mà thôi. Chiếc tàu chở An cũng phải đành chờ đợi, mãi
đến gần xế chiều mới về tới bến cảng Rạch Gía.

Khi An lên bờ được, thì không còn chiếc xe đò nào
chạy về Sàigòn nữa, chàng đành phải nghỉ tạm qua đêm tại thị
xã nầy. An thuê một căn phòng tại khách sạn gần bờ sông, sau
khi tắm rửa cho khỏe, chàng gọi chiếc xích lô đạp đến một
tiệm ăn cạnh bến xe Sàigòn - Lục tỉnh, chàng hỏi thăm chuyến
xe về Sàigòn sẽ khởi hành ngày mai lúc mấy giờ để chàng tiện
việc sắp xếp, kẻo không sẽ bị trễ nữa!

Cơm nước xong, thấy trời còn sớm, nên An gọi một
chiếc xe ôm đi đến hậu trạm Hải Quân, phía bên kia Tòa
Hành Chánh gần Ty Khí Tượng để lấy một số hồ sơ và văn
kiện cần thiết về báo cáo với Bộ Tư Lệnh Sàigòn. Khi chàng
lo xong mọi việc, thì thành phố cũng vừa lên đèn. Bầu trời
vào đông, mây xám về giăng tứ phía. Ánh đèn điện bên kia
góc đường tỏa ra thứ ánh sáng vàng vàng hiu hắt, khiến cho
tâm trạng của An càng thấy chạnh lòng và cô đơn hơn. Một
đêm ở tỉnh ly, không nơi chốn ghé vào, không bạn bè tâm sự.
Chàng thả bộ đi dọc theo bờ sông, gió biển thổi vào mát lạnh,
chàng cho tay vào túi áo ba-đờ-suy để tìm hơi ấm sau lớp vải
mềm. Từng cặp tình nhân ngồi trên ghế đá dọc sát mé sông,
họ âu yếm ngồi kề nhau tâm sự. Tay anh chàng choàng qua
vai người tình bé nhỏ. An cũng đang thầm mơ ước - "Phải chi
bên cạnh ta cũng có một giai nhân, một người tình để ấm lòng
trong cơn gió đông lạnh lẽo buốt giá nầy".

An giật bắn người vì chàng vừa thoáng thấy cô gái tóc dài với chiếc áo vàng ngày nọ, nàng đang chạy chiếc Hon-Đa đam ngược chiều. Đôi mắt tròn to, đăm đăm nhìn về phía trước, nàng cho xe chạy với tốc độ trung bình, hai tay ghì chặt ghi-đông vì xe đang đổ dốc. An quá mừng rỡ và cũng vì quýnh quá, chàng liền kêu lên:

- Ơ, ơ...cô, cô... cô bé!

Nàng nghe tiếng kêu, liền quay mặt lại nhìn, nhưng có lẽ sau khi thấy người gọi mình gương mặt lạ hoắc, chưa quen bao giờ nên nàng thản nhiên cho xe chạy tiếp tục. Nàng nghĩ thầm - "Anh chàng nầy nhận lầm người rồi, không liên quan gì đến ta, cứ phớt tỉnh là xong".

Trong khi đó, An như cụt hứng, tiu nghỉu, vò đầu rồi đưa tay xoa mặt. Chàng như tiếc rẻ, pha lẫn chút bực bội - "Phải chi ta có chiếc xe gắn máy thì đâu thể buông tha người đẹp một cách dễ dàng như vậy. Cơ hội đã đến mà không tài nào bắt lấy kịp, để bóng hình người đẹp lại biến mất giữa khung cảnh ảm đạm, vắng lặng về đêm". An ngước mặt nhìn trời lẩm bẩm - "Ông trời ơi, sao ông cứ trêu chọc con mãi thế nầy! Hãy cho con có cơ hội quen nàng, con muôn vàn cảm tạ...". Chàng đi với cõi lòng buồn bã, luyến tiếc ngẩn ngơ. Niềm thất vọng làm chàng trở lại khách sạn sớm hơn, An nằm trên chiếc giường trải ra trắng, với đầy ắp suy tư về người con gái đã hai lần gặp gỡ, đã hai lần vô duyên chối bỏ những lời chân tình sắp sửa gởi trao. Lần gặp gỡ đầu tiên, nàng đã cho chàng cái cảm giác lâng lâng, xao xuyến trong phút giây kỳ ngộ vội vàng. Còn lần nầy thì khác hẳn, cảm giác xốn xang hối tiếc, ngỡ ngàng và ấm ức. Hình như chàng đã mất đi một thứ gì mà tận thâm tâm chàng cũng chưa định rõ. Một thứ tình cảm luyến ái, một vật sở hữu của riêng chàng đã vuột khỏi tầm tay. Không, Có lẽ nào như thế được? Ngay cả tên tuổi nàng, An chưa rõ, thân phận, gia cảnh ra sao An còn chưa tường tận, thì làm gì có cái chuyện yêu đương da diết cùng nàng được? Nhưng sao lạ quá, tâm hồn chàng đã trót gởi gấm, nghĩ ngợi về bóng hình người đẹp mà chưa một lần hứa hẹn yêu đương. An tự an ủi lấy mình - "Thôi ta hãy tìm em trong giấc ngủ cô đơn, giữa gối chăn lạnh ấm tình người viễn mộng. Em hãy đến bên ta trong giấc mơ như một người tình đắm đuối, trong vòng tay hạnh phúc tuyệt vời đang vẫy mời người đẹp".

Thành phố Sài Gòn quá ồn ào, náo nhiệt, nhất là những ngày tháng của mùa Giáng Sinh. Người đi đông nghẹt trên đường, xe chạy như mắc vào nhau, liên tục nối đuôi từ chiếc xe nầy vào chiếc xe nọ. Trên vỉa hè đường Lê Lợi, các sạp bán nhiều thứ quà cáp cho ngày Giáng Sinh, không thiếu thứ chi. Nhiều nhất là các tấm thiệp đủ màu sắc, đủ hình ảnh liên quan đến Thiên Chúa và còn thêm những tấm thiệp chúc mừng mùa xuân cũng sắp trở về. Người qua, kẻ lại, trai thanh, gái lịch quần áo đủ kiểu, đủ màu tung bay như bướm lượn, phất phới, cuốn quýt, ôm sát cặp chân của những đôi nhân tình. Đúng là thành phố của ăn chơi, của hưởng thụ, của hẹn hò mê đắm. Yêu nhau vội vã rồi chia tay để năm tháng dài chờ đợi bóng hình người thương từ khắp chốn đèo heo hút gió trở về, hay từ biển cả mênh mông, hoặc tận rừng sâu địa đầu giới tuyến. Người quân nhân trở lại phố phường, hạnh phúc sánh bước bên cạnh người yêu bé nhỏ hậu phương, tay trong tay, mắt trong mắt. Biết bao lời yêu đương nồng nàn trao gởi. Họ quên hết mọi thứ chung quanh, những hiểm nguy rình rập; những làn tên, mũi đạn nơi chốn sa trường. Thế giới bây giờ là của riêng họ, không ai có thể chia xẻ, rẽ phân.

An cảm thấy mình quá lẻ loi giữa phố đông người, chàng thèm một vòng tay mềm mại, ấm áp đầy ắp thương yêu của người tình nhân bé bỏng trong mơ. Chàng nghĩ tới người con gái ấy - "Em đã nằm trọn trong trái tim ta rồi em có biết không?". Chưa bao giờ chàng si tình, mê mẩn đến như vậy, có lẽ đây là tiếng sét ái tình đã đánh một cái thật mạnh vào đầu, khiến chàng choáng váng, vô phương chống đỡ. Ôi, ái tình có nhiều mãnh lực đến thế sao?

Chương Ba

TÌNH TRÊN SÓNG NƯỚC

An hoàn tất công tác sau hơn tuần lễ ở thành phố, chàng phải trở về đơn vị ngay. Khi chiếc xe đò từ Sàigòn xuống Rạch Giá mới vừa tắt máy An đã nhảy phóc ra khỏi xe, chàng vội vã gọi một anh chạy xe Hon-Đa ôm đi thẳng xuống bến tàu Rạch Giá - An Thới. An đoán chừng giờ nầy có thể tàu chuẩn bị rời bến, nếu chậm trễ thì sẽ không còn kịp nữa. Vừa đến nơi thì chàng thấy trên tàu chật ních người, hàng hóa chất đầy và cao, được bao chặt bởi lớp ny-lông và cột dây thừng cẩn thận. Chàng lẹ làng bước vội lên tàu, đưa mắt tìm cho mình một chỗ đứng. Đặt gói hàng xuống cạnh chân, còn xách hành lý vẫn đeo trên vai, chàng nghĩ thầm- "Quái, sao hôm nay đông người thế! Có lẽ họ ra đảo thăm chồng, còn những anh lính như chàng cũng phải trở về sau những tuần lễ đi phép, hoặc đi công tác, vì sắp đến lễ Giáng Sinh rồi, mà Tết ta cũng gần kề, nên mọi sinh hoạt khác hẳn bình thường. Thôi phải đành chịu vậy, hãy kiếm một chỗ ngồi qua đêm, ngủ một giấc, sáng thức dậy rồi đâu lại vào đó cả mà!".

An nhìn vào trong mui thì cũng thấy người đông nghẹt, nhất là đàn bà và trẻ con, chàng liếc mắt sang góc bên trái, thấy còn một chỗ trống, không rộng lắm, nơi đó đang có một cô gái ngồi, tay cầm quyển sách, mải mê chăm chú đọc, không để ý đến sự việc chung quanh. Mái tóc đen dài buông lơi, che hết nửa khuôn mặt và một bên bờ vai. An bước đến gần, chàng quá ngạc nhiên, sững sốt và vui mừng khôn kể. Đó là cô gái mà đã hai lần An thoáng gặp qua, nhưng chưa có cơ hội làm quen. - "Thử coi lần nầy làm sao lỡ dịp được?". Chàng cười và nghĩ bụng - "Họa hoằn chắp cánh bay thì em mới thoát khỏi em ơi! Ông trời thương ta, mới tạo cho ta gặp nàng trên chuyến tàu định mệnh nầy chăng?" An lịch sự mở lời:

- Xin lỗi cô, cô cho phép tôi ngồi đây được không?

Người con gái nghe tiếng hỏi, mắt rời quyển sách ngước lên nhìn:

- Vâng, ông cứ tự nhiên.

Rồi nàng lại tiếp tục ngó xuống trang sách, cẩn thận, chậm rãi lật qua, thái độ ung dung bình thản của nàng khiến An hơi ngượng, chàng ngồi xuống ngó mông ra biển, giữa lúc con tàu từ từ nổ máy xuôi dòng ra khơi. Bầu trời nhạt nhòa ánh sáng, không gian dầy đặc mây mù, khung cảnh buổi chiều mùa đông thật ảm đạm lạnh lẽo, nhưng trong lòng An có hơi ấm từ người đẹp ngồi kia truyền sang. Máu trong tim chảy mạnh, dồn dập từng hồi, đã mấy lần An định gạ chuyện làm quen, nhưng thấy cô nàng có vẻ nghiêm nghị và thờ ơ, khiến chàng còn hơi dè dặt. Mãi đến khi nàng gấp sách lại bỏ vào túi nhỏ bên cạnh vì trời tối quá, không thể nào đọc tiếp tục được nữa. Hai tay bó gối, nàng dựa lưng vào ca-bin, đôi mắt nhìn ra xa im lặng. An mở lời:

- Chắc cô đi thăm người nhà?

- Thưa vâng, còn ông?

- Lính bị lưu đày!

- Ông nghĩ thế nào?

- Có thể, nhưng bây giờ thì không!

- Sao vậy?

- Đã có sự đổi khác, từ trong quan niệm cuộc sống và hoàn cảnh địa phương. Nhất là trên phương diện tình cảm, ít ra tôi đang có sự hy vọng ở ngày mai.

- Vì một người con gái ông đã quen trên đảo phải không?

- Chưa thể gọi là quen được.

- Thế nghĩa là sao?

- Vì tôi đang gợi chuyện để làm quen...

Người con gái thoáng chút ngỡ ngàng và lúng túng:

- Ông, ông đang ám chỉ tôi?

- Vâng! Nếu cô cho phép tôi xin hân hạnh được làm quen với cô.

Cô gái cố tình làm ra vẻ khó khăn, chối từ cái kiểu tán tỉnh màu mè, sặc mùi tiểu thuyết của chàng:

- Có cần thiết không? Ngày mai khi tàu cập bến, ông đi đường ông, tôi về đường tôi. Ông không biết rõ cuộc sống của tôi thì quen nhau cũng bằng không! Có thể tôi sinh sống ở Dương Đông, hay ra thăm người quen rồi vài hôm không còn ở đảo nữa thì ông nghĩ sao?

Lúc nầy thì An mới thổ lộ sự suy nghĩ và quyết đoán của chàng rằng: "Nàng không thể nào sinh sống ở Dương Đông được, vì chàng đã gặp nàng tại chợ An Thới và cũng gặp nàng một lần ở Rạch Giá gần hai tuần lễ trước, lúc nàng đang chạy trên chiếc xe Hon-Đa dọc bờ sông Tòa Hành Chánh, và đây là lần gặp gỡ thứ ba trên chuyến đò về An Thới. Có thể gia đình của nàng cư ngụ tại An Thới, nàng là một học sinh đi học ở tỉnh, lâu lâu có dịp lễ lạc về thăm nhà...".

Với lối suy luận nầy, nàng thấy anh chàng cũng khá thật. Như vậy hắn đã gặp mình hai lần trước mà mình không biết gì cả! Chợt như nhớ ra, nàng hỏi:

- Ồ, thế ra cái người gọi tôi chạng vạng tối hôm nọ là ông đấy sao? Lúc tôi nghe kêu đã quay lại nhìn, trong ánh sáng lờ mờ, nhận diện người không quen nên tôi cho xe chạy luôn, chắc ông quê và giận lắm phải không?

An bị cô bé kê một cái đau điếng, chàng trả đũa ngay:

- Thua keo nầy thì bày keo khác, lo gì! Chẳng hạn như hôm nay nè! Làm sao cô chạy thoát được?

Nàng nguýt dài:

- Gớm, rõ là các ông lính nước!

Hai người tỏ ra cởi mở và thân thiện nhau hơn, sau thời gian trò chuyện, từ những câu chuyện vụn vặt, tán tỉnh lông bông. An vẫn chưa nắm vững tình hình sinh hoạt, bối cảnh cuộc sống của nàng. Bí mật vẫn bao trùm quanh người con gái mà chàng đã trót yêu.

Trời về khuya, ánh trăng thượng tuần đã bị nhiều áng mây đen từ đâu kéo tới che mờ. Gió thổi càng nhiều, biển đêm giăng đầy sương lạnh. Hai người ngồi sát vào nhau, tìm cho nhau cơn ấm tạm thời. Bất thình lình, trận mưa kéo đến trút nước xuống ào ào, mọi người trên tàu không thể nào trở tay kịp. Những người ngồi bên ngoài để mặc tình mưa gió giặt rửa trên áo quần, trên tóc, trên lưng. An đưa cho nàng chiếc áo ba-đờ-xuy của mình rồi chàng lôi từ trong xách tay tấm poncho nhà binh trùm lên người. Cơn mưa trái mùa đến bất ngờ rồi cũng chấm dứt một cách đột ngột. Hai người co ro ngồi cạnh, vai An chạm vào vai người con gái, chàng nghe vai nàng rung lên nhè nhẹ, mái tóc dài ướt đẫm, lòa xòa trước trán, môi nàng tím nhạt, hai hàm răng cắn chặt vào nhau, nàng cố gắng kềm hãm cái run từ trong cơ thể phát ra. An trông thấy vậy tội nghiệp vô cùng, chàng không còn ngần ngại, lấy trong túi chiếc khăn tay đưa lên mặt nàng, lau khô mấy giọt nước mưa còn đọng, chảy hững hờ từ những lọn tóc trên vầng trán thông minh, bé nhỏ kia. An nhìn sâu trong mắt nàng, "Ôi, đôi mắt long lanh trong bóng đêm huyền hoặc, lôi cuốn cả tâm hồn chàng, nỗi si mê, đắm đuối". Nàng nhắm nghiền đôi mắt lại, khi thấy ngọn lửa tình yêu của người con trai đang bùng cháy, như muốn thiêu rụi quả tim người con gái chưa một lần rung động vì yêu.

An ôm nhẹ đôi vai nàng và khẽ nói:

- Cô bé lạnh lắm không? Để tôi đi tìm một chỗ ngồi trong ca- bin cho cô bé nhé? Lỡ mà mưa thêm lần nữa, thế nào bé cũng cảm lạnh cho coi!

Người con gái đã thấy lòng mình xao động, một thứ tình cảm mới mẻ, nhẹ nhàng, êm dịu lén lén đi vào tim. Dù thân thể đang bị lạnh cóng vì gió mưa nhưng cơ hồ nàng nghe ấm áp lạ thường. "Tình yêu chăng? Sao dễ dàng đến thế? Sao mau lẹ, tình cờ, chưa kịp chuẩn bị, từng bước âm vang nhiệm mầu, mời mọc".

Nàng nhỏ nhẹ, chân thành:

- Không cần đâu anh, bên trong cũng đông nghẹt là người. Ráng chịu đựng, ngồi ở đây thêm vài tiếng đồng hồ nữa thì tàu sẽ cập bến rồi!

- Thế thì cô bé hãy ráng ngủ đi để đỡ mệt. Nếu cô bé không ngại thì hãy dựa đầu vào vai tôi mà tìm giấc ngủ.

Sóng càng lúc càng to, chiếc tàu lắc lư, chòng chành nhảy sóng khi trồi khi hụp, khiến toàn thân hành khách trên tàu khó mà giữ yên được. Qua cơn gió bão, mưa cuồng, con tàu đã cập bến bờ bình yên. Hành khách lần lượt rời tàu, An và cô gái là hai hành khách sau cùng. An bịn rịn lưu luyến không muốn rời nàng, An đánh bạo hỏi:

- Nhà cô bé ở đâu, để anh được phép đưa về?

Nhưng nàng ôn tồn từ chối, giọng nói mơ hồ, thử thách:

- Nếu có duyên, chúng mình sẽ gặp lại, anh lo gì!

Nàng chào từ biệt và nói với theo:

-Cám ơn anh đã lo săn sóc cho Quân suốt đêm.

Đoạn nàng bước vội, lẫn khuất giữa đám người qua lại trong phiên chợ đầu ngày.

An ngẩn ngơ, nuối tiếc, lần thần đi về phía cổng Bộ Tư Lệnh. Ánh mặt trời e ấp thủng thẳng ngoi lên sau cánh rừng phía bên kia đường phi đạo. Mặt biển cũng trở nên hiền lành sau đêm cuồng phong, mưa lũ, dậy sóng trùng dương. Những ngọn sóng đã quét đi niềm ưu tư, buồn bã, những nhung nhớ, những khắc khoải đợi chờ của một tình yêu mơ mộng đơn phương.Trong lòng An hiện giờ đang có hàng vạn ngọn sóng tình dồn dập, cuồn cuộn trào dâng, chờ ngày no gió, đẩy đưa vào tận bến bờ.

An quá sợ sệt, kêu la thất thanh: "Quân, Quân, em đâu rồi Quân?". Rồi chàng chợt tỉnh giấc, đầu óc nhức nhối, nặng chịch, muốn nổ tung, chàng đưa hai tay ôm đầu, trán nóng hừng hực, cổ họng khô đắng, An uể oải đứng lên lấy chai nước lọc, chàng rót vào ly và đưa lên miệng uống một hơi cạn. Thế là chàng đã bị cảm lạnh, cảm mưa, suốt đêm trên chuyến tàu đò xuôi về An Thới. Trong giấc mơ, An thấy sóng gió nổi lên càng lúc càng cuồng bạo, mưa đổ xuống ầm ầm, rồi một tiếng nổ thật to, làn ánh sáng xanh lóe lên, thân tàu bị bể làm đôi, hất tung chàng và cô bé văng ra xa rớt xuống mặt biển, ánh lửa màu vàng cam chớp lên, vừa đủ cho chàng nhận thấy cô bé ở một khoảng cách khá xa trước mặt, chàng rướn người lên, quơ hai tay đập mạnh xuống nước, trong giây phút chàng thấy cô bé chìm lìm dưới làn nước đen ngòm, An cố ngoi người lên la to, kêu đúng tên người con gái mà chàng mới vừa được biết trước phút chia tay, thế rồi chàng chợt tỉnh giấc. Một cơn ác mộng hãi hùng, kinh khiếp, An cứ nghĩ có lẽ vì cơn sốt cao, nên mình mới bị ảo mộng vậy thôi, rồi chàng lại lẩm bẩm nói - "Quân, cái tên nghe sao mà quen quen, hình như ta đã thấy ở đâu!". An mở chiếc hộp thiếc, lấy ra một vỉ thuốc cảm, chàng xé bọc cho vào miệng hai viên, uống mấy ngụm nước để thuốc dễ dàng trôi qua cổ họng. Chàng vật người nằm xuống, nghĩ mông lung về Quân - "Không biết nàng có bị cảm giống như ta vậy không? Hiện giờ nàng đang làm gì? Ở đâu, nàng có nghĩ đến ta, như ta nghĩ đến nàng không nhỉ?".

Hình ảnh người con gái cứ lẩn quẩn trong trí An - "Ngày mai bớt bệnh, ta sẽ đi phố tìm nàng, mong được gặp lại".

Chiều hôm đó đại úy Xuân ghé thăm chàng vì nghe mấy anh lính báo cáo rằng chàng bị cảm sau một đêm chịu lạnh, dầm mình dưới mưa bão. Đồng thời ông cũng cho An biết tin vui của đơn vị mình:

- Trong tuần lễ anh rời đảo, khoảng giữa khuya, Đài kiểm Báo 403 gọi máy báo cáo khẩn cấp, họ nghi ngờ có hai chiếc tàu lạ đang lạc vào vùng biển của chúng ta kiểm soát. Dưới nầy liền cho PCF theo sát mục tiêu, rồi tóm được hai chiếc tàu chở hàng lậu, phát xuất từ vùng biển Thái Lan. Một số máy móc, vải vóc... Điều quan trọng hơn cả là rất nhiều cần sa và bạch phiến. Anh em đã làm bản báo cáo, trình sự việc cho Tư Lệnh vùng, hình như ông ấy đang chờ lịnh cấp trên để giải giao qua bên Tòa Án Dân Sự.

Ông Xuân vỗ vai An, nửa đùa, nửa thật:

- Trong tương lai, anh em có thể nhờ vụ nầy mà lên lon sớm hơn thường lệ đó!

An cũng trình báo sơ về chuyến đi công tác vừa qua, mọi chuyện đã hoàn tất tốt đẹp. Chàng hẹn sẽ trở lại làm việc vào ngày thứ hai tới. Ông Xuân vui vẻ, chân tình, bảo chàng cứ dưỡng bệnh, khi nào khỏe hẳn mới đến sở làm. An tiễn ông Xuân ra tận dãy nhà ngoài. Màu nắng vàng úa, hắt hiu, bệnh hoạn nằm vương vãi trên hàng dương già lả ngọn, đong đưa qua lại. Tiếng chuông nhà thờ âm thanh ngân nga, xé tan bầu không khí tĩnh lặng của buổi chiều mùa đông. An chợt nghĩ - "Còn ba hôm nữa là đến ngày Giáng Sinh, mọi người ở đây hầu hết đều quan tâm đến ngày nầy. Nhất là người công giáo, khu giáo dân trên xóm đạo kia đang chuẩn bị treo đèn, kết hoa, làm hang đá giả cạnh ngôi nhà thờ để chờ ngày rước Thánh Lễ nửa đêm. Mình phải cầu xin Chúa, cho mình gặp lại Quân, mình sẽ mời nàng cùng đi dự lễ, quỳ dưới chân Chúa cao siêu, xin một tình yêu vĩnh cửu bên nàng". An mơ màng gọi khẽ - "Quân ơi, anh yêu em! Chúa ơi, con đã yêu nàng rồi Chúa ơi!".

* * *

Quân lui cui sắp lại mấy quyển sách cho ngay trên chiếc kệ dài, chợt nghe tiếng gọi phía sau lưng:

- Cô bé, cô Quân!

An đứng sừng sững ngay bên trong cửa tiệm từ lúc nào rồi. Gương mặt chàng lộ ra nét rạng rỡ vui mừng, chàng nói:

- Cô bé vẫn khỏe chứ? Thế thì chúng ta đã có duyên rồi đấy nhé! Gặp gỡ lần nầy anh mong cô bé hãy dễ dãi với anh hơn và cho anh một cơ hội được làm bạn cùng em, để khỏa lấp nỗi trống trải, cô đơn, ngày tháng ở đây buồn lắm cô bé ạ!

Có lẽ vì quá xúc động trong sự gặp lại, nên An nói một hơi dài, không ngại ngần, không ý tứ, dè dặt gì cả. Chàng sợ Quân sẽ biến mất, rồi chàng không có dịp nói những gì tiềm ẩn trong trái tim mình.

Quân đứng tựa vào chiếc bàn cạnh đó, nàng nói:

- Ngay cả tên anh Quân cũng chẳng cần muốn biết, vì sợ ngày mai hai đứa mỗi nơi. Sự chia xa nào cũng đem đến nhiều vương vấn, ưu tư. Nhất là trong thời gian nầy, Quân phải giữ cho tinh thần và tâm hồn mình bình lặng, trong suốt để có kết quả tốt cho kỳ thi tới.

Đoạn Quân nói rõ ra hiện tại cuộc sống của nàng. Những ngày tháng ở đây không lâu lắm. Sau lễ Giáng Sinh nàng sẽ trở lại trường, tiếp tục cuộc sống của đời học sinh hồn nhiên, trong sáng. Người đi, kẻ ở chỉ tạo thêm cho mình những tình cảm vướng bận, nhớ nhung.

An không cần nghĩ đến ngày mai hai đứa sẽ ra sao. Chàng đã hiểu sơ về cuộc sống của nàng rồi - "Nếu dịp nầy mình không bày tỏ, rõ mình là tên ngốc nhất trần gian. Đã gặp gỡ lần thứ tư rồi đó!". Người ta thường nói: "Bất quá tam!", An run run giọng đầy thành khẩn:

- Quân, anh đã mến, đã yêu em từ giây phút đầu gặp gỡ, anh biết lời tỏ tình nầy sẽ làm em khó chịu, nhưng anh không thể nào kềm hãm con tim mình được, anh chỉ xin ở Quân là cho anh thời gian chứng tỏ lòng chân thành của anh đối với em. Nếu ngày mai em không còn ở đảo thì hai chúng ta sẽ liên lạc nhau qua thư từ, hoặc anh sẽ vào tận Rạch Giá để thăm em. Tình cảm sẽ được nuôi dưỡng qua nhiều hình thức Quân ạ!

An bước lại gần Quân hơn, nàng vẫn cúi đầu, mắt mông lung, đăm chiêu suy nghĩ. Mái tóc nghiêng nghiêng thả lỏng che nửa khuôn mặt thanh tú rất dễ thương. Sợi dây băng-đô màu hồng chắn ngang trên tóc làm nổi bật làn da trắng trẻo, tươi mát. Quân từ từ ngẩng đầu lên, đưa mắt nhìn An dịu dàng, thông cảm. Ánh mắt như hứa hẹn, như bao dung chứa đựng khung trời yêu đương huyễn mộng, thử thách ở ngày mai.

Tiệm trưa vắng khách, An đưa tay vuốt nhẹ lên tóc nàng, Quân lùi ra sau mấy bước, nàng nói khẽ:

- Đừng anh, đừng làm cho Quân sợ, hãy để Thượng Đế sắp đặt cho chúng ta anh ạ. An biết rằng cơ hội gặp gỡ, gần gũi nàng sẽ vô vùng ngắn ngủi, ít ỏi. Nên chàng can đảm hơn nói như năn nỉ, như liều mạng:

- Quân, cho anh xin cái hẹn tối nay tại quán kem Thùy Dương, Quân không đến, anh sẽ không về, đợi em suốt đêm thôi!

An đi nhanh ra khỏi tiệm, hai người khách bước vào.Quân khẽ gật đầu chào nhưng tâm trí nàng đang ở tận đâu đâu…

*   *   *

An thấy chiều hôm nay sao dài quá! Không như những buổi chiều khác, chàng cứ đi ra, đi vào, không thèm để ý đến cảnh đẹp của buổi hoàng hôn. Nửa cục than trời đỏ cam, sáng chói đang chìm xuống lòng đại dương xa tít, không còn hấp dẫn chàng như mọi khi. Nhiều áng mây ngũ sắc biến đổi qua nhiều hình thể khác nhau, rồi cuối cùng trở thành một vùng xám xịt không rõ hình thù. Màn đêm kéo đến, An tắm rửa, chưng diện chải chuốt hơn mọi lần. Chàng ra quán kem ngồi từ lúc trời vừa sụp tối, hút hết điếu thuốc nầy, chàng bật lửa châm điếu khác. Lòng nôn nóng đợi chờ, có chút lo âu hồi hộp - "Chỉ sợ rằng lỡ mà Quân không đến thì sao?". Ánh đèn hồng mờ ảo xuyên qua khung tre đan kiểu thời trang, rọi xuống ly cà phê đặc sánh, hương thơm ngào ngạt. Chàng ngất ngây theo tiếng nhạc, quyện hồn trong khói thuốc, mơ màng suy tư trong cuộc tình phiêu lưu, kỳ thú với người con gái ngây thơ, bé nhỏ nầy!

Quân xuất hiện như một kỳ tích, bao nhiêu ánh mắt đổ xô về phía nàng, An như hãnh diện ra, cảm thấy mình là người diễm phúc nhất. Quân đảo mắt nhìn qua, đã thấy nơi An ngồi, chàng đứng lên, bước đến đưa nàng ngồi xuống chiếc ghế đối diện. Dưới ánh sáng lờ mờ, An thấy nàng quá đẹp, nét đẹp liêu trai, kiêu kỳ, nhưng không thiếu phần thùy mị, dễ thương.

- Quân dùng gì? An hỏi.
- Cho Quân xin sữa đá! Quân nói.

An pha trò:

- Lớn thế mà vẫn cứ uống sữa hoài sao?

Quân cười theo:

- Vâng, vì mẹ mất lâu rồi nên đôi khi cũng thèm sữa lắm chứ anh!

Qua câu trả lời, An biết rõ hơn thêm nhiều điều ở Quân, chàng thấy Quân là người con gái thông minh, có kiến thức, nhưng hơi có phần kiêu kỳ. Vì đây là cái tính trời ban cho bất cứ người con gái đẹp nào. Hai người nói chuyện rất tự nhiên và hợp ý. Qua nửa giờ sau, Quân đứng lên xin phép ra về, An gọi người tính tiền và đưa nàng ra khỏi quán. Đường phố hơi vắng người, An không thể yên lòng để Quân về một mình, chàng đề nghị:

- Quân cho phép anh đưa Quân về nhà nhé!

Nàng nhẹ gật đầu rồi rảo bước về hướng bãi Xếp. Thì ra nhà nàng ở gần bờ biển phía tây, cạnh Duyên Đoàn 42. Hai người đi song song giữa con đường lớn ở phố, đường càng đi càng hẹp dần, có lúc lên dốc, có lúc cong cong. Trời đêm mùa đông giá lạnh, An đi sát vào nàng như muốn che bớt ngọn gió đang ào ào thổi tới. Tóc nàng bay bay, lung bung loắn xoắn trên gương mặt chàng. An đưa mũi hít lấy, hít để mùi hương thơm của suối tóc mềm mại như tơ trời. Trên cao nhiều vì sao sáng, chúc tụng, chia xẻ nỗi hân hoan trong lòng chàng. Lên một vùng đất cao hơn, tới trước ngôi nhà có trồng hai cây dừa lửa đang độ ra bông. Sát hàng rào có bụi hoa dạ lý tỏa mùi thơm thoang thoảng trong đêm. Một con chó nhỏ nằm im trước thềm chạy lẹ ra sân, phe phẩy cái đuôi. Quân đứng khuất sau gốc dừa nói nhỏ:

- Nhà Quân đây, anh về ngủ đi, trời khuya lắm rồi!... mai anh còn phải đến sở làm nữa đó!

Trong giây phút nầy, An muốn ôm Quân sát vào lòng và ghì thật chặt tấm thân kiều diễm đáng yêu kia. Nhưng chàng đã chế ngự được bản tính thông thường của người đàn ông. An ngần ngừ, rồi chợt đưa tay nắm lấy tay nàng thắm thiết:

- Chúc em ngủ ngon, ngày mai sẽ gặp lại.

Quân gỡ tay chàng ra chào từ biệt, nàng đi vào nhà. Bóng hình Quân lọt hẳn bên trong, cánh cửa khép lại, An mới quay gót trở về con đường cũ. Chàng bước đi mà lòng mở hội, niềm vui tràn ngập đầy hồn. Quân đã cho chàng nhiều cảm giác mới lạ. Sự tin yêu, phấn chấn, niềm xúc cảm dạt dào của trái tim đang trỗi nhịp.

Trong bóng đêm đen thẳm, người con gái vẫn còn nằm trằn trọc, thao thức, suy tư, mơ mộng về người con trai chỉ mới vài ba lần gặp gỡ. Chàng nóng bỏng, táo bạo như có lực từ trường thu hút ngay từ cái đêm mưa loạn gió cuồng trên con tàu ngập sóng đại dương. Lời tỏ tình của chàng không giống các nam sinh cùng lớp. Chàng tấn công mạnh bạo, gấp rút, và cũng rất nồng nàn tình tứ, khiến cho Quân không tài nào chống đỡ, thối lui được nữa. Quân càng suy nghĩ thì càng thấy rõ quả tim của mình đã bị người lính trẻ hào hoa, bay bướm, buông mũi tên tình ái căm trúng mục tiêu. Quân xao xuyến, rạo rực về cuộc tình sẽ mang đến cho nàng nhiều đổi thay trong cuộc sống. Có thể là đẹp đẽ nên thơ, ngọt ngào, hoa gấm. Cũng có thể rồi đây sẽ đưa nàng tới chỗ đăng cay, đau khổ, ê chề. Nhưng kiểm điểm lại, nàng thấy lòng mình vừa chớm nở đóa hoa tình yêu đang khoe sắc thắm dưới ánh bình minh rực rỡ chan hòa.

Tình yêu là thế sao? Dễ dàng phối hợp hai tâm hồn, đưa họ đến gần nhau hơn, cho nhau những cảm xúc nhớ nhung, rung động, cùng nghĩ về một tương lai, một khung trời chứa đầy hạnh phúc.

Mãi gần sáng Quân mới chập chờn đi vào giấc ngủ, mang theo bóng hình An, người yêu đầu đời trong mộng mị, phiêu lưu.

*   *   *

An ngồi trong phòng làm việc, mà cứ liếc mắt nhìn vào chiếc đồng hồ đeo tay, chàng rủa thầm - "Quái, sao hôm nay chậm thế?". Thì liền lúc đó tiếng kèn của người thượng sĩ già cất lên báo hiệu giờ nghỉ trưa đã đến. Tất cả các anh em đều bước ra khỏi phòng, An là người đi trước nhất, Chàng tiến thẳng ra cổng, vội vàng lên phố.

Chàng đoán rằng giờ nầy chắc Quân đã có mặt ở tiệm sách. Không còn bao xa, An đã nhìn thấy Quân cắm cúi ghi viết gì trên tờ giấy nhỏ, An bước vào khẽ hỏi:

- Quân, cô bé đang làm gì đấy?

Quân ngẩng lên mỉm cười ngượng ngập chào An, An nói nhỏ:

- Đêm qua Quân ngủ có ngon không?

Quân bịa chuyện:

- Rất ngon! Còn anh thì sao?

- Nhớ cô bé không ngủ được, Chỉ mong sớm gặp lại em thôi.

An tán tỉnh, nịnh đầm:

- Cơm trưa cũng bỏ ăn luôn đấy! Nhìn thấy em là anh đủ no rồi. Đêm nay Giáng Sinh em đi lễ nhà thờ với anh nhé?

- Quân không có đạo, không biết đọc kinh, không biết làm dấu Thánh.

- Chả sao, dễ lắm, anh sẽ dạy cho. Hứa với anh đi cô bé, đừng để anh thất vọng tội nghiệp. Hãy cho anh một đêm Giáng Sinh đầy kỷ niệm, Anh sẽ cầu xin Chúa cho chúng ta mãi mãi gần nhau.

Lời nói chân tình, sóng mắt dạt dào yêu thương, Quân nghe lòng mình tràn ngập niềm vui. Tình yêu đang mở ngõ, Quân hồn nhiên bước vào thảm cỏ nhung mềm dưới chân, nàng vô tư, chạy nhảy, không dè dặt, đề phòng. Nếu lỡ có những gai nhọn đâm thủng bàn chân, vết máu hồng tuôn ra sẽ làm nàng đau xót. Khi yêu con tim thường mù quáng, không đắn đo suy tính, không nghi ky rụt rè.

Một chiếc xe chạy qua, mấy anh lính quân cảnh nói cười rộn rã, lớp bụi đỏ tung cao, Quân đưa tay che mũi. Bàn tay trắng mịn, búp măng, những ngón tay ngon màu da thịt, mời gọi một nụ hôn. Đêm hôm qua bàn tay kia đã nằm trọn trong tay An, An ước mơ có một ngày đôi bàn tay ấy sẽ thuộc về quyền sở hữu của chàng, ngay cả tấm thân ngà ngọc, tràn đầy sức sống kia cũng thế. Từ trong ý nghĩ có phần không trong sáng, An cảm thấy hổ thẹn với chính mình. Thật ra với Quân, nét đẹp thánh thiện, thiên thần của nàng đã khiến An yêu nàng rất chân tình, không chút gì gian dối. Không như những lần kia, chuyện thuộc về quá khứ, An cũng có rong chơi qua vài cuộc tình với nhiều người đẹp khác. Nhưng với Quân, chẳng hiểu sao chàng đắm đuối say mê, tự hứa với lòng sẽ yêu thương nàng mãi mãi. Con tàu định mệnh đã chở chàng và nàng về bến bờ ái ân vĩnh cửu chăng?

An đứng hồi lâu trong góc nhà, mãi lặng nhìn ngắm nàng làm việc với mấy người khách quen. Khi hết bán với khách, Quân vẫn còn thấy An đứng đó, nàng kêu lên trách móc:

- Sao anh còn đứng đó! Đi ăn trưa đi, anh để bụng đói thì Quân giận cho mà coi...

An cười sung sướng trong lời nói ấy. Biết Quân đã để ý tới mình. Nếu không thì nàng đâu quan tâm đến chuyện đói, no của mình! An bước lại, cúi mặt sát bên tai nàng nói nhỏ:

- Anh chiều Quân đi ăn đây, tối nay gặp lại em…

Đêm Thiên Chúa phố nhỏ như được hồi sinh, chung quanh giáo đường đèn hoa muôn màu rực rỡ giăng mắc trên các cành cây hốc đá. Hai chiếc loa phóng thanh phát ra những bài Thánh Ca mừng Chúa ra đời rộn rã, vang dội cả một vùng. Các con đường dẫn xuống phố chợ, người qua lại tấp nập, ngược xuôi. Không riêng gì những kẻ có đạo, ngay cả những người không đạo cũng vui lây, cũng rộn ràng, cũng đến nhà thờ xem lễ, xem hang đá, xem máng cỏ mà người công giáo dựng lên để tưởng nhớ quang cảnh xa xưa, lúc Chúa Hài Đồng được hạ sinh. Tiệm kem, quán nước hát nhiều bài tình ca Giáng Sinh, đưa lòng người về với kỷ niệm xa xưa một thời yêu nhau đắm đuối, rồi vì sự hiểu lầm, hay giận hờn vu vơ, đã đưa đến cuộc tình tan vỡ, để bây giờ hồn lắng chìm trong nuối tiếc, đau thương khi mỗi độ Giáng Sinh về.

An chen chân trong dòng người ngược xuôi, lên xuống. Đến một nơi khuất vắng, chàng dừng lại và đưa mắt quan sát bốn bề, ngóng tìm coi Quân đã đến chưa? Người đông quá mà chàng chỉ chú ý đến một nhân dáng có mái tóc dài mà thôi. Trong đám con gái đi lễ cũng có rất nhiều nàng mang suối tóc dài đen mướt, suýt mấy lần An định gọi tên. Mới hơn tám giờ, An nghĩ bụng - "Chắc nàng đóng cửa tiệm mới đến được". Đang nghĩ ngợi về nàng chợt chàng trông thấy Quân trong chiếc áo dài màu thiên thanh, cổ đeo chuỗi hạt trai màu trắng hồng, chiếc quần và đôi giày nàng cũng màu trắng luôn. Nét đẹp càng tăng thêm vẻ cao sang, thanh thoát. Mái tóc xõa dài ôm lấy bờ vai, đôi má dặm một chút phấn hồng, đôi bờ môi tô màu son con gái đỏ đỏ dễ yêu. Cặp mắt nàng không kẻ một lằn viết chì nào cả, tự nhiên, ngơ ngác như mắt chú nai con lạc mẹ đang rảo mắt kiếm tìm. Quân định rẽ bước sang lối khác vì nàng chẳng nhìn thấy An đâu cả. An đứng trong bóng tối của tàng cây bên đường nãy giờ đã theo dõi Quân khá lâu, đến lúc phải bước ra để gọi nhỏ tên nàng:

- Quân, chờ anh với!

Quân giật mình đứng lại, trách hờn:

- Anh trốn ở đâu để người ta phải kiếm? Suýt nữa là Quân về rồi đó!

An cười cầu hòa dỗ ngọt:

- Anh đâu có trốn, Anh đứng dưới tàng cây kia hơn nửa tiếng đồng hồ để đợi em đấy! Anh nghĩ, em phải đóng cửa tiệm xong mới đến với anh được. Đang nghĩ về em thì em xuất hiện dưới con đường kia. Em đẹp lộng lẫy kiêu sa, hồn anh ngẩn ngơ, tê dại. Cứ âm thầm chiêm ngưỡng dung nhan thiên thần của em, nên chẳng kịp gọi tên em đúng lúc đấy thôi! Đừng giận anh nghe cô bé, anh xin lỗi em, chịu chưa?

Miệng An ngọt xớt, trần tình, tán tụng, Quân hết giận, nũng nịu:

- Bây giờ mình đi đâu?

- Đến bất cứ nơi nào em muốn!

- Chúng ta đi hết con đường nầy.

Quân chỉ về phía trước, hai người sánh bước bên nhau. Con đường Xóm Đạo mà buổi trưa An từng mơ ước, cầu xin Chúa cho chàng và nàng có dịp đi trên con đường đầy thơ mộng, cành lá đan nhau rợp bóng nắng mặt trời. Đêm nay cũng con đường nầy nhưng đầy đèn hoa giăng mắc, cho An cái cảm giác ngất ngây như đi giữa mùa hoa cưới... Càng đi ánh sáng càng nhạt dần, nằm lại phía sau. An như chợt nhớ, giữ vai người bạn nhỏ, chàng lấy trong túi ra một món quà gói giấy màu cẩn thận, An đưa cho Quân và nói:

- Quà của anh tặng em, để kỷ niệm tình yêu của chúng mình trong đêm Giáng Sinh. Mong nó thay anh, lúc nào cũng ở cạnh bên em mãi mãi...

Quân ngập ngừng, xúc động:

- Em không có gì tặng anh.

- Không cần, trái tim em là đủ!

An nói thêm:

- Em mở ra xem coi có thích không?

Quân run run đưa mấy ngón tay xinh xắn tháo gỡ từng mảnh giấy bên ngoài chiếc hộp, nàng dở luôn cái nắp đậy trên. Một vật nhỏ bằng hai ngón tay chụm lại, nằm trong lớp giấy mềm mại, quấn kỹ nhiều vòng chung quanh, nàng lại phải tháo gỡ lần nữa, một chiếc kẹp tóc xinh xắn được kết bởi những hạt trai nhỏ, tạo thành hình hai trái tim nằm kề bên nhau gắn bó, thân mật đậm đà tình ý. Quân trầm trồ khen ngợi, ánh mắt biểu lộ tình yêu thương nồng nàn thắm thiết:

- Em sẽ giữ mãi bên mình. Suối tóc nầy của anh, cái kẹp nầy của em, em sẽ dùng nó thường xuyên, để nghĩ rằng lúc nào cũng có anh bên cạnh!

Quân đưa kẹp, An như hiểu ý. Chàng nâng mái tóc người yêu, lòn tay dưới ót nàng, bóp nhẹ đầu kẹp, thanh ngang bật ra, chàng đưa kẹp vào gom trọn mái tóc mềm như nhung, những sợi tóc một phần đã nằm yên trong chiếc kẹp, phần còn lại loăn xoăn, bay bay trong gió. Mùi hương tóc tơ con gái làm An lênh đênh ngây ngất, chàng không kềm được lòng mình, xoay người lại nhìn sâu vào mắt Quân và đặt vội cái hôn nồng cháy trên đôi môi quyến rũ của người tình. Vòng tay An siết chặt, ôm bờ vai nhỏ người yêu, hai cơ thể không còn khoảng cách, không gian và thời gian lắng đọng. Quân như hụt hẫng, cơ hồ muốn quy xuống, nàng nhắm đôi mắt đẹp lại, với hàng lông mi dài cong vút. An không còn chờ đợi, chàng táo bạo đưa bờ môi đắm đuối, say sưa qua từng vùng mắt, môi thánh thiện của nàng. Người con gái lần đầu tiên biết yêu, lần đầu tiên có cái cảm giác đê mê. Bốn cánh môi đan thật chặt, thật gần, hơi thở chàng ấm áp, dồn dập, Quân hoảng hốt xô nhẹ người yêu ra, An ngượng ngùng xin lỗi:

- Xin lỗi Quân, anh không nên làm thế!

Quân lo âu, nghĩ ngợi:

- Anh đã phá vỡ cái thế giới thơ ngây, hồn nhiên, trong sáng của em rồi đó An ạ! Em sợ những ngày tháng trước mặt mất hết sự vô tư, thánh thiện, bình lặng của đời học sinh giữa đám bạn bè hiền ngoan, trong trắng. Rồi đây trong những ngày dài xa cách, em sẽ héo úa u sầu, niềm suy tư bất chợt tìm về trong đêm đen bên chồng sách ơ hờ, lạnh lẽo. Cõi lòng em bâng khuâng, vọng tưởng về anh. Mỗi chiều tan học, trên con đê dài sát biển, em đứng bơ vơ ngó về phương trời mờ xa vùng hải đảo mà nghĩ, mà thương nhớ đến anh. Tình yêu đầu đời em xin dành trọn cho anh đó An ơi!

An vừa đi vừa choàng tay lên vai người yêu âu yếm nói:

- Anh không hơn gì em, em đi rồi, ngày tháng ở đây là ngày tháng chết... Anh cô đơn buồn bã suốt ngày, chỉ nhớ tới em thôi. Anh sẽ viết thư thường xuyên cho em, nếu nhớ quá anh sẽ liều mạng bỏ mấy ngày làm việc, vào Rạch Giá thăm em được không?

- Thôi, anh đừng làm vậy! Gần Tết em sẽ về nữa mà. Chiều ngày mai em sẽ rời đảo để tiếp tục việc học hành.

Nói đến chia tay, hai người nghẹn ngào im lặng, họ đã thấy, đã cảm nhận phút chia ly sầu chan chứa, ứ đọng tâm tư, họ sẽ nhớ nhau, gặp nhau, gọi tên nhau trong giấc mộng đêm dài.

An vòng tay ôm người yêu vào lòng:

- Khi xa nhau, anh nhớ em lắm Quân ơi!

Họ mải mê đi bên nhau, hết con đường nầy qua con đường khác. Thánh Lễ nửa đêm đã tàn. Một đêm cho tình yêu, An đã quên Chúa, chàng ngước lên bầu trời, tìm vì sao sáng nhất, âm thầm xưng tội.

Chương Bốn

CHỜ THƯ

Quân gọn gàng duyên dáng trong bộ âu phục dễ yêu. Quần tây đen nhỏ ống với chiếc áo thun montague màu rượu chát làm nổi bật làn da trắng mịn màng.Vừa trông thấy An, Quân đi nhanh hơn, chân nàng nhảy qua mấy cục gạch lót đường để tránh phần nước lầy lội bởi cái giếng nằm cạnh bên.

- Anh đợi Quân có lâu không?

An thành thật:

- Gần nửa tiếng thôi.

Vừa nói chàng vừa đỡ cái xách tay của Quân, hai người đi thẳng xuống bến đò An Thới - Rạch Giá.

Bầu trời tắt nắng, khung trời xam xám mờ sương, gió từ lòng biển cả thổi vào mang theo cái lạnh từ bên ngoài len sâu tận đáy tâm hồn. Họ bịn rịn quyến luyến chẳng muốn rời nhau, ngoài xa kia những ngọn sóng trắng màu bọt nước xô đẩy lớp lớp vào bờ, chiếc tàu lắc lư qua lại từng hồi, hành khách lần lượt xuống tàu, Quân ngùi ngùi xúc động, lấy trong ví tay ra mảnh giấy trắng có ghi nhiều hàng chữ, Quân dặn dò:

- Địa chỉ của em, con bạn sẽ chuyển thư giùm, phần dưới là tên ngôi trường em học, khi nào anh đến bất ngờ, hãy ghé trường tìm em hoặc đợi em sau giờ tan học.

Quân nghẹn ngào nói tiếp:

- Những tháng ngày sắp tới, em nhớ anh lắm An à. Anh đến để phá vỡ cái thế giới bình lặng, vô tư, mộng mơ của đời em rồi đó!

Mắt nàng rươm rướm, đỏ hoe như sắp khóc. Lòng đau như cắt, An dỗ dành an ủi người yêu:

- Anh sẽ viết thư cho em thường, anh sẽ đến thăm em, dù rằng anh không ở cạnh em, nhưng trái tim của anh lúc nào cũng cận kề bên em mãi mãi Quân ạ.

An vuốt lên chiếc kẹp tóc mà chàng đã tặng nàng buổi tối đêm Giáng Sinh, thủ thỉ gởi gắm:

- Anh ở đây nầy, lúc nào cũng gần gũi với em, nhìn thấy nó như nhìn thấy hình bóng của anh vậy.

An nắm tay Quân kéo lên tàu, đẩy nàng về phía sau ca-bin, tìm cho Quân một chỗ nằm an toàn, tránh gió, tránh mưa. Chàng e ngại - "Lỡ tàu đi nửa đoạn đường đại dương, cơn mưa trút xuống, sóng gió nổi lên bất thường rồi biết lấy ai lo lắng săn sóc cho nàng!".

Nghĩ đến đây An không an tâm mấy, dặn dò Quân:

- Em phải ngồi miết trong nầy đừng rời chỗ, kẻo người khác xí mất thì khổ nghe chưa?

Quân ngoan ngoãn im lặng vâng lời, khom người xuống chui tọt vào trong mui tàu, An lưu luyến bịn rịn nắm chặt lấy bàn tay mềm mại của người yêu, chàng đưa mắt nhìn quanh, thoáng không thấy ai để ý, An chồm tới đặt vội vàng cái hôn nồng thắm lên trán Quân, Quân đẩy nhẹ chàng ra nói cho đỡ ngượng:

- Anh kỳ quá, coi chừng người ta thấy…

An trây trúa, phớt tỉnh:

- Kệ họ, anh hôn giã biệt người yêu của anh có gì mà sợ. Thôi nhé, em phải ngoan, nên giữ gìn sức khỏe, cố gắng học hành, đừng chớ vì nhớ anh mà để nhan sắc tàn phai, điểm học xuống thấp, anh giận cho đấy.

An cố chọc cười người yêu, nhưng chàng càng nói Quân như đau xé con tim, lòng nàng chùng lại, rã rời, tả tơi như chiếc lá lao đao giữa dòng nước chảy. Niềm nhớ thương, sự xa cách sẽ gặm nhấm và bào gọt đến tận cùng ngõ ngách của tâm hồn nàng.

Giọng nàng run run xúc động như trốn chạy, như đuổi xua:

- Thôi anh lên đi, tàu sắp rời bến rồi…

An siết mạnh tay người yêu, rồi buông lơi, nói lời giã biệt.

Tâm trí Quân mơ hồ, bềnh bồng như con tàu say sóng, nàng cúi mặt, hai giọt nước mắt tuôn trào, lăn dài xuống đôi má xinh xinh bầu bĩnh.

Trên bờ, An đứng trông theo con tàu từ từ tách bến, lặng lẽ ra khơi. Gió đông ào ào thổi lại, bầu trời ảm đạm thê lương, sương mù giăng phủ, con tàu nhỏ dần rồi mất hút trong màn đêm.

An trở gót, lủi thủi quay về cư xá, tâm trạng chàng thật buồn, cô đơn lạnh giá. Hình bóng Quân cứ chập chờn xuất hiện ngọt ngào nồng thắm đáng yêu.

Đêm nay, người trên đất, người trên sóng, hai người có cùng chung một tâm trạng nhớ nhung nuối tiếc hạnh phúc vừa qua giờ còn lại thương nhớ vơi đầy, suy tư vọng tưởng người mình yêu từng giờ từng khắc .

Tình yêu thật kỳ quặc, mang đến cho những người đang yêu nhau niềm hạnh phúc, sự vui tươi cho tâm hồn, cho cuộc sống, nhưng nó cũng đem lại không ít những đớn đau phiền muộn, những ưu tư khắc khoải nhớ mong.

* * *

Quân trở lại nhà trường như kẻ mất hồn, nàng thường ngồi tư lự trong lúc thầy cô giảng bài, đầu óc nàng cứ để tận đâu đâu. Đám bạn thân có đứa trêu chọc: "Nhỏ Quân về đảo chuyến này đã bị anh chàng nào hớp hồn rồi bay ơi!". Thế rồi cả đám nháo lên, hạch hỏi nọ kia, Quân chỉ dám khai thật với nhỏ Thu Sương mà thôi, vì nàng đã mượn địa chỉ của Sương, để An viết thư thăm nàng. Quân dặn dò bạn:

- Khi nào có thư An, mày nhớ mang vào lớp cho tao ngay nha!

Thu Sương nguýt bạn:

- Gớm, mới đó mà nhớ thương da diết đến thế sao?

Quân thẹn đỏ cả mặt, cười nói:

- Rồi đến phiên mày sẽ biết ..

Hai đứa nhỏ to tâm sự suốt đoạn đường ngắn, tới ngả rẽ, Quân chào bạn và hẹn gặp lại ngày mai.

Quân đếm từng ngày, "Đã hơn mười hôm rồi đó, sao chẳng thấy thư An gởi tới cho nàng? Hay An đã quên mình rồi nhỉ? Có thể nào như thế được? Chẳng biết trước mình An đã có yêu ai chưa? Đã bao lần phụ rẫy người ta?". Quân đâm ra nghi ngờ tình cảm của An, càng nghĩ lòng nàng càng đau khổ, càng chua xót ê chề. Nàng thì thào rên trong hơi thở: "An ơi, em yêu anh thật tình, bằng tình yêu đầu đời của người con gái trinh nguyên, em yêu anh không ngần ngại, đề phòng hay ngờ vực. Hãy thật lòng và trọn vẹn với em trong tình yêu này, xin anh đừng dối gian thay đổi".

Bao nhiêu ý nghĩ quay cuồng trong tâm trí nàng từ dạo đó, Quân cảm thấy không được bình yên, vô tư như thuở trước.

Giờ học buổi chiều Quân vô sớm hơn thường lệ, nàng đứng đợi nhỏ Sương tại cổng trường, lòng nôn nóng, khát khao hồi hộp. "Biết đâu chừng hôm nay sẽ có thư An".

Bóng dáng nhỏ Sương thấp thoáng xa xa, Quân tiến lên đi gần lại Sương hơn, con nhỏ hóm hỉnh trêu, mà còn thẳng tay đập đổ Quân không chút thương tình, Sương đưa tay ra dấu:

- Một chầu xi-nê và một buổi ăn mì tối… chịu không?

Vừa nói, nhỏ vừa cầm phong thư nhá nhá. Quân vừa thấy lá thư, chạy nhanh tới, rượt theo Sương vừa la vừa rủa:

- Đồ tham lam, đồ thừa nước đục thả câu…

Thu Sương đứng ở đầu bờ rào, miệng cười khúc khích:

- Thôi được, tao sẽ đem lá thư này đọc cho cả lớp nghe, thử coi anh chàng của mày viết thư tình có mùi không nhỉ?

Quân nghe mà điếng hồn, nửa thẹn, nửa giận, nàng xông tới nhanh như gió, đẩy nhỏ Sương đứng tựa vào sát gốc phượng già, đưa tay xớt lẹ lá thư rồi thở hổn hển mắng bạn:

- Nghèo mà ham, đồ phản bội.

Sương biết bạn đã giận mình, nàng cười cầu hòa chống chế:

- Xí, giỡn chơi một chút, làm gì quan trọng vậy? Bị hắn mê hoặc lắm rồi phải không? Liệu hồn đó, những lá thư sau tao ém luôn, coi ai chết!

Quân thấy mình cũng hơi quá đáng với bạn, nên nở nụ cười xin lỗi, nàng đang đợi chờ lo lắng, cần bảo vệ cho những lá thư kế tiếp nữa, Quân xuống nước:

- Được rồi, chịu mày luôn, tối nay đi xi-nê, nhưng bây giờ cấm không được đi theo tao, để một mình tao thưởng thức coi chàng của tao viết cái gì…

Nói dứt, Quân cặp lá thư vào quyển sách đang cầm tay, đi về phía sau sân trường, nơi đó có mấy khúc gỗ khô, thân lớn được cưa ngang, làm thành những ghế ngồi kiểu mẫu cho các học sinh, đặt dưới tàng cây râm bóng nắng buổi trưa. Ánh sáng lưa thưa chiếu rọi xuyên qua khóm lá lung linh chao động, theo từng cơn gió thổi về, Quân lót tà áo dài trắng lên mặt phẳng của thân cây khô, cẩn thận ngồi xuống, đưa mắt nhìn quanh coi có đứa bạn nào mon men lết tới hay không. Tình hình có vẻ an toàn, nàng hồi hộp nôn nao xé phong bì, lấy lá thư ra đọc. Nét chữ to tròn, thẳng đứng, như thân hình cao lớn nở nang của chàng. Dòng chữ hiện ra trong mắt:

"K.B.C …An Thới, ngày… tháng…năm 197…

Quân thương yêu…

Đừng trách anh vì thư quá chậm, đây là ngày thứ ba kể từ lúc xa em, thật ra anh muốn dùng thời gian để đo lường tình cảm của lòng anh đối với em ra sao? Sự nhớ thương chín mùi sau 72 giờ xa cách, em đi rồi mang cả hồn anh theo đó Quân ạ. Nơi chốn nầy còn lại nỗi trống vắng cô đơn, đã bao lần anh tìm về con đường cũ của đêm tối Giáng sinh. Con đường đã cho anh mật ngọt diễm tuyệt tình yêu, rồi cũng đã bao lần anh ngồi quán nước xưa, hình dung qua khói thuốc hình vóc em trầm lặng kiêu sa của lần đầu hò hẹn, ngậm ngùi thương tiếc kỷ niệm sớm rời xa bỏ anh ở lại khung trời bơ vơ mịt mờ sóng nước. Nói thế nào để em hiểu thấu lòng anh và tình yêu của anh trong lúc sống xa em. Quân thương yêu hàng trăm vạn lần... Anh khao khát mong chờ ngày hai ta gặp lại, bờ môi nồng, ánh mắt long lanh đã đưa anh vào tận lòng đại dương bão nổi.

Chúng ta sẽ có những hạnh phúc, những đắm say tiếp nối, những sắc màu thắm tươi tô điểm cuộc tình mình ở ngày tháng tương lai. Còn hiện tại thì Quân của anh phải chăm học, phải ngoan, để ý đến sức khỏe của mình nhiều hơn nữa, đừng vì nhớ anh mà dung nhan tàn tạ héo gầy, anh chắc sẽ không vui khi trông thấy em ra nông nỗi đó.

Lời văn, tình dài nói sao cho hết nỗi lòng của anh, ngoài tình yêu tha thiết trong trái tim anh em đã ngự trị rồi, từ bây giờ và mãi mãi đến ngày sau.

Thương nhớ em nhiều.
Hôn em và mong chóng gặp lại.
Vũ Đình An".

Lời thư chỉ chừng đó, nội dung cũng chẳng đi ngoài sự nhớ thương ray rứt, đau khổ khi phải cách xa với người mình yêu. Sau khi đọc thư An, Quân nghe lòng nhẹ nhõm, cái nặng nề đã trút bỏ, cái nhớ thật bâng khuâng không rõ nét cũng tan dần, nàng thoải mái và hạnh phúc hơn, lá thư là liều thuốc hồi sinh trong những ngày nàng như sắp kề hấp hối, hồi hộp từng giây phút đợi chờ. Nàng như có sinh lực mới dồi dào niềm tin và hy vọng ở ngày mai. Quân mãi suy tư, nghĩ ngợi, buông trôi dòng tư tưởng về chủ đề tình yêu, về sự mầu nhiệm mà đôi khi cũng khắc nghiệt. Chợt chuông reng báo giờ vào lớp.

Nàng thủng thẳng đứng lên. Ánh nắng hững hờ rọi qua kẽ lá, bầu trời đầy mây xám vẫn vơ trôi thấp lè tè trên ngọn sóng xa xa mờ mịt. Mấy con chim se sẻ nhảy vội khi thấy nàng đi ngang qua, chúng cất cao đôi cánh nhỏ tung bay rồi đậu trên cành điên điển gần bên dãy trường. Quân vào lớp với một tâm hồn rạng rỡ yêu thương hạnh phúc.

Chương Năm

ĐÀI KIỂM BÁO 403

Cuối giờ làm việc, đại úy Xuân đến dặn dò An một lần nữa:

- Ngày mai anh và hai nhân viên khác đại diện tôi cùng các anh em dưới đây, lên Đài kiểm báo để ăn mừng buổi tiệc khao quân của họ trong công tác bắt được hai tàu buôn lậu vừa qua.

Rồi ông Xuân vui vẻ nói tiếp:

- Khi nào mọi việc ổn định, giải giao qua tòa án dân sự, thì chắc chắn chúng ta sẽ có tiệc ăn mừng nữa đấy! Đơn vị Đài kiểm báo là đơn vị trực thuộc, chúng ta cần phải đi thăm để thể hiện tinh thần thân thiện trong công việc hợp tác và chia xẻ trách nhiệm lẫn vinh dự.

An gật đầu đồng ý và tán thành sự sắp xếp của đại úy Xuân. Chàng uể oải đứng lên rồi lững thững bước ra khỏi phòng. Buổi chiều nắng chết, chỉ còn bầu trời xám đục chung quanh. Từ ngày Quân đi đến nay chàng cảm thấy thời gian như dài hơn, đầu óc lúc nào cũng ủ dột, chán chường, như thiếu mất đi một cái gì trong cuộc sống - "Thôi sẵn dịp nầy mình nên đi chơi cho khuây khỏa". Đã hơn mười ngày qua, chàng đâu có tụ hợp bạn bè, cà phê, cà pháo, hay nhậu nhẹt gì nữa!

Buổi sáng thứ bảy mặt trời lên cao, ánh nắng nồng nàn, gió hiu hiu mơn man trên làn da mọi người, trên ngọn cỏ, ngàn cây. Chiếc xe Jeep của Đài được gởi xuống để chở nhóm người của An lên viếng chơi với Đài trong buổi tiệc đơn sơ, khiêm tốn. Xe chạy về hướng ngã ba Công Binh, con đường lởm chởm, đất đá gồ ghề, dốc lên, dốc xuống. Khi chạy ngang qua cái miếu thờ bên kia đường, thì Nghĩa chỉ tay:

- Kìa, bên kia là cái miếu thờ cô Sáu đó!

An như nhớ ra, hồi mới đến chàng thường nghe bạn bè, đồng đội, nhất là cái đám lính "Bụi đời" trong căn cứ, mở miệng ra hay thề thốt: "Tao mà nói láo cho cô Sáu bẻ cổ…". Nghe chúng nói cổ linh thiêng lắm. Dân làng ở đây khi có việc gì cần xin hỏi, cầu cô phù trợ thì đều được toại lòng. Cô Sáu là người rất đẹp, hồi thời Pháp thuộc cô bị bọn thực dân háu sắc làm nhục nên cô đã tự tử. Có lẽ linh hồn không siêu thoát, Cô lẩn quẩn nơi dương thế, giúp đỡ người hiền lương, khốn khó, tạo ơn phước cho bá tánh.Từ đó, thấy cô quá hiển linh nên dân làng lập miếu thờ, khói nhang cúng kiếng mâm quả quanh năm.

Qua khỏi ngọn đồi nhỏ, đường rộng hơn, hai bên có nhiều lớp hàng rào kẽm gai bao bọc. Xa xa tận phía trong, nhiều dãy nhà tôn nơi giam giữ mấy chục ngàn tù binh Cộng Sản. An thấy lố nhố bọn họ trong bộ áo quần màu nâu, sau áo có số bí danh màu đen, đầu trọc lóc, họ thấy xe của bọn An chạy ngang qua, tất cả đều nhìn ra với ánh mắt thèm khát sự tự do. Xe cứ ngon trớn trên con đường đất đỏ, thỉnh thoảng mới có một vài chiếc xe nhà binh chạy ngược chiều với xe An. Bụi đỏ tung cao, An phải đưa tay lên bụm kín mũi mới thở được. Bên phải của chàng cũng có nhiều dãy nhà, cách nhau không xa lắm. Có lẽ đây là doanh trại của các đơn vị quân cảnh trông coi tù binh. Lên đồi rồi xuống dốc, những cái dốc không cao lắm. Qua nhiều con đường như vậy, xe quẹo trái ngay ngã ba, Nghĩa khều An nói to:

- Nếu cứ đi thẳng thì đụng Cầu Sấu, nơi đây cũng có vài trăm nóc gia, một Tiểu đoàn Địa phương quân trú đóng, cũng khá nhộn nhịp.

Chiếc xe thoải mái, bằng lòng hơn trên con đường tráng nhựa. Hai bên rừng nhiều gốc cây còn đang cháy dở dang, nham nhở. Người dân khai khẩn vùng nầy để làm lò than, biến những khu đất hoang thành rẫy nương trồng các loại như bắp, chuối, khoai mì v.v…Làn khói trắng còn nhen nhúm bay là đà, len lỏi trong từng bụi cây. Vài nóc nhà tranh nằm rải rác ven đường.

Đường đi càng lúc càng vắng, chỉ độc nhất một chiếc xe của bọn An bon bon trên đường. Rõ đúng là quân đội Mỹ đi đâu cũng đầy đủ tiện nghi. Đường sá, nơi ăn, chỗ ở đều được ưu tiên. Đài kiểm báo do Mỹ thiết lập và bảo trợ nên từ con đường cũng phải tươm tất, ngon lành.

Một ngày đẹp trời, ánh nắng vàng tươi, rạo rực lay tình cả khóm lá cành cây. Hai bên rừng ngàn hoa sắc tím đang rung rinh theo gió. Bầu trời trong xanh, mây trắng lững lờ bay về một phía. Khung cảnh thiên nhiên và hùng vĩ, xe băng ngang ngã tư, vượt qua mái nhà tranh, anh Liên tài xế nói:

- Cái quán giải khát dưới chân đồi đây giúp cho anh em trên đài khá nhiều. Mỗi lần lên xuống, họ dừng chân nghỉ tạm, uống ly nước giải khát cho đỡ mệt. Cô chủ quán vui tính đáo để. Anh Liên cho xe giảm tốc độ và gài số cao, chỉ tay về khoảng đất rộng sát chân đồi nói:

- Thời gian trước, xe Dodge của Quân Cảnh chở một số tù binh đi làm tạp dịch, tới chỗ nầy họ cướp được súng, bắn lính cai rồi cả bọn đào thoát. Quân đội huy động luôn cả chó đánh hơi mà chẳng bắt được tên nào.

Dốc núi càng lúc càng cao, đường trở nên ngoằn ngoèo, khó đi hơn. An chợt nhận ra mình đang ở trên đầu cành cây, ngọn cỏ. Phía phải của chàng là hố sâu thăm thẳm, rừng cây xanh đậm bạt ngàn. Bên trái là sườn núi, hoa cỏ dại chen nhau mọc chi chít, đặc biệt An thấy có nhiều bụi cây đang trổ hoa hồng hồng, tim tím. Cánh hoa cũng khá lớn, nở ra từng chùm, mỗi hoa có năm cánh tròn đang nở rộ dưới ánh nắng phơi phới, tạo cho khung cảnh càng nên thơ hơn. Ở kia, vùng phía tây trước mặt, trời nước bao la, xanh ngát một màu, không phân chia đâu là ranh giới. Nước trời hòa chung, thênh thang lồng lộng. Càng lên dốc chiếc xe như dựng ngược, bọn An hoảng quá, ghì chặt vào thành xe nín thở. An nghĩ thầm - "Lỡ xe đứt thắng tuột dốc thì chết cả bọn".

Anh tài xế thấy họ khiếp quá, liền trấn an:

- Không sao đâu, sắp tới rồi! Mấy ông đi chưa quen, chớ ở lâu như tôi lên xuống hà rầm, riết rồi cũng quen, không còn sợ nữa.

Nói thì nói vậy, nhưng thật ra ở đoạn dốc nầy đã xảy ra tai nạn vài lần và cũng có người mất mạng rồi...Ngọn đồi chỉ cao hơn mặt biển chưa đầy 200 mét mà sao thấy ớn quá. Con đường ôm sát triền núi, hướng về mặt biển rồi dần lên thêm mấy đoạn cao ngoằn ngoèo, cuối cùng cũng tới ngay trên đỉnh đồi.

Anh tài xế ngừng xe lại, cánh cổng sắt mắt cáo được mở ra. Người lính gác đưa tay chào cả bọn. An chợt nhìn thấy ba chữ sơn màu đen thật lớn "Khỏe hì hì" đặt ngay trước lối vào trạm canh, chắc sáng kiến của anh chàng nào đi bộ lên, xuống cái đồi khổ ải nầy, đã dư thừa kinh nghiệm, đã quá mỏi chân, tàn sức, tàn lực. Đến nơi chỉ còn hơi thở dồn dập, hổn hển bởi quá mệt, vì đường dài, dốc cao. Tới được đỉnh đồi thì khỏe re, ba chữ nầy nghĩ ra thiệt đúng quá trời, chớ còn gì!

An nhảy xuống xe, đưa mắt chiêm ngưỡng quang cảnh chung quanh, y như là cảnh tiên. Trời cao, đất cao, mây trắng len lỏi, sương khói mong manh mờ đục. Xa tít ngoài khơi, mây trời bàng bạc, từng áng mây thong thả, tênh hênh, nằm thoải mái, đợi chờ anh nhân tình cánh gió đến mơn man, trìu mến, đẩy đưa. Xa mờ dưới kia, nhiều con sóng trắng xô bờ, đập vào gành đá, nước bắn lên cao tung tóe. Lòng An thanh nhẹ, ngất ngây cảm xúc. Nắng gió, mây trời, hoa lá tạo nên bức tranh thiên nhiên mà không người họa sĩ tài danh nào vẽ được. Trong ánh sáng chập chờn xuyên qua cụm mây trước mặt, An như thấy gương mặt Quân hiện ra kiêu sa mờ ảo mơ hồ.

An đứng quan sát tình hình tổng quát. Trên đỉnh đồi là khoảng đất rộng hơn một mẫu tây, được san bằng để làm doanh trại. Chính giữa là cổng chánh đi vào trại, hai bên là hai dãy nhà, phân chia ra nhiều căn, dãy phía trái là phòng ở của đoàn viên, khu vực nhà bếp, phòng tắm. Một bồn nước cao đặt gần sát hàng rào hướng đông nam, và một nhà vệ sinh

riêng biệt nằm tận dưới xa kia. Dãy nhà bên phải chia làm
nhiều căn. Căn đầu tiên là nhà máy điện, kế đến là giàn Ăng-
Ten Ra-Đa cao to, đen ngòm, đang quay chầm chậm. Bên
dưới được bao bọc bằng những bức tường thép kiên cố. Phía
sau là phòng Ra-Đa xây bằng xi măng rất vững chắc, là nơi sĩ
quan và đoàn viên thay phiên nhau trực để theo dõi các hoạt
động của tàu bè trên mặt đại dương thuộc vùng kiểm soát của
đài. Nối tiếp là dãy nhà dành cho sĩ quan ăn ở sinh hoạt
thường ngày. Phía trong, đối diện cổng vào là một dãy nhà
ngang, tường cao và dầy làm kho chứa nhiên liệu, đạn dược.
Chung quanh vòng đai của doanh trại nhiều trụ đèn với công
suất cao, bóng đèn to tròn như mặt trăng kết đôi ba bóng
thành một trụ. Ban đêm ánh sáng cực mạnh nầy rọi rất xa, soi
sáng được khoảng rộng chung quanh rất rõ ràng và hữu hiệu.
Bên ngoài hàng rào cao, nhiều lớp kẽm gai bao bọc, nằm
chồng chéo lên nhau. Bên trong cũng có nhiều công sự phòng
thủ rất cẩn mật. Phía sau doanh trại có một trung đội Địa
phương quân và Pháo binh được tăng cường, biệt phái lên đài
để yểm trợ và bảo vệ cho cả hải đảo bằng những khẩu đại pháo,
nếu địch quân có mưu đồ tấn công hoặc pháo kích vào những
nơi trọng yếu. Chung quanh trại là rừng cây hoang dã, chỉ có mặt
hướng tây là bể cả mênh mông.

    Bọn An đi một vòng mất 20 phút mới trở về cổng
chính. An nghe tiếng máy xe rú lên từng hồi dưới kia, cả bọn
ngó xuống, hai xe xuất hiện cùng một lúc. Một chiếc xe
Dodge của đài chở các anh em trong ban ẩm thực đi chợ dưới
phố vừa về, còn chiếc xe Jeep nữa, chở ba cô gái ngồi băng
sau, hai chàng sĩ quan ngồi băng trước, có lẽ mấy nàng nầy là
bạn gái của các anh. Hôm nay ngày vui chung của trại nên họ
mời mấy cô lên chơi cho không khí thêm phần tươi vui, náo
nhiệt. Hai chiếc xe dừng lại, người trên xe lần lượt bước
xuống. Các cô có vẻ vui nhộn và tự nhiên. Hai anh sĩ quan,
trung úy Bách và thiếu úy Hưng vui vẻ đến bắt tay An và giới
thiệu các cô, Bách khôi hài:

    - Đây, các cô chuyên môn gõ đầu trẻ! Cẩn thận kẻo gõ luôn
bọn mình nữa đấy! Cô nầy Hồng, cô kia Phấn và cô nọ Lan.

An gật đầu chào xã giao rồi cả bọn kéo vào doanh trại.

Cô Phấn lại xuất hiện nơi nầy! Chẳng biết có phải là oan gia không nữa? Nhớ kỳ trước, cái chân của cô bị nhum đâm, trong tình huống khẩn cấp, cứu người như cứu lửa, An phải làm cái chuyện kỳ cục, xấu hổ và ngượng ngùng hết sức. Ở nơi đây có ba bốn ngôi trường tiểu học, cô giáo trẻ không ít. Các cô đến từ đất liền, sau buổi dạy hoặc cuối tuần rảnh rỗi, các cô thích làm quen với mấy chàng để được đi chơi đó, đây cho đỡ buồn. Phấn gặp lại An giữa chỗ đông người, nàng giả vờ như chưa từng quen biết, vì nàng còn thẹn thùng, mắc cỡ bởi câu chuyện kia. An cũng "phớt tỉnh ăng-lê" luôn.

Cả nhóm vào để gặp ông Trưởng đài chào ra mắt. Tiếng cười nói ồn ào, vui vẻ của các cô khiến bầu không khí trở nên náo nhiệt, vang động khung cảnh thiên nhiên, tĩnh lặng của núi rừng. Bọn họ vào dãy nhà bên phải là nơi trú ngụ của các sĩ quan và Trưởng đài. Nghe tiếng con nít nói đỏ đẻ và tiếng người đàn bà trong trẻo vọng ra, rồi có tiếng đàn ông:

- Được rồi, em ra luôn đi, chắc một số bạn bè của mấy anh ấy từ dưới phố lên chơi chứ gì!

Trung úy Hạc Trưởng đài bước ra. Trung úy Bách giới thiệu bọn An cùng các cô giáo với ông Hạc, An bắt tay trung úy Hạc rất thân tình và tự nhiên. Tướng ông phốp pháp, gương mặt phúc hậu, hiền lành, vui tính. Người thiếu phụ tay dắt đứa bé trạc hơn hai tuổi, nàng còn rất trẻ. An sững sờ và vô cùng ngạc nhiên có đôi phần lúng túng, vì người ấy chính là Phượng, người yêu cũ của An hơn bốn năm về trước. Trung úy Hạc giới thiệu Phượng với mọi người:

-Phượng, bà xã tôi! Mang con ra thăm tôi trong mấy ngày Tết, để tôi đỡ cô đơn đó mà!

Vừa nói ông vừa cười, xoa đầu vợ, Phượng hơi ngượng ngùng, bối rối, không ngờ gặp lại người xưa trong hoàn cảnh như thế nầy! Nàng cố làm ra vẻ tự nhiên, chào hỏi mọi người rồi xin phép dẫn con ra sân trước, cho con coi mấy con gà mà các chú lính vừa mua dưới phố về để làm tiệc. Ông Hạc nói rất tự nhiên:

- Các anh đưa mấy cô đi xem phong cảnh chung quanh đi! Chiều xế xế một chút rồi mình sẽ nhập tiệc. Nầy anh Hưng, dẫn các cô ra bìa rừng hái trái cây, hay coi hoa cỏ gì đó... Hãy cho các cô leo đồi, leo dốc, bụng đói cho nhiều rồi ăn mới thấy ngon, chớ nhà bếp mình dở lắm, kẻo mấy cô chê thì lần sau không cô nào chịu lên chơi nữa đấy!

Ông Hạc vừa nói vừa pha trò, nhưng An không thể nào cười được nữa. Đầu óc chàng quay cuồng với bao nhiêu câu hỏi về Phượng. Mối tình ngày xưa tưởng đã nằm yên theo năm tháng, thời gian gội rửa bóng hình, nào ngờ hiển nhiên sống lại. Gặp gỡ tình cờ khiến cõi lòng An xao động, ít nhiều cũng ray rứt, xót xa. An tư lự miên man nghĩ ngợi về cuộc tình đã qua. Đi chơi núi với các cô giáo cùng mấy anh kia cho hết thời gian chớ thật ra An bây giờ chỉ muốn ngồi yên tìm hiểu về câu chuyện của Phượng. - "Tại sao Phượng lại lấy Hạc, mà không phải là Kiếm?".

Cả bọn loanh quanh trong rừng mấy tiếng đồng hồ rồi cùng kéo nhau về Đài.

Nắng ngả về tây, bóng cây rừng âm u chập chờn, ánh sáng giao động lung linh nhảy múa nằm lại sau lưng. Con dốc trải nhựa hiện ra, từng bước chân chậm lại, thân người như bật về phía sau. Cô giáo Phấn loạng choạng như sắp té, nàng đưa tay bấu vào cánh tay vạm vỡ của An để tìm cho mình sự an toàn giây phút. Phấn cười chữa thẹn, pha trò:

- Chắc phải mượn đỡ cánh tay của trung úy An, lên tới đỉnh đồi mới trả đấy nhé!

An biết cô giáo Phấn có ý thích mình. Suốt ngày hôm nay, đã nhiều lần Phấn tìm cách gần gũi An và gợi chuyện, An chỉ trả lời qua loa, làm sao An có đủ bình tâm nghĩ suy chuyện khác được nữa?

Nhà bếp lo xong phần thức ăn, hai bàn dài được đặt song song, nước ngọt, bia và vài chai rượu mạnh khui ra. Trên dưới khoảng ba chục người, anh em của Đài chưa đầy hai chục. Vắn tắt vài lời khai mạc, trung úy Hạc tuyên bố nhập tiệc. An đưa mắt tìm Phượng, nàng ngồi sát bên chồng ở dãy bàn đối diện bên kia, thỉnh thoảng Phượng liếc mắt nhìn An như muốn gởi gấm nỗi niềm sau bao năm xa cách. Nàng dè dặt bởi vì trước mặt chồng và cô giáo Phẩn lúc nào cũng theo sát An. Phượng đâu hiểu rằng, Phẩn cũng chỉ là người An mới gặp đôi lần, chưa có sự thân mật nào cả! Ngoài cái chuyện dùng nước tiểu cứu người đẹp qua cơn nhức nhối khi Phẩn bị gai nhum đâm. Còn Phẩn thì suy nghĩ khác - "Biết đâu duyên số trời ban, khiến nàng gặp An trong tai nạn kỳ quái kia để rồi An đã chẳng ngại ngùng, chân tình giúp đỡ". Nghĩ thế nên Phẩn cứ như sam theo riết bên chàng.

Phẩn An, để đè nén sự xúc động khi gặp lại người tình xưa, và cũng để nguôi ngoai nỗi nhớ người yêu mới mà hiện giờ đã cách một đại dương. An uống thật nhiều bia và rượu. Chàng uống, uống để quên đi tất cả giông bão cuộc đời, thổi về những tàn tích chua cay, phiền muộn của một thời đã yêu và một đời mong được tìm quên qua bóng hình người mới...An cố xua đuổi hình ảnh Phượng ra khỏi đầu óc mình, chẳng còn gì để luyến tiếc! Đã là quá khứ, đã là chuyện của thời xa xưa vừa mới yêu rồi tan vỡ. Bây giờ trong tim ta chỉ có Quân, người con gái diễm kiều, hiền ngoan, đã hâm nóng lại trái tim chàng lính trẻ đa tình, đã đôi lần rạn vỡ vì yêu! Trong ly bia vàng sủi bọt, An mơ hồ thấy Phượng và Quân cũng có Phẩn dự phần. Chàng đứng lên bước đi loạng choạng, bên tai còn nghe loáng thoáng câu nói của người con gái ngồi kề:

- Anh An cẩn thận, đừng uống nhiều nhé, coi chừng say!

An không còn nghe và biết được gì kể từ giây phút đó.

* * *

An nằm im, lắng nghe tiếng mưa rơi rả rích trên mái tôn, rồi đều đặn rớt xuống sau hè. Tiếng lộp bộp nhịp nhàng buồn bã, âm thanh vọng lại như mang theo âm hưởng cuộc tình tưởng đã tàn phai, chôn vùi theo năm tháng. Phượng đó, một thực tại không thể chối bỏ. Trong cơn say, chàng mơ hồ tưởng là mộng mị, nhưng bây giờ An đã tỉnh táo hoàn toàn, cố nhớ lại chuyện ngày hôm qua, rõ ràng như ban ngày. Dù khi gặp lại, chưa ai nói với ai một lời, An tự nhủ - "Hãy để quá khứ nằm yên, không nên khơi lại đống tro tàn dĩ vãng. Ta nên sống cho hiện tại và gìn giữ hạnh phúc với Quân ở tương lai. Một tình yêu mới thiết tha, cuồng nhiệt, đang sinh sôi nẩy nở từ trong trái tim nầy!". Chuyện tình với Phượng coi như một giấc mơ đẹp, đến rồi đi rất tự nhiên, như người nằm mộng chợt tỉnh giấc, rồi đêm mai sẽ có những cơn mơ kế tiếp trong đời... Hoặc giả tâm hồn chàng lúc gặp lại Phương như hòn đá ném xuống mặt hồ, thoạt tiên làm chao động mặt nước, những vòng tròn gợn sóng lăn tăn rồi hòn đá chìm sâu khi làn nước xanh kia vô tình khép lại. Rồi Sau Tết, Phượng sẽ rời bỏ chỗ nầy, trở về Sàigòn, hai người không còn cơ hội gặp nhau. Ai có đời sống nấy, vất bỏ quá khứ không cần thiết, khi cuộc tình xưa đã chẳng còn đủ điều kiện để chàng phải đắm đuối một đời. An cần phải giữ kín câu chuyện tình nầy một phần cho chàng và cũng cho Phượng nữa!

An ngồi nhổm dậy nhìn đồng hồ, đã hơn hai giờ trưa rồi. Chàng nhớ lại suốt chiều hôm qua mình đã uống quá nhiều rượu, say mềm không còn biết trời trăng gì nữa! Chẳng hay ai đưa mình về? Rồi chàng ngủ một giấc đến bây giờ mới tỉnh. An chợt nhớ ra, tối nay là tới phiên mình trực đêm. Phải đi tắm trước đã, sau đó kiếm cái gì ăn vì chàng nghe bao tử cồn cào kêu đói. Nhân tiện ghé thăm ông Hai, ba của Quân, hỏi thăm coi bao giờ nàng về ăn Tết? Tính tới hôm nay chỉ còn năm hôm nữa là đến mùng một Tết rồi đó. Mình cũng đã hai mươi bảy tuổi rồi, chẳng lẽ cứ lông bông hoài sao? Cái tuổi cũng vừa đúng để thành gia lập thất, xây dựng một mái gia đình… Bố mẹ An cứ hối thúc chàng lấy vợ mỗi khi về phép, lần nào An cũng thối thoát rằng mình còn trẻ hoặc chưa gặp người vừa ý!

An bước lại mở tung cánh cửa sổ, bên ngoài mưa bụi giăng trắng cả khung trời. Mưa xuân đầu năm đã mang lại cho đất trời sự êm ái dịu dàng, mát lạnh. Từng lớp mưa đan nhau nghiêng nghiêng lướt tới, rì rào theo ngọn gió thổi qua, rồi giật lùi, ngả nghiêng vì sự di chuyển của hướng gió đổi chiều. Khung cảnh thật ảm đạm, đìu hiu, An cảm thấy cô đơn, trống vắng, cõi lòng lạnh lẽo như không khí ngoài kia. Chàng thèm một vòng tay ôm, bờ môi ấm của người tình trong buổi chiều mưa như hôm nay. Quân đằm thắm, thánh thiện, ở Quân chàng có sự bình yên và thoải mái, nhẹ nhàng như những giọt mưa rơi trên biển vắng ngoài kia!

*   *   *

An ngồi trong phòng hành quân suốt hai tiếng đồng hồ. Hôm nay công việc không bận rộn như mọi khi, có lẽ vì mùa Tết, trời trong, gió lặng, biển êm nên kẻ gian không dại gì rong tàu trên biển để mắt thần ra-đa chiếu cố, gọi PCF tóm vào bờ. Tàu tuần dương của phe ta cũng siêng năng lắm, chạy tới chạy lui như thể hóng mát gió đêm, ngắm sao rơi trên biển.

An đưa tay lấy gói thuốc, bật diêm quẹt, hít hít vài hơi. Hơi đầy trong miệng, chàng rướn cổ, ngẩng mặt lên trần nhà phà ra những vòng khói trắng tròn to, khói bay lãng đãng, An tiếp tục phun ra những vòng khói nhỏ hơn, cho chúng đi xuyên qua mấy vòng khói lớn sắp sửa loãng tan. Một vùng khói trắng mờ sương là đà trước mặt, từ từ thoát lên cao rồi hòa vào không khí. Cuối căn phòng, Nghĩa rời khỏi ghế bước ra ngoài tìm nước để uống. Căn phòng yên lặng, chìm trong màn đêm. Trời mưa vẫn còn lác đác, An nghĩ đến Quân - "Chỉ ba hôm nữa là Quân sẽ về, mình phải thức sớm, để ra bến đò đón nàng, chắc Quân mừng và ngạc nhiên không ít! Thế mới chứng tỏ tình yêu của mình đối với em thiết tha, sâu đậm như thế nào chứ!".

Tiếng máy vô tuyến rè rè, chợt chuông điện thoại vang lên, cắt đứt dòng tư tưởng của An. Chàng nhấc ống nghe, bên kia đầu dây, rõ ràng giọng của người con gái, An ngỡ ngàng, bối rối. Từ trước tới nay, trong nghề nghiệp chưa có phái nữ xen vào.

- A-lô, Anh An đó hả? Phượng đây!

An kinh hoàng, lắp bắp:

- Ồ...Phượng, Phượng đó hả? Phượng không nên làm thế!

Phượng hiểu lầm câu nói của An, nàng run run giải thích:

- Anh trách em đã bỏ anh đi theo cuộc tình khác với Kiếm phải không?

Chàng hoảng hốt, hỏi Phượng câu hỏi trên là vì Phượng đã dùng điện thoại trên Đài để gọi cho chàng trong phòng hành quân, nhắc lại chuyện tình xa xưa của hai người bốn năm về trước. Mà giờ Phượng đã có chồng con. Trung úy Hạc sẽ nghĩ sao về chàng khi biết được Phượng lén lút liên lạc. Tuy nghĩ vậy, dù sự tạ lỗi của Phượng sai trật đối với câu hỏi của An, nhưng đó lại là mấu chốt để An hiểu thêm về cái lý do Phượng chia tay với chàng, nghĩ thế nên An im lặng nghe Phượng giải thích thêm:

- Hôm nay Phượng sẽ nói cho anh sự bí mật mà từ trước đến giờ Phượng vẫn chưa cho anh biết.

Nàng ngưng một chút, đoạn cất giọng nghiêm trang hỏi:

- Anh còn nhớ Diễm, đứa em gái kế của em không?

An loáng thoáng hình dung ra cô bé tên Diễm. Mái tóc cắt bum bê, ít nói, hiền lành, gương mặt buồn xa vắng. Lúc ấy tuổi Diễm khoảng chừng 18, còn Phượng thì đã 20. Thời gian đó An để hết tâm ý vào Phượng, còn Diễm thì chàng như vô tình. Bên kia đầu máy, Phượng nối tiếp câu chuyện:

- Diễm, nó cũng yêu anh. Tình cờ Phượng đọc được quyển nhật ký của nó, lời lẽ thật đáng thương, tội nghiệp. Đang yêu thầm anh mà không dám nói, nên em là chị đành phải hy sinh mối tình, nhường lại cho em gái. Lúc ấy anh Kiếm cũng đang theo đuổi Phượng, nên Phượng mượn anh Kiếm làm người tình bất đắc dĩ mà thôi! Tránh xa anh, không đi chơi, không hò hẹn, để Diễm có cơ hội gần gũi, thân mật anh hơn. Nhưng không ngờ lòng anh mang đầy tự ái, nên sau nhiều lần anh gặp Phượng đi phố với Kiếm, anh chạy xa bọn em luôn, không tới câu lạc bộ nữa! Đến lúc gần ngày ra trường, Phượng sai Diễm đến tìm anh nhưng anh không tiếp, rồi sau đó anh làm lễ mãn khóa, biền biệt tăm hơi. Phượng đi lấy chồng, anh Hạc rất tốt, con người mẫu mực, hiền lành. Sở dĩ Phượng gọi máy cho anh là muốn cởi bỏ nỗi oan tình, không muốn mang tiếng là người phụ bạc.

Phượng dịu dàng:

- Anh An nầy, chắc anh đã hiểu và sẵn lòng tha thứ cho Phượng chưa? vì thực tế thì Phượng đã làm phụ lòng anh, em đã lấy chồng rồi. Còn anh thì vẫn sống độc thân phải không?

An đau lòng lắm khi biết được nội tình câu chuyện và sự chia tay của Phượng. Nàng cố tìm sự hy sinh cao cả, nhưng việc Phượng làm cũng như chính chàng đã làm. Dù lòng thương hại hay tự ái đặt không đúng chỗ, cũng mang đến sự chia xa đau khổ mà thôi!

An xúc động, nói vào máy:

- Tất cả là duyên số... Phượng có hạnh phúc với Hạc anh mừng cho Phượng. Câu chuyện cũ, chúng ta hãy lãng quên, coi đó là một kỷ niệm đẹp trong đời. Rồi đây anh cũng phải chọn cho mình một người vợ, một mái ấm gia đình như đời sống của Phượng vậy.

Bên kia đầu máy, Phượng nói thêm:

- Phượng chúc anh năm tới sớm gặp được ý trung nhân. Thôi, anh giữ gìn sức khoẻ nhé An, Phượng chào anh!

An như hụt hẫng, như luyến tiếc, như rớt từ trên cao độ xuống mặt biển mênh mông làn nước mát. Lời giải thích của Phượng đã khiến An cảm thấy nhẹ nhàng, tươi tỉnh hẳn ra. Nỗi uẩn khúc đã được phơi bày, An như bằng lòng với sự chia xa, tan vỡ của một cuộc tình, chóng đến rồi cũng chóng đi. Chàng cười thầm với cái số đào hoa của mình, sao mà lắm mối, chẳng biết đây là họa hay phước? Rồi chàng chợt nghĩ đến Phấn, cô giáo làng mà chàng mới quen sơ. Trông ra thì Phấn rất có cảm tình với chàng. Dáng người nhỏ nhắn, mái tóc tém kiểu mới, đôi mắt to đen, miệng cười tươi như hoa, ngặt một nỗi là mũi nàng không được thanh lắm. Tính tình rất tự nhiên, cởi mở, liến thoắng. Nghĩ thì nghĩ vậy, nhưng thật ra chẳng dám mơ ước gì. Bên cạnh chàng Tiết Quân sáng rực, ngọt ngào, ấm áp, đủ cho chàng tận hưởng thứ hạnh phúc mặn nồng, diễm tuyệt của tình yêu. Tất cả những cô gái khác hãy để sang một bên, kẻo không thì phiền lắm!

Chương Sáu

MÙA XUÂN và TÌNH YÊU

Trời mới hừng sáng, An đã có mặt tại bến đò An Thới, chàng vào quán cà phê hôm trước gọi cho mình một ly cà phê sữa nóng, uống chưa hết thì tàu đã cập bến. Chuyến tàu cuối năm chở thật đông hành khách và hàng hóa, đủ các loại bánh mứt trái cây rau cải, vịt, gà để bán trong những ngày cận Tết. Mọi người đổ xô đua nhau rời tàu lên bờ, An dáo dác đưa mắt tìm kiếm coi Quân đang ở đâu. Bầu trời còn trắng đục màu sương, ngọn đèn điện từ trên tàu hắt ra thứ ánh sáng yếu ớt, chàng cố đảo mắt kiếm tìm thì ra Quân đang lui cui, khệ nệ xách hai chiếc giỏ nặng chịch ở hai tay, nàng cố dùng sức kéo qua khỏi thành tàu, vì đông quá, chẳng ai để ý đến ai, chẳng ai giúp được ai về các xách hành lý. An đã nhìn ra được người yêu nên vội chạy nhanh lại đưa tay đỡ chiếc giỏ xách nặng nhất, trong lúc Quân còn đang khom người xuống nhấc chiếc giỏ lên, tự nhiên nàng thấy cái giỏ như bị ai giật đi, nàng định la lên thì chợt nhận ra An, Quân rất đỗi ngạc nhiên và mừng rỡ:

- Ồ, anh, anh An, sao anh biết hôm nay Quân về?

An nheo mắt cười tình:

- Thế mới hay chớ lị!

An vừa nói vừa nắm tay người yêu dìu qua khỏi thành tàu để lên bến, rồi chàng nói luôn:

- Cũng bởi vì anh quan tâm đến em đấy! Sao em vẫn khỏe chứ? Coi nào, có ốm đi chút nào không vậy?

Chàng xoay người Quân lại nhìn vào khuôn mặt nàng:

- Hơi ốm đấy! Sao thế? Chẳng chịu nghe lời anh phải không cô bé!

Nãy giờ sự xúc động đang dâng tràn, dào dạt trong tim Quân. Nàng không ngờ An ra tận bến tàu để đón nàng, giọng nghẹn ngào mừng tủi:

- Em nhớ anh lắm, lúc nào cũng nghĩ đến anh mà thôi.

An trìu mến ghé sát tai người yêu thổ lộ:

- Anh cũng thế, chẳng đêm nào ngủ mà không nhớ đến em.

An đưa Quân trở lại quán, gọi cho nàng một ly sữa nóng để ấm lòng. Quân ngồi chiếc ghế cạnh chàng, hai bờ vai chạm nhau, nếu như chỗ không người An muốn nàng dựa đầu vào cánh tay để chàng tìm cái hạnh phúc thật đáng yêu, chàng nhìn sâu vào mắt Quân:

- Em tiều tụy hơn trước, đừng vì sự xa cách này mà hao mòn sức khỏe, trong tương lai chúng ta sẽ gần nhau mãi Quân à.

Quân thì thầm dỗi hờn trách phận:

- Biết sao hơn, vì em đã lỡ yêu anh rồi, cũng tại anh cả, đã làm mất đi tuổi thần tiên hoa mộng của em. Thế giới của em bây giờ không thuộc về em nữa... Nếu biết yêu mà tâm hồn đau khổ, thương nhớ triền miên, thì em chẳng yêu đâu An ơi.

An dỗ dành, khích lệ:

- Vì thế nên mỗi khi chúng ta gần nhau mới thấy quý, mới thấy có giá trị em ạ.

An ngó xuống bàn thấy hai giỏ xách khá lớn, chàng hỏi Quân:

- Em mua gì mà nhiều thế?

- Dạ, bánh mứt cúng Tết và một số biếu họ hàng bà con.

Như chợt nhớ ra Quân nói luôn:

- Chiều ngày mai là ngày ba mươi cuối năm, anh đến em có quà biếu anh.

- Được, anh sẽ đến sớm, bây giờ thì anh đưa em về nhé.

Quân gật đầu, hai người đứng lên, mỗi người một giỏ bước ra khỏi tiệm.

Vì mải mê tâm tình, hai người không biết ngoài trời đang mưa, mưa bụi nhỏ li ti lún phún bám hững hờ lên môi, lên tóc, lên áo quần của hai người, họ không cảm thấy lạnh, dù rằng đang đi trong mưa. Tình yêu nồng nàn đằm thắm như cơn mưa phùn đầu xuân. Suốt con đường về nhà, hai người kể cho nhau nghe nỗi lòng thầm kín, sự nhớ thương chất ngất, khi mỗi người ở mỗi nơi... Con đường bỗng trở nên ngắn ngủi đối với An. Ngôi nhà của Quân đã hiện ra, nàng với tay kéo chốt, cổng mở tung, con chó nhỏ vội vàng chạy ra đưa miệng sủa người lạ vài ba tiếng, Quân nạt nhỏ bảo nó hãy im, con chó như nhận ra giọng của Quân vội im bặt, nó còn chạy lại bên Quân dí sát cái mõm vào chân nàng, ngoe ngoẩy đuôi. An lúc này mới nhìn rõ con chó, trên lưng nó có một cái soáy dài, những cái lông nhỏ ngắn dựng ngược tạo thành hình soắn trông thật lạ mắt, Quân như hiểu ý nói:

- Chỉ có giống chó Phú Quốc mới có xoáy trên lưng anh ạ, nó khôn và khỏe lắm, thuộc loại chó đi rừng đó.

Qua một đoạn sân ngắn vào trước mái hiên, Quân vỗ nhẹ lên cánh cửa:

- Ba, ba ơi mở cửa, con về rồi nè.

Tiếng chân người lẹp xẹp, tiếng chốt cửa bật ra, cánh cửa hé mở, tiếng ông Hai:

- Con Quân đó hả? Mới về hả con, ba biết hôm nay con về mà!

Như nhận ra có thêm một người nữa, nhưng cũng vừa kịp biết đó là An, ông Hai vui vẻ:

- Ồ, té ra là trung úy An, mời cậu vào nhà chơi, rồi quay sang con gái:

- Con vào trong rửa mặt, để ba tiếp chuyện với cậu An một lát.

Ông Hai từ mấy tháng trước biết An quen với Quân con gái của mình, ông cũng chẳng có ý gì phản đối, với lại thường ngày, thỉnh thoảng thấy An ghé tiệm mua một vài tờ báo, thuê mấy quyển tiểu thuyết, cũng là khách quen, hơn nữa An ăn nói lễ độ, nhã nhặn, nên càng ngày ông Hai càng mến An hơn.

An bước vào nhà, ngần ngại ngồi lên chiếc ghế gỗ, trong lúc ông Hai xuống bếp mang hai cái tách và cái ấm trà đã châm, hơi nóng bốc khói và mùi trà hoa lài thơm bay ngào ngạt.

Ông Hai nói:

- Sáng nào trước khi tới trông coi cửa tiệm, tôi cũng phải nhâm nhi vài ngụm cho ấm lòng, rồi mới đi. Nầy mời cậu An...

An đưa tay cầm lấy tách trà nóng, miệng nói cám ơn. Ông Hai và An ngồi nói chuyện qua nhiều đề tài, thì Quân xuất hiện. Nàng trong bộ đồ lụa màu mỡ gà, tóc tai chải gỡ tươm tất, vẻ mặt tươi tỉnh hơn. Nàng ngồi xuống cạnh ông Hai, hỏi nhỏ:

- Hôm nay ba ra tiệm không?

- Phải ra chớ con, ba đi liền đây. Con mới về ở nhà nghỉ cho khỏe, chiều rồi hãy lo cơm nước.Thằng Khôi mấy ngày nầy nó phải phụ mẹ nó gói bánh, nên không nhờ nó coi tiệm được đâu.

Đoạn ông Hai đứng lên, nhìn ra ngoài trời, mưa vẫn còn rơi, giọt nước thong thả từ trên mái nhà nhỏ xuống nền đất, tạo những lỗ tròn đều nhau thành một dãy dài thẳng tắp, ông nghiêng người cúi xuống lấy cây dù dựng sát vách, rồi quay lại chào An:

- Cậu An ngồi lại nhà chơi với em Quân nhé! Tôi phải ra tiệm ngay bây giờ kẻo lát nữa mưa lớn thì phiền lắm.

An lễ phép đứng lên:

- Dạ, kính chào bác, cháu ngồi khoảng ít phút nữa rồi cũng đến phòng làm việc.

Quân và An tiễn ông Hai ra tận cửa, Quân dặn dò:

- Ba đi đường nên cẩn thận, trời mưa đường trơn lắm đó.

Ông Hai với cây dù cầm tay, lầm lũi đi dưới cơn mưa phùn cuối năm, khung trời xám mờ ảm đạm lạnh lẽo bao quanh, nhưng trong gian nhà nhỏ có đôi trai gái cuống quýt, chơi vơi, ngây ngất trong những nụ hôn nồng cháy yêu thương, ngọn lửa ái tình đã thiêu đốt con tim họ trong những ngày tháng xa cách nhớ nhung, giờ đây gặp nhau, bao nhiêu nhung nhớ, vấn vương bộc phát biểu hiện như mồi lửa chực chờ cơn gió mạnh bùng lên đốt sạch những khổ đau vì thương nhớ.

An ghì chặt người yêu, môi chàng tham lam, những nụ hôn nồng nàn như mưa bão kéo về. Quân đê mê tận hưởng cái lạc thú của tình yêu ấm áp, hạnh phúc trong vòng tay cuồng nhiệt gợi tình của An. An choáng ngộp trong hơi thở dồn dập bởi cơn mê tình ái đã lên cao tột điểm.

- Quân, Quân, anh yêu em, anh nhớ em nhiều lắm, anh muốn biến em thành tro bụi.

Quân đẩy nhẹ người An ra, nắm hai cánh tay chàng, gục đầu vào vùng ngực của An lắng nghe nhịp đập trái tim người tình rõ mồn một, nàng nói như mê:

- Em cũng vậy, nhớ anh muốn điên được An ạ, đã bao lần nước mắt trào dâng vì quá nhớ thương anh, chỉ gọi tên anh trong âm thầm ray rứt, trong đau khổ nhớ mong. Bây giờ em đã biết thế nào về tình yêu, không hẳn khi tình yêu tan vỡ mình mới đau khổ, mà ngay cả khi không thấy được mặt người mình yêu con tim phải bật thành tiếng rên rỉ. Gần bên anh em thấy đời mình thật hạnh phúc, thật bình yên.

An âu yếm hôn nhẹ lên trán Quân.

Từ nãy giờ con chó Vàng ngồi chồm hổm, hai chân trước chống cao, đầu ngẩng, mắt cứ trố nhìn người chủ nhỏ và ông khách quấn quít ôm chặt, hành động như muốn vật lộn cùng nhau, con chó tinh khôn nghi ngờ chủ đang bị hành hung, nó chỉ chờ đợi Quân lên tiếng kêu la cầu cứu là xấn tới giúp đỡ.

An như hiểu thầm ý của nó, chàng đưa Quân ngồi xuống chiếc ghế gần đó, rồi lên tiếng:

- Nầy, em thấy không, Con chó sao tinh khôn thế? Cứ tưởng anh làm hại em, nên ngồi canh miết, nó đâu biết anh đang yêu thương chủ nó đây mà!

Quân liếc ánh mắt sáng long lanh như hai luồng điện:

- Xí, coi chừng đó, đừng tưởng bở, đừng thấy em yêu anh rồi quá đáng, nếu anh bạc tình, con chó nhà em chẳng tha anh đâu, Còn nói chi đến em! Nầy, kể thật cho em nghe đi...Thời gian vắng em, anh có đi chơi hò hẹn với cô nào không?

An nói nhanh:

- Đâu có, chỉ nằm nhà mà tưởng nhớ đến em thôi.

An như chợt nhớ ra lần đi lên Đài kiểm báo. Chàng có đi chơi núi với các cô giáo ở đây. Nhưng thật ra chỉ là sự tình cờ mà thôi, chớ chàng đâu có hò hẹn gì với ai.

Quân cảnh cáo và trách yêu:

- Nếu thế thì tốt, sau nầy em mà biết anh lăng nhăng với cô nào thì anh chỉ có nước khổ thân.

An cười, rồi đưa tay sờ vào ngực:

- Trái tim nầy xin dành trọn cho em, chỉ chứa một bóng hình em mà thôi, hãy tin anh đi cô bé ạ.

An đứng lên bước lại sau chiếc ghế Quân đang ngồi, tay vuốt nhẹ lên mái tóc đen huyền óng mượt, khẽ bảo:

- Bây giờ anh phải đến sở, em hãy ngủ một giấc cho khỏe, chiều nay anh đến thăm em và bác được không?

Quân liền từ chối:

- Không được, chiều em bận đi thăm vài người bà con và đưa quà cho họ để ăn Tết. Chiều mai anh hãy đến sớm với em, ngày ba mươi em làm cơm cúng mẹ và cúng ông bà tổ tiên.

An bằng lòng:

- Vậy cũng được, mai anh đến sớm để phụ em.

Quân đưa An ra tận cổng, mưa đã tạnh từ lúc nào mà họ không hay, một chút ánh nắng le lói, dịu dàng trải lên cây lá, cảnh vật quang đãng, bầu trời trong sáng, không khí thanh tao vui tươi hẳn lên. Trên cây chanh trước nhà, một đôi chim đang rỉa lông cho nhau, con chim trống giương đôi cánh nhỏ xíu ra, chìa chìa cái mỏ xinh xắn vào, rồi từ từ lê đôi chân khẳng khiu tới gần con chim mái, móng chân bấu chặt vào nhánh chanh, nó đưa chiếc mỏ mổ nhè nhẹ vào mỏ con chim mái như tỏ vẻ âu yếm trao tình.

An nghe lòng dâng lên một thứ hạnh phúc khó thấy, mà từ lâu mong ước tìm tòi, hôm nay đã đến với chàng thật sự. Tình yêu và mùa xuân sao mà nhiệm mầu và diễm tuyệt đến thế. Xuân ngoài trời và xuân trong lòng...

*   *   *

An nhìn mặt mình trong gương nhiều lần, mái tóc chải thật khéo, chàng trét một lớp bi-ăng-tin vào cây lược, đưa lên chải nhiều lần để đám tóc kia nằm gọn vào nếp. Phần râu tóc đã xong, đến lượt áo quần, An đưa tay vuốt lên phần áo trước ngực, thót bụng vào, luồn tay kéo tà áo xuống. Hôm nay An mặc đồ xi-vin quần xám đậm và chiếc áo ngắn tay màu trắng làm tăng thêm vẻ đẹp trai lịch sự. Đôi giầy da đen bây giờ An mới có dịp đem ra xử dụng.

Trời đã xế trưa, An ra phố đến nhà Quân. Trên đường đi ngang qua chợ, dù đã trưa, nhưng An vẫn còn thấy tấp nập những người mua sắm. Nhiều tiệm bán hàng chưng bày các thứ bánh, mứt, đủ loại đủ màu. Các bà bán hàng bày lan ra tới đường cái, nào là gà, vịt, hàng rau cải trái cây, những chậu bông vạn thọ nhỏ lớn đủ cỡ thơm hăng hắc trộn lẫn vào mùi nhang mùi mứt tạo thành một thứ mùi hương xuân đặc biệt. Tiếng gà vịt kêu, tiếng người bán, người mua, đối đáp trả giá, tiếng máy xe nhà binh vang lên tạo thành một quang cảnh ồn ào, huyên náo. An ghé vào tiệm tạp hóa bên đường, mua một cặp rượu và một hộp bánh ngon, để mang đến biếu Tết cho ông Hai và Quân, chàng nhờ người bán hàng gói lại cẩn thận vì là quà biếu. Trong lúc chờ đợi, An ngó thấy cô giáo Phấn đi nhanh vào tiệm đưa mắt tìm mua một thứ gì đó, mãi tìm không thấy món hàng, cô Phấn mới hỏi người chủ tiệm, chợt nhận ra An đang đứng nơi góc nhỏ kia, Phấn mừng rỡ vui vẻ chào hỏi:

- Ồ, trung úy An đứng đây mà Phấn không thấy, hôm nay anh mặc đồ dân sự trông lạ quá, anh mua gì thế?

An lịch sự trả lời:

- Vâng, cô Phấn vẫn khỏe chứ? Tôi mua vài món quà để biếu người quen đó thưa cô.

- Tết này anh có đi đâu chơi không?

- Chắc không cô ạ.

Phấn rất tự nhiên:

- Thế thì Phấn mời anh đến nhà Phấn ăn Tết vậy, lính tráng ăn Tết xa nhà chắc buồn lắm…

- Riết rồi cũng quen cô ơi, ăn Tết chung với các bạn đồng đội rồi cũng qua mấy ngày xuân...

Người chủ gói hàng xong đưa cho An, An móc bóp trả tiền, chào Phấn rồi đi ra cửa. Phấn bước theo đi bên cạnh An nói thêm mấy lời nữa, nàng như nuối tiếc vì sự gặp gỡ, trao đổi chuyện trò quá ngắn ngủi, nàng như không muốn rời An. Đã ra tận bên ngoài, An nhón bước muốn đi nhưng chưa thể nào đi được vì câu chuyện của Phấn chưa kết thúc, chợt Quân xuất hiện ở dãy phố bên kia đường, Quân vừa thoáng trông thấy An nàng định đi tới, nhận ra An đang nói chuyện với một người con gái lạ, gương mặt Quân sa sầm, quay lưng đổi hướng, Quân đi thật nhanh lẫn vào đám người đi sắm Tết trong ngày cuối năm.

An như lửa đốt, chàng sợ Quân hiểu lầm, dù Phấn đang hỏi chàng điều gì đó, nhưng An không màng trả lời, chào vội vã Phấn rồi đuổi theo Quân, giữa lúc Phấn bàng hoàng và thắc mắc qua thái độ của An.

An len lỏi trong đám người tấp nập, nhưng chẳng thấy Quân đâu cả, chàng đành trở lên đường cái, hồi hộp đi thẳng đến nhà Quân, mà thầm cầu trời mong Quân đừng hiểu lầm, đừng nghi ngờ nầy nọ.

An đang miên man nghĩ ngợi để tìm lời giải thích sao cho Quân vui vẻ mà bỏ qua, chợt gặp Bảo bạn chàng ngay góc ngã tư gần tiệm tạp hóa Thiên Hương, Bảo vừa đi phép trở lại đơn vị sáng nay.

- Tao mới về, có mua một ít nem chua, định mang tới phòng cho mầy vài chục để ăn Tết, vì tao biết ở đây làm gì có bán cái thứ nầy.

An đẩy đưa hỏi thăm bạn cho có tình, nhưng thật ra lòng An nôn nóng muốn chào bạn để tới gặp Quân ngay.

Bảo hỏi:

- Mầy đi đâu vậy? Sao hôm nay ăn mặc thế nầy?

- Thì Tết nhất mà, bỏ được áo quần nhà binh ra, người thấy nhẹ nhàng dễ chịu.

An giấu bạn:

- Tao đến thăm nhà người quen, đưa luôn nem đây, khỏi phiền mầy phải đến phòng tao nữa, cám ơn mầy nhiều nghe. Mình sẽ gặp nhau lai rai trong mấy ngày Tết.

- Nầy, nem nầy mầy mua ở đâu vậy?

- Trên đường về Rạch Giá, chiếc xe đò bị hư tại Lai Vung, Đồng Tháp. Tiện đó tao ghé vô mua luôn về cho chúng mầy để nhậu Tết.

- Thế hả, thôi tao phải đi, gặp mầy sau.

An dứt điểm với Bảo, rồi hấp tấp tới nhà Quân.

Chuyện tình của Quân với mình, An giấu nhẹm không cho đứa bạn nào biết cả. Chàng ích kỷ lắm, chỉ sợ chúng nó thấy Quân, rồi cố ý tán tỉnh chọc ghẹo, rồi phiền toái bắt đầu hạch sách nầy nọ. Đôi lúc còn lấy đó làm trò đùa, làm vũ khí đe dọa không chừng, vả lại vì Quân quá đẹp quá dễ thương, mấy thằng quỷ mà thấy, biết đâu có đứa phỗng tay trên không chừng… nên chàng cứ để tự nhiên khi nào chúng biết thì hay vậy.

Cánh cửa nhà Quân khép kín, An đưa tay gõ nhẹ, miệng gọi nho nhỏ:

- Quân! Mở cửa cho anh đi, anh biết em đang ở trong nhà, hãy mở cửa cho anh vào, rồi anh giải thích tận tường, mở cửa đi em.

An gõ thêm mấy lần mà cánh cửa vẫn đóng kín im ỉm, con chó nhỏ đến gần đưa mắt nhìn chàng, đi lòng vòng dưới chân An, chàng nói với con chó:

- Nè Vàng, gọi cô chủ nhỏ của em ra để mở cửa cho anh vào nhà đi.

Con chó như hiểu ý, đến gần cánh cửa đưa chân cào sột sột tỏ ý kêu Quân mở cửa.

Trong nhà Quân nghe và thấy hết mọi chuyện, nhưng vì lòng còn đang ghen và giận muốn trừng phạt An là tại sao nói chuyện với người con gái khác. Nàng làm sao hiểu được người đó là ai? Biết đâu là bồ của An, biết đâu An muốn bắt cá hai tay, Vì nàng đâu có ở đây mà kiểm soát từng hành động của chàng. Biết đâu An cũng như hầu hết người đàn ông khác, đa tình, cô nầy cô nọ. Nghĩ thế nên An càng gọi, Quân càng nín thinh không thèm lên tiếng.

An đánh một đòn tâm lý cuối cùng:

- Quân à, nếu em không mở cửa cho anh, để anh giải thích, thì anh phải ra về vậy. Khi nào em hết giận thì anh trở lại, chớ để anh đứng bên ngoài gõ cửa hoài làng xóm láng giềng cười anh đó! Nhất là con chó nhỏ của em nó đang cười anh đây nầy!

Quân nghe An nói thế cũng xiêu lòng, vì quá yêu chàng nên nàng dễ ghen, dễ giận, mà cũng dễ tha thứ.

Quân định mở cửa chợt nghe tiếng An nói với thằng bé Khôi:

- Em đến may quá, chị Quân giận anh không thèm mở cửa, anh đứng đây gần nửa tiếng đồng hồ rồi đó.

Thằng nhỏ trên vai đang vác một bó mai rừng, chắc nó mới chặt từ sau núi cạnh bờ biển. Những nhánh mai đơm đầy bông và nụ, chen lẫn vài cánh lá non mơn mởn. Có bông đã nở rộ năm cánh vàng tươi khoe sắc, nhiều nụ còn e ấp trên đầu cành.

Khôi đặt bó mai rừng xuống cạnh nhà. Nó kề sát miệng vào cửa gọi Quân:

- Chị Quân nầy, mở cửa đi. Em mang mai đến cho chị đây... chị ra mà bỏ nó vô bình cho nước vào kẻo bị héo hết.

Cánh cửa từ từ hé mở, Quân ló đầu ra, gương mặt hầm hầm, nghiêm trang, nhẹ giọng bảo thằng Khôi:

- Em mang mai ra sau sàn nước cho chị, ba chị về chưa?

- Tiệm đóng cửa rồi, có lẽ cậu Hai đi thăm mấy người bạn già...

Quân không thèm ngó An nửa mắt, An tự nhiên bước vào nhà, đặt cặp rượu và hộp bánh tây lên bàn thờ của mẹ

Quân, rồi chàng thong thả ngồi xuống chiếc ghế gần đó, đưa tay bật diêm quẹt, gắn điếu thuốc lên môi, hít một hơi dài. Theo thói quen của chàng, mỗi khi tâm hồn bị chao động, hay suy tư về một vấn đề nào đó, An hay tìm khói thuốc để lãng quên, hoặc mượn nó gỡ giùm gút mắc. An nghe tiếng Quân nói văng vẳng với Khôi vọng lại từ phía sau nhà, rồi khoảnh khắc im bặt. Thằng bé đã đi rồi, không khí nặng nề yên lặng. An mon men xuống nhà dưới, thấy Quân ngồi bó gối đầu gục xuống, mái tóc dài được kẹp lại gọn gàng bằng cái kẹp mà đêm Giáng Sinh An đã tặng cho nàng. Lưng nàng quay về phía An, chàng thấy đôi vai tròn rung lên nhè nhẹ, có lẽ nàng đang khóc vì sự ấm ức hờn ghen, An thầm nghĩ - "Tốt, nàng khóc được thì chắc sẽ không giận mình nữa".

An rón rén, nhẹ nhàng không gây một tiếng động, đến sát bên Quân, hôn nhẹ lên mái tóc kẹp bung ra một chùm đen nhánh trên chiếc lưng thon nhỏ của nàng.

- Đừng khóc nữa em, anh xin lỗi, anh với cô ấy chỉ quen biết sơ mà thôi, vì phép xã giao, anh phải tiếp chuyện năm ba câu. Anh đã nói với em rồi, anh chỉ yêu mình em thôi, từ bây giờ và mãi đến ngày sau...

Quân vẫn gục đầu im lặng.

Bằng cử chỉ táo bạo, An ôm cả người Quân vào lòng, nâng mặt nàng hôn lên đôi mắt còn ướt đẫm những giọt lệ hờn ghen đang chảy dài xuống đôi má bầu bĩnh dễ thương.

- Đừng giận anh nữa nghe! Sự thật chỉ có thế, em đừng làm mất vui trong những giây phút gần gũi, chỉ vỏn vẹn có mấy ngày bên nhau, hãy sống cho nhau thật hạnh phúc, yêu thương Quân ạ. Em hãy biết quý những gì ở hiện tại, những lúc có anh bên cạnh em không vui sao? Hay em coi thường tình yêu của anh? Em làm thế anh đau lòng lắm em biết không? Hãy bỏ qua cho anh, anh hứa sẽ không làm cho em buồn nữa đâu, tin anh đi Quân...

An nói một hơi dài, lời lẽ đầy thành khẩn, rồi thình lình chàng nhấc người Quân lên, thân thể nàng nằm gọn trong vòng tay rắn chắc vạm vỡ của An.

Quân hốt hoảng sợ bị té, nàng định la lên thì âm thanh bị chận lại bởi bờ môi An gắn chặt lên đôi môi mọng đỏ của nàng. Chàng say tình đến đỗi khiến nàng phải kêu lên vì đau:

- Anh An, buông em ra, cho em xuống...

An như tỉnh ngủ, chầm chậm thả Quân đứng xuống nền nhà, môi chàng mở khóa, hai gương mặt rời nhau. Quân đấm thình thịch vào ngực An:

- Anh nầy kỳ, anh nầy dễ ghét, anh tham lam ăn hiếp em hoài...

An cười xòa, kéo Quân vào lòng, choàng tay siết ngang eo:

- Tại anh quá yêu em, mà cũng tại em quá dễ thương đấy thôi...

An giả lả, muốn Quân quên chuyện giận hờn:

- Nầy, anh có thể phụ em việc gì nào? Hôm nay làm cơm cúng mẹ phải không?

Quân nắm tay An kéo ra sàn nước, nàng hướng mắt nhìn vào đám mai:

- Vậy anh giúp em lo mấy nhánh mai này trước đã. Tước những nhánh nhỏ không cần thiết, giữ những nhánh đầy bông cho vào bình kia, rồi đổ nước vô là được.

An làm theo lời chỉ dẫn của Quân, từ việc này đến việc nọ. Hình ảnh, công việc và lời đối đáp của hai người giống như cặp vợ chồng son mới cưới nhau, rồi dọn ra riêng, họ hạnh phúc, đón chào mùa xuân đầu trong không khí thương yêu riêng tư đầm ấm.

Hai giờ đồng hồ sau mọi việc đâu vào đó, các món ăn đã được Quân xào nấu xong cả, bây giờ hai người rảnh rang, đứng dưới sàn nhà sau tán gẫu, ánh nắng chiều rọi ngang giàn dưa gang treo lủng lẳng, An người khá cao, mỗi khi đi dưới giàn dưa phải khom người xuống.

Quân co một chân, còn chân kia đứng tựa vào cửa nhà sau, ngắm nghía nhìn An:

- Anh mặc đồ xi-vin trông lịch sự, đẹp trai lắm, nhưng mà không được mặc trong lúc không có em, các cô sẽ bắt cóc anh mất.

An trêu người yêu:

- Thì chả sao, vì em hay giận anh, hay ghét anh, vậy hãy để người khác thương anh thì anh mới đỡ khổ phải không nào?

Quân lườm, ánh mắt sắc như dao, nhưng lòng đầy tự tin hoan lạc, rồi nàng vòng tay ôm ngang bụng An:

- Anh là của em, sẽ là của em mãi mãi...

Như chợt nhớ, nghĩ ra điều gì, Quân nắm tay An đi thẳng vào nhà trên:

- Anh ngồi đây, để em vô lấy cái này tặng anh.

Quân mang ra hai món, một gói nhỏ hình vuông lớn hơn bao thuốc lá được bọc lại đẹp đẽ, còn gói kia nặng cỡ nửa ký lô.

- Gói này là bánh mứt, gởi anh ăn mấy ngày Tết, còn gói nhỏ kia anh chỉ được mở khi anh về cư xá, bí mật đó, nhớ nghe!

An cười cười:

- Anh đoán ra rồi, nói được không?

- Không được, nhưng em biết anh đoán sai rồi đó!

Hai người đang vui vẻ cười đùa, thì ông Hai về đến. Thấy An ông vui lên:

- Ồ, Năm nay hai cha con tôi ăn Tết, có thêm một người thì đỡ tẻ nhạt, cậu An chờ cúng mẹ nó rồi bác cháu mình dùng bữa, nhậu lai rai cho đỡ sầu nghe!

An kính cẩn thưa:

- Thưa bác, được bác cho đến chơi, cháu lấy làm vui sướng và cảm kích lắm. Tết nhất cháu chẳng có gì biếu bác và em Quân, chỉ mua được hai chai rượu và hộp bánh, cháu xin được biếu bác vậy... Còn xâu nem chua nầy người bạn đi phép mới ra, nó mua cho cháu, trong cư xá quá đơn chiếc, nên cháu mang ra luôn để bác cháu mình nhậu cho vui...

Ông Hai mừng rỡ:

- Thật đúng lúc, đã lâu rồi tôi chưa ăn lại thứ nem chua nầy, nhiều khi cũng thấy thèm, có thứ đó thì nhậu quắc cần câu luôn.

Quân thấy cha mình và An nói chuyện tâm đầu ý hợp, có sự cảm thông, nên nàng càng tỏ ra vui nhiều hơn ai hết.

Mâm cỗ cúng ông bà vừa mới tàn nhang hơn phân nửa, ông Hai đã dọn ra bàn và mời An dùng bữa. Mặc dù An là người công giáo, ăn đồ cúng là điều cấm kỵ, nhưng vì đời lính tráng, để thích nghi với hoàn cảnh sống của mình, ăn uống không thể khăng khăng giữ theo quy luật.

Ông Hai khề khà bưng ly rượu lên với đầy vẻ xúc động:

- Cậu An à, đã mấy năm liền, không khí gia đình tôi trong ngày cuối năm đâu được vui như hôm nay. Hai cha con lủi thủi mỗi người một nơi, sau khi cúng mẹ nó xong là kể như hết Tết. May mà năm nay có cậu đến chơi với chúng tôi, tôi cảm thấy ấm cúng lạ thường.

Như kèm theo một chút dặn dò gởi gắm. Ông Hai tiếp:

- Con Quân sớm muộn gì rồi cũng phải gả chồng, kiếm được người đàng hoàng thì tôi cũng nhẹ lo. Nhưng dù sao đi nữa, thì cũng phải để nó học xong cái bằng tú tài, rồi nó thương đâu tôi gả đó... Tôi nói thật không ngại ngùng với cậu chút nào hết. Nếu cậu có thương con Quân thì cậu hãy thật lòng, cậu nên chỉ bảo thêm em nó, vì nó mất mẹ đã lâu, mọi việc đều còn non dại lắm.

An không ngờ ông Hai vô thẳng vấn đề nhanh như thế. Chàng như mở cờ trong bụng:

- Dạ thưa bác, bác thương mà cho phép cháu được gần gũi yêu thương Quân, cháu rất lấy làm vui sướng, chờ em Quân học xong, năm tới cháu về phép để thưa chuyện cùng bố mẹ của cháu, ra ngoài nầy gặp bác, tính chuyện giùm cho hai cháu.

Quân bưng dĩa bánh mứt ra, chợt nghe ông Hai và An bàn chuyện của hai người, nàng khựng lại, đứng núp vào sau vách, lòng cảm thấy sung sướng và hạnh phúc tràn dâng. Cuộc tình không trắc trở, tình yêu không bị cấm đoán, không bị giới hạn, bước đầu không trở ngại, nàng sẽ tận hưởng những gì An ban cho. Hai người sẽ bơi lội, đắm chìm trong dòng suối mát ngọt ngào, yêu thương...

Ba Quân là người rất dễ tính, thông cảm con cái, vấn đề đạo đời không mấy quan tâm. Ông quan niệm đạo nào cũng hướng dẫn con người làm việc tốt, nên dù An theo đạo công giáo, nếu gả Quân cho An thì hẳn nhiên Quân sẽ theo đạo của chồng.

Ngồi nhâm nhi hết rượu tới trà bánh, thời gian qua nhanh mới đó đã hơn chín giờ đêm. An lịch sự đứng lên xin phép ra về để ông Hai nghỉ ngơi và chuẩn bị đón giao thừa.

- Thưa bác, cháu phải về, trước thềm năm mới, xin kính chúc bác và gia quyến mọi sự được tốt đẹp, sức khỏe dồi dào…

Ông Hai tiễn An ra tận ngõ, Quân đứng cạnh cha nói nhỏ vào tai An:

- Mai anh đến, em đợi anh để được lì xì đó!

An nheo mắt định đưa câu… "Lì xì một nụ hôn chịu không?". Nhưng chàng giữ lời đó lại, vì dù sao trước mặt ông Hai cũng phải tỏ ra đàng hoàng lịch sự.

Chờ lúc ông Hai không để ý, chàng đưa tay nắm lấy tay Quân bóp nhẹ một cái để thay nụ hôn từ biệt…

An hân hoan, thoải mái bước đều đều trên con đường đất, lòng phơi phới như mở hội đầu năm, gió xuân lồng lộng thổi về ngang qua cánh đồng rộng. Đám phi lau cúi rạp mình, con đường lờ mờ sáng tối từng đoạn, ánh sáng hắt ra từ trong căn nhà nằm sát lề đường soi rõ lối đi, An cho tay vào túi quần, chạm phải gói quà nhỏ mà chiều nay Quân đã tặng, lòng tò mò chàng lấy ra, đứng lại bên đường, dưới ngọn đèn điện của Duyên đoàn 42. Chàng tháo gỡ lớp giấy bên ngoài rồi mở nắp hộp, một cái bóp nhỏ loại bỏ túi của đàn ông làm bằng da màu đen bạc thật đẹp. An đưa tay mở bóp, chàng rất đổi sung sướng. Tấm ảnh của Quân nằm gọn bên trong túi nhựa mềm trong suốt. Nàng với chiếc áo dài trắng nữ sinh thanh tú, đôi mắt to đen mở lớn, miệng nở nụ cười tươi tắn, hai sóng tóc mượt mà chảy dài trước ngực, nàng dựa lưng vào thân cây phượng đang trổ những chùm hoa đỏ ối, cành lá xanh xanh thưa thớt, làm rớt xuống một vũng nắng sáng ngời trên nền đất vàng nâu, dưới chân nàng xác hoa phượng ngả màu nằm rải rác đó đây, xa hơn nữa bầu trời xanh ngát điểm nhỏ mấy cụm mây trắng đang bay. Bức hình thật đẹp, người đẹp mà cảnh cũng đẹp, thơ mộng, tao nhã... An đưa lên môi hôn vào tấm hình, giọng chàng thì thầm - "Anh yêu em, em thật xinh, thật dễ thương". Chàng lật phía sau tấm ảnh thấy tuồng chữ mềm mại lả lướt của Quân... *"Cho anh hình bóng và luôn cả trái tim em, hãy giữ mãi trọn đời". Tiết Quân lưu ảnh.*

An khe khẽ:

- Vâng anh sẽ mang em suốt quãng đường đời.

Chàng cất tấm hình kiều diễm của Quân vào bóp rồi cho vô túi quần, bước ra khỏi vùng ánh sáng của ngọn đèn. Lòng phơi phới, chàng tiếp tục rảo bước đến gần phố chợ hơn. Tiếng máy nhạc êm nhẹ vang lên từ các quán nước, quán kem hai bên đường. Dù rằng đã là đêm ba mươi Tết, nhưng hầu hết những quán xá đều không đóng cửa, họ mở cho các anh lính xa nhà, cùng một hoàn cảnh vui hưởng những giây phút đón mừng xuân mới bên nhau.

Đi tới ngã tư, chàng ngó thấy ngôi giáo đường nhỏ nằm thầm lặng trên ngọn đồi trong đêm trừ tịch, tiếng hát của nam ca sĩ Anh Khoa phát ra trong bài *"Anh đến thăm em đêm ba mươi"* sao mà phù hợp ở cái hoàn cảnh hiện tại của chàng đến thế. Chàng cất tiếng hòa theo... *"Tay em lạnh để cho tình mình ấm, môi em mềm cho giấc ngủ em thơm, sao giao thừa xanh trong đôi mắt ngoan, trời sắp Tết hay lòng mình đang Tết...".*

An rẽ xuống lối về Bộ Tư Lệnh, gió biển lồng lộng thổi vào, bầu trời tối đen, tiếng sóng rì rào đưa lại, lòng chàng đang mở hội mùa xuân.

Chương Bảy

CHUYỆN TÌNH RAU MUỐNG BIỂN

Quân nồng nàn diễm lệ trong chiếc áo dài nhung màu hồng nhạt, tà áo ngắn tận gối để lộ ra mảnh quần xa-tanh trắng bóng ngời, mềm mại. Nàng bước tới bước lui, nhún người xuống đôi lần để thử chiếc dép da mới, còn phảng phất mùi hăng hắc của chất liệu pha chế. Quân như hài lòng nói thầm - "Ừ cũng được, cũng êm ái thoải mái lắm". Nàng đến chiếc gương tròn treo trên vách, soi mặt trong gương, đôi má phơn phớt phấn hồng, viền mắt kẻ lên màu xanh biển cả, làn môi mọng thắm ngọt tình cũng được tô lên một lớp son hồng con gái. Việc kế tiếp là Quân chải lại mái tóc, tròng chiếc băng-đô màu hồng, đưa tay ngược về phía sau, lôi cả mái tóc dài ra ngoài để che phủ một phần băng-đô sau gáy. Nàng sửa chiếc băng cho đúng bề rồi kéo lên qua khỏi phần trán. Bây giờ những mảnh tóc lòa xòa đều nằm ngược hẳn về phía sau, chiếc băng đã đè bẹp chúng xuống chỉ còn phần tóc trước trán là dợn phồng lên như ngọn sóng.

Quân kéo ngăn tủ tìm chiếc hộp nhỏ, nàng mở nắp và lấy ra xâu chuỗi hạt trai mà mẹ nàng đã để lại, cầm xâu chuỗi trong tay, lòng bùi ngùi xúc động, hình bóng mẹ nàng như khói sương mờ ảo, Quân không thể hình dung gương mặt mẹ nàng đậm nét hơn bằng vào cái số tuổi của nàng lúc mẹ mất. Nàng nghe trong lòng dâng lên niềm thương nhớ vô biên, Quân vừa đi vừa đeo xâu chuỗi vào cổ, nàng đứng trước bàn thờ giọng run run nghẹn ngào, đốt cho mẹ ba nén nhang đầu năm, nàng như muốn khóc, thầm nói với người trong cõi hư vô - "Mẹ ơi, con nhớ mẹ lắm, con thương mẹ lắm, ở thế giới bên kia mẹ có biết hay không?". Rồi giọng nàng ngập ngừng thổ lộ với người quá cố như muốn san sẻ nỗi vui sướng trong tình yêu đầu đời. Nàng tiếp tục kể lể - "Thưa mẹ, con gái mẹ đã có tình yêu, con đã yêu An và An cũng yêu con tha thiết, mong vong linh mẹ luôn phù hộ cho chúng con suốt đời bên nhau, suốt đời hạnh phúc". Nàng nhìn vào ảnh mẹ, đôi mắt bà như vui lên, miệng bà như mấp máy, như muốn chia xẻ nỗi vui mừng của con, Quân biết đây chỉ là ảo giác khi nội tâm nàng tràn ngập những xúc cảm yêu thương.

An nãy giờ đứng bên ngoài cửa sổ, theo dõi về hành động và cử chỉ của Quân, chàng tôn trọng cái giây phút thiêng liêng ấy, nên không dám gây tiếng động. Thấy Quân vừa sụp xuống lạy mẹ ba lạy, lúc ấy An mới dám bước vào, chàng tần ngần rồi lên tiếng:

- Em nhớ mẹ lắm phải không?

Quân không trả lời, kéo tay An đến trước bàn thờ, nàng nói:

- Anh hãy chào lạy mẹ đi, em vừa cho mẹ biết là chúng ta yêu nhau, mong mẹ lúc nào cũng độ trì cho tình yêu của chúng mình vĩnh cửu.

An dễ dãi và cũng muốn làm vui lòng người yêu trong ngày đầu năm, chàng chắp tay trước ngực, miệng lẩm bẩm điều gì đó mà Quân nghe không rõ, xong rồi chàng xá ba xá.

Quân mời An ngồi vào ghế, An nói:

- Được, em cứ để anh tự nhiên, còn bác đâu sao không thấy?

- Dạ ba em đi chúc Tết họ hàng và mấy người bạn già từ sáng sớm.

- Anh định ra sớm, để chúc Tết ba và em nhưng vì phải ghé nhà đại úy Xuân trưởng phòng của anh để chúc Tết ông bà và lì xì mấy đứa nhỏ, ông mời ngồi lại, uống với ông ấy ly rượu đầu năm. Xong rồi thì anh tới em ngay đấy! Thế mà vẫn không gặp được ba ở nhà.

An như cố tình kêu tiếng ba để xem phản ứng của Quân ra sao. Đúng vậy, mũi tên phát ra đã trúng mục tiêu. Quân dí yêu vào trán An:

- Xí, ba của em chớ ba của anh sao?

An trơ trẽn bào chữa để chọc Quân:

- Thì trước sau gì cũng là ba của anh mà...

Quân sung sướng, lòng rộn lên niềm yêu thương dào dạt, nhưng ngoài mặt nàng làm có vẻ cao giá:

- Xí, nghèo mà ham, còn lâu lắm bồ ơi, khi nào chúng ta làm lễ tơ hồng thì mới là ba của anh.

An tinh nghịch hơn, ghé sát tai người yêu nói nhỏ hăm he:

- Hồi nãy đó, em bảo anh lạy mẹ để ra mắt, em đã cho phép anh gọi bằng mẹ rồi đó mà, nói thật nghe, trong lúc ấy anh rất xúc động, cứ tưởng hai ta đứng trước bàn thờ gia tiên để làm lễ tơ hồng.

An chỉ vào người Quân:

- Em mặc như thế này đâu khác gì cô dâu, còn anh thì giống chú rể lắm chứ! Thế thì cứ coi như ta làm lễ xong rồi đấy, em đã là vợ anh rồi, từ đây trở đi chỉ yêu mình anh thôi nhé!

An nói một hơi dài làm Quân bí lối, nàng chỉ biết gục đầu vào ngực An nũng nịu:

- Cái anh nầy kỳ, cái anh nầy kỳ quá, cứ ăn hiếp em hoài...

An cười rộn rã thỏa thuê, hãnh diện vì mình đã có một người yêu xinh đẹp hiền ngoan như Quân vậy. Tay An choàng lên vai người yêu, đầu Quân tựa sát vào ngực chàng, lồng ngực to rộng tràn đầy sức sống, Quân im lặng nghe từng nhịp đập của trái tim người tình để cảm thấy hồn mình lâng lâng. Chợt giọng An cất lên:

- Nầy Quân, em hãy ngẩng mặt lên, nhắm mắt lại, khi nào anh bảo mở mắt mới được mở nghe. Anh sắp sửa tặng cho em món quà đầu năm.

Quân ngoan ngoãn làm theo lời chàng vì nàng biết món quà đó là chẳng khác gì ngoài những nụ hôn yêu thương của An.

Quân cứ nhắm nghiền đôi mắt, và An say sưa đắm đuối ngắm nghía khuôn mặt diễm tuyệt của nàng, lòng lao đao, tình cuồn cuộn dâng cao như sóng mùa biển động. Chàng đặt xuống môi nàng những nụ hôn nồng cháy khơi dậy lửa ái ân.

Quân co rúm người lại, cơ hồ thân thể nàng như chiếc tàu đò An Thới - Rạch Giá bị cơn bão biển làm trồi lên hụp xuống theo từng đợt sóng nhồi. Bỗng chốc trời yên biển lặng, con tàu chơi vơi, bềnh bồng, lạc lối vì cơn bão rớt vừa qua. An đã dừng lại kịp lúc, hai người rời nhau. Quân ngồi xuống ghế, An đưa tay vuốt mặt đôi lần để tìm cho mình tâm trạng bình thường trở lại, lửa ái ân bất chợt tàn lụi và lý trí đã bao phen chàng ra sức chiến đấu, rồi cuối cùng chàng đã đắc thắng, cái biên giới ấy thật lỏng lẻo, thật mong manh hạn hẹp. Quân yếu đuối, nàng còn quá non dại, không đủ lý trí để giữ gìn, đè nén những cảm xúc tự nhiên.- "Thế thì ta, nếu yêu nàng chân chính phải giữ cho nàng được trong sạch trọn lành". An gọi thầm đấng cứu rỗi - "Xin ngài hãy cứu con Chúa ơi, mỗi khi con bị lao đao sắp ngã quỵ vì say men rượu ái tình".

An bước tới, nhẹ nhàng nắm lấy tay Quân kéo nàng về phía cửa sổ:

- Mọi chuyện đã qua, em đừng sợ! Anh hư thật, cũng may chúng ta chưa làm điều gì sai trái. Anh phải tự kềm chế mình cho đến ngày chúng ta thành hôn.

An dặn dò Quân với lời thành khẩn thật thà:

- Khi nào anh xấu, anh tham lam thì em cắn anh một cái thật đau để anh tỉnh mộng.

Quân ngây thơ, ngoan hiền như con mèo nhỏ:

- Cắn anh đau em đâu nỡ, nhưng chắc rồi em phải làm theo lời anh dạy.

An xúc động lắm, chàng đưa tay ngắt một chùm mai trong bình, có cái đã nở ra tươi thắm, có cái chỉ nở búp búp mà thôi, vài chiếc lá non mới nhú ra khỏi cành làm tăng thêm phần xinh xắn thanh cao cho loài hoa chỉ nở khi mỗi độ xuân về. Quân như vừa nhớ ra:

- Em đã sẵn sàng cả mọi thứ, mình đi chơi biển đi. Em đã xin phép ba và ba đồng ý rồi.

- Được đó, lâu lắm rồi anh chưa đi biển, ngoài trời hôm nay nắng lên rực rỡ, khí trời ấm áp, đầy sắc thái mùa xuân.

Quân vào bếp mang ra một giỏ xách, một tấm ny-lông màu xanh đưa cho An:

- Anh cầm hộ em cái nầy, còn em thì xách giỏ đựng thức ăn.

- Nặng lắm không? Đưa anh xách cho, kẻo em mệt.

- Lát nữa, khi nào sắp xuống con dốc, nhờ anh xách giùm em, chớ ở đây mà anh xách, hàng xóm nhìn thấy kỳ lắm, anh không ngại sao?

- Không ngại, anh yêu em thì phải có trách nhiệm lo lắng hay đỡ đần giùm em mọi mặt.

An đưa chùm mai cài lên tóc nàng:

- Mong đời em luôn may mắn, xinh đẹp và thanh cao như loài hoa nầy.

Quân cẩn thận gài cửa, hai người đi hết con đường lớn, qua con đường nhỏ tới bờ đất cao, lối mòn ngoằn ngoèo dẫn xuống mé biển. Bãi cát vàng hoang vắng nằm bên kia gành đá. An đưa tay đỡ chiếc giỏ từ tay Quân, chàng nói:

- Em đi được không?

- Được chứ, nghề của em mà, con dốc này em đã lên xuống đến ngàn lần rồi đó. Từ buổi thiếu thời mỗi sáng, chiều em đều ra mé bãi chơi. Anh đi chưa quen phải cẩn thận, kẻo té thì đổ hết đồ mà xui xẻo cả năm.

An ễn ngực:

- Còn khuya, đừng coi thường anh đến thế chớ cô bé! Em biết không, núi đồi Đà Lạt hầu như anh đã đi hết cả rồi, dốc cao, dốc thấp, dốc nào mà anh chẳng qua.

Quân cười cười:

- Đừng có xạo, rõ là bắc kỳ lẽo mép...

Hai người cùng cười vang, tiếng cười theo gió biển đưa xa len lỏi qua từng khóm lá ngọn cây của khu rừng đồi nằm cạnh bờ bãi.

Quân đi dốc nghề thật, nàng thoăn thoắt bước, nhảy tránh những chướng ngại vật, những ụ đất cao, những lỗ hủng, thoạt nàng gượng lại, khi thấy toàn thân người sắp nhũi nhào xuống. Cuối cùng rồi nàng cũng đứng dưới bãi, ngó lên thấy An đang ở lưng chừng con dốc, nàng nheo mắt cười khoái chí nói vọng lên:

- Sao ớn rồi hả? Dốc này đâu bằng dốc của núi rừng Đà Lạt mà sao anh chậm thế?

An nắm bàn tay lại làm ống loa nói lớn:

- Lụt nghề rồi người đẹp ơi!

Quân cười khanh khách đắc chí lắm, nàng lại đi ngược trở lên dốc nắm lấy tay An dắt chàng đi từ từ xuống. An đặt chiếc giỏ trên cát, xoay người đi một vòng, ngửa mặt lên trời cười ha hả...

Quân ngạc nhiên thắc mắc hỏi:

- Anh cười gì thế?

An lại tủm tỉm cười, nhìn Quân nói:

- Em bị mắc lừa mà không biết...

- Mắc lừa ai? Bao giờ?

An chỉ tay vào ngực mình:

- Thì anh, chớ còn ai nữa? Em tưởng con dốc chỉ ngần ấy mà cản trở được bước chân anh sao? Anh giả bộ khớp, để em lên nắm tay anh dắt xuống, vì anh lúc nào cũng mong giữ mãi bàn tay mềm mại, ngọc ngà của em trong tay anh đó thôi...

Quân cười trách yêu:

- Cái anh này lắm kế, nham nhở, còn lâu mới mắc lừa anh nữa.

Trời đã xế trưa, hai người đứng dưới bóng mát của cây dương già, nắng hanh hanh ấm áp, mặt biển phẳng lì, màu nước xanh tươi mát, khung cảnh trong sáng, bình yên, từng đám mây phiêu bồng trên nền trời xanh dịu.

An đưa mắt nhìn qua bãi cát bên kia, nhiều tầng đá to nằm chồng chất lên nhau làm cản lối đi, làm ngăn chia bờ bãi. An lo lắng hỏi:

- Làm sao mình qua bãi bên kia được?

Quân cười kéo tay An về phía trước, nàng nói:

- Lối nầy đây nè, hồi còn bé em và các bạn tí hon hay len lỏi chui rúc qua từng khe đá nầy, anh thì cao lớn quá có lẽ phải khom người xuống và đôi khi cũng phải bò qua mới được.

Nói đoạn, Quân lách người vào trong khe kéo theo An. Hai người vừa chui, vừa lách, vừa khom, vừa bò. Độ năm bảy phút sau họ cũng tới được bãi biển bên kia. Bờ cát trắng phau, hoang vắng, trải dài tới khu rừng phía trước.

Quân đưa tay chỉ:

- Cái rừng cây đằng trước có một đám hoa tím đó, anh thấy không? Nơi ấy rợp đầy bóng mát, chúng ta đến đó đặt "Tổng hành dinh".

An ngó theo hướng ấy, chàng nhận thấy phong cảnh thật đẹp, thật thơ mộng, hữu tình .

Hai người sánh bước bên nhau, tà áo dài của Quân phập phồng trong gió, hai ống quần rộng của nàng cứ đập vào nhau. Gió biển từng cơn thổi tới, áo bay, tóc bay, tóc nàng che cả khuôn mặt An. Tà áo bay phần phật như muốn cột chặt đôi chân hồ hải của chàng…

Đôi nhân tình đi trên cát, để lại dấu chân chạy thành hai hàng thẳng tắp song song.

Quân trải tấm ny-lông dưới tàng cây đầy ắp bóng râm. Nàng lấy thức ăn ra khỏi giỏ, cẩn thận đặt phía sau tảng đá to để tránh gió cát thổi vào. An ngồi xuống tháo giày ra, lột luôn đôi vớ trắng, chàng nhét đôi vớ vô bên trong chiếc giầy, chà hai chân vào nhau, cất giọng sảng khoái:

- Mát quá, sướng quá …

Rồi chàng ngã người lên tấm trải, choàng tay qua lưng Quân:

- Cô bé cần anh giúp gì không nào?

Quân dịu dàng:

- Anh nằm nghỉ đi, năm phút nữa là có bữa ăn trưa cho anh

An vòng tay lên ngực mình đôi mắt lim dim, gió biển mát rượi làm chàng muốn ngủ một giấc cho đã. An đang ru hồn vào cơn mộng, chợt Quân cất tiếng:

- Anh An ngồi dậy ăn nè.

An ngồi dậy, đưa tay dụi mắt, giọng nhè nhè:

- Buồn ngủ quá, cái tật anh ra biển thường hay bị buồn ngủ. Gió mát, không khí trong lành, nên cơ thể con người dễ đi vào giấc ngủ.

Quân gắp cho An một khoanh bánh tét, một miếng thịt kho, lời êm ái ngọt ngào:

- Ăn đi anh, ăn để thấy đời mình lúc nào cũng có mùa xuân, để biết tình mình nồng nàn như nắng xuân chan hòa khắp cây cỏ, nước mây.

An cám ơn với đầy vẻ xúc động:

-Anh nghĩ em sau nầy sẽ là người vợ đảm, bà mẹ hiền biết săn sóc lo lắng cho chồng con.

Rồi chàng lịch sự mời nàng một miếng ăn khác. Hai người vừa ăn vừa trò chuyện, nàng tháo ra một chiếc nem chua cho vào chén An:

- Tiếc là nơi đây không có rượu, anh uống nước ngọt đỡ vậy.

An hỏi như dò xét:

- Sau nầy em có bằng lòng cho anh uống rượu không hở Quân?

- Thỉnh thoảng uống cũng không sao, đàn ông mà, em tôn trọng mọi sở thích của anh. Ngoại trừ những cái có ảnh hưởng không tốt tới đời sống gia đình, làm mất đi hạnh phúc mà trời đã ban cho chúng ta.

An xoa đầu Quân:

- Giỏi, đáng thưởng, "bà xã" yêu dấu của anh.

Hai người dùng bữa xong, họ kề vai nhau, dựa lưng vào tảng đá. An khởi đầu câu chuyện:

- Em Quân nè, sau ngày em ra trường, chúng ta thành hôn nghe?

Quân ngần ngừ:

- Em muốn tiếp tục học thêm, lúc trước chưa gặp anh, em có ý định học ngành luật khoa nhưng thời gian dài quá, sợ cuộc tình của chúng mình không ổn, nên bây giờ em chọn ngành sư phạm, thời gian chỉ hai năm thôi.

An phản đối:

- Không được đâu em, anh muốn làm đám cưới sau khi em đậu xong tú tài. Cưới nhau rồi, em về làm vợ anh, săn sóc cuộc sống cho anh và sinh cho anh bốn đứa con kháu khỉnh, xinh xắn, ngoan hiền như em vậy.

Quân tát yêu vào má An:

- Anh tham lam quá, hai đứa thôi, sanh nhiều em xấu xí, lúc ấy anh hết yêu em là chắc.

An nài nỉ:

-Thôi mà, ráng cho anh bốn đứa. Hai trai, hai gái, gái thì phải giống em, còn trai thì phải giống anh, để sau nầy có tên "khùng" nào cũng si mê đắm đuối như ba nó đã một thời yêu mẹ nó mất cả lý trí, đôi lúc cũng khổ sở lắm vì phải kiềm hãm con tim.

An luồn tay ôm ngang eo Quân, chạm phải làn da bụng mát lạnh, chỗ hai tà áo chẻ đôi bị hở, chàng ngọ nguậy phiêu du một cõi nào xa xôi thần thoại. Quân cắn mạnh vào vai chàng đau điếng. An cười tỉnh táo:

- Anh thử coi phản ứng của em có nhạy bén hay không? Như vậy là an toàn rồi chẳng sợ gì nữa cả.

An ghì Quân nằm xuống bên chàng, nàng giẫy nẩy:

- Anh nằm nghỉ đi, em không quen nằm không có gối kê đầu…

An nhích người qua một bên, chừa khoảng rộng hơn:

- Nầy, ngực anh làm gối, em kê đầu lên đi, chúng mình vừa nằm vừa tâm sự.

Quân đã thấy người hơi mệt cần nằm để nghỉ lưng, nàng tự nhiên nằm xuống gối đầu lên ngực An, An đặt tay lên bụng nàng, hai người tình tứ cảm thông, thân mật yêu thương giữa núi rừng biển cả, trời mây hữu tình.

Quân nghiêng người qua, dùng ngón tay xinh xắn, búp măng chà nhè nhẹ lên sóng mũi cao của chàng, An cảm giác nhột nhạt, rần rần trong người, chàng kéo tay Quân, nâng đầu nàng lên nằm trên cánh tay của mình, rồi xoay người lại ôm chầm Quân, nàng giẫy giụa, cố đẩy chàng ra nhưng vòng tay An như hai gọng kềm, kẹp cứng thân hình quyến rũ đầy sức sống của nàng, hơi thở đã hòa chung, hai trái tim cùng một nhịp đập, trời đất thênh thang, nước mây trùng điệp, từng cơn sóng xô bờ lao xao đều đặn, nhịp nhàng như ru đôi nhân tình vào mộng thiên thai.

Soạt, một tiếng rơi khô khan của trái thông già gần đó, đưa họ trở về thực tại, hai người rời nhau, Quân giục An:

- Đứng dậy đi anh, chúng mình đi tản bộ trên bãi, trời xế chiều rồi, nắng bớt gay gắt, để em đưa anh đi thám hiểm khu vực chung quanh đây.

Hai người đi chân trần trên cát, cảm giác mát lạnh dưới chân. Quân nắm hai ống quần rộng kéo cao, để lộ đôi bắp chân trắng nõn, gót chân son đỏ, nàng đi vào làn nước trong, bọt nước trắng xóa, nàng cúi xuống muốn giữ chúng lại không để chúng trở ngược về với lòng đại dương, cứ thế họ thong thả đi bên nhau. Cứ thế, ngọn sóng vô tình đẩy đưa xô giạt vào bờ làm tiêu tan những tòa lâu đài cát của các công nhân dã tràng, chúng vừa thấy hai người đã ùa nhau chạy tán loạn, Quân rượt bắt được một chú, An cũng đuổi theo, vừa bò vừa chụp, hai người thở hổn hển nằm vật trên cát, cười rũ rượi, thỏa thích.

Họ không đi dọc theo bờ biển nữa.

Quân nói với An:

- Mình lên đồi cát trên kia nghe anh.

Họ đi ngược lên bờ cát phía trên, nhiều dây rau muống biển lá xanh hoa tím nằm rải rác khắp đó đây.

Quân hỏi An:

-Anh có nghe truyền thuyết về loài hoa này không?

An lắc đầu:

- Em kể cho anh nghe đi!

Ánh mắt xa xôi, giọng buồn man mác, Quân kể:

- "Thời gian xa xưa, một vùng đảo nhỏ, có một người con gái yêu tha thiết đắm say một chàng trai sống kiếp hải hồ, qua nhiều bến nước. Bỗng một ngày kia, chàng ra đi biển biệt chẳng thấy quay về, người con gái ở lại nặng nỗi chờ mong, võ vàng theo năm tháng, sầu muộn, tương tư đau khổ. Rồi một đêm kia, mưa bão đầy trời, nàng đã trút hơi thở cuối cùng, lìa xa trần thế trong nỗi u uất đợi chờ. Nàng được chôn trên đồi cát hoang vu, biển cả thương tình hát ru nàng bằng những điệp khúc muôn đời không ngừng nghỉ.

Thời gian sau, cạnh ngôi mộ nàng có một loài rau mọc lên. Loại rau này lá xanh, hoa tím, trông na ná như rau muống nhà, nhưng lá tròn to như lá trầu, còn hoa thì có màu tím tươi lớn cỡ bình mực học trò. Nó cứ mọc ra, vươn dài, băng qua các bờ bãi, đến khi ngọn rau đụng phải làn nước biển thì ngừng lại không mọc nữa. Ngọn rau ngâm mình trong vùng nước, như thỏa thích, như hài lòng, như tìm lại được hơi hám của người yêu. Từ đó người đời đặt cho cái tên "Rau Muống Biển".

Quân bứt một cánh hoa tím đang xếp lá sầu giữa buổi hoàng hôn, nàng u uẩn buồn buồn nói với An:

- Đời hoa đáng thương quá, chóng nở chóng tàn… Nếu được, em chỉ xin làm kiếp lá mà thôi!

An như an ủi, chia xẻ cái dâu bể tang thương, cái vô thường trời đất, cái sinh diệt của vạn vật càn khôn:

- Lá xanh rồi cũng có lúc phải lìa cành em ạ.

- Nhưng ít ra, chúng có dài thời gian hơn kiếp hoa bạc phận hắt hiu này.

-Trên đời này không có cái gì bất di, bất dịch, không có gì vĩnh cửu trường tồn.

- Còn tình yêu chúng ta thì sao?

- Anh sẽ yêu em đến hơi thở cuối cùng.

An chỉ xuống biển nước mênh mông, chỉ lên rừng cây ngập lá, chàng nói:

- Quân, em hãy tin anh, khi nào biển kia đã cạn, núi kia không còn thì anh mới hết yêu em.

Quân đối mặt người yêu, chân dậm dậm lên cát, nàng nói:

- Tình thương của em cho anh nhiều như cát biển này đây, một ngàn năm hay mười ngàn năm nữa, nếu gió biển thổi mất hết bãi cát nầy thì em mới hết yêu anh.

Hai bóng chụm vào nhau, thời gian giao ước, kết thề đã đưa đến sự cảm thông, thương yêu tuyệt đối.

Quân vói tay bứt đứt một nắm dây tơ hồng, lựa ra sợi màu hồng nhất, cuộn tròn ba vòng thắt gút rồi đeo vào ngón tay An, nàng cũng làm cho mình một chiếc.

An hỏi:

- Đây là dây gì mà nhiều thế em?

- Dạ, dây tơ hồng, em đã thay nhẫn cưới đeo vào tay chúng ta rồi đó, kể từ bây giờ em là của anh, và ngược lại.

Rồi nàng tiếp:

- Khi xưa còn bé, em và các bạn chiều chiều thường ra bãi, lên đồi cát nầy để bứt dây tơ hồng làm nhẫn cưới, vòng đeo cho cô dâu. Chơi chán rồi bọn em rượt nhau xuống bãi lượm vỏ sò, vô tư, la lối, hét hò, bơi lội trong vùng biển mặn ngoài kia. Tuổi thơ mới đó mà qua mau, giờ em lớn đã có anh, đã biết thế nào là tình yêu… em khám phá trong tình yêu có nhiều hương vị, vị nào cũng làm mình ngất ngây điên đảo.

Ánh nắng yếu ớt đọng hững hờ lên vùng hoa tím trước mặt.

An như nhớ ra:

- Hoa kia tên gì mà anh thấy mọc nhiều thế? Nhất là trên các triền núi sườn đồi, cũng loại hoa này anh thấy rất nhiều trên Đài kiểm báo.

- Ồ, hoa ấy hả anh? Chúng em gọi là "hoa cứt lợn"…

- Sao hoa đẹp mà tên kỳ dị vậy?

- Em cũng chẳng biết, tên này phát xuất từ đâu, bao giờ!

An bước tới đưa tay hái một cái, cài lên tóc Quân, chàng ngắm nghía:

- Đẹp lắm, em hợp với màu tím đấy!

Quân nũng nịu:

- Em không thích màu ấy đâu, vì màu tím là màu dang dở.

An nói:

- Cũng là màu thủy chung nữa đó em ạ!

An đứng trên đồi cát cao, quan sát quang cảnh chung quanh.

- Bãi này tên gì? Phía sau kia anh thấy có căn cứ quân sự, phải Duyên Đoàn 42 không em?

- Dạ, còn đây là bãi Xếp, bãi này vắng người đi, sau nầy là chốn hò hẹn của hai chúng mình đó! Nếu mai này mất anh, em sẽ ngồi đây mà tưởng nhớ, mà khổ đau...

An tát nhẹ vào má người yêu:

- Đừng nói gở chớ em, làm gì có ngày ấy...

Một ngọn gió trùng dương thổi lại, Quân rùng mình đi sát vào An, mặt trời đã lặn, ánh tà huy tim tím u buồn chạm xuống vùng biển nước mênh mông, phản chiếu lại một thứ ánh sáng lung linh huyền ảo bao phủ cả núi đồi thâm u hoang dã.

An vỗ nhẹ lên vai Quân, chàng nói:

-Thôi mình đi về em, trời tối rồi.

Đoạn chàng nhìn sâu vào mắt Quân, bày tỏ lời tri ân cảm kích:

- Quân, Anh rất cám ơn em đã dành cho anh một ngày đầu năm thật vui, thật nhiều ý nghĩa.

Quân thổn thức, nồng nàn:

- Chúng ta chỉ có mấy ngày bên nhau, nên em muốn dành cho anh tất cả những giây phút thân mật, cận kề.

Nàng hơi đắn đo hỏi:

- Anh được nghỉ mấy ngày phép để vui Tết?

An đáp:

- Ba ngày em ạ...

- Mai anh có muốn cùng em lên chơi Dương Đông không?

An chẳng ngại ngần:

- Được chứ, em đi đâu thì anh đi đó.

- Vậy, hẹn anh đúng 9 giờ sáng mai tại tiệm phở Bò Vàng. Em mượn nhỏ bạn chiếc Hon-Đa, mình ăn sáng xong rồi đi.

An vui vẻ, khôi hài:

- Xin tuân lệnh người đẹp.

Nói xong, chàng xoay qua cặp cổ Quân, hai người trở lại chỗ cũ thu dọn đồ đạc để về nhà. Vừa lúc ấy ngọn đèn pha của Duyên-Đoàn cũng vừa bật sáng và tiếng chuông nhà thờ vang lên trong buổi chiều xuân êm ả, từng cặp hải âu bay nhanh về núi, rồi cuối cùng chỉ thấy những chấm nhỏ nhạt mờ. Con người cũng như muông thú cần phải có đôi có cặp để san sẻ, để yêu thương, để giao hòa sự sống.

An và Quân luồn lách một hồi cũng qua khỏi mấy hốc đá sâu. Họ nắm tay nhau đi lên con dốc dài, bỏ lại phía sau những dấu chân theo thời gian sẽ là kỷ niệm đánh dấu một mùa xuân đẹp nhất trong đời. An đứng lại tháo chiếc nhẫn cỏ từ nơi ngón tay Quân:

- Anh giữ nhé! Trong ngày cưới sẽ đeo vào tay em.

Quân làm bộ nũng nịu:

- Không được, phải nhẫn kim cương cơ!

An cười:

- Lính nghèo mà em, làm gì có nhẫn kim cương...

Quân cũng cười theo, hai người hướng mặt ra biển nói lớn:

- Cám ơn biển, biển đã cho chúng tôi những giây phút thật tuyệt vời...

Biển bây giờ không còn là màu xanh mà là màu tím của vỏ măng cụt, nhưng trong lòng An và Quân có cả một đại dương tình yêu lóng lánh ánh mặt trời.

Ngày đầu năm đã hết, dư vị mùa xuân, hương vị tình yêu còn phảng phất đâu đây. Họ sống cho nhau thật nồng thắm trọn vẹn. Cuộc vui nầy qua, họ có cuộc vui khác, ngày mai hai người sẽ thăm viếng Dương Đông.

Chương Tám

GHÉ BẾN DƯƠNG ĐÔNG

Dương Đông là một thị trấn có cơ cấu hành chánh quy mô, nằm về hướng tây bắc của hải đảo Phú Quốc, dân cư đông đúc hơn An Thới, nhưng đời sống rất hiền hòa, bình lặng. Phố xá sầm uất, lớp lang, thứ tự, đường rộng thênh thang, nối ngang, nối dọc. Đường nào cũng sạch, cũng xinh, cũng hữu tình, dễ dàng vương vấn lòng người sau một lần ghé đến.

An chở Quân trên chiếc Hon-Đa chạy dọc theo bờ biển, con đường ngoằn ngoèo, thoai thoải, lúc lên cao, lúc xuống thấp. Quân ôm chặt bụng An, mấy lần suýt ngã vì xe cán lên những cục đá núi nằm chôn sâu ở giữa đường, An cố gắng tránh né nhưng không tài nào lách khỏi hết được.

Con đường dọc bờ biển nầy mới được khai mở từ đầu thập niên 1970. Trước đó nhiều năm, xe đò chở khách trên tuyến đường từ Dương Đông qua Hàm Ninh rồi thẳng xuống An Thới (Xe đi đường trong, ngang qua Cầu Sấu rồi xuống chợ Cây Dừa, An Thới ngày nay).

Cuộc chiến Quốc Cộng càng ngày càng leo thang, nên từ đó con đường nầy đã bị đóng lại, người dân lên xuống chỉ còn nước đi đường biển bằng ghe, tàu hoặc đi đường bộ bằng xe đạp hay xe gắn máy mà thôi.

Suốt đoạn đường An cứ trầm trồ khu rừng mai vàng rực rỡ đang nở rộ đón xuân. Rừng mai nầy nằm cách mũi Tàu

Rủ vài ba cây số, phong cảnh rất ngoạn mục nên thơ, con đường mòn đất đỏ nhỏ nhỏ, cong cong. Bên dưới là biển nước mênh mông, xanh ngát một màu, hàng dừa nghiêng bóng nằm dọc theo bờ cát trắng phau. Thảm hoa tím hoang dại trải dài ra tận mé đường. Bên bìa rừng nhiều loài hoa khoe sắc thắm trong nắng sớm dịu hiền, xa hơn nữa là triền núi, sườn đồi với hoa trái cây rừng như cù lần, sim tím, sơn trà vàng mọng. Đem kết hợp lại quả là một bức tranh thiên nhiên toàn mỹ.

Trời trong thưa nắng, mây trắng lững lờ, gió xuân vi vu trỗi điệu, sóng biển rì rào tạo thành một khúc nhạc êm đềm thanh thoát. Hai người say sưa nhìn ngắm, đê mê trước phong cảnh đậm tình của ngày tháng đầu xuân.

An ngừng xe lại trước đồn lính Địa phương quân và tặng mấy anh lính xa nhà vài bao thuốc lá, để cảm ơn sự hy sinh và chia xẻ nỗi thiếu vắng không khí gia đình trong những ngày đầu năm.

Xe qua khỏi cây cầu nhỏ rồi bắt đầu đi sâu vào hướng núi, khu vực nầy thuộc ấp Bà Phong, gần xóm Cửa Lấp, dân chúng sống rải rác nên thỉnh thoảng cũng có xe qua lại. An chạy một đoạn khá xa, qua thêm cây cầu lớn. Xe đều đều lăn bánh trên dốc Bà Kèo, một vùng biển trời bao la trước mặt, An nhấn ga sang số cho xe lên dốc từ từ. Đồi Nguyễn Trung Trực hiện ra, nơi đây là độ cao gần nhất của thị trấn Dương Đông. Tính ra Dương Đông cách An Thới chưa tới ba mươi cây số, mà Quân và An phải mất gần hai giờ đồng hồ mới đến nơi...

Hồi thời Pháp thuộc, nơi nầy là đồn bót của bọn thực dân (Cót Tu-Ma). Sau khi trao trả chính quyền cho Tổng Thống Ngô Đình Diệm, chính phủ ta cũng dùng nơi nầy làm công sự phòng thủ. Nhưng bây giờ chỉ còn tàn tích của một thời xa xưa hoang phế.

Bên kia con đường, giữa lưng chừng dốc bãi, một tượng người đàn ông diện mạo Âu Châu mặt hướng về trời Tây, mang nặng nỗi sầu cố quốc.

An giảm tốc độ, cho xe từ từ xuống dốc. Mũi chàng vừa ngửi phải mùi vị nồng nồng, gây gây, An hỏi Quân:

- Quái, mùi gì lạ vậy em?

Quân rành rẽ, nhanh nhẹn trả lời:

- Mùi nước mắm đó anh, ở đây nhiều nhà sản xuất nước mắm lắm. Danh tiếng như Hồng Đại, Sáng Tươi, Huỳnh Thành Tựu và còn nhiều nữa, nên không khí Dương Đông sặc mùi nước mắm. Mới đến anh ngửi thấy mùi khó chịu, nhưng chốc lát sẽ quen ngay...

Xe đổ dốc xuống đường Chùa, băng ngang ngôi Cổ Tự Sùng Hưng. Bên kia con lộ có hồ sen lớn, nhưng chỉ thấy lưa thưa vài đóa sen hồng nhô lên khỏi làn nước bạc, ngửa mặt nhìn trời khoe sắc, khoe hương. Trong khuôn viên chùa, cách sân trước khá xa, một ngôi nhà sàn xây bằng xi măng, chung quanh trống trải. Trên giàn cao khoảng hai thước là chỗ dùng để đặt các cỗ đụn, cũng là nơi làm sân khấu để diễn kịch của gia đình Phật tử địa phương. Cứ mỗi năm vào tháng bảy, ngày xá tội vong nhân, cúng thí cô hồn, đồng thời cũng là ngày Lễ Vu Lan mùa báo hiếu. Ngoài việc đi chùa, cầu an, cầu siêu cho các bậc hiền mẫu, dù đã mất hay còn đang hiện tiền. Quân còn nhớ có lần tham dự một buổi cúng cuối tháng, nhà chùa cũng tổ chức một buổi xô giàn, đậm nét tâm linh, vui nhộn nhưng không kém phần long trọng và nhiều ý nghĩa. Sau những nghi thức cúng kiếng, chiêu hồn, âm nhạc cổ truyền đưa các tiếng trống, tiếng kèn, tiếng chuông ngân lên báo hiệu. Những đụn bánh nhỏ, lớn đủ màu lần lượt xô xuống giàn cao. Nào là bánh quy, bánh ít, bánh bò, bánh nếp, với nhiều màu sắc, kết thành hình Phật Bà, hoa sen, rồng, phụng và cá vàng thật vô cùng đẹp mắt.

Người đứng đông nghẹt dưới giàn, trẻ con, trai gái trong tư thế sẵn sàng chụp giựt. Nhất là các cô cậu choai choai mới lớn, rất hào hứng, rất chộn rộn. Tiếng la hét, cười nói, trêu ghẹo náo nhiệt vang động cả sân chùa.

Từng ổ đụn xô xuống, từng vai người kê vào vác đi, đám con nít nhào vô, nhảy lên chụp lấy. Cái nắm trong tay, cái rơi xuống đất đạp lên chẹp nhẹp. Người dẫm lên người, quang cảnh thật hỗn độn, nhưng hào hứng và vui nhộn.

Chắc chắn ở cõi vô hình cũng có nhiều chúng sinh tranh giành với nhau dữ dội, không khác gì các người sống đang tranh giành trong mùa xá tội vong nhân. Mỗi phong tục nói lên nét văn hóa đặc thù của mỗi địa phương, là tinh thần nhân bản, là truyền thống bao đời, là tinh hoa của người sống muốn gởi đến người chết trong ý nghĩa nào đó...

Ngày tháng bảy đã đi qua, hôm nay là mùa xuân, gốc mai già căn cỗi, điểm tô những cánh vàng rời rạc, chen lẫn giữa những chiếc lá non xanh mơn mởn. Hai con kỳ lân bằng đá ngồi chễm chệ trước cổng chùa, nay đã loang lở màu sơn.. Lưa thưa năm ba cụ già tay quàng hương quả đến cúng Phật trong những ngày đầu năm, tạo cho quang cảnh ngôi chùa càng tăng thêm phần thanh tịnh, trang nghiêm.

Bầu trời cao và trong xanh, ánh nắng chói chang làm đôi má Quân đỏ hồng, trên trán lấm tấm mồ hôi. Tiếng máy chạy ì ầm của hãng làm nước đá khiến Quân nghe thèm một ly chanh đường, nàng đưa khăn tay lau lên trán mình và trán An rồi nói:

- Ngã Năm đằng trước, mình ghé vào quán nước tìm cái gì uống cho đỡ khát đi anh.

- Đồng ý, anh cũng khát lắm rồi, quái trời nóng thật.

Ngã Năm là giao điểm của các ngõ đường ra vào thị trấn Dương Đông. Ngả qua Hàm Ninh, ngả về phố chợ, ngả xuống bờ sông, ngả ra Dinh Cậu, và ngả lên Xóm Chùa. Năm ngả nầy tiếp nối ngang dọc, hoặc rẽ chia thêm nhiều con đường lớn nhỏ khác nhau... Thị trấn Dương Đông là trung tâm, là trái tim dung chứa lưu lượng huyết cầu đời sống, chuyển tải đến các xã khác như Cửa Cạn, Hàm Ninh, Dương Tơ và An Thới. Ngoài năm xã chính nêu trên, hải đảo Phú Quốc còn có thôn ấp, xóm làng rải rác khắp nơi trên vùng đất nổi nầy. Mỗi nơi có vài trung đội Địa phương quân trú đóng, để bảo vệ an ninh. Điểm đặc biệt là toàn đảo có tới 99 ngọn núi, đồi. Rừng già, cây cao, hang hốc đều nằm ở phía bắc và 66 hòn lớn, nhỏ hầu hết ở phía nam.

An dựng xe bên lề đường, gần các sòng bầu cua, lũ con nít đang say mê theo dõi ăn, thua, tiếng cười vui hí hửng khi được trúng tiền, cũng có em gương mặt tiu nghỉu khi thua hết cả bao lì xì. Bên kia góc đường các sòng bài ba lá được người lớn chiếu cố triệt để, kẻ đứng, người ngồi, chen chúc trong tiếng vỗ tay, tiếng cười nói ồn ào vui nhộn, tiếng la ó cãi cọ hòa trong âm thanh của hột xí ngầu nằm chật chội trong tô sành kêu lên rộn ràng, nhịp nhàng theo cánh tay lắc nhà nghề của bác lắc tài xỉu, tất cả tạo nên một khung cảnh thật là huyên náo, vui tươi, không khí chan hòa hương vị ngày xuân. Mỗi nhà, mỗi cửa tiệm đều treo cờ để ăn mừng ba ngày Tết. Những lá cờ vàng ba sọc đỏ rực rỡ tung bay trong gió xuân hiền hòa như lòng người dân của thị trấn.

Người đàn bà trung niên đon đả chạy ra chào khách, khi vừa trông thấy An và Quân:

- Chúc mừng năm mới, Cô cậu từ An Thới lên hả? nóng quá, uống đá chanh nha!

Bà thật tự nhiên, cởi mở. An và Quân gật đầu:

- Vâng nhờ dì cho hai ly đá chanh!

Quân nói thêm:

-Tết ở đây vui quá nhỉ? Có mấy sòng bạc kia thì nhộn nhịp hẳn lên.

Bà chủ quay vô, năm phút sau mang ra hai ly đá chanh. Những cục đá nhỏ trong suốt nằm trong ly chanh đường mang hơi lạnh thấm vào cổ họng từ từ đưa xuống tận bao tử An, chàng uống một hơi cạn, thở phì một cái đoạn nói:

- Trời nắng quá, uống ly nầy vô đã khát thật!

Quân ân cần săn sóc:

- Anh dùng thêm không?

- Đủ rồi em, này nhà bạn em ở đâu?

Quân nhỏ nhẹ từ tốn:

- Nghỉ một lát, rồi mình đi tiếp, cho anh thăm trung tâm điểm của thị trấn trước, sau đó mới ghé Dung, chớ nếu ghé nó trước thì mình sẽ bị kẹt luôn ...

Chợt một ý nghĩ ngộ nghĩnh lóe lên trong đầu An. Chàng nắm tay Quân kéo ra sòng bầu cua trước quán nước:

- Này, thử thời vận đầu năm, em muốn đặt con gì nào?

Quân thấy ngại ngại kỳ kỳ nàng giữ tay An lại:

- Kỳ lắm anh à, mình khách lạ lại là người lớn nữa, bọn trẻ nó chơi mình chen vô quê lắm.

An cãi bướng:

- Cũng có mấy cô mấy cậu chơi đó, thử thời vận đầu năm coi hên không mà!

An lại kéo Quân tới sòng khác có người lớn chơi, chàng móc trong túi ra tờ một trăm.

- Đặt một lần thôi, ăn thua gì cũng được, rồi, em chọn gì nào?

Quân nhìn xuống bàn bầu cua, cái hình ảnh hấp dẫn nhất từ lúc nàng còn bé vẫn là trái bầu màu đỏ chiến thắng, phần trên cái eo có cột chiếc nơ xinh xắn. Quân nói:

- Được, em đặt bầu.

An thả tờ giấy một trăm xuống ngay trên trái bầu đỏ ửng, người làm cái hô to:

- Xong chưa? Lấy tay ra hết nha, khui nè!

Anh mở nắp đậy, Quân vui sướng reo lên:

- Ba bầu, ba bầu, trúng rồi anh An, mình trúng rồi...

An và Quân nắm tay nhau, nhảy tưng tưng như đứa con nít.

Người làm cái lấy ba tờ trăm ra chung cho An, An cười thích thú, choàng tay lên vai Quân đưa nàng ra xe và chế giễu:

- Chà, đầu năm hên thật, đầu năm em trúng ba bầu, chắc cuối năm em cũng trúng bầu luôn...

Quân thẹn đỏ cả mặt, nàng đấm thình thịch lên lưng An, An cười khoái chí, chiếc xe lao tới, Quân ôm chặt người yêu hơn vì sợ bị ngã.

Đường sá rộng rãi, nhà cửa khang trang, lối kiến trúc thẩm mỹ và nề nếp hơn nhiều so với An Thới, qua khỏi ngã tư ngang tiệm sách Liên Quan (họ hàng của thầy Đắc), Quân chỉ về trước mặt:

- Nhà lồng chợ đằng kia, trong ấy có quán Cù Đe nổi tiếng lắm đó, ông nấu ngon mà lại vui tính nữa. Mỗi buổi sáng nhóm chợ, các món ăn được bày bán trong nhà lồng, còn các thứ hàng tươi như rau cải, trái cây được bày bán chung quanh ngoài nhà lồng chợ.

Quân chỉ tay cho An quẹo phải, chiếc xe chạy thiệt chậm, bóng nắng không còn, họ đang ở trong dãy nhà lồng chợ vải và các cửa hiệu tạp hóa, mái ngói che kín không thấy được ánh sáng mặt trời, các cửa hiệu đều nghỉ để ăn Tết, ngoài trừ những sòng bài và bầu cua đặt khắp đó đây kéo dài xuống con đường phố chánh là đường Nguyễn Trung Trực.

Hai dãy phố cờ xí rợp trời, người đi đông đúc, tiếng pháo nổ đì đùng, tiếng trống múa lân vang dội, tiếng cười nói nhộn nhịp cả con đường, người Hoa kiều cư trú nơi này đã nhiều thế hệ, nhưng tập tục của họ vẫn còn, vẫn mời các đoàn lân về múa trong những ngày xuân để lấy hên đầu năm, mùi hương thơm nồng của thuốc pháo, mùi nhang trầm ngào ngạt thoảng đưa, màu hồng xác pháo nằm vướng cả lối đi.

An cứ mãi xít xoa:

- Vui quá em nhỉ? Đã từ lâu rồi anh không thấy quang cảnh và không khí Tết như thế này. Cũng là một phần đất trên đảo mà sao có sự khác biệt quá lớn. Đời sống dân chúng ở đây rất là thong thả và hiền hòa, bình lặng, còn An Thới thì ồn ào, mọi sinh hoạt rất hấp tấp và bận rộn vô cùng.

- Cuộc sống của dân và lính nó khác biệt nhau là ở chỗ đó. Quân trả lời.

Xe sắp sửa lên dốc cầu Ngang, cây cầu bắc ngang dòng sông dấu hỏi, nối liền cuộc sống của người dân trên đảo từ thế hệ này sang thế hệ khác. Cây cầu nầy đã được Tổng Thống Ngô Đình Diệm cho xây lại khá kiên cố sau một lần ông ghé thăm hải đảo Phú Quốc. Bên kia cầu là phi trường, cách chân cầu dọc bờ sông phía tay trái cỡ trăm thước là ngôi chợ cá mới và nhà cửa của dân chúng cư ngụ. Bên nầy cầu cũng dọc bờ sông nhiều tiệm quán bán đủ các thứ nhu yếu phẩm.

An sang số, xe từ từ lăn bánh trên cầu, bánh xe gập ghềnh trên những miếng gỗ cũ lâu ngày đã hở, vì bị bung đinh, sứt ốc.

Xe đang lên tới giữa cầu, bất chợt đầu bên kia có một chiếc xe nhà binh chạy tới, An phải nép sát xe vào thành cầu, nhường cho chiếc xe GMC thẳng tiến, vì cầu hẹp chỉ một chiều. Mỗi khi có xe lớn qua lại thì xe gắn máy, xe đạp và người đi bộ phải đứng sát vào thành, mà trớ trêu thay, thành cầu chỉ là những thanh sắt to bắt chéo lên nhau, để hở những khoảng trống lớn. Từ đây có thể nhìn xuống dưới sông, khoảng cách mặt nước với thành cầu cao vời vợi, khiến Quân phải nhắm hai mắt lại, gục đầu vào vai An, nàng nói:

- Ghê quá! Chóng mặt quá đi thôi, qua khỏi cầu chưa anh?

An giữ tay lái cho an toàn, chàng thả xe xuống dốc chầm chậm:

- Qua khỏi cầu rồi Quân! Nghĩ cũng ớn thật. Không an toàn chút nào, nếu lơ đễnh là rớt xuống sông như chơi...

An đùa:

- Về kỳ nầy anh phải viết thư khiếu nại với ông Quận Trưởng mới được! ... À mà sao lạ quá, dân chúng ở đây hiền lành và dễ dãi thế?

- Đã bảo họ rất hiền lành và chất phác lắm.

- Các nhà sản xuất nước mắm chắc có đóng thuế, mà sao họ không yêu cầu để đời sống người dân trên đảo được tiện lợi và bảo đảm an toàn hơn em nhỉ?...

Quân không trả lời câu hỏi của An, nàng chỉ tay xuống hướng chợ cá:

- Con đường dọc bờ sông nầy dẫn tới xóm Cồn đó anh. Mùa nầy là mùa cá bạc má, cứ chín mười giờ tối là ghe tàu về bến, đèn đuốc sáng trưng. Nhiều người, nhiều nhóm đứng gỡ những con cá mắc lưới ra, vui lắm anh à. Nhứt là những con cá tươi ngon béo ngậy, đem hấp cuốn bánh tráng thì ăn hết sẩy.

- Anh đang đói bụng, nói mà nghe phát thèm...

- Con Dung, nhà nó có ghe đánh cá, chẳng biết hôm nay xuất hành chưa? Biết đâu, tối nay mình có dịp thưởng thức món cá hấp dẫn nầy!

Gió mơn man thổi nhẹ, phi trường hoang vắng đìu hiu không một bóng người. Nhà ga nhỏ bé im lìm trơ vơ giữa cánh đồng ngập nắng.

Đường phi đạo từ mé biển kéo dài đến tận cuối rừng tràm. Đám cỏ tranh lưa thưa chuyển mình trong gió, hai người dựng xe dưới bóng mát nghiêng nghiêng của ngôi nhà ga mà ngắm cảnh hoang vu vắng vẻ. An như nhận ra đường phi trường đã hết lối, chàng hỏi:

- Nhà Dung đâu?

- Đừng vội, tí nữa anh sẽ biết ngay! Bây giờ mình quay xe trở lại.

Hai người lại đèo nhau lên xe. Quân bóc múi quít đưa vào miệng An:

- Ăn cho thấm giọng đi anh!

Qua khỏi chùa Phước Thiện xe quẹo phải vào con đường nhỏ, cát trắng ngà ngà, cách khoảng trăm mét, một ngôi nhà sàn xinh xắn hiện ra. Bên cạnh là vườn đào lộn hột, trái chín vàng treo tòn ten, những trái non nằm rời rạc bên cạnh những chiếc lá xanh đậm màu.

Một cô gái tóc ngắn, da trắng đang đứng dưới gốc đào, đưa chiếc lồng tre lên hái những trái đào vàng bóng. Nghe tiếng xe, cô gái quay lại nhận ra Quân, cô nàng mừng rỡ, reo vui...

Quân bảo An cho xe vào thẳng trong sân. Quân nhảy phóc xuống xe, nhỏ Dung rối rít:

- Quỷ, mầy lên hồi nào, sao không cho tao biết?

- Thì mới lên tới đó, cho mầy biết trước mất hay.

Dung ngó An, rồi nói nhỏ gì đó với Quân.

Quân phát lên vai bạn một cái đau điếng. Nàng lôi Dung đến bên An:

- Đây, nhỏ Dung bạn em! Còn đây, trung úy An, người mà tao thường nhắc.

An lịch sự nghiêng mình cúi chào:

- Hân hạnh được biết cô Dung.

- Dạ, không dám! Anh đi đường vẫn khỏe chứ?

Quân hờn mát:

- Ê, mới gặp mà đã thiên vị rồi hén! Hỏi thăm sức khỏe ảnh, mà sao không hỏi thăm sức khỏe tao?

- Mầy hả, khỏe như trâu đó, cần gì phải hỏi.

- Chẳng lẽ An trông bệnh hoạn sao?

- Không phải, phép xã giao mà!

Dung kề sát tai Quân nói nhỏ:

- Mầy lộn xộn, tao cuỗm luôn ảnh đó...

Dung khoái chí cười nắc nẻ, Quân đấm lên vai bạn:

- Mầy dám, mầy dám! Còn Quách Tĩnh bỏ cho ai?

An thấy hai người nói chuyện tự nhiên và bạo quá, chàng cười lắc đầu chịu thua.

Dung đưa An và Quân vào nhà. Ngôi nhà sàn rộng rãi, mát mẻ. Lên hai bậc tam cấp, trước nhà là dãy sàn gỗ để ngồi hóng mát. Bên trong, giữa nhà có bình mai vàng tươi, đặt trên chiếc bàn lớn cạnh mâm bánh mứt, cùng mấy chai nước ngọt đủ màu đủ loại, như thấy cả mùa xuân đang hiện diện nơi đây. Phía sau là bàn thờ với bộ lư đồng sáng bóng. Hai bên là hai dĩa ngũ quả đơm thật kéo tay và đẹp mắt. Bên cạnh là chiếc đi văng, có khung cửa sổ nhìn ra vườn đào rợp bóng. Góc trái là lối vào phòng ngủ. Phía phải đi thẳng ra sau là khu vực nhà bếp và phòng tắm.

An cởi đôi giầy để bên ngoài nhà, Quân đưa cho An chiếc khăn lau mặt, bảo chàng ra sau nhà lấy nước rửa mặt cho khỏe người.

Dung lên tiếng vì nàng sợ An ngại:

- Anh An cứ tự nhiên rửa mặt, xong rồi, Dung coi thứ gì ăn được dọn ra cho hai người dùng, chắc đói lắm rồi?

Quân nói:

- Anh An và tao ăn phở lúc chín giờ sáng, lội đèo, vượt núi, chắc tiêu hết rồi.

- Ủa, hai bác và mấy đứa nhỏ đâu sao không thấy?

- Ba tao ổng đi xuống ghe rồi, chiều nay xuất hành ra khơi, còn má thì dẫn tụi em qua nhà dì Hai. Còn chị Lệ đi chơi với bạn rồi.

- Còn mầy, sao ngoan vậy, ở nhà một mình?

Dung trề môi khoe thành tích:

- Đừng tưởng bở! Đi từ sáng mới về hơn nửa tiếng, định hái vài trái đào ăn, nghỉ ngơi một chút, chiều lại dông tiếp. Nào ngờ đâu mầy tới đó!

Hai người vừa trò chuyện, vừa dọn bánh tét, thịt kho cá bạc má ra bàn. An đã rửa mặt xong, chàng thấy người dễ chịu, chàng cũng vào bếp xin việc làm.

Dung rất tự nhiên, đưa cho An con dao lớn, nàng chỉ vào chiếc thùng gỗ nằm cạnh sau nhà, bảo An:

- Anh ra đó, mở nắp thùng, chặt cho Dung một cục nước đá để ba anh em mình nhậu...

An cầm cây dao bước xuống sàn nhà, mở nắp thùng. Một lớp trấu phủ lên khối nước đá to, An đưa tay phủi lớp trấu qua một bên, để lộ khối đá trong suốt, hơi lạnh xông lên, chàng chặt mấy dao mà nước đá vẫn chưa bể. Dung thấy thế, chạy vội lại vừa cười vừa chặt một nhát. Miếng đá to bằng bàn tay tách ra. An cầm lên cười chữa thẹn vì sự vụng về của mình:

- Cô Dung giỏi thật! Chỉ cần một nhát mà đá vỡ rồi...

Quân trong nhà bếp nói vọng ra:

- Chứ ai như anh vậy, chỉ biết làm lính thôi, chớ chẳng biết làm được gì cả!

An cãi lại:

- Giỡn hoài, anh còn biết làm được nhiều thứ lắm chứ!

- Thứ gì?

- Thì chở em lên Dương Đông chơi nầy!

- Chuyện đó dễ ẹt! ai làm chẳng được...

Hai người giỡn qua giỡn lại, Dung từ trong nhà đi ra:

- Thôi, thôi, trời chưa tối mà hai người đã hát cải lương, hạ màn đi, vô ăn no rồi hát tiếp...

Dung khui chai bia 33 rót vào ly An. Nàng quay sang hỏi Quân:

- Mầy uống gì? Nước cam, xá xị hay bạc hà?

- Tao thích bạc hà, mình uống bạc hà đi!...

- Ô Kê, có liền.

Dung ra bàn ngoài lấy chai bạc hà mở nắp, rót chậm chậm vào ly Quân và ly mình. Màu nước xanh tươi mát, mùi thơm ngan ngát dịu dàng. Viên đá nhỏ trong ly di động chuyển mình kêu rắc rắc, ngàn hơi bọt nhỏ li ti đua nhau òa vỡ trong tiếng nổ lụp bụp vui tai.

Dung nâng ly mời An và Quân:

- Chúc anh chị duyên thắm tình nồng, mãi mãi bên nhau...

An lịch sự đáp lễ:

- Chúng tôi cũng xin chúc cô Dung luôn luôn trẻ đẹp, tương lai rực rỡ chan hòa như nắng xuân.

Cả ba người cười vui vẻ, vừa ăn vừa nói chuyện rất tự nhiên. Quân trở đầu đũa, gắp cho An một miếng cá bạc má kho chung với thịt ba chỉ, nàng âu yếm:

- Ăn cá đi anh, ngon lắm.

Hoàng Dung giẫy nẩy:

- Ê nhỏ! Mầy xấu thật... Có bồ, quên bạn?

Quân gắp một đũa dưa giá cho vào chén Dung:

- Phần mầy đây nè, đừng phân bì nhỏ!

Dung la lên:

- Rõ là thiên vị! Món nầy có bổ béo gì đâu?

- Ăn thế mới giữ eo em ạ!

- Chả cần nữa, Quách Tĩnh của tao về Mông Cổ cưới Hoa Tranh Công Chúa rồi...

Quân lo lắng nhìn bạn, Dung vội trấn an:

- Vào trường, tao kể cho nghe nội tình..

- Ừ, cũng được. Bao giờ mầy vô trường?

- Mùng năm, tao đi Hàng Không Việt Nam, còn mầy?

- Chiều mùng bốn xuống đò, sáng mùng năm cập bến. Chiều mùng năm mình mới có lớp.

Hai người mải mê nói chuyện, quên An đang hiện diện. Như chợt nhớ, Quân chỉ vào An, hỏi Dung:

- Chiều nay và sáng ngày mai mầy có mục gì hướng dẫn anh An và tao đi chơi đi! Tụi nầy sẽ rút về An Thới vào chiều mai.

- Được, một chút bọn con Hương, anh Khảnh đến, tụi mình đi một vòng lên chùa Cao Đài chụp hình, rồi ra Dinh Cậu ngắm trời chiều... Tối đến thì qua Cồn coi gỡ cá. Còn sáng ngày mai thì mình hẹn nhau đi Suối Đá, lên chùa Sư Muôn hái sim rừng được không?

- Nghe chương trình cũng hấp dẫn lắm, An lên tiếng. Lòng thắc mắc lo âu:

- Suối Đá xa không cô Dung? Lính tráng như tôi đi vô đó có an ninh không nhỉ?

- Bốn năm cây số gì đó. Anh mặc đồ dân sự thì chắc không sao. Bọn Việt Cộng chúng ở tận Bắc Đảo lận. Họ không đi lẻ tẻ để tìm anh đâu!

Dung như ngạc nhiên hỏi An:

- À, mà lạ thật! Anh đi từ An Thới lên Dương Đông, không ngán mấy ổng sao?

An chỉ tay vào Quân thật tình nói:

- Ngán thì cũng ngán. Nhưng vì người nầy nên tôi cũng phải liều mình.

- Tình yêu ghê gớm thật...

Quân nguýt dài:

- Đừng đổ tội cho em đó nghe! Tại anh bằng lòng đi kia mà.

Dù nói thế, nhưng Quân cũng thấy chột dạ. Nàng thầm cầu mong đi bình yên, về cũng được yên bình...

Không khí ngột ngạt, nặng nề. Chợt có nhiều tiếng xe gắn máy nổ ầm ầm trước sân nhà. Dung buông đũa chạy ra, ba chiếc xe lần lượt tắt máy. Cặp con Hương, anh Khảnh, cặp thầy Hiền cô Nhung. Còn Ái Mi thì đi một mình.

Cúc Hương đang học Sài Gòn là đứa con gái út của một nhà thùng lớn tại đây, còn Khảnh là con cưng của một bác sĩ về hưu. Khảnh đang học năm thứ ba kỹ sư công chánh trường Phú Thọ Sài Gòn. Thầy Hiền, bồ của Nhung đang dạy trường Trung Học Phú Quốc. Hiền đỗ tú tài năm năm về trước, đã được Bộ Giáo Dục chấp thuận cho dạy tại quê nhà. Nhung là giáo sinh đang thụ huấn tại trường sư phạm Vĩnh Long. Người con gái đi sô-lô là Ái Mi, bạn rất thân của Dung, đang học tại quận nhà. Người yêu của nàng là anh Đạt, đang làm tròn bổn phận người trai tại quân trường Thủ Đức.

Dung mời cả bọn vào nhà. Nàng giới thiệu từng người một với An và Quân.

Từng cái bắt tay, từng cái gật đầu. Những nụ cười chào hỏi thân thiện, nhiệt tình và cởi mở.

An thấy thế giới của họ thật hồn nhiên, vui tươi và đầy hạnh phúc. Chàng mơ màng, buông trôi ý nghĩ, tìm về thời hoa bướm ngày xưa. Cái tuổi học trò thần tiên chưa lấm những hạt bụi ưu phiền của cuộc sống nổi trôi nhân thế.

Bọn con gái phụ Dung đã rửa xong mớ chén bát. Họ nhao nhao hỏi Dung:

- Đi đâu trước đây mầy?

- Đi chùa Cao chụp hình trước, kẻo hết nắng.

Cúc Hương lên tiếng:

-Ừ phải đó! Mùa xuân hoa nở đẹp lắm, phong cảnh rất hữu tình. Bọn mình chụp để làm kỷ niệm đi, ý quên "kỷ nghệ đi".

Cả bọn phá lên cười trong không khí tưng bừng của những ngày đầu xuân.

Chương Chín

CHÙA CAO - DINH CẬU

Tám người đèo nhau trên bốn chiếc xe. Ái Mi chở Dung chạy dẫn đầu, ba chiếc kia nối theo sau. Tiếng máy xe nổ vang ầm ĩ, phá tan bầu không khí tĩnh lặng của buổi chiều. Từng chiếc lần lượt phóng đi, để lại phía sau khói bụi mịt mù, cát vàng tung tóe. Họ lái thật vững vàng, tài tình. Bánh xe lệch qua, lệch lại. Đôi lúc tưởng chừng như sắp ngã, nhưng không sao, rồi cả đám hè nhau cười.

Khi lên dốc cầu Ngang, An cho xe lên từ từ, nhưng mấy người kia thì cứ ào ào xông tới. Cũng may là chẳng có chiếc xe hơi nào tranh lên cầu.

Dòng sông khá rộng, màu nước xanh lờ lờ lặng lẽ trôi. Hai bên bờ sông, nhiều dãy nhà sàn san sát. Quang cảnh buổi chiều thật êm ả, màu nắng không chói chang như lúc ban trưa.

Đoàn xe vừa qua khỏi cầu Ngang, trực chỉ thẳng tới ngã ba đường Phan Bội Châu lối ra Dinh Cậu ngay trước bảng hiệu Hiệp Nguyên, hãng tàu chuyên lo dịch vụ vận chuyển hàng hóa đi Rạch Giá, Hà Tiên, Cao Miên và ngược lại. Họ quẹo trái sau cầu Quan Thuế, băng ngang qua nhà Quận, đối diện bên kia đường là Bệnh Xá rất khang trang được xây theo mô hình chữ U. Trước sân có bồn hoa vạn thọ vàng tươi. Chính giữa là văn phòng, phía trong hai bên là hai dãy giường của bệnh nhân. Nằm xéo bên phải là nhà Bưu Điện nhỏ bé, khiêm nhường, nhưng nó chắc hãnh diện về cái độc tôn của mình. Kế tiếp là nhà máy đèn, cung cấp điện lực cho cả thị trấn.

Xe chạy tới Ngã Năm, vẫn lố nhố người lớn và trẻ con đang say sưa đen đỏ. Các sòng bầu cua vẫn rộn ràng mời mọc. Các em bé lính xính trong bộ quần áo còn thơm mùi vải mới, xen kẽ giữa các sòng bạc, nhiều bàn nhỏ kê sát nhau bán đủ loại thức ăn. Nào là trứng vịt lộn nóng hổi được chôn dưới lớp trấu dầy, từng miếng dưa hấu đỏ mọng đặt trong tủ kiếng mời mọc làm sao! Rồi còn bánh chuối nướng, khô thiều nướng, đậu phụng luộc, mía ghim v.v…

Tiếng rao của chị bán hàng ngọt lịm. Khi đoàn xe An chạy qua, cả sinh hoạt ngưng lại. Mọi người ngẩng lên nhìn, chắc có kẻ rủa thầm, vì bọn họ rú máy chọc ghẹo cho tiếng xe kêu lớn hơn rồi khoái chí cười vang…

Đoàn xe chạy qua Trường Tiểu Học Cộng Đồng Dương Đông, có hàng dương cao vút, xanh rì mọc san sát vào nhau, nằm bên trong vòng rào kẽm gai kín đáo, an toàn cho các em học trò bé nhỏ. Đối diện cổng vào là trụ cột cờ cao. Gió chiều êm nhẹ, chỉ còn đủ sức làm lay động lá cờ rũ cuối ngày...

Đoàn xe lướt nhanh qua trường Khổng Tử, kế đến là Trường Trung Học Phú Quốc, rồi quẹo phải vào con đường lên chùa Cao. Cả bọn dừng xe lại, dắt xe dựng phía sau đình ông Bổn. Mọi người bắt đầu bước lên bực xi măng, Quân lo lắng hỏi:

- Để xe ở đây có an toàn không? Có bị mất cắp không?

Dung trừng mắt:

- Thôi mầy ơi! Làm gì coi thường dân Dương Đông vậy mầy? Họ lấy cắp rồi giấu mãi trong nhà sao? Đường sá, phố chợ, nhà cửa, dân tình gom lại vừa đủ một bàn tay. Nói thiệt nghe, mầy mà "phải hơi" tên nào ở đầu làng trên, thì xóm dưới biết được liền đó...

Quân làm bộ lè lưỡi:

- Tài thiệt, chắc họ ngửi nước mắm nhiều nên mũi mới thính như thế, phải không nhỏ?

Nói xong Quân chạy một mạch lên các bậc tam cấp. Dung biết bạn nói xỏ mình nên cũng chạy rượt theo...

Chùa Cao Đài nằm trên phần đất khá cao, lưng hướng về đồi Nguyễn Trung Trực. Muốn lên tới đỉnh phải leo gần trăm bậc. Mới hơn một phần ba con dốc, Dung chỉ về phía bên trái có ngôi mộ xây kiểu lục giác và nói:

- Đây là mộ bà giáo Mười, thân nhân của thầy Đắc. Những người tu theo đạo Cao Đài, nếu đắc đạo, khi qua đời, họ đều chết ngồi, gọi là "Liễu Đạo". Trong tư thế ấy nên khi an táng, cái mộ đều có hình dáng như vậy.

Năm người kia đã lên hai phần ba đoạn dốc, cả nhóm đứng lại chờ đợi bọn Quân.

Ái Mi nói vọng xuống với Dung:

- Đi lẹ lên, sắp hết nắng rồi, còn chụp hình nữa đó!

- Biết rồi.. Nhưng cũng phải để tao làm hướng dẫn viên với khách đường xa chứ!

Nói xong Dung kéo tay Quân và An chạy một mạch, mệt quá nàng ngồi bệt xuống bậc xi măng, vừa thở vừa nói:

- Bức tường đá kia giống như cái miếu nhỏ có ghi bút tích của ngài Ngô Minh Chiêu, người đã sáng lập ra tông phái Cao Đài, sau khi được thấy Thiên Nhãn tại đảo Phú Quốc nầy.

Rồi như để tránh sự tò mò, thắc mắc của Quân và An nên Dung nói tiếp:

- Muốn nghiên cứu hoặc tìm hiểu thêm thì làm ơn kiếm sách mà đọc, tôi chỉ biết được chừng ấy thôi.

Quân chê bạn:

- Mầy dở ẹt! Dân bản xứ mà sao tệ thế em?

- Gia đình tao đạo Phật, đâu phải đạo Cao Đài...Còn mầy, làm như giỏi lắm, biết gì về đạo Chúa không? Để tao hỏi mấy câu:

-"Vinh danh Thiên Chúa trên trời. Bình an dưới thế cho người thiện tâm" và câu "Vinh danh Thiên chúa trên trời. Bình an dưới thế cho người Chúa thương". Câu nào đúng nhất? Có trong sách vở đó... bí rồi phải không em?

Quân cãi lý:

- Tao đâu phải đạo Thiên Chúa, Quân quay sang hỏi An:

- Trả lời đi anh! Câu nào đúng?

An cười trừ:

- Đành phải chịu thua thôi… Chắc cô Dung có câu trả lời?

- Dĩ nhiên! Dung nói:

- "Câu cho người Chúa thương". Đoạn 14, câu 2 sách Mác Cô...

- Cô Dung giỏi thiệt, An khen.

Quân nguýt bạn một cái thật dài:

- Đồ con mọt sách, kỳ nầy vào trường, tao không cho cọp dê toán nữa thì mầy sẽ thành con, con… con ...

Rồi nàng quay sang hỏi An:

- Con gì hả anh?

An phì cười:

- Con "Lật Đật". Nói xong An giục:

- Các anh chị kia đang đợi mình kìa, lên chụp vài tấm hình để kỷ niệm. Phong cảnh ở đây đẹp quá.

Lên thêm mươi tam cấp nữa, ngôi chùa hiện ra, kiên cố và bề thế. Trước mái điện thờ, phía trên cao có hình một con mắt tức Thiên Nhãn (Mắt Trời) in nổi lên những tia mắt uy nghiêm. Hai bên là hai dãy nhà nằm thụt về phía sau. Dãy bên phải là nhà bếp, khi lễ lớn, người trong Sài Gòn ra xin cầu cơ, giáng bút rất đông đảo, nấu nướng các món chay thật ngon. Bên trái căn nhà có gác lửng, thường ngày là nơi sinh hoạt công phu, ăn ở của người trụ trì. Lên thêm bảy tám bậc tam cấp nữa là phần đất cao nhất của chùa. Đứng ở nơi nầy nhìn thấy tất cả quang cảnh chung quanh, nhà cửa, đường lộ và dòng sông "Dấu Hỏi" dưới kia. Xa hơn nữa là nhà ga phi trường, mà buổi trưa Quân và An đã ghé đến. Dãy núi sầm màu mờ xa trước mặt là Khu Tượng (Ngày xưa trong những đêm trăng sáng, thường có nhiều đàn voi kéo về đùa giỡn tắm trăng).

Là mùa xuân, nên hoa lá xinh tươi nở rộ, khoe đủ sắc màu. Khảnh vai đeo máy, chụp hết cặp nầy tới cặp kia. Người nào cũng lựa một chỗ thật đẹp, chọn cái hoa nào nở to nhất là nhào vô.

- Chụp chỗ nầy nè!...

Khảnh nói:

-Tối hù hà, rửa ra không đẹp đâu... Mình kiếm chỗ nào còn ánh nắng thì chụp chung tất cả nhé!

-Đồng ý, đồng ý...

An kéo Quân đứng trên mỏm đá cao, bên cạnh cây nhãn đang hồi ra trái, một chùm trái sai quằn. Khảnh bước tới dặn dò:

- Anh chị xoay mặt hướng nầy nè, còn một chút ánh nắng... Nhớ đừng đụng chùm nhãn nhé!

Quân thắc mắc hỏi liền:

- Sao vậy anh Khảnh?

- Bác Năm đó! Bác rất cưng các loại hoa trái ở đây.

Dung nói thêm:

- Bác Năm là người trụ trì và săn sóc ngôi chùa nầy đó. Bác là người trí thức và cũng rất giỏi Pháp văn. Bác thường dạy kèm thêm học sinh trung học về môn nầy.

Có tiếng tằng hắng, cả bọn đồng thanh:

- Chúng cháu kính chào bác Năm.

Người đàn ông trung niên không cao lắm, trong y phục màu trắng cười hiền lành vui vẻ nói:

- Các cháu lên chùa chơi hả? Đầu năm có chụp hình chưa?

Khảnh nhanh nhẩu trả lời:

- Dạ rồi, chụp gần hết phim luôn.

Bác Năm vừa nhận thấy có hai người ít khi xuất hiện nơi đây, còn bọn kia bác đều biết cả, vì họ thường đến khi lễ lạc, Tết nhứt hoặc những ngày bãi trường.

Dung như hiểu ý, giới thiệu An và Quân là hai người khách đến từ An Thới. Bác Năm vui vẻ:

- À, thì ra thế... khi nào về lại An Thới?

Quân thưa:

- Dạ mùng bốn bác ạ.

Ông từ tốn cáo lui vì đã tới giờ công phu rồi.

Khảnh còn ráng chụp thêm mấy tấm hình nữa cho cả bọn.

An giành máy:

- Anh Khảnh đứng vô đi để tôi chụp cho, nãy giờ anh chụp cho mọi người, mai mốt rửa hình chẳng thấy có hình anh đâu cả thì tiếc lắm.

Nhìn về hướng tây, bầu trời đang chuyển màu mây thật lẹ, vùng biển nước mênh mông trước mặt, có nhiều tảng đá to, nhỏ nằm trầm mình dưới làn nước xanh, hình thù trông giống như trâu mẹ, trâu con đang tắm biển buổi hoàng hôn.

Dung hỏi:

- Trời sắp tối rồi đó, mình chạy ra Dinh Cậu để ngắm mặt trời lặn và coi ghe tàu ra khơi...

Cả bọn chạy ùa xuống dốc... cho xe nổ máy, tám người lại đèo lên bốn chiếc xe chạy thẳng ra Dinh Cậu. Đoàn xe chạy ngang qua Ngã Năm thêm lần nữa, lúc nầy người lớn, trai gái, trẻ con đông đúc hơn ban trưa. Tiếng máy nhạc hát những bài ca về mùa xuân thật ngọt ngào nồng thắm.

Những bánh xe tiếp tục quay nhanh, tiếng máy nổ ran, chiếc nầy chồm lên, vượt qua mấy chiếc kia, thì chiếc khác bấm kèn inh ỏi, lướt qua một cái ào.

An thấy bọn người trẻ nầy lái xe thiệt nghề. Họ thắng lại một lượt khi đã cuối đường.

An lái xe không thiện nghệ như họ nên lẹt đẹt chạy sau. Bên trái của chàng là ngôi nhà Quận, tường thành vững chắc, hàng rào kẽm gai bao bọc chung quanh. Trước sân có một trụ cờ, lá quốc kỳ phất phới bay trong gió chiều nhè nhẹ. Vài anh lính gác đi qua, đi lại trước cổng vào.

Ngồi sau lưng An, Quân kể chuyện:

- Thời gian trước đây ông Quận Trưởng Sơn đã hy sinh, ngã gục tại cột cờ nầy. Ông Sơn đổi về làm Quận Trưởng đảo Phú Quốc không được bao lâu thì biến cố đã xảy ra...

Một đêm tối trời, khoảng nửa tiểu đội du kích Việt Cộng men theo đường mòn Bà Kèo, đi dọc bờ biển, phía dưới chân đồi Nguyễn Trung Trực và tiến thẳng lên gần Dinh Cậu. Họ đụng chốt chặn đầu tiên là Chi Cảnh Sát, trụ sở nầy nằm sau lưng Quận cạnh nhà thờ. Vì quá bất ngờ, nên anh em cảnh sát phản ứng không hữu hiệu, bọn Việt Cộng đã làm chủ tình hình. Rồi họ tiến thẳng đến ngôi nhà Quận bằng ngả sau. Hành động mau lẹ và quỷ quyệt vô cùng, họ cắt đứt hàng rào kẽm gai xông ra phía trước. Loạt đạn đầu tiên khai hỏa bởi chạm trán ngay với lực lượng bảo vệ an ninh của Quận.

Ông Quận Trưởng Sơn, khi nghe tiếng súng nổ, vội vàng chạy ra xem coi chuyện gì? Trên người vẫn còn mặc bộ đồ ngắn.

Ông biết Quận đã bị Việt Cộng tấn công. Chưa kịp trở tay, ông đã bị trúng liền một quả bê-ta, ông gục xuống chết ngay trên vũng máu tại cột cờ.

Những con người mặc đồ đen biến nhanh vào đêm tối, để lại bao nỗi kinh hoàng, sợ hãi cho người dân thị trấn Dương Đông.

Bọn Khánh dừng xe lại trước Đài khí tượng, bên cạnh vườn hoa nhỏ nằm gần mé bãi.

Dinh Cậu đây rồi! Một vùng biển trời bao la, bát ngát. Nhiều tảng đá to nằm chồng chất lên nhau, kéo dài từ bờ tới tận ngoài xa.

Dinh Cậu được xây trên tảng đá to nhất nằm sát bãi. Chiếc cầu xi măng dài được nối tới chân Dinh Cậu. Lối lên, xuống là các bậc tam cấp rất vững chắc. Cạnh hốc đá, một thân cây không nhiều cành lá, nhưng cũng đủ bóng mát để che cho một số người.

Phía trái là bãi cát vàng thoai thoải, chạy xa tít qua khỏi vườn dừa Cù Chin thẳng tới mũi Tàu Rủ. Qua nhiều gành đá, bãi bờ, sẽ dẫn tới mũi Phước Hưng thuộc vùng đất An Thới. Bên cạnh Đài khí tượng, một cây dừa lả ngọn, đứng phơi mình giữa nắng gió biển khơi. Phía phải là cửa biển nơi ghe tàu ra vào thị trấn. Bên kia là xóm Cồn, sau rặng thùy dương xanh bóng, những bãi cát vàng nối tiếp, nhiều gành đá kéo dài tới Cửa Cạn, xa hơn nữa là Vũng Bầu Bắc Đảo.

Bên nầy cửa biển, tượng Đức Mẹ bồng con đứng trên bệ đá cao, đôi mắt hiền từ, ngày đêm theo dõi, quan phòng đám dân chài vật lộn với bão tố cuồng phong...Những tảng đá to ngoài kia đã che chắn, bảo hộ an toàn cho người dân vượt qua cơn sóng gió ba đào khi ra vào thị trấn trong mùa biển động.

Thầy Hiền vẫn còn ngồi trên xe cười nói với An:

- Anh thấy không? Nhất quỷ, nhì ma, thứ ba là học trò. Đúng lắm phải không anh?

An cười:

- Năm mười năm trước, tôi cũng thế đấy! Nhiều khi còn tinh nghịch hơn nữa cơ! Bây giờ đã hết rồi...Làm sao tìm lại được ngày tháng cũ đây?

An nói thêm:

- Anh thế mà sướng! Thầy giáo thì lúc nào tính tình cũng trẻ trung vô tư như bọn học trò của mình.

Thầy Hiền cười:

- Anh nói thế, chớ Dung em họ tôi thường gọi tôi là "ông cụ non".

Các cô gái đang đứng ở lối lên Dinh Cậu, Dung đưa tay vẫy vẫy, nói to:

- Hai anh làm gì ngồi miết đằng đó? Lên đây với bọn nầy chớ! Người nào có đôi, có cặp lên xin xăm đi!...Coi đường tình duyên như thế nào?

Quân hí hửng:

- Mầy cũng xin luôn nghe.

- Khỏi cần, tao biết đường tình duyên của tao rồi, mầy với anh An xin một quẻ đi!

- Ảnh đạo công giáo không tin đâu.

Vừa nói dứt câu, thì An và thầy Hiền vừa ló đầu lên. Quân kéo tay An bước vào ngôi đền nhỏ. Gió biển đến hồi thổi mạnh, nên cửa trước đã đóng kín lại, chỉ còn cái cửa bên hông. An ngần ngừ không muốn bước vào, chàng đẩy Quân vô:

- Em vô một mình đi! Coi chừng rút nhằm cây xăm xấu thì buồn cả năm.

Quân trả lời:

- Nếu thế thì mình đừng có tin...

- Không tin thì xin làm gì?

An trả lời, rồi chàng kéo Quân ra phía trước.

Dung và Ái Mi đang đứng chờ trước cửa đền, thấy An và Quân bước ra, Mi cười hỏi:

-Quẻ xăm "Thượng Thượng" hả? "Cá gặp nước, rồng gặp mây, hay chim liền cánh, cây liền cành?".

Quân lắc đầu:

- Không xin, sợ xăm "Hạ Hạ" rồi lo lắng suốt năm.

Dung cười chê bạn:

- Đồ thỏ đế!

Ái Mi chỉ tay về hướng Cửa Cạn, mọi người nhìn theo thấy một chấm nhỏ màu xanh lục, nhô ra khỏi bờ cát vàng nhuộm ánh hoàng hôn, viền theo bởi những đường sóng trắng xô bờ nhạt nhòa, mờ mịt.

Dung nói:

-Trên Cửa Cạn có rừng mai lớn lắm, mùa nầy trổ bông rất đẹp.Tiếc là hơi xa, nên chúng ta không thể đến đó được.

An hỏi thêm:

- Khi xưa học lịch sử, tôi được biết ngài Nguyễn Trung Trực lập căn cứ đánh Tây tại chỗ đó phải không cô Dung?

Thầy Hiền đứng bên trả lời thay Dung:

- Ngay tại Dinh Cậu và cồn cát bên kia cũng có đồn của ngài nữa. Khi bọn Tây và quân tay sai ruồng bố quá, nên ngài đã rút về Cửa Cạn. Nghe nói bà Tướng Lớn, vợ của ngài đã qua đời trong lúc sinh nở, vì bị bọn Tây đuổi rát quá. Sau một thời gian em bé cũng chết theo vì không đủ sữa bú. Ngôi mộ của bà vẫn còn ở đó, hằng năm dân chúng cúng bà rất trọng thể.

Khánh đưa tay chỉ về phía Cồn nói:

- Phía sau cồn cát bên kia, ngày xưa toàn là đầm lầy, nhiều cá sấu, nhiều rắn rít. Cỏ lác mọc um tùm. Lính của ngài Nguyễn Trung Trực đêm ra đánh Tây, ngày rút vào cứ địa, đã làm khốn đốn cho bọn thực dân nhiều phen. Sau có tên Việt gian bày kế bắt mẹ ngài, rồi hăm dọa, nếu ngài không ra nộp mình, thì đốt sạch nhà cửa của dân làng và tính mạng của mẹ ngài sẽ không được an toàn.

Để làm tròn chữ hiếu, giữ đạo nghĩa với dân, nên ngài phải ra nạp mình.

An tỏ lòng thán phục, chàng thốt lên:

- Những gương hy sinh của tiền nhân vô cùng cao cả và dũng cảm, đáng để con cháu noi theo... Đảo nhỏ mà có nhiều di tích lịch sử quá! Chắc tôi phải nhận nơi nầy làm quê hương sống cho hết kiếp luôn, các bạn cho phép không?

Cả đám rối rít:

- Nên lắm! Nên lắm!

Dung nói thêm:

- Đảo nầy rất nhân ái, dung chứa, cưu mang đủ mọi thành phần: sa cơ, lỡ vận, chính trị ẩn cư, trốn nợ, trốn tình, hoặc xây tổ uyên ương v.v…

Mỹ Nhung là người ít nói, chỉ lắng nghe, bây giờ mới lên tiếng:

- Còn điều nầy kỳ thú lắm nè! Hồi Nhung còn nhỏ, có nghe ông ngoại kể: *"Lúc xưa chỗ nầy còn hoang vắng... Có cặp Rắn Thần, mình lớn bằng cái lu nước, dài gần chục mét, trên đầu có sừng đỏ chét, vảy đen huyền bóng lộn. Thường ngày thì rút vô hang, đến đêm rằm trăng sáng, hai ông bà rắn mới ra giỡn trăng"*.

Nhung ngó sang bãi cát bên Cồn nói tiếp: *"Nơi đó, hai vợ chồng rắn tha hồ đùa giỡn tắm trăng, tắm cát, vật nhau bình bịch. Dân chài sống gần đó sợ lắm, họ đứng thật xa vạch lá lén nhìn, chỉ thấy hai cái bóng chao qua, chao lại. Đùa giỡn thỏa thích, hai ông bà rắn gác đầu lên mỏm đá cao phía bên Dinh Cậu mà ngủ, còn phần đuôi thì nằm bên cồn cát. Hình ảnh giống như hai chiếc võng to mắc ngang cửa biển, ghe xuồng không ai dám qua lại, ra vào. Người dân quá sợ hãi, cột chân gà, vịt đem cúng, để gần miệng hang. Nhưng cặp rắn nầy không ăn thịt sống, dân chúng thấy lạ quá, bèn bàn nhau cúng các loại trái cây, rau quả xem sao? Thì ra cặp rắn nầy ăn chay, tu luyện lâu năm nên không làm hại ai cả... Tuy nhiên dân làng cũng thành tâm khấn vái, mong ông bà rắn dời chỗ ở, để người dân an tâm ra vào cửa biển. Từ đó về*

sau không ai còn thấy cặp rắn nầy xuất hiện nữa. Có lẽ vợ
chồng rắn đã di cư về Hòn Chảo, Bắc Đảo rồi".

Quân nghe xong lè lưỡi:

- Có thiệt không? Hay là ổng bả còn ở dưới hang nầy?

Cúc Hương chen vào trấn an:

- Chuyện xa xưa lắm rồi, hổng biết có thiệt hay không? Hay là ông bà, cha mẹ sợ con nít ra bãi một mình, nên hù dọa vậy thôi!

Quân ngó xuống phía nam thấy một vùng sáng mờ mờ, xa thật xa, nàng hỏi:

- Chỗ đó là chỗ nào vậy?

Thầy Hiền trả lời:

- Đài kiểm báo 403, những ngày trời trong, chúng tôi đều thấy được ánh đèn ấy. Nếu từ mũi Phước Hưng An Thới đi tàu đò lên trên nầy, vừa qua khỏi Đài kiểm báo rồi tới Cửa Lấp là chúng tôi thấy "Mờ Mờ Dinh Cậu" rồi. Đây là nói câu đặc thù của dân Dương Đông đó.

Nắng tàn, gió chiều nhè nhẹ, biển êm như ru. Dung nhìn xuống thấy ghe nhà ra khỏi họng cửa một khoảng khá xa, vượt qua ngọn hải đăng, chiếc ghe đi vào vùng biển trước mặt rồi mất hút. Chiếc ghe khác tiếp nối ra khơi, mong ngày đầu năm xuất hành được nhiều thuận lợi.

Dung nhìn các bạn nói:

- Hy vọng tối nay tụi mình có bữa cá hấp ngon lành.

Vừa bước xuống bậc thang cuối cùng của Dinh Cậu, cả bọn nhao nhao kêu đói. Họ đều đồng ý vào quán Cù Đe ăn hủ tiếu.

Ái Mi nói:

- Hủ tiếu ở đây ngon lắm.

Hương nói thêm:

- Đi cả ngày khô người quá, cần có cái gì nước nước húp cho lấy lại sức, để còn qua Cồn coi gỡ cá nữa chứ!

Chương Mười

XÓM CỒN, MÙA GỠ CÁ

Ông Cù Đe dáng người không cao, gương mặt hiền lành, vui tính. Vừa trông thấy khách vào tới tám người, ông kêu chạy bàn kê thêm một cái bàn nữa cho đủ chỗ ngồi.

Khảnh lớn tiếng gọi:

- Cho chúng cháu tám tô hủ tiếu đi ông Cù...

- Cù Đe có liền, ra ngay, ra ngay! Ông mau mắn trả lời.

"Cù Đe có liền" Câu nầy là câu nói đặc biệt của ông, mỗi khi thực khách gọi món ăn.

Tối mùng hai Tết, nên chợ nhà lồng náo nhiệt lắm. Mọi người ăn uống, nói cười huyên thuyên. Quán Cù Đe là căn chót, nằm cuối dãy chợ nhà lồng. Buổi trưa khi An và Quân cho xe chạy ngang qua, nơi đó là đầu chợ, có trụ cột cờ, thường ngày vào đúng tám giờ sáng là có người thượng kỳ lên theo sự hướng dẫn của chiếc loa phóng thanh. Mọi sinh hoạt đều ngưng lại, mọi người mua, bán đứng nghiêm trang để làm lễ chào quốc kỳ.

An ngó ra ngoài, chợt thấy một quán kem hình lăng trụ trông ngồ ngộ, Dung như hiểu ý, nàng giải thích:

- Nhiều năm trước, chỗ ấy là phòng Thông tin Văn hóa, sau nầy họ dọn về nơi khác. Bây giờ là quán kem của ông Cù Đe luôn đó! Quán nầy do người con gái lớn của ông coi sóc, ăn xong mình qua bên ăn kem nghe!

- Không kịp giờ đâu, mình còn phải qua Cồn nữa, Quân nói.

Hơn mười phút sau, tám tô hủ tiếu nóng hổi, thơm phức, lần lượt bưng ra. Trong tô có mực, tôm, thịt luộc xắt mỏng, một ít thịt bằm, thêm hai miếng gan béo ngậy nằm sóng sánh trong tô nước lèo trong veo, hành ngò, đôi ba lá cải xà lách làm tăng thêm hương vị sắc màu cho tô hủ tiếu về đêm.

An vừa ăn vừa khen:

- Ngon lắm, ngon lắm, thật tuyệt vời...

Rồi chàng khều tay Quân:

- Lần sau mình lên, ghé đây ăn nữa.

Dung ghẹo:

- Có ăn thì nhớ kêu bọn nầy nữa, chớ ăn chỉ hai người thì kỳ lắm đó.

An lịch sự:

- Đâu dám thế cô Dung.

Khảnh lúc nào cũng hào phóng, nhất là trong cung cách ăn chơi, tiếp đãi bạn bè...Uống chưa hết nửa ly cà phê đá, Khảnh đứng lên, móc bóp định trả tiền, thì bị An ngăn lại, An nói:

- Cho chúng tôi mời các anh chị bữa ăn nầy.

An chưa kịp dứt câu, Dung phản đối:

- Đâu được anh An, anh là khách, làm vậy "xệ" dân Dương Đông của tụi em lắm đó!

Ái Mi tài lanh chen vào:

- Thôi, thôi... ai trả cũng được, giành nhau làm gì?

Dung lườm Mi:

- Mầy thì lúc nào cũng thế, Khôn như khỉ ấy...

Mi trả treo:

- Không khôn sao được, mầy thấy không, tao mang cặp kính dầy như thế nầy, mai nầy không giàu, ai mà thèm ưng...

Cả đám cười thông cảm vì câu khôi hài của Ái Mi.

Thầy Hiền nhắc nhở:

- Bọn mình qua Cồn đi là vừa.

Xe qua khỏi cầu Ngang, quẹo trái xuống chợ cá, ngang qua tiệm cà phê của chú Năm Thi, tiệm nầy hằng ngày khách khứa đông đúc lắm. Chú Năm vừa bán cà phê, vừa bán luôn các món ăn. Công việc làm ăn rất phát đạt, chỉ mấy năm mà chú cất được ngôi nhà lầu ba tầng ngay nhà lồng chợ mới. Những đứa con của chú là con nhờ, con cậy, rất siêng năng cần mẫn, cả nhà đồng tâm hợp sức nên chuyện phát tài cũng không lấy gì làm lạ. Chạy thêm một đoạn nữa, cả bọn phải ngừng xe lại, gởi tạm nhà người quen của Dung là hãng nước mắm Hưng Thành, ngôi nhà lầu xinh xắn hướng mặt ra dòng sông.

Xóm Cồn hiện ra, một bờ cát chạy dài bên nầy Dinh Cậu.. Tháng giêng là mùa khô hạn, bầu trời lấp lánh ngàn sao, gió biển thổi vào mát rượi.Cách xa bờ hơn cây số, một quang cảnh thật đẹp đẽ, kỳ thú đập vào mắt An. Những dãy đèn hoa sáng lung linh, mờ ảo, động đậy, lắc lư, trồi lên, hụp xuống như một thành phố nổi lênh đênh trên mặt đại dương.

Quân và An buột miệng trầm trồ:

- Đẹp quá, đẹp quá! Đâu mà nhiều ghe tàu đến thế nhỉ?

Dung nói như khoe thêm quê hương mình:

- Không nhiều đâu, vì hôm nay còn trong ba ngày Tết, nên ít người ra khơi... Chớ nếu ngày thường thì nhiều lắm.

Dung giải thích thêm:

- Anh An thấy không, những ánh đèn sáng măng-xông là ghe xuồng thẻ mực. Họ không đi xa bờ nên mình thấy ánh đèn rõ hơn, dùng ánh đèn măng-xông để dụ khị mấy con mực ham ăn bu tới, cầm vợt xúc lên là có cả mấy ký. Còn ghe đánh cá bạc má hoặc ghe câu thì chạy xa hơn, họ dùng đèn điện bóng nhỏ, công suất ít không sáng lắm nên mình chỉ thấy mờ mờ mà thôi.

Gần 10 giờ đêm, có ba chiếc ghe vào bến, trong đó có ghe của nhà Dung, bọn họ vui mừng chạy tới. Các anh thợ lưới trên ghe nhảy ầm xuống nước. Chiếc ghe quay mũi, cặp dọc theo bờ. Hai người thợ lưới mau mắn nắm kéo hai đầu đường chì và đường phao lên bãi. Bấy giờ cây đèn măng-xông sáng chói mới được treo lên trên ghe. Hơn chục chị phụ nữ với tấm ny-lông che ngang ngực, chạy ào xuống bãi, nước xăm xắp ngang đùi. Những ngón tay móc vào mảnh lưới căng

đều, sẵn sàng vặn đầu, vặn cổ mấy con cá béo tròn, tươi
rói, xấu số đang treo lủng lẳng trong ổ lưới oan khiên.

Các chị gỡ cá, đầu đội nón lá che sương, nói cười
vui vẻ, tay thoăn thoắt làm việc, họ đứng như vậy hầu như
suốt đêm. Ghe nào trúng được nhiều cá thì gỡ mất nhiều
giờ hơn. Hết ghe nầy thì chờ ghe khác về bến, họ tiếp tục
làm công việc ấy đến khi không còn ghe nào về nữa.

Nhiều chiếc ghe đã về bến. Bãi dài hơn một cây số,
mà hầu như đã hết chỗ. Từng hàng người đứng, từng vùng
ánh sáng của đèn măng-xông làm khung cảnh bãi đêm vui
nhộn như một ngày lễ hội hoa đăng.

Dung ngoắc một anh thợ lưới đang cầm vợt:

- Nầy, anh làm ơn xúc cho Dung một ít cá, để Dung
đãi các bạn! Lựa cá thiệt ngon nha…

- Mùa nầy là mùa cá bạc má, nên con nào cũng ngon
tươi cả, anh Muối trả lời.

Rồi anh đưa vợt xúc vào giữa đống cá nặng trĩu, chìm
dưới làn nước trong.

Dung mang giỏ cá về, cả bọn con gái lăng xăng vào
bếp. Hơn nửa giờ sau món cá hấp được dọn ra, những con cá
bạc má béo ngậy da ánh mỡ hành, bóng láng, thơm ngon nức
mũi, làm cả bọn rối rít:

- Hết sẩy! Hết sẩy!

Dung mời các bạn ngồi vào bàn, nhiều loại rau thơm
cùng dưa leo, xà lách, nước mắm chanh tỏi và đậu phộng rang
giã nhỏ lúc nào cũng có sẵn, nên bữa ăn mới được dọn ra
nhanh chóng. Mọi người cầm đũa, tự nhúng bánh tráng vào tô
nước bên cạnh, để lên cái dĩa tròn, rồi cho các thứ rau dưa
vào. Vẽ một đũa là gần hết nửa con cá, trải đều lên trên, xếp
hai bên vào, rồi cuốn tròn lại, chấm vô chén nước mắm pha
sẵn có rắc thêm một ít đậu phộng. Thịt cá ngọt bùi hòa tan
trong các loại rau thơm, cùng hương vị cay chua, mặn ngọt
của chén nước mắm nhỉ Phú Quốc pha sẵn ngon đặc biệt. Thật
là tuyệt vời! Tuyệt vời!…

An và Quân tận tình thưởng thức món ăn nầy, và các
bạn cũng thế! Là học sinh xa nhà, chỉ về quê trong những

ngày lễ, Tết hoặc trong dịp nghỉ hè...Mùa Tết là mùa cá bạc má nên họ chiếu cố nồng nhiệt hương vị quê hương.

Đã gần 12 giờ đêm, sau khi thu dọn chén bát, năm người kia cáo từ về ngủ để lấy sức lo việc đi chơi chùa Sư Muôn cho suốt ngày mai.

*   *   *

Hơn bảy giờ sáng, Dung mới thức dậy, ra sau nhà, đã thấy Quân và An đứng dưới gốc đào. Tay chỉ chỉ, trỏ trỏ lên mấy trái đào chín vàng. Vừa thấy họ Dung lên tiếng:

- Anh An ngủ có ngon không?

- Chào cô Dung, tôi ngủ ngon lắm, có lẽ vì mệt, còn cô?

Dung liếc ánh mắt qua Quân:

- Con khỉ nầy, ban đêm nó ngủ nghiến răng quá, Dung chẳng ngủ được, mãi gần sáng mới chợp mắt.

Quân chối leo lẻo, cãi lại bạn:

- Dung, xạo mầy! Làm gì có chuyện đó.

Nàng như xấu hổ trước mặt An, không muốn cái bí mật của mình bị ai khám phá. Dung bồi thêm một câu:

- Chết anh An rồi, mai nầy hai người cưới nhau, đêm nó ngủ, coi chừng nó nghiến đứt luôn cái vành tai của anh đó!

Quân quê quá, rượt Dung chạy vòng vòng dưới gốc mấy cây đào.

Mặt trời đã nhô lên khỏi rặng núi phía đông, sương mai còn đọng trên cành lá. Gió xuân ve vuốt, lay động nhánh bông trang trước nhà. An đưa tay làm động tác thể dục, ưỡn ngực, hít vài hơi không khí trong lành vào hai buồng phổi.

Quân đứng trên sàn nhà gọi An:

- Anh An vô ăn sáng đi!

An vẫn còn buồn cười vì câu chuyện nghiến răng của Quân, nên trêu chọc nàng:

- Ăn lỗ tai phá lấu phải không?

Quân cười mắc cở:

- Cái anh nầy hay nói bậy.

Dung cũng vừa bước ra:

- Thấy anh chị tình qúa, làm tôi phát thèm...

Quân cong cớn trả đũa:

- Cho mầy thèm đã luôn, nhưng đừng lạng quạng nghe em!

Cả ba cười vô tư, họ vào nhà ăn sáng và chuẩn bị cho cuộc đi chơi chùa Sư Muôn.

Chương Mười Một

KHUÔN MẶT THỊ TRẤN

Mới mười giờ sáng, mà ánh nắng chan hòa khắp mọi nơi, hứa hẹn một ngày nắng đẹp trời trong. Cũng những gương mặt ấy, họ đèo nhau trên bốn chiếc xe, vừa xuống dốc cầu Ngang, họ quẹo phải. Mùng ba Tết không khí vẫn còn xuân, phố xá vẫn tưng bừng nhộn nhịp. Nhiều cửa tiệm cúng khai trương xuất hành đầu năm, tiếng pháo nổ lạch tạch, đì đùng lúc nhặt, lúc khoan. Tiếng trống múa lân rộn ràng, thúc giục như nhắc nhở mọi người hãy tận hưởng cái giây phút cuối cùng của ba ngày Tết sắp sửa đi qua. Ngay góc ngã tư bên kia đường, tiệm bi-da của chú Sáu Cầu, đã có một nhóm thanh niên đang nghiêng mình chồm tới, chơi những đường banh lả lướt tài tình. Đối diện xeo xéo là cầu tàu, nơi ghe tàu vận chuyển hàng hóa lên xuống như gạo đường, mắm muối cùng các nhu yếu phẩm khác từ đất liền ra và ngược lại.Một cơn gió bắc thổi qua, xác pháo hồng bay lăn lóc trên mặt lộ thẳng tới nhà cô Ba, cô Tư bán cháo lòng. Quân như người hướng dẫn du lịch kể cho An nghe một số khuôn mặt có tên tuổi, có tiếng tăm và sinh hoạt địa phương khi đoàn xe chạy ngang qua các nơi đó.

Một ngôi nhà cổ kính, mái ngói âm dương thâm nâu màu gạch, có lẽ lâu đời nhất, nhì trên đảo. Ba chữ nho sơn son, thếp vàng lẫm liệt, nằm trên tấm bảng lớn treo trước mái hiên. Hồi Pháp bảo hộ, lính Tây nhìn thấy ba chữ nầy cũng ớn, không dám đụng chạm... Sau nầy, nho học lui vào bóng tối, mọi người đi qua, đi lại chẳng ai hiểu ý nghĩa gì của ba chữ ấy. Tuy nhiên có một điều ai cũng biết cô Ba, cô Tư, một đời ở vậy, không chồng, không con, phụng dưỡng bà nội cùng người chú ruột bằng nồi cháo lòng hằng mấy chục năm nay. Đời sống khép kín sau mỗi buổi chợ, nên tính tình họ rất bảo thủ, khó khăn, họ sống quy củ và nề nếp lắm.

Bà Đinh Thị Lan, bà nội của hai cô, là em cô cậu ruột với ngài Ngô Minh Chiêu, người sáng lập ra đạo Cao Đài (cũng là Tri Huyện tại đảo Phú Quốc). Trước ngôi nhà Từ đường, bên trong hàng rào cây cơm rượu, có ngôi miếu nhỏ thờ ngài Ngô Minh Chiêu, cúng kiếng trà, nước mỗi ngày ba thời.

Một người cháu đích tôn của dòng họ Nguyễn là ông Nguyễn Thanh Vân, từ khi lấy vợ miệt vườn, với bầy con tám đứa, đã mất đi cái oai phong của chàng công tử một thời...Cái ông còn để lại là tám người con có tám cái tên rất đẹp, rất ý nghĩa, duyên tình: "Long, Phụng, Hòa, Minh, Sắc, Cầm, Hảo, Hiệp".

Xe chạy ngang qua nhà sản xuất nước mắm Sáng Tươi. Một vuông sân khá rộng, ngôi nhà chính nằm tận phía trong, phía trước góc trái có bụi bông sứ, lá xanh, hoa vàng. Sau nhà để xe là cây mận già vẫn còn ra bông trắng xóa. Bên hông và phía sau căn nhà, nhiều thùng nước mắm cao, to vẫn còn đậy kín mít, chờ ngày cá chín, mở lù, vô chai, dán nhãn rồi phân phối khắp nơi.

Nước mắm Sáng Tươi rất phong phú chất lượng, cũng như cuộc đời ông rất đông con nhiều cháu, lắm tiền nhiều của. Thời vua Bảo Đại, ông đã có xe hơi, chiếc trắc-xông (Traction) màu đen cũng làm lé mắt nhiều người dân trên đảo.

Ôm theo độ cong của bờ sông, nhà ông Tám Huyện (Phạm Văn Quyền) xã trưởng xã Dương Đông nằm tận phía trong hiện ra. Cây Da Bầu nghe đồn có ma, ai cũng ớn. Bà Tám Huyện đẹp người, đẹp nết, ít giao thiệp với ai, nhưng rất mực thương yêu, cưng chiều con cái.

Ông Chín Hiền, một doanh gia rất thành công, là em ruột của ông Tám Huyện. Nào là tiệm thuốc tây, lò bánh mì, cùng ngôi nhà mát nằm sát bờ biển gần Dinh Cậu do ông quản lý. Nếu chạy thêm một đoạn nữa là gặp ngay nhà thùng Phước Ký, họ cũng có con cháu nối nghiệp là nhà thùng Phước Hưng ở An Thới.

Đoàn xe rẽ trái vào đường giữa, vượt ngang nhà thùng Hồng Đại, ngoài việc sản xuất nước mắm nổi tiếng, ông bà Hồng Đại còn có hai cô con gái thuộc hạng kiều nữ Dương Đông "Mai cốt cách, tuyết tinh thần. Mỗi người mỗi vẻ, mười phân vẹn mười".

Bên cạnh con đường, cái giếng cô Ba, cô Tư, muôn đời nước vẫn trong, màu nâu nâu đỏ[1]* như màu thủ cung sa của cô gái vẫn còn băng trinh dù tuổi đã xế chiều.Thấp thoáng bóng cây khế ngọt, già gần ba thế hệ, trái chín vàng ươm xen kẽ giữa những chùm hoa tim tím gợn buồn.

Ông Liềm, người Việt gốc Hoa đã sống lâu đời ở đây, cũng chủ nhà thùng. Ông góa vợ, nuôi một đàn con. Vợ ông qua đời sau khi sanh đứa con trai út. Đám tang thật lớn, người đưa rất đông, ngôi mộ thật to, yên nghỉ ngàn thu trên dốc núi bà Kèo.

Xe chạy qua trụ sở xã Dương Đông rồi chạy ngược lại hướng cầu Ngang. Bên đường có nhiều bóng cây cổ thụ, văn phòng đại diện hãng Hàng Không Việt Nam cửa đóng im lìm. Cạnh là nhà thùng Nam Phong, nước mắm cũng có chất lượng lắm, tuy nhiên điều đáng nói ở đây là ông bà Nam Phong có mấy người con làm nghề dạy học.

Khảnh ra dấu, cả bọn quẹo phải trên con đường Nguyễn Trung Trực, quang cảnh nhuộm đầy hương sắc mùa xuân. Nhà lầu, nhà trệt, tiệm quán rộn rịp đông đúc người ăn uống, qua lại. Mùi thơm của các món ăn bay ra thơm phức từ cửa tiệm Trà Gia Lục Quốc.

Xe chạy giữa lòng đường, màu cờ vàng ba sọc đỏ, ánh lên trong đôi mắt hiền lành của người dân quận lẻ.

Ngôi nhà lầu ba tầng, tọa lạc gần góc ngã ba cạnh Chi Cục Kiểm Lâm, trong sân có chậu mai vàng nở thắm và cây mận ngọt xum xê cành lá. Huỳnh Thành Tựu, nhà sản xuất nước mắm kỳ cựu một thời. Ông gầy dựng sự nghiệp bằng hai bàn tay trắng, là người hiền lương, đức độ, đã làm rạng danh người Phú Quốc nói chung và cá nhân ông nói riêng, qua sự tuyên dương công trạng quyết định số 1 của Bộ Kinh Tế Việt Nam Cộng Hòa. Nguyên văn như sau:

---

[1]* Vì dưới lòng giếng có nhiều nham thạch.

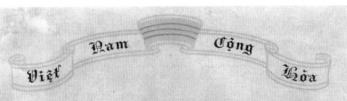

BẰNG TUYÊN-DƯƠNG CÔNG-TRẠNG

Ông HUỲNH-THÀNH-TỰU
Giám-Đốc Hãng Nước-Mắm Huỳnh-Thành
PHÚ-QUỐC

º
2

Đảo Phú-Quốc là một danh-lam lịch-sử, lại còn nổi tiếng nhờ một sản-phẩm mà giá-trị dinh-dưỡng và hương-vị mặn-nồng đã thành vị ăn căn-bản của nền ẩm-thực Việt-Nam. Ông HUỲNH-THÀNH-TỰU đã đem cho danh-lam Phú-Quốc cái tiếng-tăm lừng-lẫy đó nhờ tài kinh-doanh, đức bền-chí và tinh-thần chuộng sản-xuất của ông.

Để tưởng-thưởng một doanh-gia có tài trong kỹ-nghệ biến-chế ngư-sản, nay ân-thưởng Đệ Nhị hạng Kinh-Tế Bội-Tinh cho ông HUỲNH-THÀNH-TỰU.

Sàigòn, ngày 20 tháng 11 năm 1968
TỔNG-TRƯỞNG KINH-TẾ,

ÂU NGỌC HỒ

Ánh vinh quang vẫn còn chiếu sáng. Tuy nhiên, nay tuổi già, sức yếu, ông đã truyền giao sự nghiệp lại cho hai vợ chồng người con gái thứ tư là bà Huỳnh Thị Huỳnh Mai (Cô tư Thiệp) và chồng là ông Từ Văn Nghĩa. Vì nhu cầu, họ kiêm thêm việc mua bán các loại máy tàu, chân vịt và các thứ phụ tùng thiết yếu khác cho ghe tàu đánh cá.

Cô Huỳnh Phụng Vân, con gái út của ông cả Tựu, là giáo sư dạy trường Trung Học Phú Quốc. Dáng người dong dỏng cao, gương mặt thanh tú, nết na thùy mị. Cô Vân rất được các học sinh yêu thương, quý mến.

Ông cả Tựu còn có người em gái thứ sáu là bà sáu Chọn, một hoa khôi ngày trước, nay là má của cô Ba, cô Tư bán cháo lòng.Dân trên đảo, nhiều gia đình kết tình thông gia với nhau, rồi dây mơ, rễ má cứ quấn quít xoay tròn nên hầu hết ai cũng có họ hàng, bà con với nhau cả. Xe lướt qua trước cây xăng nhà cù Chin, ông cù Chin nhờ ở đây lâu đời nên tậu được nhiều đất đai, tài sản lắm. Xe chạy ngang qua cây mả tiền, Quân nói:

- Nhỏ Dung bảo cây nầy có ma đó anh!

Rồi nàng ôm chặt An, như sợ có con ma nào phía sau, chực chờ níu áo nàng lại. Nàng thúc vào hông An:

- Anh chạy lên, chen vào giữa xe con Dung đi.

An nói đùa:

- Các cô phá còn hơn ma, mà lại sợ ma sao?

Họ chạy dọc bờ sông một khoảng xa, phía trên nhà cửa xây mặt ra bờ sông cũng khá tươm tất. Phía dưới mé sông, nhà cửa thưa thớt, vài chiếc cầu ván nhô ra trên mặt nước là chỗ cho ghe, tàu đậu vào. Bên kia sông vài ngôi nhà sàn lặng lờ soi bóng che khuất một phần mái của hãng đóng cá hộp Sumaco…Một chiếc ghe vừa rời bến chạy giữa sông làm rẽ đôi mặt nước loang loáng dưới ánh nắng ban trưa. Ngôi nhà bác mười Đức hiện ra, với hàng rào bông bụp, nay không còn màu thắm, vì người con dâu, cô giáo Điều đã bị chết tức tưởi bởi đạn pháo của Việt Cộng trong ngày bầu phiếu. Cô Điều là người đất liền, xinh đẹp, nết na, được chồng cưới ra Phú Quốc làm dâu mấy năm. Cô tiếp tục dạy học, trong ngày bầu cử, cô lãnh trọng trách coi giữ phòng phiếu tại Trường Tiểu Học Cộng

Đồng Dương Đông. Buổi sáng đó, nhiều quả đạn pháo rớt vào, một số người bị thương và vài người chết. Việc giết người vô tội không thể nhân danh cho một lý tưởng nào đó...

Anh Hân, chồng cô Điều đang sống những ngày tháng hạnh phúc với vợ, bỗng dưng nay bị chia lìa. Đứa con trai mới tròn hai tuổi, mặc đồ tang mà miệng vẫn tươi cười, tưởng mẹ vừa may xong cho bộ quần áo mới.

. Mà lạ thật lòng người sao cứ như lòng sông hứng chịu mọi thứ tai ương, nạn kiếp giáng xuống. Qua nhiều thời đại dòng sông vẫn trong xanh trôi chảy không ngừng...

Con đường phía trước hẹp dần, nếu chạy tới nữa sẽ lọt vào xóm Quy Khu. Cả đoàn xe quẹo phải ngay cây cầu mà hàng năm vào ngày 13 tháng 03 âm lịch, người dân Dương Đông có tổ chức buổi cúng Tống Gió. Tuy có phần mê tín nhưng họ coi đây là một tập tục nên đã ảnh hưởng đến nền tảng tâm linh không ít.

Trước một ngày, từ xóm Cồn cho tới xóm Quy Khu, mọi nhà đều phải đặt bàn hương án trước sân. Phẩm vật cúng kiếng thì cũng rất đơn sơ, một ít hoa quả, nhang đèn, bánh kẹo và hai túi nhỏ đựng muối gạo. Bàn hương án phải để ngoài trời suốt đêm. Trước khi đi ngủ gia chủ phải thắp thêm nhang đèn, nếu lỡ bị trời mưa thì gia chủ phải dời bàn hương án vào trong hiên nhà. Dưới ánh trăng mờ ảo, cả thị trấn Dương Đông chìm ngập mùi nhang khói hăng hăng nồng nồng, đường sá vắng tanh, nhà nhà cửa đóng im lìm, chỉ còn những bàn hương án với ánh nến lung linh, lập lòe trước gió tạo cho quang cảnh thêm phần ma quái rợn người.

Dưới bờ sông cũng có sẵn chiếc xuồng nhỏ đóng rất sơ sài, với các lá cờ đen cắm dọc hai bên và đặt lên đó mấy cái hình nộm nữa. Lễ cúng thì được tổ chức tại đình ông Bổn với đầy đủ nghi thức âm binh, đồng bóng.

Đến giờ, họ đi từng nhà để thâu nhặt các phẩm vật. Dẫn đầu là đoàn âm binh ngũ hành, khoảng vài mươi người cùng với các pháp sư, tay cầm cờ xí, theo sau là đám thanh niên khỏe mạnh để phụ khiêng vác các phẩm vật. Họ vừa đi vừa đọc các bài chú, bài kệ để kêu gọi, chiêu hồn, dụ bắt các bầy ma hoang, chết sông, chết biển, chết bụi, chết bờ chưa siêu thoát, còn đang lần khuất đó đây thường hay phá phách nhân gian.

Đoàn âm binh ngũ hành cố tình ăn mặc sao cho giống y hệt người cõi âm. Áo quần họ xốc xếch, màu mè, mặt mày thì vẽ răn ri, dị họm. Tiếng mõ tiếng chuông gọi hồn vang lên từng hồi. Họ đi như vậy qua nhiều khu phố để thâu nhận các lễ vật, thâu nhặt các hồn ma rồi đưa về đình cho ăn uống no nê, nghe kinh nghe kệ, để hôm sau mới tống ra biển. Khi đoàn âm binh ngũ hành nầy đi tới đâu thì đều có tiếng chuông, tiếng mõ báo hiệu để gia chủ ra tiếp đón và đưa lễ vật. Thông thường lễ vật mang đi cần phải có muối gạo là điều chánh yếu. Khi đoàn âm binh vừa quay gót thì gia chủ thảy theo muối gạo để tống bỏ những tà khí, những sự xui xẻo trong năm nếu có để bầy ma đói mang đi theo luôn. Không khí trong những đêm như vậy rất u ám ghê rợn, trẻ con cấm ngặt không được ra khỏi nhà sợ bị ky, bị quở, sinh ra ốm đau bệnh tật. Trái với lễ xô giàn, trẻ con mặc tình vui chơi hào hứng.

Với con mắt bắt ma nhà nghề của ông Ngũ hành, khi đi qua nhà nào thấy có nhiều tà khí, thấy có nhiều hồn ma ẩn núp, ông liền dừng lại làm phép để tiêu trừ, thâu tóm các âm khí tà ma. Nhiều gia chủ, trẻ con trong năm đau yếu liên miên nhưng chẳng biết là bệnh gì, nhân dịp nầy nhờ ông Ngũ hành dùng bùa phép chữa trị, giải trừ, thế mà nhiều người cũng được khỏi bệnh.

Qua một đêm cúng kiếng tại đình, những hồn ma đói vất vưởng đã được nghe kinh, nghe kệ, được ăn uống thỏa thuê. Ngày hôm sau chờ đúng giờ, tất cả kéo xuống bờ sông chuẩn bị cho cuộc tống gió. Những gia đình nào chưa kịp đưa lễ vật, đoàn âm binh lại tiếp tục làm việc ấy.

Tất cả các phẩm vật thâu góp từ các chủ nhà được đưa xuống ghe nhỏ nằm chờ sẵn tại bờ sông. Ông Ngũ hành xuống ghe làm phép, tay bắt ấn, miệng đọc thần chú để trục các hồn ma xuống chiếc xuồng đó. Dưới xuồng đã có các món cúng như gà, rượu, xôi chè, muối gạo, trái cây ngập cả khoang xuồng, để chiêu dụ các hồn ma tham ăn lên tàu cùng các hình nộm mà bọn ma cứ tưởng là hình người. Chiếc ghe lớn cùng với đám thanh niên trai tráng kéo chiếc xuồng nhỏ ra khỏi sông. Dưới xuồng nhỏ kia thì không có ai ngoài các phẩm vật cúng kiếng, hình nộm và lũ ma hoang đang hả hê ăn uống, rượu chè say sưa. Khi ra biển khá xa, người ta mới cắt bỏ dây, mặc cho chiếc xuồng kia lênh đênh, chìm nổi... Chiếc ghe lớn chạy vào bờ, như thế, cuộc Tống Gió kể đã hoàn tất. Nhiều người mê tín chắc cũng an tâm, họ nghĩ rằng các hồn ma bóng quế kia bị kẹt ngoài biển khơi, không vô đảo được nữa, khỏi phá phách dân lành, nên mọi người yên dạ làm ăn.

Dân trên đảo sống giữa trời nước bao la nên thấy mình nhỏ nhoi lắm! Đi biển gặp cuồng phong bão tố chưa kịp về bến cũng khấn vái Bà, Cậu hoặc người khuất mặt, khuất mày. Quăng một mẻ lưới bị mắc rạn cũng nhờ Bà, Cậu kéo lên hoặc nhờ ơn trên giúp đỡ, riết rồi trở thành tập quán, không hại gì cho ai cả!

Chương Mười Hai

CHÙA SƯ MUÔN

Bốn chiếc xe quẹo trái ngay tại ngã tư đình ông Bổn để thẳng tới Suối Đá, chùa Sư Muôn. Quân chỉ tay nói:

- Cái đình nầy nằm dưới dốc chùa Cao, mỗi năm vào giữa tháng bảy âm lịch, họ cúng lớn lắm và có xô giàn nữa đó anh ạ! Vui ơi là vui...

An hỏi:

- Sao em biết rành vậy?

- Dung rủ em lên chơi vào dịp nghỉ hè năm trước.

Rồi nàng lên giọng kẻ cả:

- Để em đố anh nè, cái đình với cái chùa khác nhau như thế nào?

An không cần suy nghĩ:

- Chùa thờ Phật, đình thờ Thần.

- Còn gì nữa không?

- Đó là điểm chính, anh biết đại khái thế thôi...

Quân cười, giải thích thêm:

- Chùa cúng chay, đình cúng mặn, họ nấu ăn ngon lắm!

An vói tay về phía sau, vỗ nhẹ vào đầu Quân:

- Lớn chồng ngồng, sắp lấy chồng rồi mà còn mê ăn!

Quân cười khúc khích trên lưng An:

- Ăn để có sức mà làm vợ.

Dung thấy Quân cười, liền chạy sát gần xe hỏi:

- Anh chị cười gì mà vui thế?

Quân trả lời:

- Bí mật, bí mật, không nói được.

Xe gần tới giếng Tiên, Dung cảnh giác An:

- Chỗ ấy có cát lún lắm, anh chạy cẩn thận!

An trờ xe tới vào vùng cát nhuyễn, bánh xe lật nghiêng. Cả An và Quân đều té xuống. Hai người lồm cồm ngồi dậy dựng xe lên, Quân phủi đít quần, cằn nhằn An:

- Dung đã nói rồi, bảo chạy cẩn thận mà để bị té, làm quê quá chừng!

An nói:

- Thì anh cũng đã chạy cẩn thận lắm rồi...

Khảnh quày xe lại, tới bên An:

- Cái chỗ nầy bọn tôi té nhiều lần lắm, riết rồi cũng có kinh nghiệm. Đây là một kỷ niệm nhớ đời mà!

Thầy Hiền hối thúc:

- Thôi, mình tiếp tục lên đường đi, cũng còn khá xa đó!

Đường càng hoang vắng, hai bên lưa thưa vài nếp nhà tranh, với vườn cây ăn trái, nuôi gà, nuôi vịt...Qua khỏi chùa Cao Đài Linh Tiêu Cực, rồi tới vườn tiêu lớn, còn nhiều trái chín sót lại treo lủng lẳng chùm đỏ, chùm xanh, trông thật vui mắt. An nhìn về phía trước hỏi Quân:

- Con đường nầy chạy mãi sẽ dẫn tới đâu em nhỉ?

- Hàm Ninh, em nghe Dung bảo thế. Nó cũng sẽ dẫn đến Suối Tranh, một cảnh đẹp thiên nhiên giữa núi rừng hoang dã. Suối Tranh bắt nguồn từ những hốc đá hướng Hàm Ninh, chảy len lỏi qua các khe núi, sườn đồi do những con suối nhỏ, rồi cuối cùng hòa vào một dòng suối lớn và tiếp tục đổ xuống lênh láng trên các mặt phẳng lì của nhiều tảng đá to, tạo thành dòng thác nên thơ, ngoạn mục. Suối Tranh có chiều dài trên 15 cây số, uốn khúc qua nhiều cánh đồng tranh, nhiều đoạn rộng hẹp, sâu cạn khác nhau. Hai bên bờ suối, hoa cỏ xanh um, bóng cây chụm vào nhau nghe lời tình tự của núi rừng. Chim chóc vào mùa gọi nhau ríu rít trên cành, tiếng suối chảy róc rách, tiếng gió rừng êm ả ve vuốt lên từng đám cỏ xanh mượt mọc ven bờ. Nhiều phiến đá to, nhỏ nằm trầm mình dưới làn nước trong, phủ đầy rong rêu, trơn trợt. Vì thời buổi chiến tranh, ít có người lui tới nên cảnh vẫn còn hoang sơ, vắng vẻ. nhưng không kém phần thơ mộng hữu tình.

An nghe Quân nói mà phát mê, Quân bỗng rủ rê:

- Hay là mình kéo cả bọn đến đó tắm suối đi anh...

An lắc đầu:

- Không được, không được! Anh là lính mà, em quên sao?

Quân cười xòa vì sự trẻ con mau quên của mình...

Khảnh quẹo vào sân nhà của một người quen. Bên cạnh có vườn chôm chôm trái nặng trĩu, râu chôm chôm lún phún bao quanh. Đặc biệt trong vườn nầy có nhiều cây chôm chôm vàng thuần giống rất ngon. Quân chạy tới ôm ngay một chùm, kề sát vào má:

- Anh Khảnh, phó nhòm! Chụp cho Quân ảnh nầy đi!

Một bác gái tuổi trung niên từ trong nhà bước ra, Khảnh vội tiến lại:

- Chúng cháu kính chào bác Chính!

Bác Chính là bệnh nhân của ba Khảnh, mặc dù ông đã về hưu nhưng vẫn còn chữa bệnh, hoặc chích thuốc bổ lai rai cho những người già yếu, bệnh tật mà họ không tiện ra chợ.

- Năm nay vườn chôm chôm sai trái quá bác?

- Ờ, thì cũng nhờ trời thương cho được mùa. Rất tiếc là chôm chôm chưa chín, nếu không bác bảo tụi nhỏ bẻ một ít cho các cháu mang về.

Tính tình người dân ở vườn rất chơn chất, rộng rãi lắm. Khảnh thưa:

- Dạ, chúng cháu cám ơn bác Chính nhiều.

Khảnh chỉ vào bốn chiếc xe gắn máy:

- Thưa bác, bác cho bọn cháu gởi mấy chiếc xe nầy, tụi cháu lên chùa Sư Muôn chơi, khi về sẽ lấy.

Bác Chính:

- Ừ, được, không sao đâu! Để đây an toàn lắm...

Rời đường cái, cả bọn đi vào con đường nhỏ. Hai bên đường rừng cây rậm rạp. Cỏ tranh mọc um tùm cao gần tới đầu, An thấy hơi lo trong lòng, thầy Hiền trấn an:

- Hôm nay ngày Tết, nhiều người đi chùa lắm, chắc không sao đâu!

Trước mặt họ, một đám cô cậu mười bốn, mười lăm tuổi vừa đi vừa hát vang bài "Đường Lên Sơn Cước" lời lẽ pha chế, thật vui tai và dí dỏm.

Vừa trông thấy cánh đồng sim, cả đám con gái càn vô. Tay nắm, tay quơ, lục sục tìm hái trái chín, những giọt sương đọng trên ngàn hoa, kẽ lá rớt xuống làm lạnh cả mắt môi. Dung nhón gót, kéo quằn ngọn sim, hái được một trái to chín mùi, tím sẫm, ẩn sau chùm lá xanh um, nàng vui mừng reo lên:

- Có rồi, có rồi...

Quân ở gần đó chạy tới:

- Cho tao đi, cho tao đi!

- Sức mấy, bỏ qua đi Tám! Mầy có người thương rồi, để tao ăn hết trái sim nầy, rồi kiếm một dòng suối uống cho đã, mới đủ sức đi tìm người thương.

Nói xong, nàng liền ngâm hai câu thơ: "Đói lòng ăn nửa trái sim. Uống lưng bát nước đi tìm người thương".

Quân trề môi:

- Xí, còn lâu mới tìm được chàng! Quách Tĩnh về Mông Cổ cưới vợ rồi...

Dung pha trò thêm:

- Thế thì để tui lên núi tu luyện "Giáng Long Thập Bát Chưởng" về chưởng cho chàng tả tơi luôn!...

Cả bọn cười khoái chí...Giữa lúc ấy phía sau lùm tranh, một con vật khổng lồ phóng ra chạy phăng phăng về phía núi. Quân hoảng quá la lên:

- Cọp, cọp!

Nàng sợ điếng hồn, cứ tưởng ông cọp ba chân mà nàng đã từng nghe Dung kể. Ông Cọp nầy tu ở núi Tà Lơn, tận bên Cao-Miên, không biết vì lý do gì mà qua đảo Phú Quốc. Khi bơi ngang biển đã bị cá mập cắn mất một chân, người ta đồn như thế!

Cả đám nhìn theo thấy số 20 to tổ bố in đậm trên mông con vật. Thì ra là con bò mộng, đây là tài sản của gia đỉnh ông Tây nọ. Khi rút về nước, ông Tây để lại con bò nầy, rồi nó cứ sống lang thang trong rừng. Không ai dám làm hại nó cả, vì nó có đóng dấu số 20, nghĩa là con vật có chủ. Thỉnh thoảng người dân thấy nó xuất hiện lúc chỗ nầy, khi chỗ kia để tìm thức ăn. Con bò nầy sống cũng dai thật.

Sát dưới chân đồi, nhiều chiếc xe gắn máy dựng rải rác đó đây, có cái giấu tận phía sau những lùm cây rậm rạp. Khảnh hô lớn:

- Chuẩn bị leo dốc bà con ơi!

Dưới chân đồi nhìn lên đỉnh núi, chỉ thấy màu xanh cây lá bạt ngàn, chẳng thấy ngôi chùa đâu cả, chỉ thấy dốc đứng, dốc nghiêng, cheo leo, khúc khuỷu. Đường nhỏ, chật hẹp rất khó đi, lắm khi phải níu nhánh cây bên đường để mượn sức leo lên. Người nào, người nấy mệt muốn đứt hơi. Chợt chuông chùa đổ vang ba tiếng, xé tan sự tĩnh lặng của núi rừng. Một số người đã lễ Phật xong, lục tục kéo xuống, nhóm khác lại đi lên.

Bọn An cũng vừa đặt chân tới trước sân chùa. Hai ngôi nhà lớn hiện ra dưới tàng cây đầy bóng mát, vì là ngày Tết, nên chùa cũng đã có một số bạn trẻ đi sớm. Họ gặp thầy Hiền, lễ phép cúi chào. Đây là đám học sinh của trường trung học, cũng là đàn em của bọn Khảnh, Mi, nên mọi người đều quen biết nhau cả!

Cô bé tóc dài, nước da ngăm ngăm, miệng vừa nói, tay chỉ lên vùng đất cao hơn:

- Nơi đó có một chánh điện thờ ông Phật to lắm! Mời thầy cùng các anh chị đến đấy lễ Phật và coi phong cảnh luôn đi!

Bọn An lại hì hục leo lên một đoạn dốc nữa. Tới nơi, họ đứng trên một tảng đá cao nhìn xuống, cảnh núi rừng thiên nhiên hùng vĩ, gió thổi vi vu, chim kêu đầu núi, xa hẳn nơi thế giới ồn ào, phức tạp của nhân gian!

Quân lễ Phật xong, bước ra trầm trồ:

- Cảnh đẹp quá hở anh? Núi cao như thế nầy mà làm sao họ đưa tượng Phật Thích Ca lớn như vậy lên đây được?

Cô bé nước da ngăm khoe thêm:

- Chưa hết cao đâu! Còn cái am ông Tám trên kia nữa...

Theo hướng chỉ tay của cô bé, bọn An phải ngước mặt lên nhìn trên lưng một vách đá thẳng đứng. Cúc Hương rụt đầu, lè lưỡi:

- Cao quá, làm sao mà đi tới được? Nguy hiểm lắm...

Mỹ Nhung xen vô:

- Thôi, mình đi hái sim đi!

Cả bọn kéo ra rừng sim phía sau chùa. Rừng sim nằm trên sườn đồi khá rộng, chen lẫn giữa những bụi cỏ dại, nào là bông cỏ may, nào là cây hột ké, hễ đụng đến là bị chúng dính chặt vào tóc hay ghim chặt vào áo quần. Nhiều nhánh sim được kéo xuống rồi buông bật trở lên, vì cả rừng không còn trái chín, chỉ thấy toàn hoa, lá và trái non mà thôi.

Quân thất vọng nói:

- Chắc tại tụi mình đến trễ, nên bị người khác hái hết rồi!

Ái Mi cười chúm chím xen vào:

- Không phải đâu, rừng sim nầy là của chùa, mấy bà Vãi hái hết đem xuống chợ bán cùng với các loại rau cải và hoa quả khác, để mua cơm gạo, chao tương về ăn đó mà!

Cả bọn thốt lên:

- Ồ, thì ra là vậy!

Từng cặp ngồi dưới bóng mát của gốc sim già, họ gỡ những mũi kim của bông cỏ may ra khỏi áo quần. An đưa tay lên đầu Quân, cố lấy ra những hột ké đã dính nùi trên tóc. Cái thứ nầy hễ dính vào tóc thì khó gỡ lắm. Cô nào, cô nấy đều kêu la ầm ĩ. Những chiếc gai nhỏ nằm chung quanh cứ cuộn tròn theo từng sợi tóc, rồi cả chùm tóc cũng dính vào luôn.

Dung cằn nhằn:

- Sim đâu chẳng thấy, mà chỉ thấy mấy cái đồ khỉ nầy!

An vừa gỡ hột ké trên đầu Quân vừa theo dõi cặp cu đất cách chàng hơn mười mét, đang rúc ra, rúc vô dưới lùm cây trước mặt. Chàng khều Khảnh, hai người rón rén bước tới, những bước chân đạp trên lá khô lào xào, vụn vỡ. Chàng khom người xuống, lấy tay đỡ những nhánh lá thấp lè tè dưới bụi cây. Soẹt! Đôi chim cu tung cánh bay vút lên cao, chàng giật mình, ngẩn ngơ nuối tiếc...

An đi vòng qua lùm cây, chàng thấy có lối mòn nhỏ dẫn tới gốc sim trà lưa thưa trái chín.Trên gò đất cao gần đó, An thấy có vài ngôi mộ, những tấm mộ bia cũ kỹ, lâu ngày nứt nẻ vì nắng mưa gió bụi thời gian. An bước tới gần ngôi mộ có cắm cây cọc cao, bụi hoa leo màu tím bám lên thân cọc, nửa chừng buông rũ, như đời người nằm dưới mộ kia... Những chùm lá hắt hiu, rung rinh theo cơn gió núi rừng. Chàng đọc những dòng chữ không rõ nét "Nơi an nghỉ của Vũ Thúy Kiều. Pháp danh Diệu Hạnh. Sinh ngày … mất ngày…". An rất đổi ngạc nhiên, tên Vũ Thúy Kiều nghe sao quen quen... Rồi chàng chợt nhớ ra Vũ Thúy Kiều là cô út của mình, là em gái ruột của bố. Thỉnh thoảng có nghe ba mẹ nhắc đến. Mỗi khi nhắc thì bà nội rươm rướm nước mắt, bà bảo: "Thôi đừng nhắc đến nó nữa!".

Trong họ nhà An, ai cũng biết cô út Kiều đi theo tiếng gọi của tình yêu. Chàng trai kia là con của một người lao công trong ngôi trường trung học mà ông nội An là hiệu trưởng. Chuyện tình của hai người đã đến tai ông. Muốn tách rời con gái với cậu trai kia, ông liền cho nghỉ việc người lao công nọ, và cấm con gái không được giao du với người tình nhân đang ở lứa tuổi học trò.Vì ông nội An cho rằng họ không môn đăng, hộ đối với nhau.

Mãnh lực tình yêu mở khóa trái tim và mở luôn đôi chân xiềng xích. Hai người bỏ nhà trốn đi biệt xứ. Hơn hai mươi năm qua, bà nội An đêm ngày nhớ thương con gái, bà ít ăn, ít ngủ. Sức khỏe lụn tàn, sau mười năm thì bà đã mất, ông nội An ngoài mặt thì nói cứng, nhưng trong lòng ông cũng thấy hối hận lắm. Ông cho nhiều người tìm kiếm, ngay cả đăng báo, nhắn tin. Nhưng bóng hình người con gái vẫn biền biệt tăm hơi.

Việc nầy vẫn chưa xác quyết, cần phải vào chùa hỏi thêm tin tức mới được. Nghĩ thế, An ngoắc tay Quân, Quân chạy đến bên ngôi mộ, chàng nói nhỏ vào tai Quân những điều bí mật mà chàng mới vừa khám phá... Thực, hư, chưa rõ, việc nầy cần phải gặp các bà vãi để hỏi thêm.

Vị sư cô độ trên tuổi bốn mươi vừa bước ra vườn sau, An nhanh chân chạy tới trình thưa sự việc, bà liền đưa An vào nhà trong, dẫn tới một bàn thờ có hình của một người con gái, rồi bà hỏi:

- Có phải người nầy là thân nhân của cậu không?

An nhìn vào tấm hình nhỏ bé đã ngả màu theo thời gian. Cô Thúy Kiều trong chiếc áo dài màu trắng nữ sinh, tay ôm một quyển sách trước ngực, tay kia cầm một chùm hoa thiên lý lòng thòng trên bờ vai. An vui mừng nhận ra. Đúng rồi, nhà ông nội chàng có một giàn hoa thiên lý. Những tấm hình cô út chụp dưới giàn hoa, bố chàng còn giữ kỹ lắm.

An hỏi thêm chi tiết về nguyên nhân và ngày tháng cô qua đời, vị sư cô bước tới bàn thờ xá ba xá, như xin phép người đã mất được tiết lộ những điều bí mật mà từ trước đến nay chưa ai biết. Ánh mắt xa vời, cố nhớ lại sự việc của hai mươi năm về trước để sắp xếp câu chuyện cho có lớp lang, bà chậm rãi:

- Họ đến từ đâu thì tôi không biết! Nhưng một ngày kia thấy có ngôi nhà lá dựng lên ngoài đường cái, lối về chợ Dương Đông. Thỉnh thoảng tôi gánh rau ra chợ bán có ghé vào xin uống vài ngụm nước cho đỡ khát. Hai vợ chồng còn rất trẻ, chị Sơn (Vợ anh Sơn) nhỏ hơn tôi vài tuổi nên hai người chúng tôi thân thiết lắm. Họ khai khẩn một mảnh vườn phía sau để trồng rau cải, khoai sắn bên cạnh một con suối nhỏ đầy nước khi vào mùa mưa. Con suối nầy là đầu mối của sự tai ương, bất hạnh.

Hai vợ chồng họ rất siêng năng, cần mẫn, ngoài việc lo nương rẫy nhà mình, họ còn đi làm thuê, làm mướn, không nề hà bất cứ việc gì! Tới mùa tiêu thì họ hái tiêu chín, phơi khô, sàng sảy, vô bao gánh về chợ quận. Tới mùa đồn đột bên Bãi Bổn thì họ đi bắt đồn đột, tới mùa ghẹ thì qua Hàm Ninh. Sang mùa cá thì anh Sơn đi làm thợ lưới cho mấy nhà thùng lớn ở ngoài Dương Đông, vì thế anh Sơn vắng nhà cũng khá thường xuyên. Suốt mấy năm liền như vậy, gia đình dành dụm được một số tiền. Chị Sơn thấy chồng vất vả, cực nhọc quá nhiều, chị có ý định bàn tính cùng chồng mở một trường dạy học cho các trẻ em trong thôn xóm. Vì ở đây xa chợ nên các em không có điều kiện học hành, chị sẽ phụ chồng dìu dắt các em trong công việc khai tâm mở trí. Chuyện ấy chưa kịp nói ra, thì bỗng một hôm sau buổi chợ về tôi có ghé thăm, chị Sơn mắt đỏ hoe, thì thầm tâm sự:

"Anh ấy sắp rời xa mẹ con em rồi chị ạ".

Mặc dù tôi đã xuất gia, nhưng chị Sơn cứ thường hay gọi tôi bằng chị. Chị đến đây bơ vơ không người thân thích, chị xin được nhận tôi làm người chị tinh thần để được nâng đỡ, che chở ủi an. Lúc ấy đứa con gái của chị Sơn mới hơn một tuổi, tôi có hỏi anh Sơn sẽ đi đâu thì chị ấy không cho biết chính xác mà chỉ than thở rằng:

"Anh đi xa lắm chị ạ! anh ấy hứa sẽ trở về, bảo em ráng chờ đợi ở nhà thay anh nuôi dạy con thơ…".

Ít lâu sau tôi mới biết anh Sơn hoạt động trong phong trào "Đoàn Thanh Niên Chống Pháp" thời đó. Anh đi ra Bắc, bỏ lại vợ con ở trong Nam và hứa hẹn sẽ trở về sau vài năm. Chị Sơn nuôi con, chờ chồng trở lại. Năm tháng dần qua, bóng hình anh biền biệt, không tin tức đưa về… Đứa con gái đã gần bốn tuổi, hai mẹ con sống thui thủi trong căn nhà tranh. Chị Sơn đóng trọn vai trò vừa làm mẹ, vừa làm cha. Nhà cửa dân cư ở đây thưa thớt, mỗi nhà cách nhau gần nửa cây số, nên cháu Đông không có bạn bè trang lứa để chơi đùa, nó chỉ quanh quẩn bên mẹ mà thôi. Nó thường hay hỏi:

"Ba đâu, ba đâu hở mẹ?"

Chị dỗ dành con:

"Ngoan, ba Sơn sắp về, ba sẽ mua nhiều bánh kẹo cho con ăn nhé!"

Rồi một buổi sáng nọ, khi chiếc xe đò chở khách trên tuyến đường Dương Đông - Hàm Ninh thì xe dừng lại trước nhà, có người khách lạ bước xuống vào nhà trao cho chị Sơn một gói đồ rồi vội vã bước ra. Chị Sơn hồi hộp mở gói đồ mà chẳng biết ai gởi cho mình. Chị vui mừng khi thấy tấm hình của hai người chụp lúc còn đi học, một hộp bánh tây và một lá thơ của anh Sơn. Chị đưa hộp bánh cho con, bé Đông vui mừng ôm hộp bánh vào người. Chị đọc ngấu nghiến lá thư của chồng, anh Sơn xin lỗi về sự ra đi của mình đã bỏ lại hai mẹ con lạc lõng nơi xứ lạ quê người. Nhưng vì đất nước, vì lý tưởng đánh đuổi bọn thực dân nên mong chị thông cảm và thay anh chăm sóc, dạy dỗ đứa con gái độc nhất của hai người. Sự trở về sớm hay muộn của anh còn tùy thuộc vào tình hình chính trị trên toàn cõi Đông Dương lúc bấy giờ.

Ngoài lá thư viết chưa gởi của anh, chị nhận thêm một lá thư có dán phong bì cẩn thận, chị xé nhanh phong bì lấy thư ra đọc. Lá thư viết rất ngắn, báo tin về cái chết của anh trong lúc thi hành công tác ngày 14 tháng 7 (Đúng vào ngày lễ Độc lập của nước Pháp).

Chị Sơn bủn rủn tay chân, mắt hoa lên, trời đất tối sầm. Chị đứng dựa lưng vào vách nhà rồi từ từ ngồi sụp xuống. Chị ôm con vào lòng khóc ngất:

"Ba Sơn chết rồi con ơi, ba không còn trở về với mẹ con mình nữa!"

Chị thổn thức qua dòng lệ nóng:

"Anh Sơn ơi, sao anh nỡ bỏ mẹ con em? Bao nhiêu năm em cũng chờ anh mà! Chỉ cần anh có ngày trở lại. Con gái của mình còn bé quá, làm sao chia xẻ nỗi đau nầy!".

Quả đúng vậy, bé Đông chẳng hiểu tại sao mẹ lại khóc, trong đầu óc non nớt của nó đầy nỗi thắc mắc: "Đáng lẽ có bánh ăn thì vui lắm chứ, sao mẹ lại khóc?...". Nó đứng ngơ ngác, tay ôm hộp bánh, tay kia kéo vạt áo lau nước mắt cho mẹ. Sau một hồi vật vã khóc than, chị Sơn bước ra nhà bếp lẩm bẩm 'như vậy ảnh chết đúng một năm rồi' chị sửa soạn cúng một mâm cơm cho người chồng vắn số. Vì yêu thương chồng chị không phán đoán việc đi ra Bắc của anh Sơn đúng hay sai, cũng như chị vì tình yêu, chị đã bỏ bố mẹ, bỏ gia đình đi theo anh. Rồi bây giờ vì tình yêu đất nước, vì hoài bão lớn lao. Người thanh niên với đầy nhiệt huyết đã lựa chọn một hướng đi, cuối cùng đem lại nỗi khổ đau, hệ lụy cho những người thân yêu. Cũng như chị vậy!

Từ lúc được tin chồng mất, chị Sơn không còn hy vọng sự trở về của anh. Nên đã nhiều lần ý tưởng nhen nhúm, chị định mang con về Đà lạt, cúi xin bố mẹ tha tội. Nhưng chị vẫn sợ cái nghiêm khắc của bố, cái tiếng đời thị phi về đứa con gái hư hỏng bỏ nhà theo trai, bây giờ mang của nợ về chỉ làm điếm nhục gia phong. Nên cuối cùng chị cứ sống như thế cho qua ngày…

Bé Đông bây giờ là niềm vui, là lẽ sống, là bầu bạn của chị trong căn nhà quá vắng vẻ, quá quạnh hiu. Có nhiều đêm mưa dầm, gió bão. Mái tranh muốn tróc ra khỏi sườn nhà, tấm phên che chắn cũng đập ầm ầm như sắp bung ra. Chị Sơn chỉ biết ôm con chặt sát vào lòng để đè nén cơn sợ hãi, mong đêm tối mau trôi qua. Chị Sơn bây giờ sợ đủ thứ, nhất là trong đêm đen, chị sợ trời mưa giông, gió bão, chị sợ trời gầm, trời sét, chị sợ luôn cả con người nữa. Cách nhà có người thanh niên biết được tin chồng chị đã không còn, anh ta đem lòng cảm mến, muốn săn sóc, bảo bọc hai mẹ con chị trong hoàn cảnh mẹ góa, con côi. Nhưng chị Sơn sợ lắm. Niềm vui của chị là nghe bé Đông nói thỏ thẻ bên tai cũng đủ an ủi cuộc đời góa bụa.

Thúy Kiều của Nguyễn Du ngày xưa đã trải qua bao kiếp nạn đoạn trường, còn Thúy Kiều của gia đình họ Vũ chắc cũng không kém!

Sau ngày anh Sơn mất một năm, cũng tháng bảy mưa dầm, mưa dề. Mưa hết ngày này kéo sang ngày khác, được một ngày nắng ráo, chị gom đống áo quần của hai mẹ con ra bờ suối để giặt. Bé Đông gần năm tuổi rồi, không quanh quẩn bên mẹ như trước nữa.

Đông đi bứt từng cái bông dại bên bờ suối, rình rình chụp từng cánh bướm màu sặc sỡ bay nhởn nhơ, hay mấy con chuồn chuồn cánh nhỏ. Lâu lâu chạy lại khoe với mẹ:

"Mẹ! Coi cái bông nầy nè, đẹp không mẹ? Coi con bướm nầy nè, có nhiều màu quá hả mẹ?"

Chị Sơn hôn lên má con:

"Ừ đẹp, đẹp lắm! Nhớ đừng đi xa nghe!".

Con bé lại rong chơi tiếp tục. Chị Sơn nhúng chiếc áo của con vào dòng nước chảy xiết, rồi lấy cục xà bông đá chà mạnh mấy cái, bọt xà bông trắng xoá nổi lên từng chùm như chùm bong bóng. Chỉ trong phút chốc lại vỡ tan, chị liên tưởng đến đời người, đời của chồng chị hiện diện đó rồi tan biến nhanh... chị miên man suy nghĩ, chợt nghe con hét lớn lên một tiếng, chị vội chạy tới.

Dưới đám lá mục ẩm ướt chị thấy có sự di động. Con rắn bò thật nhanh, như tên trộm vừa đánh cắp được vật gì cố chạy thoát thân. Con rắn đã đánh cắp, đã lấy đi mạng sống của bé Lê thị Dương Đông. Chị ôm con trên tay, người chị cứng ngắt, đôi mắt con chị đứng tròng cũng cứng ngắt, miệng sùi bọt mép, bé Đông hắt ra hơi cuối cùng rồi ngoẻo đầu qua một bên, mềm nhũn. Chị kêu lớn:

"Con, con! Bé Đông con. Trời ơi, con đừng bỏ mẹ con ơi!".

Tiếng kêu của chị vang xa rồi dội lại giữa khung cảnh núi rừng hoang vu im vắng. Tiếng kêu dài lê thê thảm thiết, nước mắt chị tuôn đầm đìa rớt xuống mặt đứa con thân yêu chỉ mấy phút trước vẫn còn đỏ đẻ bên tai. Chị ngước nhìn lên trời cao, mặt trời đã đứng bóng, chị Sơn đứng như trời trồng. Hai chân con chị lòng thòng, đong đưa, đong đưa, đong đưa...

Mọi người nghe xong câu chuyện đứng bất động, trái tim như thắt lại. Vị sư cô kể tiếp tục:

- Sau đó tôi xin phép Sư cụ đem chị Sơn về chùa. Chị không xuất gia đi tu, chị cho biết bố mẹ là người công giáo nên xin phép chỉ quy y để có pháp danh và được làm một người con của Phật mà thôi. Chồng chết, con chết, chị thấy cuộc đời không còn nghĩa sống, mặc dù dưới bóng từ bi của đức Phật, dưới nguồn nước cam lồ có thể rửa sạch hết mọi ưu tư, phiền não, mọi đau khổ thế gian. Nhưng có lẽ chị Sơn muốn giã từ cuộc sống để sớm gặp được chồng con ở thế giới bên kia. Chị không nguôi ngoai với nỗi niềm nhớ chồng, thương con, chị u sầu, héo úa. Tâm bệnh sinh ra thân bệnh, chưa đầy một năm chị giã từ cuộc sống sau mấy ngày nằm mê man...Lúc sắp lìa đời chị ú ớ gọi bố mẹ, gọi tên chồng, tên con, rồi trút hơi thở. Tôi biết chị thích loài hoa leo màu tím nên đã trồng trước mộ chị giống hoa leo ấy để an ủi, để tưởng nhớ vong linh người đã khuất".

An nghe toàn thể câu chuyện, lòng bùi ngùi, xúc động, thương cảm tràn dâng. An cám ơn vị sư cô, chỉ trong khoảnh khắc mà đã kể tóm lược đầy đủ câu chuyện về cuộc đời của cô Thúy Kiều. Chàng xin phép thắp cho cô mình ba nén nhang… "Tội nghiệp cô út nằm đơn côi, lạnh lẽo nơi núi đồi hoang vu tịch mịch nầy".

An lấy ra một số tiền gởi lại cho chùa để phụ lo việc nhang khói cho ấm vong linh người đã khuất mà cũng ấm lòng người cháu đích tôn.

Mặt trời chưa xuống lắm, nhưng ở nơi núi rừng đã âm u. Họ chào từ biệt vị sư cô rồi lục tục kéo nhau xuống núi. Khác với lúc leo dốc, bây giờ xuống dốc, tâm trạng mỗi người đều nghĩ đến sự việc vừa qua. Không ai nói với ai lời nào, họ thương cảm cho cái số kiếp hồng nhan bạc mệnh của người con gái đài các một thời, nay gởi nắm xương tàn nơi chốn thâm sơn cùng cốc.

Chương Mười Ba

NGƯỜI ĐI TRÊN THAN HỒNG

Quân và An chia tay các bạn sau buổi ăn uống vui vẻ tại Ngã Năm, nàng đã chọn bún nước kèn, món ăn nầy là đặc sản của người Phú Quốc. Tuy không cao sang, cầu kỳ, nhưng rất ngon miệng. Cách nấu thì Quân cũng biết sơ sơ, chỉ cần một loại cá nào có sớ to như cá thu hay cá nhồng là được. Cá luộc chín, gỡ lấy nạc, bỏ vào cối quết cho cá tơi ra, xong rồi ướp chung với sả, nghệ và tỏi tươi bầm nhuyễn. Để khoảng tiếng đồng hồ, phi hành hương cho thơm rồi bỏ cá vào xào và đổ nước cốt dừa cho thật béo cùng nước luộc cá nêm nếm đậm đà là được. Món bún nầy ăn với giá sống, dưa leo, đu đủ bào và bắp chuối thái mỏng, thêm vài lá rau thơm và ít tương ớt thì ôi thôi ngon tuyệt. Màu vàng của nghệ, màu trắng đục nước cốt dừa cộng với màu ráng mỡ đỏ cam của hạt dầu điều sóng sánh làm tăng thêm vẻ hấp dẫn của tô bún nước kèn Phú Quốc mà mỗi khi đến Dương Đông Quân không thể nào bỏ qua cho được. Nàng mua thêm hai miếng khô thiều và một con khô mực được nướng trên lửa than hồng, mỡ cá tươm ra cháy xèo xèo thơm phức, Quân nói:

- Mình mang theo dọc đường, nhai cho đỡ buồn miệng và đỡ buồn ngủ nữa. An siết chặt tay Khảnh, Hiền, và cám ơn Dung cùng các bạn, đã cho họ mấy ngày du xuân, thăm viếng thắng cảnh Dương Đông thật lý thú và nồng ấm tình thân.

An nổ máy xe, Quân leo lên ngồi phía sau, tay vịn vai An, còn tay kia vẫy chào các bạn. An sang số, nhấn ga, chiếc xe lướt tới. Ngọn cờ vàng ba sọc đỏ cùng với lá cờ Phật giáo đang phất phới tung bay trong sân chùa Sùng Hưng Tự, tiếng chuông vang lên thanh thoát trong buổi lễ cúng cuối ngày. An tăng vận tốc, xe leo lên mấy đoạn dốc cao ở xóm Đường Chùa. Trẻ con đang hào hứng với sòng bầu cua trước sân cũng hướng mắt ra nhìn, tay vẫy vẫy, miệng cười hồn nhiên, khoe cả cái răng sún trông thật buồn cười, nhưng dễ thương.

Quân cười đáp lại, tay vẫy chào tạm biệt. Xe vượt qua cây bàng, nhà cửa dân chúng nằm lại phía sau. An tà tà lên dốc núi Bà Kèo, một nhóm người đi cúng mộ đầu năm cũng sắp sửa ra về. Đám con nít như luyến tiếc khi phải kéo xuống những con diều còn đang chơi vơi trong gió. Nắng chiều nhè nhẹ giăng tơ, mây nước hiền hòa trải lụa. Tiết trời tháng giêng thật trong sáng, bình yên. Bướm xuân chập chờn cánh mộng bay lượn trên những bông hoa dại mọc ven đường.

Trên đường về, An ít nói, hình như chàng đang miên man suy nghĩ về câu chuyện của cô út Thúy Kiều.

Chàng nghĩ bụng - "Phải kiếm cách đi phép để trình sự việc cho bố mẹ và đồng thời thưa luôn chuyện chàng yêu Quân, muốn tiến tới hôn nhân với nàng sau khi Quân học xong".

Quân đầu óc cũng nổi trôi theo chuyện tình của người con gái, mà hai mươi năm trước cũng đang ở cái tuổi như nàng hiện giờ. Quân đâm ra lo lắng, sợ bố An cũng giống như ông nội chàng, cấm đoán, tách rời hay không cho hai người yêu nhau nữa. Nghĩ thế, Quân buột miệng hỏi:

- Bố anh có khó như ông nội anh không?

An thiệt tình:

- Khó thì cũng khó, nhưng ông thương anh lắm! Hơn nữa anh là cháu đích tôn trong dòng họ Vũ của gia đình...

Nhưng Quân vẫn chưa an tâm:

- Em sợ tình yêu của chúng mình giống như cô út vậy!

Chàng đã giấu không cho Quân biết về Nhã Ngọc, người con gái của ông Điền, bạn rất thân với bố chàng. Nhã

Ngọc mới tốt nghiệp y tá, nhỏ hơn chàng vài tuổi. Coi mòi bố chàng rất thích Nhã, ông muốn làm sui với ông Điền lắm! Vì hai người là đôi bạn thâm giao học chung trường khi còn ở Hà Nội. Mỗi lần về phép, ông thường gợi ý nói chuyện vợ con với An, nhưng lần nào An cũng đều thối thoát, bảo rằng mình chưa sẵn sàng.

An nói như để trấn an Quân:

- Anh lớn rồi, chuyện cưới vợ là do ở anh. Bố mẹ mà phản đối thì anh ở đảo luôn với em, không thèm về Đà Lạt nữa. Sanh cho ông bà mấy đứa cháu nội kháu khỉnh, ông bà sẽ bay ra đảo ngay...

Quân cười, mắng yêu An:

- Anh nầy kỳ, kế sách của anh dở lắm! Coi bộ thiệt thòi cho em quá!

- Em sống bên chồng, bên con hạnh phúc thế, không hài lòng sao?

Đường chiều vắng vẻ, mặt trời xuống thấp, dưới vùng biển kia một chiếc ghe đi ngược chiều với xe của An. Họ sắp vào bến Dương Đông, còn An mới bắt đầu qua khỏi vườn dừa Cù Chin. Chạy thêm một đoạn khá xa nữa xe đổ xuống dốc ông Tư Cá Nóc. Hai bên đường, rừng rậm cây cao, che khuất ánh sáng mặt trời. Quang cảnh âm u, bóng cây nhòe nhoẹt khiến Quân cảm thấy rùng mình. Nghe đâu thời gian trước, bọn Việt Cộng ra chận đường rồi giết ông Tư Cá Nóc ngay tại cái dốc nầy.

Thỉnh thoảng dân trên đảo cũng hứng chịu cảnh đau thương, chết chóc, không phải do thiên tai, mà là địch họa.

Việt Cộng như bóng ma, lúc ẩn, lúc hiện. Lúc tấn công đồn nầy, khi tấn công đồn kia. Tết Mậu Thân 1968, tiếng súng nổ thay tiếng pháo giao thừa, người dân nơm nớp lo âu, nhà nhà cầu nguyện, người người cầu nguyện. Nhưng lời nguyện cầu ấy đã bị gió biển thổi bay đi mất, nên các đấng thiêng liêng không nghe thấy gì. Chiến tranh vẫn còn đó, chiến tranh lại tiếp diễn khốc liệt hơn... Tai ương, nhân họa đã xảy đến cho gia đình dì Ba Thơm, chỉ trong một đêm mà đã mất đi ba người con. Dì Ba Thơm nhà ở xóm Quy Khu. Đầu thập niên 1960, hầu hết các người dân sống nơi thôn, ấp, làng mạc xa thành thị đều được di dời về chợ ở để cô lập, ngăn ngừa, việc cung cấp nhu yếu phẩm như thuốc tây, muối, gạo, cho bọn Việt Cộng trong rừng. Song song với chương trình di dân về chợ ở, chính phủ còn thiết lập hàng rào Ấp Chiến Lược, để ngăn chặn bọn du kích VC lén lút về thành, phá rối đời sống hoặc gây tai họa cho người dân.

Trước khi về chợ, nhà dì Ba Thơm ở tận Đường Bào, dượng Ba đã mất cách đó vài năm, vì đạp phải lựu đạn trong khi đi rẫy, để lại cho dì Ba Thơm ba người con, một gái, hai trai.Theo chương trình của chính phủ, gia đình dì đã dọn về chợ ở, nhưng hai người con trai, Chơn và Chất vẫn còn luyến tiếc cây trái vườn tược, nên thỉnh thoảng cũng xuống thăm nom vườn nhà và hái trái mang về chợ bán như mít, ổi, xoài, dừa v.v... Lúc ấy Chơn khoảng 16 tuổi, còn Chất thì khoảng 13 tuổi. Bỗng một ngày kia, Chất chạy về khóc mếu máo với dì Ba Thơm, bảo rằng Chơn đã bị mấy anh du kích VC bịt mắt dắt đi mất tiêu rồi! Dì chết lên, chết xuống, không biết mấy ông Việt Cộng đem con mình đi đâu! làm điều gì? Dì đau đớn vì mất đứa con trai, nỗi đau cứ ngấm ngầm trong bụng, đâu dám than thở cùng ai!

Suốt bảy, tám năm sau, thằng Chất tới tuổi đi lính, nó đăng vào lính Địa phương quân. Sau khi học khóa quân sự, Chất xin đổi về quê quán để được gần mẹ, gần chị.. Cô Tho lớn lên rồi cũng lấy chồng, thời buổi chiến tranh dĩ nhiên là phải lấy chồng lính.

Anh Chinh, quê tận miền Trung xa lắc lơ, khi đổi đến đây đã kết duyên tình chồng vợ với cô Tho. Anh ở quê vợ mấy năm liền, ông trời xui khiến thế nào mà anh rể cùng em vợ lại ở chung đơn vị, đóng chung một đồn. Điều nầy cũng có cái lợi mà cũng có cái hại. Cái lợi là khi một trong hai người về thăm nhà, đều mang được quà cáp và tin tức đến cho nhau. Còn cái hại thì cũng đã xảy ra, là khi Việt Cộng tấn công đồn trong đêm đó hai anh em đều hy sinh. Chuyện đau thương chưa dừng ở đây, khi dì Ba Thơm nhận được tin báo tử của hai người con, một con ruột và một con rể, dì đã ngất xỉu mấy lần, hồn vía phất phơ. Còn cô Tho thì đang mang đứa con thứ nhì trong bụng, nỗi đau mất chồng, mất em làm cô chết lên, chết xuống bao phen. Điều ấy chưa hết, nỗi oan khiên, bất hạnh tiếp tục giáng xuống cho gia đình dì Ba thêm một lần nữa... Hôm sau trong lúc chờ nhận xác con, thì dì lại được một người quen trong rẫy báo tin, đứa con trai vắng nhà suốt bảy, tám năm đã gục chết bên bờ suối. Từ năm đó, Chơn đi theo Việt Cộng, sống lén lút trong rừng, ít khi thấy xuất hiện ngoài xóm. Kỳ nầy mới ra tấn công đồn cùng với đám du kích khác. Trong đêm đó, Chơn cũng bị thương. Sau khi tấn công đồn, đám du kích mạnh ai nấy rút chạy, Chơn bị thương nặng, cố gắng bò ra bờ suối để uống nước, vì máu ra nhiều quá, anh gục chết chưa kịp uống miếng nước nào. Sáng hôm sau, có người đi gánh nước sớm, nên mới phát hiện và nhận diện anh là con của dì Ba Thơm nên đã báo tin cho dì biết.

Trong gian nhà nhỏ, ba chiếc quan tài nằm song song, hai người đàn bà cùng một đứa bé thơ quấn khăn tang trắng. Dù dì ba không để tang con nhưng trong lòng đã đau thấu tận xương tủy. Có ai biết được viên đạn nào đã kết liễu cuộc đời của Chơn, Chất và Chinh? Biết đâu trong đó có viên đạn của chính người anh em mình đã gây ra thảm cảnh nầy! Chiến tranh ý thức hệ mang đến huynh đệ tương tàn, ai đau khổ đây? Những con người Việt Nam, trong đó có dì Ba Thơm và cô Tho là hai người đàn bà đau khổ nhất.Vết thương lòng của họ sẽ không bao giờ lành, dù ngày mai chấm dứt chiến tranh. Tuy nhiên ai cũng mong chiến tranh sớm chấm dứt để mọi nhà được bình yên và người lính trẻ như An không còn lo sợ, hồi hộp mỗi khi thăm viếng Dương Đông...

Con đường rừng dài gần 30 cây số từ Dương Đông về An Thới, có nhiều đoạn đi sâu vào núi rất nguy hiểm cho những người lính như An.

Quân càng nghĩ thì càng thấy lo sợ, hồi hộp nhiều hơn. Trong lòng thầm mong đừng có chuyện gì xảy ra.Thần kinh giao cảm truyền đạt thật nhanh sang An, giữa lúc ấy An gọi:

- Quân, lần sau mình đi Dương Đông đừng đi đường bộ nữa nhé! Chịu khó đi đường biển cho an toàn...

Quân thủng thẳng trả lời:

- Dạ, em cũng nghĩ thế! Nãy giờ sao chưa thấy xe nào qua lại, ngày Tết nhất mà sao kỳ vậy kìa? Buổi sáng xe lên xuống nhiều, buổi chiều lại chẳng thấy ai?

Quân ngó vô xóm Cửa Lấp, chẳng thấy nhà dân, chỉ thấy cây bằng lăng cao ngất, trổ hoa tím rợp trời... Bóng chiều in đậm, tiếng chim cao cát kêu lên từng hồi, Quân sợ khiếp vía giục An:

- Anh ráng chạy nhanh nhanh một chút nữa đi...

An nghe Quân nói trong lòng càng đánh "lô tô", chàng thêm ga, chiếc xe lướt tới cán lên hòn đá giữa đường xuýt ngã, Quân ôm chặt lấy An. An thở phào vì biết sắp tới đồn lính đang đóng chốt gần bãi Bà Phong.

Một chiếc xe chạy ngược chiều rẽ vào lối phải, Quân chợt nhớ một câu chuyện ly kỳ, nàng cần phải kể cho An nghe để giảm bớt phần căng thẳng vì lo sợ du kích Việt Cộng, khi xe An đang chạy trên cầu nhỏ:

- Anh biết không, con đường kia dẫn tới xóm Cửa Lấp đó. Xóm nầy có trên trăm gia đình sống quanh quẩn bên dòng suối uốn cong chảy ra con sông nầy đây.

Bỗng nàng hỏi An một câu hỏi lạ lùng:

- Có bao giờ anh thấy người đi trên than hồng chưa?

An lách xe tránh một cành cây khô trên đường, cũng bật cười vì câu hỏi của Quân:

- Chắc em nằm mơ thấy cảnh đó phải không? Hay là đọc chuyện thần thoại một ngàn lẻ một đêm của xứ Ba Tư!

Quân ức quá vì bị chọc quê, đập một cái thật mạnh lên vai An:

- Em nói thật mà! Trong xóm Cửa Lấp có nhiều người Tiều sinh sống lắm. Xóm nầy cách chợ Dương Đông khoảng ba cây số. Họ có thờ ngài Quan Đế Thánh Quân tại Chùa Ông. Hàng năm, sau Tết ta một tháng, cả xóm tổ chức lễ cúng tế rất trọng thể, nhưng cũng rất kỳ lạ nữa! Hồi mới đến An thới, lúc em còn nhỏ được hai chị dắt đi coi...

Giọng Quân đều đều như hai vòng quay của hai bánh xe:

- Một ngôi nhà lớn, nằm trên khu đất rộng hơn một mẫu tây, bên trong thờ Ông Quan Đế, cùng các gươm, đao, cờ lọng. Phía sau chùa có trồng cây quéo, trái nhỏ như trái xoài con. Chung quanh hoa kiểng đơn sơ, bên phải là dãy nhà bếp nơi để nấu ăn đãi đằng các khách thập phương trong những ngày cúng kiếng.Trước sân chùa là khoảng đất khá rộng, nơi làm sân than hồng cho ngày lễ hội. Một người trong xóm được đề cử làm ông Từ để lo việc thắp nhang, cúng bái. Trước Tết mấy tháng, người dân trong làng chung tiền để lo tổ chức buổi Lễ Hội Chùa Ông. Trai tráng vào rừng chặt đốn nhiều cây to, cưa ra từng khúc lớn, chất đống tại sân rộng trước chùa. Mấy tháng sau đống củi đã khô, sẵn sàng dùng vào việc lễ hội.Trước một ngày, đống củi đã được đốt lên, hàng quán cũng căng lều, dựng cột, bán đủ loại thức ăn, thức uống cho dân các xã về tham dự. Các cô, cậu mới lớn cùng đám con nít, lăng xăng, lính xính trong bộ đồ mới, sau Tết chưa kịp xếp cất vào rương.

Để thâu ngắn đoạn đường, để giảm bớt cơn hồi hộp, An tiếp tục trêu Quân:

- Trong số đó có cô bé nữa phải không? Bộ đồ mới mặc hôm Tết đã giặt chưa nào?

Quân hào hứng, hồn nhiên như trẻ thơ:

- Đúng vậy, đúng vậy, dĩ nhiên đồ mới của em đã được hai chị giặt sạch sẽ lắm rồi! anh biết không, khi buổi lễ bắt đầu, em cứ nắm tay bà chị rồi đứng núp phía sau, len lén nhìn Ông, giữa tiếng chiêng, trống, phèn la, âm thanh thôi thúc người về từ cõi u linh. Ông mặc yếm đỏ, đầu Ông cũng chít khăn đỏ, cứ lúc lắc, lúc lắc, lúc lắc. Trầm hương nghi ngút, người bái, người quỳ, khấn lạy liên tu. Ông đây là người trong làng, thân hình to lớn, được Ông Quan Đế nhập vào. Năm nào Ông cũng phải chịu ngồi xác. Chiêng, trống dồn dập, trầm hương bay tỏa ảo mờ. Ông ngúc nga, ngúc ngắc một hồi rồi đập tay xuống bàn cái rầm. Bắt đầu khai khẩu, Ông nói những ngôn ngữ thật xa lạ với người thế gian. Khi biết xác

Ông đã về thì mọi người bái, lạy nhiều hơn nữa để tỏ lòng thành kính. Giấy quyến vàng, dây chỉ đỏ đã chuẩn bị sẵn sàng để Ông vẽ bùa lên. Những trẻ con èo uột, khó nuôi được mang đến cho Ông làm phép. Ông thảy tung đứa nhỏ lên, miệng đọc chú, ngậm rượu phun vào người đứa bé. Động tác thật nhanh, tay nầy vừa tung lên, thì tay kia nắm bắt đứa nhỏ thật tài tình.

Điều kỳ diệu khác là Ông cắt lưỡi, lấy máu viết ngoằn ngoèo lên lá bùa, rồi cột bằng dây chỉ đỏ, lập tức đeo vào cổ em bé, nguyên năm em bé sẽ khỏe mạnh vì được Ông độ mạng. Việc kế tiếp là Ông lấy một cây xiên bằng sắt, dài khoảng một mét, nhỏ cỡ ngón tay út, có đầu nhọn. Ông đâm từ má bên nầy thủng qua má bên kia, dĩ nhiên đã rửa bằng rượu trắng và miệng Ông cũng đã súc rượu trước khi làm việc nầy.

Quân, giọng nói mang đầy xúc cảm, hình như nàng đang sống lại cái giây phút đó:

- Anh biết không, tội nghiệp Ông lắm, lúc ấy em thấy máu rỉ ra, nhưng chẳng biết Ông có đau không nữa!

Chiêng trống cứ xập xình, Ông cứ nói thứ tiếng rất lạ tai, hầu hết là Ông ra dấu, khi cần thiết lắm thì Ông mới nói.

Đến giữa trưa, đống củi đã cháy thành than, họ ban than ra cho đều, than hồng âm ỉ, nằm ủ trong tro. Sân than hình chữ nhật, dài độ sáu mét, ngang khoảng ba mét. Đúng giờ, Ông đi như chạy, tay cầm cây xiên, đâm xuyên qua má. Chiêng, trống vẫn dồn dập, thúc giục. Người lớn, con nít chạy theo Ông từng đoàn, từng đoàn. Ông đến trước sân than hồng tạt rượu phép vào, thảy lá bùa vô chờ cho cháy hết, miệng vẫn lâm râm đọc chú, Ông đi một vòng sân than, mọi người hồi hộp chờ đợi. Chợt có tiếng người hô to: " Bà con chú ý, người nào có mang nữ trang, vàng bạc, kim loại hay là kính, gương, làm ơn lấy ra khỏi người mới đi qua sân than hồng nầy được!".

Mọi người rờ túi, rờ tai, rờ cổ coi còn mang những đồ cấm ky đó chăng.

Tiếng trống, tiếng phèn la tiếp tục inh ỏi, tất cả bỏ giầy dép ra khỏi chân, chỉ còn là đôi chân trần, ngay cả xác Ông cũng thế.

Quân rùng vai, lè lưỡi như nàng đang đứng sát bên sân than hồng:

- Anh biết không, hơi nóng của than hắt ra làm em phát khiếp, vậy mà một cái vẫy tay của Ông mọi người chuẩn bị. Một tay xách em bé khó nuôi, tay kia cầm cây xiên đang xuyên qua má, Ông bước lên trên than hồng lẫn lộn trong màu tro xám xám. Ông đi thật nhanh qua đầu bên kia, tất cả mọi người lớn, bé đều chạy theo Ông. Người cuối cùng vừa qua, Ông liền quay trở lại đi thêm một lần nữa trên sân than còn in rõ dấu chân nhiều người... Mọi người theo bước chân ông hoàn tất cuộc hành trình ngắn ngủi nầy nhưng cần nhiều can đảm và quyết tâm. Nhiều tràng pháo tay của khách đứng coi hai bên nhiệt liệt tán thưởng. Không ai bị phỏng chân, không ai bị cháy da! Thật là một điều kỳ diệu, lạ lùng! Em phục sát đất luôn! Khoa học làm sao giải thích được hiện tượng nầy?

Quân say sưa nói một hơi dài, bỗng nàng hỏi An:

- Tháng sau, mùng hai tháng hai ta, họ có tổ chức, anh dám đi không?

An nãy giờ theo dõi câu chuyện khá hấp dẫn của Quân, chợt nghe nàng hỏi thế, chàng trả lời không chút do dự:

- Đi thì đi! Nhưng em phải bước lên sân than hồng với anh, chịu không? Nếu em vượt qua vùng than nóng đó, thì sau nầy em sẽ vượt qua mọi sự khó khăn trong cuộc sống!

Nhờ câu chuyện kể của Quân về người hùng Cửa Lấp đi trên than hồng, mà đoạn đường như ngắn lại, hai người cũng bớt lo sợ.

Hình như lúc về nhanh hơn lúc đi, xe đã tới An Thới ngay tại ngã Tư Nhà Thờ. An quẹo trái xuống Bộ Tư Lệnh Hải Quân, giao xe lại cho Quân, rồi chàng nói luôn:

- Ngày mai anh có ca trực đêm, không tiễn em xuống bến đò được. Em đi một mình phải cẩn thận nhé! Anh sẽ viết thư cho em thường xuyên. Quân ngồi trên xe, An nghiêng người hôn nhẹ lên trán nàng trước ánh mắt biết cười của anh lính gác cổng.

An và Quân vui chơi thỏa thích trong mấy ngày xuân vừa qua, giờ đây họ trở về với cuộc sống thường nhựt. Ngày mai Quân vào lại Rạch Giá để tiếp tục việc học hành thi cử. Còn An thì trở về với nhiệm vụ làm người lính trẻ giữ gìn quê hương bờ cõi.

Họ bịn rịn chia tay nhau, Quân nhìn theo bóng An đổ dài trên con đường trải nhựa, tâm trạng nàng nao nao buồn thương lẫn lộn.

Mùng ba Tết sắp sửa đi qua, ánh nắng cuối ngày còn đọng lại trên tàng cây trứng cá trong sân trường Mai Chí vắng vẻ đìu hiu.

Chương Mười Bốn

VỞ KỊCH TÌNH YÊU

Bốn tháng nay, khi trở lại trường, Quân để hết tâm trí vào việc học hành, thi cử. Nàng quyết lấy cho được cái bằng tú tài hai với điểm hạng cao. Nàng chỉ nghĩ đến An trước khi đi vào giấc ngủ, hai người sẽ gặp nhau trong giấc mộng đêm dài. Những lá thư của An là cây cầu nối kiên cố, vững bền, là niềm hạnh phúc, tin yêu nên tình cảm của hai người càng thắm thiết, gắn bó hơn.

Ánh nắng hè dịu xuống, ngọn gió chiều lướt trên chùm phượng đỏ, từng cánh loay hoay, là đà tìm chỗ đậu rồi đáp lên vạt cỏ trong sân trường.

Đám học sinh túa ra từ các phòng thi, gương mặt các nàng hầu hết bí xị, kém vui.

Dung vừa thoáng thấy Quân:

- Ê, mầy làm khá không?

Thu Sương chen vô:

- Một trăm phần trăm, nó giỏi nhất lớp về môn toán mà.

Quân khiêm nhường:

- Không khá lắm đâu. Bài thi khó thiệt, cũng may là họ cho thi cuối ngày mới đủ thời gian làm bài.

Dung thở dài thường thượt:

- Mầy thì chắc ăn như bắp rồi, tụi tao rớt kỳ nầy, phải gạo bài kỳ tới thi tiếp...Thật là khổ cho cái đời học sinh.

Dung rủ rê:

- Thôi, đừng nói chuyện thi cử, học hành nữa, mệt lắm rồi. Bây giờ tụi mình đi bát phố, kiếm cái gì ăn, rồi tối xem xi-nê cho thoải mái tinh thần, đồng ý không?

Quân, Sương đều gật đầu:

- Phải đó, phải đó...

Sương hỏi:

- Nhưng coi rạp nào? Hòa Lạc, Châu Văn hay Nghệ Đô?

- Xí, mầy quê một cục! Ai thèm coi mấy cái rạp rệp đó! Dung nói bảnh.

Quân đề nghị:

- Vậy thì Nghệ Đô đi, Nghệ Đô đang chiếu phim "Lá Sầu Riêng" đó!, "Ta về ta tắm ao ta, dù trong dù đục ao nhà vẫn hơn". Đừng thèm coi phim kiếm hiệp hay chưởng chiết gì cả, kỹ thuật giả tạo, mà thấy trò ói máu cũng đủ ớn.

Thu Sương góp ý:

- Ừ, Kim Cương đóng phim nầy hay lắm! Hai đứa bây, đứa nào muốn làm mẹ chồng, đứa nào muốn làm nàng dâu? nói trước đi nhé!

Dung, Quân thắc mắc:

- Để chi, để chi?

- Để tao đưa khăn mùi xoa chùi mũi, lau nước mắt...

Dung nguýt bạn:

- Mầy lo mầy đi! Nhớ mấy năm trước, trường có tổ chức đêm văn nghệ, chị Thủy và anh Kiên trong vở kịch Huyền Trân Công Chúa, khi Huyền Trân giã từ Trần Khắc Chung để đi làm dâu xứ Chiêm Thành, đâu có ai khóc, chỉ thấy một mình mầy khóc thôi.

Sương cãi lại:

- Tụi bây mới là gỗ đá vô tri. Huyền Trân thân gái dặm trường, quê hương bỏ lại, người yêu bỏ lại. Huyền Trân thật vĩ đại vì nước non dân tộc dám hy sinh tình riêng, chấp nhận sự đau khổ khi xa cách người yêu nên tao mủi lòng thương cảm đấy thôi...

Ba nàng đi ăn, coi xi-nê hơn mười giờ tối mới chia tay.

Quân nhờ Thu Sương:

- Nay mai tao về đảo rồi, mầy coi giùm danh sách thi nghe, chắc tháng sau mới có!

Dung nói thêm:

- Mầy coi cho tao luôn. Vái trời được đậu, không thì quê lắm!

Sương tỉnh bơ:

- Quê gì mà quê, rớt kỳ nầy thì chờ kỳ khác. Ai bắt lính đâu mà sợ...

Sương ngó Quân định nói điều gì, nhưng rồi nàng lại thôi.

Ba nàng, ba chiếc xe, qua khỏi cầu trước Bưu Điện. Sương quẹo trái xuống Tòa Hành Chánh, Quân về thẳng hướng đường Khám Lớn. Dung cho xe chạy cặp hông:

- Mấy tháng nữa, mầy với anh An lên Dương Đông ăn đám cưới thầy Hiền nhé.

Tiếng máy xe nổ to quá, Quân phải hét lớn:

- Chắc chắn rồi, nếu An không bận công tác!

Bằng một cái chào tay, Dung trở đầu xe chạy về hướng khác. Quân một mình thênh thang trên con đường Lý Thường Kiệt. Bầu trời vằng vặc ánh trăng, Quân thầm nghĩ - "Hiện tại trong giây phút nầy, An có cùng ngắm chung một vừng trăng với mình không nhỉ?".

Căn nhà màu tím đầu ngõ hiện ra, Quân cho xe quẹo vô hẻm. Kỷ niệm xưa hiện về, căn nhà một thời làm ngượng nghịu, lúng túng những bước chân của ngày mới lớn. Mười bảy tuổi như cánh hoa e ấp, rụt rè, ngần ngại, sợ ong bướm đa tình sớm làm nhạt phấn phai hương.

Sương đắn đo năm lần, bảy lượt, cuối cùng nàng nhất định phải mở phong thư ra xem. Dù rằng thư nầy Kiên gởi cho Quân, chớ không phải cho nàng! Lúc tối nàng định trao cho Quân, nhưng thấy không cần thiết nữa. Quân đã có tình yêu với An rồi. Kiên đã không chiếm được trái tim nàng từ ba năm trước, thì bây giờ khoảng cách ấy càng xa... Những lá thư của Kiên tuổi học trò vụng dại, Kiên nắn nót gởi cho Quân. Sương được Quân cho xem cả. Lúc ấy Sương lại là người thầm thương trộm nhớ Kiên. Nhưng vì tình bạn và tự ái của người con gái không cho phép Sương bộc lộ, nên nàng phong kín chuyện tình tay ba, kẻ chạy, người đuổi trong cái vòng lẩn quẩn của tình yêu nơi sân trường, bên khung cửa lớp, hồn lãng đãng theo vầng mây trôi mà ngỡ khói tình vương trong đôi mắt ngọc.

Kiên là người to lớn, bắp thịt săn chắc, khỏe mạnh. Dáng vẻ ngang tàng, nhưng không đẹp trai cho lắm. Nhà ở tận Kiên Lương (Hà Tiên) ra trọ học nơi ngôi nhà màu tím kia! Ba tháng hè, chàng về quê phụ cha mẹ lo việc đồng áng, ruộng nương.

Mỗi buổi tan trường, Kiên là cái đuôi theo Quân tận ngõ. Chẳng có tên học trò nào khác dám chọc ghẹo Quân. Căn nhà màu tím, cái màu thật nên thơ, nhưng mỗi lần Quân đi ngang qua đó, đôi chân như quýu lại, luống cuống, vụng về vì nàng biết trong nhà có đôi mắt đăm đăm lén trộm nhìn nàng, khiến Quân mặt nóng bừng bừng, tim đập thình thịch.

> *Mỗi chiều tan học cùng chung lối,*
> *Kẻ trước, người sau bước ngập ngừng,*
> *Gót nhỏ, em đùa lên cỏ rối,*
> *Tôi về nghe nỗi nhớ rưng rưng.*

Đó là tâm sự của chàng, lời tỏ tình ân cần, lãng mạn của tuổi học trò, gói ghém trong lá thư đầu đời gởi đến Quân. Quân thẹn thùng, bẽn lẽn, xếp lá thư tình vụng dại, không dám đọc lần thứ hai. Nàng chẳng muốn rong chơi tình cảm với bất cứ người con trai nào. Nhiều lần kế tiếp, Kiên viết cho nàng nhưng chẳng nhận được hồi âm.

Sau đó, trên đường về mỗi người một ngả, Quân không về chung trên con đường cũ nữa. Nàng đổi qua hướng khác để tránh mặt Kiên. Quân quyết tâm chỉ lo học hành, không mơ mộng đến chuyện tình yêu đương lẩm cẩm.

> *Nếu biết lòng em đã hững hờ,*
> *Tôi về góp nhặt những vần thơ,*
> *Đắp lên nấm mộ tình hoa trắng,*
> *Trắng cả lòng em, trắng ước mơ.*

Xếp lại cuộc tình và xếp cả bút nghiên. Kiên lên đường nhập ngũ, sau khi đỗ xong bằng tú tài, chàng đăng vào trường Sĩ Quan Bộ Binh Thủ Đức. Chín tháng quân trường, hai năm miệt mài nơi rừng sâu núi thẳm, nắng gió Trị Thiên, mưa rào An Lộc, chàng bị một quả đạn pháo, miểng trúng làm bể xương bả vai. Hiện đang nằm dưỡng thương tại Quân Y Viện Cộng Hòa. Nằm trên giường bệnh, Kiên ngó xuyên qua góc trái nơi cuối đường có ngôi trường học, với cánh phượng đỏ rung rinh, chập chờn trước gió, những tà áo trắng phất phơ ra vào làm Kiên nhớ lại ngôi trường xưa với nhiều kỷ niệm, với bạn bè, với tình đầu một sớm đã ly tan. Chàng ngồi dậy ngắm nghía phố phường; bếp lửa tình yêu, đám tro tàn quá khứ bùng cháy, rồi chàng thầm mơ - "Phải chi Quân có mặt nơi nầy cũng đủ làm lòng chàng ấm lại, hay một lá thư hồi âm cũng tạo cho chàng thêm sức sống để tiếp tục chiến đấu, giữ yên bình cho quê hương đất nước".

Nghĩ thế nên Kiên đã mạnh dạn viết thư.

Quân Y Viện, ngày.... tháng...... năm 197....
Quân, cô học trò bé nhỏ ngày xưa,
Chắc Quân ngạc nhiên khi đọc được những dòng chữ nầy, có một cái gì ở quá khứ vẫn còn vương vấn trái tim tôi. Cảnh phượng vỹ, hình dáng Quân dịu dàng, ngây thơ trong tà áo dài trắng trinh nguyên. Sân trường, thầy cô, bạn bè, một thời chưa nguôi ngoai trong tâm hồn người lính trẻ... Tôi về đây ngắm lại phố phường trong mùa phượng nở, vết thương lòng vẫn tươi màu phượng đỏ Quân ơi! Người lính chiến lại cưu mang thêm vết thương đạn pháo của quân thù nơi chiến trường Quảng Trị. Hơn một tuần dưỡng thương tại đây, những bàn tay nhân ái, bác sĩ, y tá cùng các gương mặt thiên thần áo trắng nữ sinh, làm tôi nhớ đến Quân nhiều lắm Quân ạ! Thấm thoát mà đã ba năm, thời gian là liều thuốc lãng quên nhưng tôi không quên được lá thư tình đầu đời chưa phai màu mực thắm. Tôi vẫn hy vọng, vẫn chờ mong một trả lời dứt khoát bằng chính tâm tư, tiếng lòng của Quân ở giai đoạn trưởng thành.

Năm nay là năm cuối cùng, chắc Quân dùng hết thời giờ vào việc học hành, thi cử. Có thể nào cho tôi xin một vài dòng chữ hồi âm, điều ấy sẽ làm tôi vui và hạnh phúc vô cùng.

Quân đã chuẩn bị gì cho tương lai? Học tiếp tục, hay là... Dù thế nào đi nữa, tôi vẫn chúc cô vui tươi, xinh đẹp, gặt hái nhiều thành quả tốt trong kỳ thi nầy nhé!

Chắc Quân không quên "căn nhà màu tím"? Từng bước chân ngượng ngập của thời tuổi dại. Như con chim non sợ sệt đề phòng khi trông thấy muôn ngàn cành lá lao xao, giao động. Tất cả là kỷ niệm khó quên.

Xin chuyển lời thăm Thu Sương cùng bạn bè xưa cũ nơi mái trường thân yêu ngày đó.

Thân ái chào Quân,
Đỗ Thạch Kiên, người mang hy vọng.

Sương đọc hết dòng thư cuối. Nàng vô cùng xúc động khi biết tin Kiên đã bị thương, vết thương thể xác đau, nhưng không đau bằng vết thương lòng thầm kín của nàng. Sương hình dung Kiên với vóc dáng vạm vỡ, đôi mắt sáng tinh anh, màu da ngâm khỏe mạnh. Ít ra Kiên vẫn còn nhớ tới nàng! Nhớ cái địa chỉ chưa cho mà đã có. Dù rằng lời lẽ kia Kiên viết cho Quân, nhưng nàng biết rằng không bao giờ Quân viết trả lời cho Kiên cả. Nàng sẽ thay thế Quân làm chuyện ấy, bằng những lời ủi an khích lệ, hầu mang lại niềm tin yêu, phấn chấn trên bước đường chinh chiến hiểm nguy, khổ cực. Nghĩ thế, Sương không ngần ngại, vén bức màn sân khấu, đóng trọn vai tuồng. Vở kịch bắt đầu:

Rạch Giá, ngày.... tháng, ...năm 197....
Anh Kiên thân mến,
Có những bất ngờ mang đến tin vui hoặc điều sầu muộn! Lá thư của anh - dòng chữ hồi âm của Quân, mong là cơn gió mát thổi về từ vùng quê hương ngập tràn biển sóng, xoa dịu bao nỗi u hoài trăn trở, xót xa. Nhắc làm gì câu chuyện đã qua khiến lòng Quân thêm ái ngại. Viết gì cho

anh? Câu thăm hỏi thông thường, lời ủi an đặc biệt? Nếu điều
ấy sẽ mang lại niềm vui và hạnh phúc cho anh, thì Quân
không thể chối từ. Mặt trời vẫn còn đó, bóng tối, ánh sáng,
ngày và đêm là chu trình tiếp nối để đưa ta vào quỹ đạo thời
gian. Thời gian sẽ làm lành mọi vết thương. Thời gian cũng là
sự bắt đầu cho một đổi thay nào đó.

Cám ơn anh đã quan tâm đến việc thi cử của Quân.
Nghề dạy học là sự lựa chọn trước tiên nếu Quân đậu kỳ nầy.
Năm cuối của bậc trung học, các bạn đều ngậm ngùi khi phải
nói hai tiếng chia tay! Rồi cũng giống như anh, chúng tôi mãi
mãi sẽ nhớ sân trường, lớp học, thầy cô, nhớ cánh phượng đỏ,
nhớ tiếng ve sầu báo hiệu hè sang. Nhớ bước chân ngượng
nghịu, bồi hồi, khi về ngang "căn nhà màu tím" đã trở thành
huyền thoại khó quên.

Chúng tôi rất xúc động khi biết tin anh bị thương. Hãy
lắng lòng và quên tất cả, để vết thương tinh thần và thể xác sẽ
mau chóng bình phục. Thư viết cho anh cũng tạm đủ, xin thay
mặt Thu Sương cùng các bạn chúc anh gặp mọi điều may mắn,
an lành trong những tháng ngày tới.

Thân mến chào anh,
Nguyễn Tiết Quân.

Sương viết xong lá thư, đọc đi, đọc lại đôi ba lần. Nàng
thấy vừa ý, chẳng chút ngại ngần, Sương liền ký tên Quân vào
cuối thư. Nàng thầm nghĩ - "Cũng may, Quân chưa lần nào viết
thư cho Kiên, Kiên khó mà nhận biết đây không phải là nét chữ
của Quân, điều nầy làm cho Sương an tâm hơn. Quân không
thể cho Kiên tình yêu, chỉ có nàng với tấm lòng chân thật, đã
cảm mến Kiên từ giây phút ban đầu. Rồi những lá thư bay đi,
bay lại, tình cảm có thể nuôi dưỡng, vun bồi qua nhiều hình
thức. Một ngày nào đó, Kiên sẽ về phép ghé thăm, nàng sẽ
trình bày mọi sự. Biết đâu lúc ấy Kiên sẽ chấp nhận tấm chân
tình của nàng". Nghĩ thế, Sương bình thản đi vào giấc ngủ,
mang theo hình ảnh oai phong, rắn rỏi của Kiên...

Chương Mười Lăm

ĐÀ LẠT NGÀY BUỒN

Sau khi nhận được tin bố bị ốm nặng, cầm bức điện tín trong tay, An được đại úy Xuân cho phép về thăm bảy ngày, cộng thêm ba ngày công tác đặc biệt. Từ phi trường quân sự An Thới, chàng quá giang chiếc ca-ri-bu bay về Tân Sơn Nhất, rồi cấp tốc mua ngay một vé máy bay dân sự bay thẳng về Đà Lạt. Phi trường Liên Khương, buổi chiều nắng nhẹ. Chuyến bay cuối cùng trong ngày đáp xuống, An theo đám hành khách đi xe ca về thành phố Đà Lạt. An nóng lòng gọi một chiếc tắc-xi về thẳng nhà để xem bệnh tình của bố ra sao.

Trên đường đi, chàng không còn cái hứng thú ngắm nhìn phong cảnh nên thơ, hùng vĩ của núi đồi Đà Lạt, sau gần một năm chàng mới trở lại. Căn nhà nhỏ xinh xắn nằm dưới chân đồi. Trong sân trước, nhiều chậu hoa lan được bố An cắt tỉa cẩn thận, đặt ngay hàng thẳng lối, có những bông hoa nở muộn màng, vươn lên bên đám lá xanh quyụ xuống. Trong góc trái hàng rào, bụi hồng tường vy đang thời ra bông sung mãn hồng cả một góc vườn. Đường vào nhà lát gạch cong cong, được viền bởi hai hàng hoa tím pensée thật tao nhã, dễ yêu.

Đà Lạt vào hè, không khí vẫn mát lạnh, không oi nồng, chói chang như ở Sàigòn, nên có nhiều người đến đây nghỉ mát. Thành phố của du lịch, của giới thượng lưu, của bình yên, chiến tranh không hiện diện.

An chưa kịp đưa tay bấm chuông, cánh cửa đã mở tung. Thục Chi, em gái của An reo lên mừng rỡ:

- Me ơi, anh An đã về! Anh An đã về rồi me ơi...

Bà Bình, mẹ An từ trong bếp đi ra, tay cầm theo nhánh bông tường vy, tươi cười mắng yêu con:

- Bố mày, mới về hở con? Có mệt lắm không? Tội con tôi, hơi gầy đấy!

An buông xách hành lý xuống, vỗ vỗ lên đầu Thục Chi:

- Con bé nầy lớn lắm rồi, bao giờ lấy chồng?

An quay sang ôm vai mẹ:

- Thưa me, me vẫn khỏe?

- Ừ, thì me vẫn khỏe.

- Bố nằm trong phòng hở me?

- Không, bố ở nhà thương. Con đi tắm cho khỏe người, xong rồi me bảo con Chi kiếm cái gì cho con ăn, rồi mình vô thăm bố.

- Vâng, thưa me.

Chi xách túi hành lý của An vào phòng, An nói theo:

- Chi, lấy giùm anh bộ đồ xi-vin và cái khăn tắm nhé!

Chi trả lời kèm theo một chút hờn dỗi, đáng yêu:

- Mới về đã sai em rồi. Ở đảo anh có ai để sai không?

An chợt nghĩ đến Quân, định trả lời "Có", nhưng đợi coi tình hình của bố ra sao, từ từ rồi thưa chuyện cho cả nhà cùng biết cũng chưa muộn, nên chàng mập mờ đẩy đưa:

- Rồi em sẽ biết... An nói tiếp:

- Đừng lười biếng, anh sẽ trả công mà! Đi xi- nê và một chầu ăn kem tối, rủ mấy đứa bạn em đi luôn.

Thục Chi khoái chí, vỗ tay:

- Hoan hô anh hai, hoan hô trung úy An.

- Anh sắp lên đại úy rồi đó cô bé!

Chi hào hứng:

- Chúc mừng, chúc mừng, nhà mình sắp có tin vui.

An đứng dưới búp sen, những sợi nước tuôn xuống lạnh ngắt, làm chàng phải nhảy ra, nhảy vô đôi ba lần để cơ thể, da thịt có đủ thời gian tiếp nhận, làm quen với cái lạnh bất ngờ nầy. An vừa kì cọ, vừa suy nghĩ - "Bố bệnh mà sao thấy me và con Chi không có chút ưu sầu nào! Như vậy chắc bệnh tình của bố không đến nỗi.". Nghĩ thế An cũng bớt phần lo lắng, vài ngày tới bố khá khá sẽ thưa chuyện mình với Quân cho cả nhà nghe, đưa luôn tấm ảnh của Quân. Quân đẹp, duyên dáng, chắc chiếm được cảm tình của mọi người.

Hoàng hôn Đà Lạt, sương mù giăng phủ nơi nơi, rừng thông xa xa khuất bóng dưới làn khói sương mờ mịt. Chiếc taxi chở ba mẹ con An qua nhiều con đường nhỏ trong thành phố, rồi ngừng lại trước cổng nhà thương. Ba người xuống xe đi qua vườn bông nhỏ, quẹo trái để vào hành lang. Bà Bình tay cầm lọ hoa tường vy, An xách phụ Chi giỏ trái cây. Bà Bình như quen thuộc chỗ nầy lắm, bà đứng lại trước một căn phòng, cánh cửa khép hờ, bà đưa tay gõ ba tiếng lấy lệ, rồi đẩy luôn cánh cửa bước vào, miệng nói:

- Bố ở trong nầy.

An theo sau mẹ, chàng nhìn thấy trên giường bệnh, một ông già râu tóc bạc trắng, đôi mắt nhắm nghiền, nước da xanh xao, hơi thở yếu ớt. Tay trái đang truyền nước biển, miệng thở bình dưỡng khí. Người ấy là bác Điền, chớ không phải bố An. An quá đỗi ngạc nhiên, chợt có tiếng ông Bình gọi:

- An, vào đây con!

Bà Bình lách người, nhường chỗ cho An bước tới. Cánh cửa phòng đóng lại, có thêm một khoảng không gian dung chứa đủ năm người.

Ông Bình ngồi trên chiếc ghế cạnh giường bệnh, lưng quay ra cửa, tay nắm lấy bàn tay người bệnh như muốn truyền thêm sức sống ở giữa cái tuổi đời chập choạng hoàng hôn. Nhã Ngọc đứng bên đầu giường, vừa thấy bà Bình, An và Chi, nàng gật đầu chào với đôi mắt buồn xo, long lanh ngấn lệ.

Ông Bình chỉ chiếc ghế đối diện, bảo An:

- Con ngồi xuống đây.

An vâng lời, Ông Bình vô đề:

- Như con thấy, bố vẫn khỏe mạnh. Chỉ có bác Điền không được khỏe lắm! Bác đang ở trong giai đoạn vô cùng nguy hiểm. Bác bị đứt mạch máu não, mấy ngày trước bác còn nói được chút ít, nhưng kể từ chiều hôm qua, bác đã đi vào trạng thái hôn mê. Trước khi xảy ra sự việc ấy, bác Điền đặt hết kỳ vọng ở bố, ở con, và ở gia đình họ Vũ nhà mình.

Ông Bình quay sang phía Nhã Ngọc:

- Cháu Nhã là đứa con gái duy nhất của bác Điền. Nhã sẽ bơ vơ, đơn côi nếu bác Điền có mệnh hệ nào. Vì vậy, bác đã nhắc lại câu chuyện xa xưa của hai bên hứa hẹn kết tình thông gia khi hai con khôn lớn. Bác Điền rất thiết tha, ân cần gởi gắm, trối trăn - "Hãy tiếp nhận và yêu thương Nhã". Nhã sẽ là vợ con, là dâu của bố mẹ.

An từ ngạc nhiên nầy, đến ngạc nhiên khác. Chàng không thể ngờ mình bị áp đặt một sự việc oái oăm, kỳ cục như vậy. Chuyện cưới vợ phải do chàng lựa chọn người tâm đầu ý hợp. Bố đâu thể độc đoán tự quyết định như thế được.

Nghĩ vậy, An đứng lên thẳng thắn trả lời:

- Thưa bố, điều ấy không thể được.

Ông Bình gằn giọng:

- Sao không thể được?

An dứt khoát từ trong trái tim:

- Vì con không yêu Nhã, con chỉ xem Nhã như đứa em thôi.

Nhã Ngọc ôm mặt, chạy nhanh ra khỏi phòng, tai vẫn còn nghe lời mạnh mẽ của ông Bình:

- Nhưng rồi con sẽ yêu, thời gian chung sống là môi trường thích hợp để hai con phát triển tình yêu.

Bà Bình thấy hai cha con xung đột, to tiếng trong phòng bệnh, bà đứng lên khuyên can:

- Thôi ông, chuyện đâu còn đấy, về nhà mà khuyên bảo nó!

Ông Bình vẫn chưa hết tức giận:

- Tôi quyết bắt nó phải cưới con Nhã để giữ tròn lời hứa với anh Điền.

An không còn giữ được bình tĩnh:

- Bố muốn cưới thì cưới đi!

Lại thêm một người bước nhanh ra khỏi phòng. An đi như chạy, một chiếc tắc-xi trờ tới, An ra dấu cho xe ngừng lại, chàng mở cửa nhảy tọt vô xe. Bà Bình và Chi chạy ra kêu lớn:

- An, An con đi đâu thế? Anh An nhớ về nhà nhé!

An không còn nghe thấy gì nữa sau khi cánh cửa xe đóng lại. Người tài xế như đã mục kích quang cảnh diễn ra, nên chạy một đoạn đường khá xa, xe đang lăn bánh trên con đường Nguyễn Hoàng. Tài xế ôn tồn, lễ phép hỏi:

- Thưa cậu, đi về đâu ạ!

An bực dọc chuyện mình nên trả lời cộc lốc:

- Quán rượu.

An ngồi lặng lẽ ở một góc phòng, Đà Lạt vào đêm đã bắt đầu chớm lạnh. Ly bia, khói thuốc hôm nay sao mà đắng nghét. Chàng nhả ra từng cụm khói lên khoảng không, như thả ra mọi sự bực dọc, chàng nuốt từng ngụm bia như nuốt cả nỗi đắng cay, đau đớn. Tiếng nhạc xập xình, chát chúa làm chàng thêm hoảng loạn tâm tư, nỗi ấm ức chực tràn dâng. Chàng cảm thấy như bị lừa gạt - "Tại sao me và Chi hùa theo bố, bảo bố bệnh để gạt gẫm mình, những lời nói của bố thật vô lý. Bố chỉ thương người bạn già, mà không đoái hoài đến hạnh phúc của thằng con nầy sao?". Càng nghĩ, An càng buồn thấm thía. Chàng quyết định phải về nhà lấy hành lý, đến ở nhà người bạn thân là Duân. Đến nhà Duân ngủ một đêm, tránh đụng mặt cãi cọ với ông Bình nữa.

Bà Bình và Chi về nhà trước, ngồi phòng khách đợi An. Ông Bình vẫn còn ở nhà thương, lo lắng số phận của ông Điền từng giây, từng phút. Thấy An về, họ mừng lắm, bà liền dỗ ngọt An:

- Bố con nóng tính, để từ từ me khuyên.

An không trả lời, đi thẳng vô phòng xách túi hành lý bước ra. Chàng biết mẹ chàng đã phục tùng chồng suốt mấy mươi năm nay. Có bao giờ bà dám trái ý ông đâu, nhất là những chuyện trọng đại. Lối dỗ ngọt ấy chẳng qua là sự xoa dịu nỗi bực tức trong lòng chàng mà thôi.

An đến trước mặt bà Bình:

- Thưa me, xin me tha lỗi, con phải đi đây!

- Đi đâu giữa đêm tối thế nầy?

- Đến nhà Duân.

Duân là người bạn thân của An từ tấm bé, nhà cũng ở gần đây, nên bà Bình an tâm:

- Thôi cũng được, con đến với Duân cho khuây khỏa. Mai nhớ về lại nhà với me nghe chửa!

Rồi bà tặc lưỡi than thở:

- Thiệt là khổ, bố, con ít có cơ hội gặp nhau, mà gặp nhau thì lại có chuyện. Cha, con như nước với lửa ấy!

Thục Chi chưa kịp vui với anh mình, nên nàng tha thiết dặn dò:

- Ngày mai bố đi làm, anh nhớ về nhé!

An trấn an cô em gái:

- Anh còn phải khao em cùng các bạn một chầu xi- nê và bữa kem tối, quên sao được cô bé.

An đau lòng chào mẹ:

- Con về đây, được biết bố mẹ khỏe cả, con mừng lắm! Nhưng xin me thưa lại với bố, hạnh phúc của đời con, xin hãy để con tự lựa chọn. Bố làm thế, không thương con mà trái lại còn rất độc tài và vô lý.

Ông Bình vừa về nhà, đứng bên ngoài, nghe đủ lời lẽ của An, ông bước vô, thấy An sẵn sàng hành lý trên vai, ông nổi cơn thịnh nộ:

- Mầy cút ngay, đồ con bất hiếu!

Lời nói của ông như cơn gió mạnh cuốn phăng An, đẩy chàng ra ngoài cánh cửa nhanh hơn, giữa sự ngơ ngác, bàng hoàng của bà Bình và Chi.

An lang thang một mình trên con đường vắng. Trời Đà Lạt ban đêm, các vì sao ngủ sớm. Gió lạnh se se, lòng chàng buồn thê thiết. Nhã Ngọc cũng dễ thương, nhưng chàng không thể nào yêu Nhã được, vì chàng đã yêu Quân. Chuyến nầy định về trình thưa mọi việc đến bố mẹ. Nào ngờ, An chua chát - "Hay là mình về khách sạn, ngày mai đi xe đò trở lại

Sàigòn hoàn tất công tác rồi xuống Rạch Giá thăm Quân. Biết trả lời sao với Quân đây? Nên giấu giếm, hay nói sự thật?". Bao nhiêu câu hỏi cứ quay tròn trong tâm trí.

An lầm lũi đi dưới hàng cây, ngàn cánh lá lao xao, tình tự, như lời ủi an, khích lệ - "Hãy cố gắng vượt qua mọi giông bão cuộc đời…".

Chương Mười Sáu

THUYỀN TÌNH LÊNH ĐÊNH

Sau cái đêm cãi cọ với ông Bình, An lòng buồn rười rượi, chàng không đến nhà Duân, kêu xe thẳng tới khách sạn trọ một đêm. Sáng hôm sau đi xe đò xuống Sàigòn, lo xong phần công tác. Sẵn có chuyến bay Phú Quốc chàng leo lên trở về đơn vị sớm, hầu tránh cái việc Quân biết chàng về phép.

Quân thi xong, nôn nóng muốn gặp người yêu nên nàng trở lại đảo trước An một hôm, bởi thế chuyện về thăm bố bệnh của An, Quân đã biết rõ. Mấy anh lính trong căn cứ đều biết Quân và An đang cặp nhau, họ tình nguyện làm cái "loa phóng thanh" và "trung tâm phân phối tin tức" miễn phí. Họ là tấm "mề đay đúng nghĩa".

An từ trong nhà thờ ra, sau khi làm lễ xưng tội với vị linh mục chánh xứ. Sự bất hòa giữa hai bố con vì hôn ước của chàng đã được vị chủ chăn khuyên giải: "Hãy yêu thương, hãy khoan dung, hãy hiệp thông với Chúa nhiều hơn nữa, rồi Chúa sẽ an bài mọi việc..". An ngước nhìn lên trời cao, Thiên Chúa ở xa quá, nên nhân loại vẫn hoài đau khổ, sầu bi.

Chiều chủ nhật, đường sá đông người, chiếc Dương Vận Hạm HQ 502 vừa neo bến, các anh áo trắng hí hửng lên bờ. Quân trong tiệm sách bị bao quanh bởi các người hùng biển cả. Họ không ngờ một bông hoa biết nói đang hiện diện, đẹp hơn hoa sóng đại dương gấp ngàn lần. Người thì chọc ghẹo, hỏi han, kẻ thì mua, thuê sách báo, Quân làm việc túi bụi, câu chuyện của họ dòn như bắp rang. Giữa lúc ấy, Quân

thấy thấp thoáng bóng dáng An thất thểu đi về hướng cổng Bộ
Tư Lệnh, An đâu biết Quân đã về đảo rồi, còn Quân thì cứ
mong mau đến chín giờ đóng cửa tiệm để đến với An.

Quân đứng trước cổng Bộ Tư Lệnh, người lính gác
quen mặt Quân lắm, cũng biết Quân và An, hai người đang
cặp bồ nhau. Anh ta cười dễ dãi, rồi mở cổng cho Quân vào.
Quân đi nhanh đến phòng An, gõ cửa, giọng nhẹ nhàng:
- Anh An, em đây! Quân đây!
Cánh cửa không khóa, Quân đẩy mạnh bước vô,
thấy An nằm dài trên giường, tay cầm điếu thuốc, tay gác
lên trán như đang chìm đắm trong nỗi suy tư nào đó. An
ngồi bật dậy, vui mừng:
- Ồ, em về rồi hở? thi cử ra sao?
An đưa Quân ngồi vào chiếc ghế độc nhất trong
phòng, không trả lời An về việc thi cử, nàng hỏi dồn dập:
- Sao, bố thế nào rồi? còn me nữa? Ủa, mà sao anh về
sớm thế? Chắc có việc gì phải không?
An nghĩ trong bụng - "Thế là Quân biết hết rồi. Nếu bố
có bệnh thì mình không thể về sớm vậy. Hơn nữa Quân là niềm
yêu thương, an ủi độc nhất của ta trong lúc nầy. Ta nên nói ra sự
thật cho hả cơn ấm ức, và cũng chứng tỏ mối chân tình của ta.
Biết đâu Quân sẽ có sáng kiến, làm thay đổi cục diện". An đem
câu chuyện không vui xảy ra giữa ông Bình và chàng kể hết cho
Quân nghe.
Quân trầm tư giây lát, trước viễn ảnh đen tối nàng vẫn
ôn tồn bảo:
- Tình nghĩa hơn bốn mươi năm với bác Điền bố anh
rất coi trọng. Trước giây phút tử biệt, bố muốn chu toàn lời
hứa để làm yên lòng người nhắm mắt.
Rồi nàng nói lời an ủi, xoa dịu nỗi u uất của An:
- Thời gian còn dài, em vào trường Sư phạm, biết đâu
sau nầy bố đổi ý…
Quân đến ngồi bên An, vén mái tóc lòa xòa trước trán
của chàng rồi nói đùa để phá tan bầu không khí nặng nề:
- Hay là cưới cả hai! Sướng nhé trung úy An!

An vẫn còn nghiêm túc:

- Anh sẽ không bao giờ cưới Nhã, vì anh yêu em, anh không yêu nàng.

Quân chợt đề nghị:

- Nói bố mẹ nhận Nhã làm con nuôi, Nhã sẽ về ở chung với gia đình, nếu bác Điền có mệnh hệ nào. Điều ấy tốt lắm chứ!

An lắc đầu, thú nhận:

- Ngặt nỗi Nhã cũng yêu thương anh.

Quân thoáng chút hờn ghen, lớp sương mờ Đà Lạt phảng phất trên gương mặt nàng. An tinh ý, mang gió ngàn khơi thổi tan màn sương đục:

- Em có bằng lòng lấy anh với một đám cưới đơn sơ trong câu lạc bộ đơn vị không?

- Một đám cưới đàng hoàng có sự chứng giám của cha mẹ đôi bên cùng đám bạn bè thân thích, đó là niềm mơ ước của các cô gái, em cũng vậy thôi.

Quân bày tỏ thêm:

- Nhưng quan trọng hơn cả là tình yêu thương của hai người. Em yêu anh, anh yêu em là đủ.

Quân đứng lên lấy điếu thuốc từ trong tay An dụi tắt:

- Khuya rồi em phải về, anh ngủ ngon! Đừng suy nghĩ nhiều nữa.

An lấy chiếc áo dạ khoác lên vai Quân:

- Được, anh đưa em về. Trời khuya rồi, đi một mình không nên.

Hai người bước ra khỏi phòng, thấy cả một trời trăng, trăng leo mái nhà, trăng bò xuống bãi. Trăng trôi trên biển bạc, trăng lấp lánh trên từng ngọn sóng. Cầu Bộ Tư Lệnh cũng lát đầy ánh trăng. Trăng hiện diện chung quanh, như tình yêu của An. Nhưng trăng không phải là vật thể duy nhất trong bầu trời, mà còn có nhiều áng mây đen, mây xám lướt thướt kéo về làm hoen úa màu trăng.

Ánh trăng vẫn treo nghiêng, đường khuya vắng người qua lại. Quán, tiệm chuẩn bị đóng cửa, một số anh em thủy thủ ngồi chờ nhau để đi về tàu một lượt. Tiếng hát Thanh

Thúy từ tiệm cơm Minh Phụng phát ra *"Thuyền tình lênh đênh biết đâu là bến nước? Mịt mờ muôn phương biết xuôi về nơi đâu? Ngày xưa những đêm trăng úa màu, hai đứa ngồi bên nhau, mơ ước chuyện mai sau"*. Cõi lòng Quân héo hắt, nổi trôi theo từng tiếng nhạc. Nàng linh cảm tình yêu của hai người như con thuyền bé nhỏ đang đi vào vùng trời mịt mờ giông bão.

* * *

Những âu lo duyên tình trắc trở dần dần cũng phai nhòa. Quân ở đảo gần hai tháng. Hàng ngày, khi ông Hai vừa ra khỏi nhà để đến tiệm sách, thì Quân lại xách giỏ đi chợ, nấu bữa ăn trưa xong nàng ra tiệm thay thế để ông Hai về nhà ăn cơm và nghỉ ngơi, tới xế chiều ông Hai ra đổi ca, Quân về nhà lo bữa ăn tối. An thường gặp Quân trong giờ nghỉ trưa rồi sau đó trở lại phòng làm việc. Những buổi tối rảnh rỗi An đều ghé thăm Quân, tình cảm hai người càng thêm thân mật, đậm đà, quấn quýt nhau hơn! Ông Hai là người hiểu biết, thông cảm cho An và thương quý chàng như người con rể tương lai. Mặc dù ông cũng biết chuyện ép uổng của bố An. Ông chắc lưỡi, hít hà: "Thời buổi nầy mà sao còn có cái chuyện ấy? Nhất là đối với người con trai như An, đã trưởng thành, và có sự nghiệp. Một sĩ quan hải quân hẳn biết cách lèo lái con thuyền tình của mình về tới bến bờ hạnh phúc bình yên". Đồng thời ông cũng thấy An yêu thương Quân thật tình và có trách nhiệm, công khai chớ không lén lút giao du, điều ấy khiến ông an tâm hơn.

Có nhiều buổi tối hai người cười đùa, giỡn vui dưới bếp, hoặc An giúp ông đóng lại cái chân bàn đã lung lay, hay một miếng ván sứt sau nhà tắm bên hè. Ông Hai mơ ước, trong tuổi già bóng xế của ông, Quân và An luôn kề cận, luôn luôn hiện diện trong căn nhà nầy. Sau đám cưới, họ sẽ sinh cho ông một bầy cháu như bầy gà con lúp xúp dưới chân, để ông đùa giỡn, rượt đuổi hết đứa nầy tới đứa kia. Những đứa cháu ngoan sẽ làm tâm hồn ông ấm áp vui tươi, để đời ông bớt lẻ loi, cô quạnh.

* * *

Quân vô Rạch Giá lo hoàn tất những thủ tục cuối cùng để chuẩn bị vào trường sư phạm, sau khi biết mình đã đậu. Trong danh sách cũng có Dung, còn Thu Sương thì phải chờ mùa thi tới. Trong dịp nầy, Quân tình cờ gặp lại Kiên, khiến nàng ngại ngùng hết sức. Kiên trở về thăm trường cũ để tìm lại chút hương xưa đã làm chàng ngây ngất một thời! Chàng đi thơ thẩn trong sân trường với cánh tay băng bột, mắt nhìn những cánh phượng cuối mùa bay nghiêng trong gió, mà tâm hồn thì nao nao khi hồi tưởng chuyện tình chưa đoạn kết…Lá thư chàng nhận của Thu Sương mà cứ ngỡ của Quân, điều đó đã đem lại cho chàng niềm hy vọng thêm một lần nữa.

Kiên đi lang thang mấy vòng trong sân trường, cuối cùng chàng trở ra ngồi nơi quán nước đối diện bên kia đường. Suốt bao nhiêu năm học, hầu như ngày nào chàng cũng ra ngồi tại chiếc ghế kia, để mong chờ, để nhìn thấy bóng hình Quân xuất hiện. Buổi sáng, buổi chiều, nhất là vào giờ ra chơi quán không còn một chỗ trống. Kiên thường tranh giành, co chân, co căng chạy nhanh kiếm chỗ khi vừa nghe tiếng chuông reng…!

Bây giờ là mùa hè nên quán trưa thưa vắng. Thỉnh thoảng cũng có vài cô cậu học sinh ghé vô sau khi coi danh sách thi cử của mình. Kiên gọi một ly xi-rô sữa theo thói quen như thời còn đi học, chàng rất ưa thứ nước giải khát nầy. Bé Yến nhận ra Kiên, vui mừng reo lên:

- Ồ…anh Kiên! Lâu quá không gặp, anh mới về phép hả? Lại bị thương nữa!

Yến nhìn lên cánh tay băng bột của Kiên, nói lời thật thà:

- Không sao, anh còn sống là may mắn lắm! Bác Tư của em có hai người con đã hy sinh trong trong tháng hai vừa qua…

Kiên cũng nhận ra Yến. Yến là con của ông bà chủ quán mà hơn ba năm về trước Yến chỉ là cô bé mười ba tuổi. Bây giờ Yến đã mười sáu, hình dáng thay đổi nhiều nên Kiên khó nhận ra. Chàng nhớ lại mấy năm trước, đã đôi lần nhờ

Yến trao thư tình tận tay Quân vì thế Yến biết rõ mối tình một chiều của Kiên. Nàng gợi lại vết thương lòng của chàng:

- Mấy năm nay anh đi đâu mất biệt, chắc đi tìm quên lãng phải không?

- Kiên cười chống chế:

- Bậy nè! Anh đi đánh trận chứ đi đâu! Chứng tích sờ sờ ở đây nầy...

Kiên vừa nói vừa nhìn xuống cánh tay băng bột của mình treo ngay trước ngực. Yến cũng nhìn theo, ánh mắt leo lên, đậu trên một bông mai vàng đơn lẻ, nằm khiêm nhường nơi cổ áo Kiên, nàng hồn nhiên nói:

- Em thích nhất là lính bộ binh, mấy anh đeo bông mai vàng sáng chói, nhất là ba bông thẳng hàng thì hách ơi là hách...!

Rồi nàng ngây thơ hỏi vì cảm thấy trên cổ áo của Kiên số bông mai chưa đủ:

- Mỗi lần bị thương là được lên lon phải không anh?

Kiên cười trả lời:

- Đâu hẳn thế em!

Vừa dứt câu, Kiên chợt trông thấy Quân xuất hiện trên chiếc Hon-Đa, chàng đứng lên phóng nhanh ra khỏi tiệm để chận Quân lại. Kiên lao tới như đã bao lần chàng lao vào hiểm nguy giữa lằn tên, mũi đạn. Quân giật mình thắng xe lại, Kiên đã đứng trước đầu xe:

- Chào Quân! May mắn quá anh được gặp Quân ở đây!

Quân thoáng chút bối rối nhưng cũng vui mừng khi gặp lại người bạn năm xưa. Quân lộ vẻ lo lắng khi thấy cánh tay băng bột của Kiên. Nàng xúc động, giọng dịu dàng hỏi:

- Anh bị thương có nặng lắm không? Đã lành hẳn chưa?

- Cám ơn Quân, Cũng khá nặng...Bây giờ chỉ chờ thời gian để chữa lành, không phải một vết thương, mà là hai vết thương lận Quân ạ.

Quân hiểu rõ hết ý lòng qua câu nói cay đắng của Kiên, nàng an ủi:

- Thời gian sẽ làm lành mọi vết thương anh ạ!

Câu trả lời của Quân giống y như lá thư Thu Sương viết. Lá thư đã mang lại cho Kiên nhiều niềm vui, nhiều hy vọng vì Kiên cứ tưởng đó là thư của Quân. Chàng bạo dạn lên tiếng:

- Anh xin mời Quân vào quán nước bên kia đường được không? Anh có đôi điều muốn nói cùng Quân.

Nàng tỏ vẻ ngần ngại, Kiên với giọng trầm buồn, chua chát:

- Quân tiếc với anh chi chỉ một ly nước! Còn anh vì cả đất nước nầy đã đóng góp máu xương, đã hy sinh tuổi trẻ, đang chờ thần chết gọi tên dẫn về huyệt mộ...

Kiên nói như trối trăn:

- Hãy uống với anh một ly nước, nếu lỡ ngày mai anh nằm xuống thì coi như rượu tiễn đưa, anh không còn gì nuối tiếc! Lá thư kia sẽ theo anh nằm sâu tận dưới lòng đất lạnh.

- Quân tròn xoe đôi mắt nhìn Kiên:

- Anh bảo sao! Lá thứ nào?

Kiên lại ngạc nhiên, chàng trả lời nhanh:

- Thì lá thư Quân gởi cho anh đó!

Quân thấy có điều gì không ổn, nàng xuống xe dắt đi chầm chậm bên Kiên. Quân dựng xe trước cửa quán, Yến chạy ra chào hỏi, chỉ chiếc ghế mời nàng ngồi đối diện với Kiên, Yến lên tiếng:

- Chị uống gì? xi-rô sữa giống anh Kiên nghe!

- Quân gật đầu, Yến quay vào trong. Quân thắc mắc về lá thư nên nàng hỏi ngay:

- Anh Kiên bảo sao! Quân có gởi cho anh một lá thư hả?

- Đúng vậy!

- Thế thì anh có mang theo không?

- Có chứ, lúc nào anh cũng mang theo bên mình cả...

- Anh lấy ra cho Quân xem được không?

- Được!

Kiên móc bóp, mở lấy lá thư mà chàng đã xếp cất cẩn thận đưa cho Quân. Quân đọc hết lá thư, rõ ràng tên họ nàng và chữ ký cũng giống hệt luôn, nhưng có điều tuồng chữ thì lại khác...Quân đã nhận ra nét chữ của Thu Sương, nàng nhìn Kiên cảm thông và tội nghiệp. Tình yêu thật rắc rối, phức tạp. Kẻ chạy người đuổi. Quân cũng biết Sương yêu thầm Kiên nhưng bởi vì nàng không thố lộ nên Quân cũng ngại đề cập đến. Còn cái chuyện Thu Sương thay nàng viết thư cho Kiên với mục đích gì thì Quân hoàn toàn không biết! Quân xếp lá thư trao lại cho Kiên, nàng quả quyết:

- Lá thư nầy không phải của Quân viết! Đây là tuồng chữ của Thu Sương đó...Có cơ hội anh nên hỏi Sương, coi đúng vậy không?

- Kiên ngượng ngùng, xấu hổ, lúng túng phân trần:

- Anh xin lỗi, cứ tưởng là thư của Quân nên đã mang nhiều hy vọng, chờ một sự thay đổi tốt đẹp từ nơi Quân.

Kiên mím môi, tiếng nói chàng đanh lại:

- Bây giờ anh mới hiểu trong trái tim Quân vĩnh viễn sẽ không bao giờ chứa đựng hình bóng anh. Cám ơn Quân, bài toán tình yêu đã có đáp số. Dù sao lá thư nầy cũng mang đến cho anh những tháng ngày hạnh phúc. Anh đã có một thời sống trong tin yêu, trong mơ mộng và trong hy vọng viễn vông.

Sự cứng rắn hiện lên gương mặt người lính trẻ, Kiên xua quá khứ trôi đi, chàng trở về với thực tại:

- Quân uống nướcđi!

Chàng dùng bàn tay trái cầm muỗng khuấy đều mấy vòng trong ly nước của mình. Màu xi-rô sữa vàng cam, trắng đục, ngọt ngào thơm phức, Kiên bưng ly uống cạn. Chất ngọt của đường có thể nào thay cho men đắng tình yêu được chăng? Kiên ngậm ngùi đau khổ, chàng gọi Yến tính tiền, Quân ngồi yên tôn trọng cái giây phút đớn đau tuyệt vọng của chàng. Kiên đang trốn chạy, chàng là người thua cuộc. Tình trường không như chiến trường, chiến trường chàng chỉ biết tiến lên, nhưng tình trường thì chàng phải lùi lại nhường cho người may mắn, diễm phúc hơn! Trái tim Kiên như tan nát, chàng ngượng nghịu chào Quân:

- Quân ở lại về sau, anh phải đi...Chúc Quân luôn vui, tương lai tươi sáng.

Kiên bước ra khỏi quán, băng qua góc ngã tư, ánh nắng chói chang, sao nắng lung linh lốm đốm làm bóng Kiên thêm kỳ lạ. Quân dõi mắt nhìn theo, Hai chân chàng bước nhanh, một tay đưa qua, đưa lại, còn cánh tay băng bột thì treo nơi cổ. Trong lòng Quân cũng có điều gì kỳ lạ, không treo mà hình như đã rớt. Rớt cả một trời diễm mộng không tên...

* * *

Lo xong mọi việc, Quân quày quả trở về An Thới, mang theo niềm xốn xang vì câu chuyện của Kiên. Nàng cũng cầm theo tấm thiệp mời đám cưới của thầy Hiền và cô giáo Nhung do Dung trao lại. Còn phần Thu Sương, ngoài chuyện thi rớt, gia đình nàng có thêm tin chẳng lành nữa.

Thu Tuyết, chị của Thu Sương đã cùng người yêu về vùng đất lạnh ngàn năm. Anh Mẫn, một trung úy Biệt động quân đã hy sinh đền nợ nước. Hai người yêu nhau ngót bảy năm trời, từ lúc chị Tuyết đang ở giữa năm đệ tam, anh Mẫn thì đang ở năm cuối cùng chuẩn bị thi tú tài. Mẫn nhà ở xóm Đầu Voi, có năng khiếu về âm nhạc, anh ca hay, đàn giỏi, là trưởng ban văn nghệ của trường Trung học Phó Điều. Chị Tuyết cũng mê âm nhạc, thích ca hát nghêu ngao. Hai người quen nhau qua mối duyên văn nghệ trong trường. Anh Mẫn hay ghé nhà vào những đêm cuối tuần để dạy chị Tuyết đánh đàn ghi-ta. Hai người ngồi hằng giờ dưới trăng trong khu vườn sau thoang thoảng mùi hoa ngâu, hoa sứ. Chị Tuyết dở toán lắm, nên mới được ba má cho phép anh Mẫn đến nhà thường xuyên để dạy kèm chị ấy... Mối tình tuổi học trò kéo sang qua tuổi lính. Bao nhiêu kỷ niệm hẹn hò, mấy lần đi vườn ổi, vườn dừa. Bao phen đi viếng mộ Hội đồng Suông, xa hơn nữa là hai người chở nhau đi Châu Đốc coi lễ vía Bà Chúa Xứ trong dịp anh Mẫn về phép thăm nhà. Mấy năm gần đây anh Mẫn đóng quân ở Vùng 4, nên chị Tuyết thường xuống thăm và anh Mẫn cũng có cơ hội về Rạch Giá nhiều lần trong năm, tình cảm của hai người càng thêm thắm thiết đậm đà. Chị Tuyết hãnh diện vì có người yêu là lính. Tướng anh hiên ngang, oai hùng trong màu áo hoa rừng, hai bông mai vàng nở thắm trên bâu áo như mùa xuân bất tận.

Vùng đất miền Tây, Chương Thiện, Đồng Tháp, anh đã miệt mài truy lùng bóng giặc. Đôi giầy bốt-đờ-sô càng nặng hơn khi có người anh em ngã xuống sau một chuyến hành quân.

Tuyết ở hậu phương hằng đêm nghe tiếng đại bác xa xa vọng về, nàng lo âu cầu nguyện. Cuộc tình kéo dài theo thời gian chiến tranh, anh Mẫn không dám làm đám cưới, sợ vợ góa, con côi nếu lỡ mai anh nằm xuống. Nhưng gia đình Thu Tuyết không muốn con gái mình bị "tòn ten". Rồi cuối cùng một buổi lễ đính hôn đã được tổ chức để ra mắt hai họ, bạn bè. Anh Mẫn lại vội vàng trở về đơn vị, chuẩn bị ra chiến trường. Tình hình bấy giờ rất dầu sôi, lửa bỏng. Mọi binh chủng sẵn sàng chiến đấu, sẵn sàng tăng viện để yểm trợ cho các mặt trận khác.

Chị Tuyết ngày ngày đi dạy, trong lòng thấp thỏm lo âu. Chị dạy tại trường Nam gần bệnh viện Rạch Giá. Cái nhà xác nằm bên kia đường, hàng ngày thấy xe nhà binh chở xác lính về nhiều quá chị đâm ra khủng khoảng tinh thần. Có đôi lúc chị nhìn thấy đám học trò nam cầm súng xông tới, vừa chạy vừa hô: "xung phong, xung phong" rồi lại có đứa ngã xuống. Lính miền Bắc, lính miền Nam hai bên đánh "xáp lá cà". Tiếng đại pháo ầm ầm, tiếng máy bay lượn vòng thả bom yểm trợ, rồi chị thấy anh Mẫn ngã xuống, mình đầy máu me, chị Tuyết hốt hoảng kêu lên:

- Mẫn, Mẫn, anh Mẫn!

Đứa học trò tên Mẫn giật mình đứng lên thưa:

- Thưa cô, cô gọi em?

Thu Tuyết đầu óc căng thẳng, đôi mắt lạc thần, từ từ lấy lại bình tĩnh, nàng đi xuống dãy ghế em Mẫn còn đang đứng, đưa tay vuốt lên mái tóc cậu học trò, nhẹ giọng bảo:

- Không có gì, em ngồi xuống tiếp tục làm bài đi.

Một ngày kia, sắp đến giờ tan học, nàng thấy lố nhố đông người bên khu nhà xác: "Sao lại có mẹ của Mẫn; Rồi lại còn có em gái của Mẫn nữa?". Tuyết cho đám học sinh lần lượt ra khỏi cổng trường, nàng dựng xe bên hông nhà xác, đi vòng phía sau. Mẹ Mẫn và cô em gái vừa trông thấy nàng đã mếu máo khóc than:

- Mẫn chết rồi con ơi, Tuyết ơi!

Tuyết nghe lùng bùng lỗ tai, bầu trời rộng thế mà không khí không có đủ để nàng thở. Tim nàng thắt lại, hai chân quỵ xuống. Em gái Mẫn chạy tới đỡ nàng lên, gọi chiếc xích lô đưa nàng về nhà ngay lập tức, không để cho nàng kịp nhìn mặt Mẫn lần cuối cùng.

Ngày hôm sau Thu Tuyết mặc đồ tang qua nhà Mẫn thắp ba nén nhang cho chàng, rót mời chàng ba chung rượu lễ. Nàng không khóc, không kêu gào thảm thiết như các người vợ khác. Nàng lạnh lùng, bình tĩnh như một đạo cô đã thức ngộ chuyện tử sinh là lẽ thường tình của trời đất. Nhưng không ai ngờ được, trong nội tâm sâu kín kia cuồn cuộn những ngọn sóng đau thương dâng tràn, đánh sụp sức chịu đựng, che chắn cuối cùng của một con người vốn đa sầu, đa cảm.

Thu Tuyết về nhà viết lá thư tuyệt mệnh để lại cho mẹ cha. Nàng gom tất cả các lọ thuốc trong tủ luôn cả mấy viên thuốc an thần của nàng. Nàng lặng lẽ giã từ cuộc sống để gặp Mẫn bên kia thế giới. Nàng sẽ không còn khổ đau vì âm dương cách trở. Nàng sẽ cùng Mẫn vĩnh viễn bên nhau, ngàn đời hạnh phúc, ở một nơi chốn không có chiến tranh, không có hận thù, không có chết chóc đau thương.

Trong bức thư tuyệt mạng, nàng muốn có buổi lễ rước dâu. Ngày đưa tang của Mẫn, họ nhà trai phải mang trầu cau qua họ nhà gái để hoàn tất cuộc hôn phối cho hai người. Linh cửu của Mẫn nằm trên xe nhà giàn chờ ngoài ngõ. Một số người nhà trai bưng rượu lễ, cau trầu cùng khung ảnh của Mẫn đi vào nhà gái hoàn tất cuộc rước dâu, rồi nhà gái mới đưa quan tài của Thu Tuyết ra xe. Chiếc xe nhà giàn từ từ lăn bánh. Thân nhân, bạn hữu, hàng xóm, láng giềng cùng đám học trò tiễn đưa rơi lệ. Một đám cưới đi giữa tiếng trống kèn của hai đám ma. Hầu hết ai cũng ngậm ngùi thương cảm cho cái số kiếp của đôi trai tài, gái sắc. Một người vì nước hy sinh, một người vì tình bỏ mạng.

Nghe xong câu chuyện, Quân cảm thấy chị Tuyết quá can đảm, nhưng chị quên mất cái công ơn của cha mẹ sinh dưỡng bao ngày. Chị chết đi để lại nỗi thương sầu, tê tái cho cha mẹ già và đàn em dại. Nhưng ở đời mấy ai hiểu rõ chân lý đích thực của tình yêu?

Chuyện tình của Mẫn và Tuyết giống như một đoạn thơ nào đó… Người trai đi viết sử đã trở về giữa mùa xuân mới.

"Mùa xuân năm ấy anh về đến
Giữa lúc mọi người đang đón xuân
Trên cỗ quan tài lòe ánh nến
Tim em thắt lại, tưởng như ngừng…"

Còn Mẫn đã trở về giữa mùa hoa đỏ thắm. Trái tim cô giáo trẻ chung tình, như cánh phượng hồng rụng rơi về đất. Kết thúc một cuộc tình, kết thúc một mùa hoa… Tình yêu thời chinh chiến thường mang đến nhiều tang thương, ly hận. Tuổi trẻ yêu nhau dù trong môi trường nào rồi cuối cùng cũng phải chia tay. Anh ra chiến trường, em ở hậu phương hồi hộp đợi chờ… Ngày qua ngày, khi sử xanh ghi thêm nhiều tên tuổi thì lòng đất mẹ cũng chứa thêm nhiều xác người và lòng người tuôn ra những vần thơ bi thiết:

"Rượu tiễn người trai lính Cộng hòa
Về lòng đất mẹ giữa mùa hoa
Rượu tình, em rót mời anh cạn
Uống nữa đi anh - Mộng đã nhòa!"

Quân bất giác thở dài, lòng đầy trắc ẩn. Nàng lại nghĩ đến Kiên. Nếu ngày mai được tin Kiên ngã gục, tâm trạng của nàng sẽ ra sao? Dĩ nhiên nàng cũng phải xót xa, đau buồn, và hối tiếc. Nàng tự hỏi với lương tâm mình có ác lắm không đã cư xử với Kiên như thế để đẩy chàng vào chỗ chết. Khi một người tuyệt vọng nhất là trong tình yêu thì dễ dàng quên đi mạng sống. Cho dù Kiên thật sự hy sinh không bởi nguyên nhân thất tình, nàng vẫn cảm thấy mình có phần trách nhiệm, điều ấy sẽ làm Quân ray rứt không nguôi. Rồi nàng lại nghĩ đến An, đến cuộc tình của hai người. May mà An là lính hải quân tính mạng ít nguy hiểm, không như Kiên và anh Mẫn ra trận liên miên khiến chị Tuyết lo âu, hồi hộp từng ngày rồi cuối cùng câu chuyện xảy ra quá bi thương. Còn Quân chỉ lo sợ mỗi khi An cùng nàng đi đường bộ lên xuống Dương Đông.

Chương Mười Bảy

ĐÁM CƯỚI NHÀ AI

An ngừng xe lại, chưa kịp tắt máy thì Quân bước ra, nàng tươi tắn, rực rỡ trong chiếc áo dài màu hoa cúc, An rối rít khen:

- Ồ, cô bé xinh quá! Em trắng nên mặc màu nào cũng đẹp.

An thấy tay Quân trống trơn ngoài cái ví nhỏ đựng tiền.

- Em không mang theo gì sao?

- Không anh! Mình đi và về trong ngày nên không cần mang theo gì cả!

- Còn quà tặng đâu?

- Đã gởi nhỏ Dung rồi.

- Em mua gì thế?

- Một tượng hình cô dâu, chú rể đứng trong quả tim rất xinh xắn mà cũng nhiều ý nghĩa! Em có viết vài dòng chữ để kỷ niệm ngày họ thành hôn, anh thấy được không?

An nịnh đầm:

- Chắc chắn là được rồi, người đẹp của anh lúc nào cũng cẩn thận, cũng chu đáo...

Ngoài bộ đồ dân sự, An khoác lên người chiếc áo gió để ngụy trang, kèm theo cặp kiếng mát và cái két che lụp xụp trước trán. Chỉ sợ mấy tên VC ra chận xe thì "kẹt" chớ họ đứng núp trong rừng thì khó mà biết An là lính.

Quân thấy vậy liền chế nhạo:

- Anh cần gắn thêm bộ râu dài nữa mới giống ông lão.

- Ông lão nào mà còn gân, còn sức, phía sau có đèo theo người đẹp trẻ trung, cứ siết ngang eo ếch thế nầy...

An nhìn Quân nghiêm giọng:

- Nói thật nghe, anh đi cũng ớn lắm đó...

Quân lại thấy trong lòng lo lắng:

- Không thôi để em đi xe một mình. Mùa nầy là mùa biển động, không cách nào đi đường biển được, đành vậy thôi!

An đánh liều:

- Được rồi, em lên xe chúng ta cùng đi.

Tuần trước mưa nhiều, bây giờ tạnh ráo, cây lá sạch sẽ, xanh tươi, rải rác trên đường những ổ gà còn đọng lại vũng nước mưa. Thỉnh thoảng gặp nhiều xe lên xuống, nên hai người cũng bớt lo sợ.

Gần tới Cửa Lấp, An nhìn từ xa thấy trong đồn mấy anh lính Địa phương quân vây quanh một con heo rừng. Mùa nầy là mùa mưa, nên các loài heo rừng thường ra phá phách rẫy nương nên bị sụp bẫy. Tha hồ cho các anh hôm nay có một bữa ăn no nê, khoái khẩu, để bù vào những lúc ăn uống, kham khổ, thiếu thốn thịt tươi...

Qua khỏi cây cầu nhỏ, xa xa thấp thoáng vài nếp nhà tranh ẩn hiện sau đám khoai mì xanh um màu lá. Những người đi rẫy sớm gặp An và Quân, họ chào bằng nụ cười thân thiện.

An đã có kinh nghiệm lái xe kỳ Tết vừa qua, nên lần nầy họ đến Dương Đông nhanh hơn. Cái quán nước hôm đầu năm An và Quân ghé vào, dì Tư nhận ra bọn An, vồn vã hỏi:

- Chào cô cậu, cô cậu vẫn khỏe! Uống gì đây?

An lễ phép trả lời:

- Cám ơn dì, hai cháu vẫn khỏe. Xin dì hai ly cà phê sữa nóng.

Thấy Quân mặc áo dài xinh đẹp, còn An lịch sự trong chiếc áo sơ mi dài tay, dì Tư hỏi:

- Cô cậu đi ăn cưới phải không?

Quân trả lời:

- Dạ thưa dì, đúng ạ!
- Có phải đám cưới thầy Hiền với cô giáo Nhung không?

Rồi dì nói thêm:

- Tôi quen bên họ nhà gái, ngày hôm qua nhà gái đãi tiệc rồi.

Đang trò chuyện với dì Tư, Quân thấy bên kia đường, một đám người bu quanh chiếc xe đạp, Quân thắc mắc hỏi:

- Họ mua bán gì thế, dì Tư?

Dì Tư mau mắn trả lời:

- Ghẹ Hàm Ninh đó cô, ngon lắm tôi phải mua một chục để trưa nay ăn, cô mua không?

Quân ngần ngừ:

- Chiều cháu mới về An Thới, sợ chúng nó chết hết mất ngon. Ba của cháu thích ghẹ nầy lắm.

Dì Tư thiệt tình:

- Chuyện ấy cô đừng lo, sẵn tôi có bếp luộc giùm luôn cho cô. Chiều ghé đây lấy mang về cho bác trai ăn.

Thấy tính tình người chủ tiệm tử tế, Quân lấy tiền ra đưa:

- Dạ, nhờ dì mua giùm một chục.

Buổi sáng, Ngã Năm quang cảnh nhộn nhịp, các sạp bán hàng đặt hai bên lề đường. Món mặn, món ngọt đủ cả: chè, cháo, xôi, bánh, thứ nào cũng ngon, cũng thơm lừng, hấp dẫn. Người mua, kẻ bán, ăn nói vui cười, nhịp sống sinh động, hiền hòa.

Còn khoảng năm mươi mét, Quân chỉ tay về phía trước:

- Đó, đó...Cái nhà kia kìa, đúng là nhà của chú rể rồi.

Một ngôi nhà lớn, sân trước lợp lá dừa, chung quanh có nhiều cột thẳng đứng, nối kết bằng tàu dừa uốn cong hình bầu dục, trang trí thêm các nhánh u du, mật cật, nhiều chùm trái đủng đỉnh trông thật lạ mắt. Trên cổng vào có kết hai chữ "Tân Hôn" bằng giấy hoa đỏ thắm. Bên trong, ngang dọc được giăng nhiều sợi dây màu chéo góc. Chính giữa, nơi giao điểm treo một chiếc đèn hoa thật đẹp.

An và Quân đến sớm hơn giờ đãi tiệc. Chú rể thanh lịch trong bộ vét-tông màu xám tro, cô dâu xinh xắn, trang nhã trong chiếc áo dài màu xác pháo, có thêu hai đóa hướng dương bằng chỉ kim tuyến óng ánh, đẹp mắt vô cùng, trên đầu cài hoa trắng trinh nguyên. Hai người ra tận cổng chào đón, theo sau là những gương mặt thân quen trong ngày Tết vừa qua.

An vui vẻ, trang trọng bắt tay thầy Hiền:

- Chúng tôi xin chúc mừng anh chị "Trăm năm hạnh phúc".

Khảnh hào hứng chúc tiếp:

- "Loan Phượng Hòa Minh".

Cúc Hương đứng kế bên tiếp luôn:

- "Sắt Cầm Hảo Hiệp"

Ái Mi mang cặp kiếng vào, khom người xuống giả bộ như đang ở tuổi già:

- "Đầu bạc răng long".

Dung lí lắc hơn:

- "Con cháu đầy nhà nuôi mệt nghỉ"...

Rồi nàng thúc cùi chỏ vào hông Quân:

- Tới phiên mầy, chúc đi!

Quân lớ ngớ, chợt nàng bắt nhanh bốn chữ:

- "Động phòng hoa chúc".

Những tràng pháo tay rôm rả vừa chấm dứt, Dung chỉnh Quân liền:

- Mày ham lắm, câu đó đâu phải là câu chúc.

Quân cãi lý:

- Có chữ "Chúc" là được rồi...

Cả bọn cười đồng ý.

Cô dâu, chú rể gương mặt rạng rỡ, chan chứa niềm vui. Thầy Hiền đi bên cạnh An, chân tình nói:

- Đường sá xa xôi, anh chị đến dự, chúng tôi mừng lắm.

Dung chanh chua với ông anh họ:

- Thế bọn nầy ở gần đến dự anh không mừng sao?

Thầy Hiền cười, lắc đầu:

- Xin tha cho anh hôm nay nghe!

Dung thẳng tay:

- Không được, hôm nay là ngày cuối, mai sau em đâu ăn hiếp được anh! Chị Nhung sẽ binh anh tới bến luôn.

Dung đảo mắt một vòng:

- Phải không các bạn?

Quân quay sang Dung:

- Mầy cứ hay phá phách người ta...

Dung cười khoái chí:

- Mầy sợ, thì đám cưới đừng mời tao…

An lên tiếng:

- Hai cái người nầy cũng lạ! Thân nhau thế mà mỗi khi gặp nhau thì cứ "kê" nhau sát ván mới chịu.

Dung cười cười:

- Anh có nghe câu: "Thương nhau lắm, cắn nhau đau" không?

An đưa tay chịu thua:

- Cô lém hơn dân bắc kỳ chúng tôi nhiều.

Trong vuông sân rộng kê được hai dẫy bàn dài, chính giữa đặt thêm bốn cái bàn tròn lớn. Tất cả trên các mặt bàn đều trải khăn hồng, có bình hoa lai-dơn trắng muốt. Giấy lau miệng, chén, đũa được sắp sẵn cho mỗi chỗ ngồi. Bạn bè, quan khách lần lượt đến đông đủ. Buổi tiệc bắt đầu, một dây pháo hồng treo nơi cổng vào nổ rang, viên pháo cuối cùng vừa chấm dứt, tràng pháo tay của khách lại tiếp tục vang lên. Người đại diện nhà trai bước ra nói đôi lời chào mừng và cảm tạ hai họ cùng quan khách tham dự. Tiếng vỗ tay tiếp tục chúc mừng đôi uyên ương bền duyên giai ngẫu.

Các món ăn lần lượt dọn ra, kèm theo những món đặc sản của hải đảo Phú Quốc:

- Bì cuốn, gỏi cuốn, là món ăn khai vị.

- Bò Ông Lang nấu ra-gu ăn với bánh mì.

- Lẩu nấm tràm tươi Dương Đông nấu với sườn non, tôm thẻ và con đồn đột.

- Gà xé phay trộn bắp chuối Cửa Cạn.

- Cồi biên mai An Thới xào với măng non Cửa Lấp.

Món sau cùng là ghẹ Hàm Ninh kèn dừa, ăn với cơm trắng thì khỏi chê.

Tráng miệng bằng bánh bông lan và rau câu sơn thủy.

Ban tiếp tân phục vụ thật chu đáo, nhanh nhẹn. Các đấng đàn ông nam nhi uống bia mệt nghỉ, ly vơi rồi lại ly đầy. Các bà, các cô uống nước ngọt thả dàn.

Tiếng leng keng của chén đũa chạm nhau, lời chúc tụng nồng nàn, thắm thiết. Cô dâu, chú rể vui sướng ra mặt.

An tấm tắc khen:

- Ít khi anh thấy một đám cưới ở quê linh đình, tươm tất và thân tình như thế.

Nhà trai đưa cô dâu, chú rể đi chào bàn. Các cô bác, cậu dì móc túi tặng bao tiền cột tay với lời chúc đẹp.

Khảnh làm "phó nhòm" đưa máy bấm lia, bấm lịa những gương mặt thân quen để lưu lại kỷ niệm về sau.

Bầu trời trong sáng, ánh nắng hè lụa là xuyên qua kẽ dừa rơi xuống lung linh, lốm đốm trên tà áo dài của các cô thiếu nữ đương xuân. Họ đang ước mơ, trong đời sẽ có một đám cưới tốt đẹp như vậy, trong đó chắc chắn có Quân. An và Quân ăn hết cái bánh bông lan, uống cạn luôn ly nước ngọt, đứng lên xin cáo từ. Khảnh kéo cả bọn họ ra đứng dưới cổng "Tân Hôn" chụp hình chung với cô dâu, chú rể trước khi chia tay. Dung gói theo mấy cái bánh bông lan đưa cho Quân cùng với túi xách Quân đã để quên hôm Tết.

- Mầy đem theo ăn dọc đường.

Thêm một lần nữa, thầy Hiền bắt tay, nhiều người bắt tay. Những bàn tay thân ái vẫy chào tạm biệt.

Quân ngoái đầu nhìn lại, xuyên qua lớp bụi mỏng, chiếc xe đang chạy về phía trước, nhưng cuộc đời độc thân của thầy Hiền và cô Nhung đã bỏ lại phía sau.

Dì Tư vừa bỏ mấy con ghẹ Hàm Ninh vào hai túi ny-lông đầy vừa nói:

- Ghẹ Hàm Ninh nầy rất ngon! tôi ăn rồi, đúng mùa nữa nên thịt chắc lắm!

Quân tò mò:

- Hàm Ninh cách đây có xa lắm không dì?

- Khoảng hơn mười cây số, Hàm Ninh là một xã nhỏ nằm về hướng đông. Mùa nầy là mùa nam, biển chỉ động ở bờ phía tây nên bên Hàm Ninh êm lắm. Biển cạn, bãi lài lài nên giống ghẹ nầy sinh sản và lớn rất nhanh. Dương Đông cũng nhờ Hàm Ninh cung cấp món ăn nầy trong mùa biển động. Tôi nói cô nghe, một năm chỉ ăn được một mùa thôi!

Quân thưa:

- Dạ, cháu biết. Ba cháu thường nói: "ghẹ không đâu ngon bằng ghẹ Hàm Ninh" ngọt, dòn, hai càng là hai cái ống thịt, con nào con nấy chắc nịch, đầy gạch son. Biết ba cháu rất ưa, nên sáng nay mới làm phiền dì...

Quân lấy trong ví ra tờ giấy một ngàn:

- Dạ, cháu xin gởi dì ạ!

Dì Tư xua tay:

- Thôi, tiền bạc làm gì, tôi có sẵn bếp lò thì giúp giùm cô vậy.

Quân nài nỉ:

- Dì không nhận, lần sau cháu không dám ghé quán dì nữa...

- Thôi được, tôi giữ tiền nầy, lần sau cô đừng trả nữa nghe!

Nói xong dì Tư cười cười nhìn An, cắc cớ hỏi:

- Cô cậu có cháu nào chưa?

Quân thẹn thùng bẽn lẽn, An đỡ lời:

- Thưa dì chưa ạ!

- Cô cậu còn trẻ, mai sau tha hồ mà sinh.

Dì Tư đưa giỏ ghẹ cho An căn dặn:

- Mùa nầy mưa nắng bất thường, cô cậu về sớm. Chúc thượng lộ bình an.

An treo giỏ ghẹ lên ghi-đông, chàng nổ máy xe. Quân chào dì Tư, leo lên ngồi phía sau, một tay vịn vai An, tay kia nắm chặt tà áo dài. An rồ máy, nhấn số, chiếc xe chạy tới. Quân nhìn thấy cây phượng vỹ bên kia đường trổ những chùm hoa cuối cùng báo hiệu mùa hè sắp đi qua.

An ngon trớn trên con dốc quen thuộc, chiếc xe bò cọc cạch chở đầy dừa khô từ từ đi tới. Hai bên thành xe treo vài cặp dừa tươi còn xanh cuống. Con bò già thủng thẳng bước đi, miệng đưa qua, đưa lại nhẩn nha nhai hết mớ cỏ thừa trong bao tử dự phòng. Ngoài biển khơi, lớp sa mù giăng phủ mờ mờ. Từng đợt sóng vung lên cao, hùng hổ chụp xuống như muốn gom tất cả về với lòng đại dương. Biển đang giận dữ, gào thét, thị uy như nhắc nhở với càn khôn vũ trụ "đất trời có lúc nắng mưa, gió bão. Biển cũng có lúc biển động, biển êm".

Mùa nầy ghe tàu ít dám ra khơi, nên An và Quân về Dương Đông ăn cưới cũng đành phải đi đường bộ mà thôi.

Trước mặt An, một đám cô cậu học sinh vất bừa xe đạp bên lề, họ đứng vây quanh dưới gốc sim trà bên lu nước từ thiện (Lu nước nầy của người chủ ngôi nhà nằm sâu phía trong cung cấp, giúp cho khách vãng lai qua lại dừng chân uống vài ngụm nước cho đỡ khát). Có lẽ nhóm học sinh nầy đi cắm trại tại vườn dừa cù Chin, bây giờ họ trở về chuẩn bị cho niên học mới.

Xe chạy ngang qua cả bọn ríu rít chào hỏi:

- Chào anh, chào chị! Anh chị về đâu, về đâu?

An cho xe chậm lại, trả lời:

- An Thới, An Thới.

Cậu bé lớn con nhất lè lưỡi:

- Xa lắm đó, ráng chạy nhanh nghe anh chị...

Cô bé nhỏ nhất khen với theo:

- Chị mặc áo dài đẹp quá!

Xe An bỏ đám nhóc tì lại phía sau, chạy được một quãng đường nữa, lại gặp một cô, một cậu đang thất tha, thất thểu dắt theo chiếc xe đạp đã xì lốp. Có lẽ hai em nầy cùng nhóm kia, nên cả bọn phải dừng lại nghỉ xả hơi, để đợi bạn.

An nghĩ bâng quơ - "đường thì còn xa, rủi xe mình bị bể bánh như chiếc xe đạp kia thì biết tính sao đây?".

Xe vượt qua cánh đồng sim, bánh xe lăn trên cây cầu gỗ cũ. Một miếng ván mục bung ra, rớt xuống dòng nước chảy phăng phăng. Nếu là mùa hạn, dưới cầu nầy không còn một giọt nước nào. Nhưng bây giờ là mùa mưa, nên nước từ trên rừng đổ xuống nhiều lắm.

Gần tới dốc ông Tư Cá Nóc, quang cảnh rờn rợn, bầu trời ui ui. Cảm giác lo sợ, hồi hộp xâm chiếm hai người, Quân lên tiếng thở than:

- Phải chi anh không đi làm ngày mai, mình ngủ lại một đêm, sáng sớm về thì đỡ sợ hơn.

An ôn tồn:

- Thì em đã bảo đi về trong ngày mà! Thôi đừng lo, mạng anh lớn lắm, chắc không có chuyện gì đâu!

An nói xong, phóng xe như bay, bất kể những viên đá nhỏ giữa đường.

Quân nhắm mắt, gục đầu vào vai chàng. Hai tay nắm cứng yên xe, tà áo dài no gió căng phồng.

Màu trời chiều đổi sắc, gần giống như màu tro than trong ngày lễ hội Chùa Ông. Gió thổi nhiều, cây lá bên rừng xào xạc làm bầy chim bay về tổ sớm. Tiếng tắc kè núi kêu lên nghe rợn tóc gáy, Quân bấu vào đùi An:

- Sợ quá anh An ơi, ráng chạy nhanh lên anh!

- Sắp tới đồn lính rồi, em đừng sợ.

Con đường bớt ngoằn ngoèo, lồi lõm, xe chạy dọc theo bờ biển, êm êm lướt tới ngon lành. Qua đồn lính khoảng vài cây số, màu trời sậm lại, gió thổi vù vù, cây lá ngả nghiêng, mây đen vần vũ kéo về. Tiếng sóng thét gào đập vào gành đá ầm ầm nghe sao ghê rợn! Ngoài biển kia, mặt trời chỉ còn là vùng sáng nhỏ, nhạt nhòa mây phủ.

Con dốc thoai thoải hiện ra trước mặt, An rồ máy xe, sang số, chiếc xe trườn lên dốc nặng nề, chậm chạp. An tăng thêm vận tốc, "con ngựa sắt" cố nuốt thêm một đoạn dốc nữa, tiếng máy nghe cạch cạch, xịch xịch, âm thanh lạ hơn bình thường. Vừa lên tới đỉnh dốc, chiếc xe tắt máy, An trả số, kềm vững tay lái, thả xe xuống dốc, Quân lo lắng hỏi:

- Xe bị chết máy rồi hả anh?

An trấn tỉnh Quân:

- Không sao, đợi xe hết trớn, anh coi nó bị cái gì?

Xe hết trớn dừng lại, An dắt xe vào khoảng trống bên đường, dựng cần xe mở nắp bình xăng, thấy xăng vẫn còn nhiều, An leo lên đạp thử vài lần, xe im lìm bất động. Trên bầu trời sấm chớp liên hồi, tiếng nổ rền rền, ánh lửa màu vàng cam xẹt qua xẹt lại. Hiện tượng thiên nhiên trước khi trời mưa giông sao mà hung tợn quá!

Quân điếng hồn đi sát vào An:

- Em sợ quá! Bây giờ biết làm sao? Chắc mình không tránh được mưa rồi!

Quân tháo đôi giầy cao gót, đi chân trần trên đất, cố tránh né những viên đá nhọn làm đau rát bàn chân.

An thấy tội nghiệp, đau lòng quá chàng chép miệng:

- Không được! để anh đưa em cái nầy...

An ngồi xuống, tháo dây giầy, rút đôi bàn chân ra, tuột luôn hai chiếc vớ đưa cho Quân:

- Em mang vô, đi chân trần sẽ bị chảy máu đó!

Gió càng lúc càng thổi mạnh, mây đen hối hả kéo về hội tụ. Quân cột hai tà áo dài lại. Bầu trời tối hẳn, cây lá ngả nghiêng theo từng hướng gió, An đưa đồng hồ tay lên nhìn - "Mới hơn sáu giờ, mà sao trời tối quá. Chắc chắn sắp sửa mưa". Trong bụng An bắt đầu lo. Quân gần như muốn khóc:

- Anh An ơi, em sợ quá! Làm sao bây giờ anh?

Nàng đi sát vào An hơn như tìm sự che chở. An nhíu mày cố nhớ ra - "Hình như ở đoạn đường nầy thuộc xã Dương Tơ hay Đường Bào gì đó... đi thêm vài trăm thước nữa sẽ thấy cái nhà bỏ hoang. Ngôi nhà nầy nằm đơn độc một mình giữa đoạn đường vắng. Vì thời buổi chiến tranh, nên chủ nhà đã dọn về chợ ở. Trước nhà có trồng hai cây dừa cao, ai qua đường cũng đều trông thấy cả". .

An vỗ về, khích lệ Quân:

- Ráng lên em, vài mươi phút nữa mình sẽ tới cái nhà bỏ hoang kia.

Gió mây kéo về đã thổi mất cái tính lí lắc, hồn nhiên của Quân. Nàng eo xèo, tức tưởi nhỏ xuống những giọt mưa lệ đầu tiên. Tiếp theo là những cơn mưa dầm gió bão ào ạt kéo về. Những hạt mưa thật to thật nặng, An và Quân không biết tránh né vào đâu. An cởi chiếc áo gió đưa cho Quân:

- Em mặc thêm vào kẻo lạnh! Để anh bị ướt cũng được.

Hai người lầm lũi đi dưới mưa giông, dắt theo "con ngựa già" trở chứng.

Ngôi nhà hoang hiện ra trước mặt. An dựng xe nơi gốc dừa, hai người tơi tả dưới cơn mưa bất ngờ... Căn nhà tối ôm, cửa trước bỏ trống. An bật quẹt lửa bước vô, ánh sáng lờ mờ, ngọn lửa chao chao vì gió. Mái nhà sụp xuống một phần, đọng vũng nước mưa trên nền đất. Quân nắm tay đi theo An, vai đeo cái túi. Căn nhà chia đôi, bên phải có lối đi xuống nhà sau, bên trái là cửa buồng ngủ. Ngôi nhà hoang phế dột nát nhiều nơi, ánh sáng chập chờn của cái bật quẹt cũng giúp cho hai người nhận ra quang cảnh chung quanh.

Nơi nhà bếp, ba cục đá được kê làm ông lò có mớ củi khô, bên cạnh là cây búa cùn mẻ lưỡi. Trời vẫn còn mưa lớn, tiếng gió rít qua kẽ vách của vỏ cây kiền kiền. Ánh lửa vụt tắt, bóng tối tràn lan, Quân nhào tới ôm cứng lấy An. Nàng nhắm nghiền đôi mắt:

- Ghê quá, em sợ quá đi thôi!

An lên tiếng:

- Đừng sợ, đừng sợ! Anh ở đây mà!

An che hướng gió, bật lại quẹt lửa, ánh sáng phục hồi. Việc đầu tiên An cần làm ngay là mồi một mẻ lửa để hơ khô áo quần và sưởi ấm thân thể. An đưa Quân cầm bật lửa, chàng ngồi xuống chẻ những cây củi khô thành nhiều que nhỏ, bẻ thêm vài miếng vỏ kiền kiền, xé bao thuốc lá xếp lại cho đầy, đưa vào mồi lửa. Vỏ kiền kiền và que nhỏ bắt đầu cháy có lửa ngọn, An cho thêm những thanh củi lớn vào. Chỉ một hồi sau, căn nhà bỏ hoang dột nát có ánh lửa hồng cháy sáng. Quân mừng quá reo lên, vui sướng khôn kể, nàng ôm chầm lấy An rồi rít khen:

- Anh hay quá, anh giỏi quá! Thưởng cho anh nè...

Nàng hôn lên má An một cái chụt, An sướng mê tơi, cảm thấy mình có tài năng, có phong độ.

An tinh nghịch trêu lại nàng:

- Hết khóc rồi sao? Chút nữa sẽ khóc tiếp đó!

Quân ngơ ngác, lo sợ hỏi:

- Sao vậy anh?

An cười khó hiểu:

- Anh làm cho bếp lửa nầy tắt, thì em sẽ khóc ngay phải không?

Quân rụt cổ:

- Thôi đừng anh, em sợ bóng tối lắm, đừng nhát em mà!

Quân như con thỏ rừng, vẫn nhát gan, vẫn e dè sợ sệt một khi lạc vào vùng đất mới.

An đứng lên đi vòng vòng trong khu bếp kiếm chỗ:

- Đêm nay mình phải ngủ tạm ở đây rồi đó! Em đi thay đồ đi.

Quân trả lời gọn lỏn:

- Em đâu có đem theo đồ!

An cởi cái áo sơ mi của mình ra, hơ trên lò lửa:

- Anh hơ cái áo nầy khô, em mặc tạm nhé!

Năm phút sau chiếc áo đã khô, An trao cho Quân:

- Em cởi áo dài ra đi, mặc cái nầy vô cho thoải mái.

Quân ngây thơ hỏi:

- Em thay đồ ở đâu đây?

An chỉ vào căn buồng tối om:

- Em vô đó mà thay!

- Hổng được đâu, em sợ ma lắm...

Rồi nàng nói tiếp:

- Em thay ở đây, nhưng cấm anh không được nhìn. Anh quay mặt về hướng kia đi, em đếm, một, hai, ba, khi nào xong anh mới được quay lại.

An cười thầm trong bụng - "Tội nghiệp cô bé sợ mình nhìn thấy, nhưng mà ở giữa nơi nầy, nếu mình "tấn công" thì cô bé làm sao chống đỡ?". An tủm tỉm cười với ý nghĩ đó.

An đưa áo cho Quân, rồi quay mặt về hướng khác:

- Bắt đầu chưa cô bé?

Quân cầm lấy chiếc áo:

- Rồi, bắt đầu...

Nàng vừa nói vừa đếm, và cởi nhanh chiếc áo dài ra, tay lòn phía sau mở luôn cái nịt ngực. Nàng mặc nhanh vào chiếc sơ mi của An. Tay vừa gài hàng nút, vừa hô to:

- Được rồi, quay mặt lại mở mắt ra.

Nàng thùng thình trong chiếc áo sơ mi trắng của An. Hai gò ngực con gái vun lên dưới làn vải mỏng. An ngó sang nơi khác, tim chàng đập mạnh, rạo rực, khát khao. Quân cúi xuống lượm cái nịt ngực cuộn tròn nhét vào túi xách. Nàng thong thả bước lại ngồi cạnh An, An đứng lên, quơ tay, quơ chân để đè nén ngọn lửa tình đang cháy hừng hực trong tim.

Dưới ánh lửa hồng, mặt Quân đỏ au au, đôi mắt long lanh gọi người vào cuộc.

Tiếng nổ tí tách của củi khô, tiếng mưa rơi êm êm ngoài hè, làm An thèm ngủ vùi trong vòng tay và thân thể mềm mại, ấm áp của nàng. Chàng nhìn lên lỗ thủng của mái tranh, bầu trời tối đen không một vì sao. Những sợi mưa nhỏ bay nghiêng nghiêng tạt vào góc bếp. Chàng thầm rên rỉ với đấng Tối Cao - "Chúa đâu rồi Chúa ơi! Vườn địa đàng bỏ ngỏ, ngôi nhà hoang không người. Trái táo kia thơm ngon, ngọt ngào mời mọc".

Quân vô tình tiến lại, rứt rứt sợi lông trên ngực chàng. An nhột nhạt, khó chịu, rùng mình. Chàng đẩy Quân ra:

- Đừng làm vậy cô bé, anh nhột…

Mưa vẫn còn rỉ rả. Tiếng cú kêu bên bìa rừng thêm rùng rợn, thê lương. Hai người cảm thấy đói bụng, Quân chợt nhớ ngoài xe còn giỏ ghẹ. An ngồi xuống, cho thêm củi khô vô, chờ lửa cháy có ngọn, chàng cầm thanh củi cùng Quân ra sân xách giỏ ghẹ vào. Sẵn thanh củi cháy sáng trên tay, An đi xem buồng ngủ. Thấy có cái giường nhỏ bằng vạt tre kê sát góc buồng, trên có trải một chiếc chiếu con hai đầu rách bươm, An nói với Quân:

- Tối nay em ngủ chỗ nầy!

- Còn anh ngủ đâu?

- Ngủ sau bếp.

- Phòng nầy tối quá em sợ!

- Sợ gì, có anh bên vách mà! Thôi, chuyện đó để tính sau. Bây giờ mình ra bếp ăn cái đã.

Một tấm vách bung ra, ông thần gió nhào tới, thổi tắt ngọn lửa. Quân điếng hồn, quýu cẳng, An ôm ngang eo đưa nàng ra bếp.

Hai người vừa ăn, vừa nhẩn nha tâm sự để quên cái hoàn cảnh khốn khổ lỡ đường.

- May mà em là đứa con có hiếu, nên anh không nhịn đói đêm nay, ghẹ Hàm Ninh ngon thiệt!

- Mình ăn phải chừa phần cho ba nữa đó!

- Biết rồi cô nương!

An bóng gió úp mở:

- Không cho anh ăn no, anh ăn luôn em đêm nay đó!

Quân nguýt yêu chàng:

- Em sẽ cắn anh.

Hai người cùng cười, họ rửa tay bằng những giọt nước mưa rớt từ trên mái tranh xuống. Quân lấy cái bánh bông lan đưa cho An:

- Mình ăn bánh nầy để đỡ tanh miệng.

Họ hứng từng bụm nước mưa đưa vào miệng uống ngon lành. Quân lục lạo trong túi xách, thấy có cái khăn tắm biển, mừng quá nàng lấy đưa cho An:

- Nầy, anh khoác lên người cho ấm.

- Mình đi ngủ được chưa? Anh mệt lắm rồi!

An ngồi xuống cho thêm vào lò một ít củi nữa trước khi đi vô buồng, An nói:

- Mình ngủ một giấc, khi thức dậy ra cho thêm củi vào nữa là trời sắp sáng rồi…

An nắm tay Quân dọ dẫm đi vào buồng trong. Ánh sáng lọt qua kẽ vách, lung linh, mờ ảo. An đẩy nhẹ manh chiếu đầy bụi xuống góc nhà, trải chiếc áo gió lên:

- Em nằm xuống đây đi!

- Anh nằm đâu?

An kéo tấm chiếu lại cạnh giường, chỉ tay xuống nền đất:

- Anh nằm đây nầy!

Rồi An đưa luôn cái khăn:

- Em đắp kẻo lạnh!

Quân xúc động, giọng run run:

- Anh lên đây nằm chung với em luôn đi.

An thật thà:

- Anh sợ... không giữ gìn cho em được!

Quân nước mắt trào ra nhanh như cơn mưa chiều nay:

- Đời nầy, kiếp nầy, em là của anh, anh là của em. Có lẽ đây là ý trời!

Quân nhích người sang một bên nhường chỗ cho An.

An cúi xuống hôn lên mắt người yêu, nuốt từng giọt lệ mặn nồng tình nghĩa gối chăn. Một hiến dâng trọn vẹn, một hy sinh chính đáng, chàng quá xúc động ôm chầm lấy nàng. Hai bóng chỉ còn là một, một bờ vai, một vòng tay, những ngón tay phiêu lưu mộng mị, đưa Quân vào tận cõi lênh đênh... Ngoài kia ánh lửa hồng nhảy múa reo vui, chúc tụng tình yêu của hai người lên ngôi diễm tuyệt.

Đêm tình sử, đêm hoan lạc tìm nhau, đêm mưa dầm thấm đất, kích thích cây tình yêu sớm trổ những đóa hoa ái ân trước mùa ước hẹn.

* * *

Ông Hai vừa thắp sáng cây đèn dầu hiệu huê kỳ, thì ngọn đèn điện cũng vừa vụt tắt. Ở đây dân cư sống chung quanh Duyên Đoàn 42 hoặc Bộ Tư Lệnh đều xài ké điện của quân đội, nên mỗi đêm vào giờ giấc ấn định, nguồn điện sẽ bị cúp. Mọi người, mọi nhà phải chuẩn bị sẵn một cây đèn dầu, ngoại trừ những ngày lễ, Tết nguồn điện sẽ được cung cấp lâu hơn. Ánh đèn dầu tỏa ra, bóng hai người lung linh, nhúc nhích theo từng động tác in đậm trên tường nhà. Thông thường giờ nầy ông Hai đã đi ngủ, nhưng gần hai tuần nay, Quân vào trường sư phạm, hầu như đêm nào An cũng ghé thăm ông, chuyện trò với ông để ông vơi bớt nỗi cô đơn, trống vắng. Một phần do sự gởi gắm của Quân, phần khác chính tận trong thâm tâm chàng nhận thấy mình có trách nhiệm, quan tâm, chăm sóc ông nhiều hơn. Vì chàng cảm thấy mình như người phạm tội, lén lút hái trộm một cành hoa quý trong khu vườn nhà ông. Quân chính là cành hoa quý đó. Suốt hai mươi năm qua, ông đã dầy công chăm bón, gìn giữ, nâng niu đóa hoa xinh tươi đang thời nở rộ, để rồi cánh bướm say tình hút từng giọt mật. Sau cái đêm mưa gió giữa đường, bướm hoa ướt cánh, chờ buổi bình minh ánh nắng chan hòa hong khô cánh mộng. Hoa, bướm vào mùa, bay lượn bên nhau. Mùa vu quy pháo nổ, mùa cưới xin rộn ràng, ngày ấy An mới cảm thấy thoát ra khỏi cái mặc cảm tội tình kia.

Thời gian yêu Quân, An có cơ hội tiếp xúc, gần gũi ông Hai nhiều. An nhận thấy ông Hai là người dễ tính, đời sống đơn giản, không câu nệ, khách sáo. Trái với bố An, tính tình nghiêm khắc, kiểu cách, khó khăn. Nhất là cái tính độc đoán của ông, không như ông Hai, biết lấy hạnh phúc của con mình làm niềm vui cho tuổi già trong quãng đời còn lại nên An càng quý mến ông hơn. Chàng thấy cũng cần thiết trình bày ý định của mình muốn sống đời ở kiếp với Quân. Chưa kịp trình thưa, thì ông Hai đã mở đầu câu chuyện:

- Cháu An, bác không biết nói lời gì để cảm ơn cháu! Con Quân đã đi học xa rồi, mà cháu vẫn còn lui tới chăm sóc, quan tâm đến bác, điều nầy cũng làm bác bớt đi một mình, một bóng buồn nhớ con Quân. Bác biết cháu thương con Quân thiệt tình, nhưng hoàn cảnh thắt ngặt của bố cháu, thì cháu tính sao đây?

Chuyện bố An bắt chàng cưới người con gái khác, chắc Quân đã nhỏ to với ông rồi! Nên nhân dịp nầy An mới có cơ hội trình bày thêm coi phản ứng ông Hai ra sao?

An đằng hắng lấy giọng rồi trịnh trọng thưa:

- Thưa bác, bác không chấp nhất người trẻ nói chuyện cưới xin với bậc cha, chú thì cháu cũng xin bày tỏ nỗi lòng. Bố của cháu có cái tính cố hữu là bắt mọi người đều phải nghe theo mình. Kỳ vừa qua về phép, cháu chưa kịp trình thưa chuyện cháu và Quân yêu nhau thì đã xảy ra chuyện không vui ấy. Nhưng trong việc cưới vợ của cháu, thiết nghĩ rằng cháu phải tự quyết định. Cháu yêu thương ai thì phải cưới người đó, ở phần cháu thì đã nhất quyết như vậy rồi. Tháng mười hai, vào dịp lễ Giáng Sinh Quân sẽ về đây, nếu bác cho phép, cháu sẽ tổ chức một buổi tiệc đính hôn trong câu lạc bộ đơn vị, nhân dịp cháu được thăng cấp, rồi sau đó, khi em Quân mãn khóa học, cháu cố gắng thuyết phục bố mẹ để có một đám cưới đàng hoàng, tốt đẹp.

Ông Hai chưa trả lời các đề nghị cưới xin của An. Ông lại đặt một vấn đề tiêu cực nhất để xem chàng tính toán ra sao:

- Nếu bố mẹ cháu cứ khăng khăng không chịu cưới con Quân thì sao?

An trầm ngâm giây lát rồi ngó thẳng vào mắt ông Hai:

- Sang năm tới, cháu đã hai mươi tám tuổi rồi, lại là một sĩ quan, có đủ trưởng thành để tự quyết định hôn nhân của mình, chớ không phải lệ thuộc mãi vào sự áp đặt của bố mẹ nữa.

Ông Hai thấy quyết tâm và sự chân thành của An, ông cũng muốn chia xẻ nỗi niềm của mình:

- Con Quân là đứa con gái ngoan hiền và rất có hiếu. Vì việc học, tôi phải sống xa nó suốt bao nhiêu năm nay. Sau nầy gả nó lấy chồng, tôi cũng mong nó sống quanh quẩn ở bên tôi, không muốn nó đi làm dâu nhà người khác, mà phải sống xa cha già, trong lúc trở trời, trái gió, biết trông cậy vào ai?

Ông Hai đắn đo một chút rồi nói huỵch toẹt ra:

- Thú thật với cậu, chuyện sui gia có thì cũng tốt, không có thì cũng chẳng sao. Miễn sao con gái tôi sống hạnh phúc bên chồng, bên con là tôi toại nguyện lắm rồi!

Ông Hai cứ nơm nớp, sợ Quân giống như hai chị nàng, lấy chồng xong là đi miết, ít khi về thăm viếng ông. Ông bám víu chiếc phao cuối cùng là Quân, từ tinh thần lẫn vật chất. Người già như thời tiết, lúc nắng, lúc mưa, lỡ bệnh hoạn bất ngờ, có Quân bên cạnh còn lo được thang thuốc, chén cơm.

An chia xẻ, cảm thông nỗi lòng của bậc làm cha. Sức khỏe người già như bình rượu cũ, để lâu ngày tự nó bốc hơi, hao hụt theo năm tháng. Ông Hai góa vợ, chỉ biết trông cậy vào đứa con gái út nầy.

An xuôi ngược đó đây, quen biết nhiều người bạn miền Nam, tính tình họ chân chất, bộc trực, có sao nói vậy, không màu mè, đãi bôi. Khi đến Phú Quốc, lên thăm Dương Đông và phục vụ tại An Thới, chàng có cơ hội tiếp xúc nhiều thành phần từ muôn xứ xa đến đây lập nghiệp. Ông Hai đã là người lây nhiễm cái tính chân thật, hiền lành đó.

An quý cái chất phác, ngay tình và bình dị cuả ông, nên chàng không ngần ngại trải lòng mình ra hứa hẹn:

- Thưa bác, nếu cháu cưới được Quân, hải đảo nầy là quê hương của cháu. Cháu sẽ sống cận kề bác, lo cho bác trong tuổi già sức yếu, xin bác an tâm.

Ông Hai chớp chớp đôi mắt vì quá cảm động trước lời nói của An, An nói thêm:

- Cháu còn năm ngày phép. Vài tuần nữa cháu về Sàigòn để sắm chút quà bánh cho ngày đính hôn, luôn tiện bác cần mua sắm gì thì cũng cho cháu biết. Việc nầy cháu muốn dành sự ngạc nhiên cho Quân, vậy kính mong bác khoan nói với Quân.

Ông Hai dễ dãi:

- Ờ, thì tùy ý cháu, sao cũng được, mỗi khi vô Rạch Giá bác cũng không gặp được nó, kỳ nầy nó đi học xa quá!

Ngọn đèn bớt sáng vì dầu sắp cạn. An đứng lên xin phép ra về và ân cần nhắc nhở:

- Ngày chủ nhật cháu rảnh, nếu bác có điều gì sai bảo thì xin bác cho cháu biết, bác đừng ngại.

Con chó Vàng nằm ngoài hiên, theo ông Hai tiễn An ra cổng. Đã từ lâu lắm rồi, nó coi An như người nhà, không còn sủa ồn ào như dạo trước nữa.

Hai bên hàng xóm, cửa đóng im lìm, đèn tắt tối om, mọi người đã ngủ. An chào từ biệt ông Hai, lòng phơi phới, nhẹ nhàng. Con đường tình yêu thênh thang trước mặt, con đường hạnh phúc đợi chờ. Một buổi lễ đính hôn diễn ra, mọi khó khăn, trắc trở sẽ vượt qua. Ngày ấy trời trong mây tạnh, con tàu tình ái sẽ lướt êm trên biển đời yêu đương thắm mộng. Hàng xóm láng giềng không còn dị nghị, chàng sẽ danh chánh ngôn thuận đến thăm Quân bất cứ lúc nào, bất cứ nơi đâu. Ngay cả tại trường sư phạm Vĩnh Long.

Chương Mười Tám

CHUYẾN BAY OAN NGHIỆT

Trùng dương dậy sóng, phố nhỏ buồn thiu. Ông Hai rời đảo chưa đầy tuần lễ, khi trở về nghe được cái tin quá kinh hoàng, tưởng chừng như sét đánh ngang tai. Ông ngồi lặng người sau khi nghe thằng bé Khôi kể lại câu chuyện. Chiếc Ca-ri-bu từ phi trường An Thới mới vừa cất cánh, bị trục trặc kỹ thuật, đã đâm nhào xuống biển, mang theo mấy chục mạng người, vừa quân đội, vừa thường dân (Gần phân nửa đã tử nạn).

Bên quân đội là những quân nhân đi công tác hay đi phép, còn thường dân là những người địa phương hay thân nhân của các anh lính, thỉnh thoảng ra vào thăm chồng, thăm con rồi trở về. Họ thường quá giang máy bay quân sự cho đỡ tốn kém và đỡ mất thời gian một đêm lênh đênh trên biển. Tai nạn xảy ra quá hiếm hoi, quá bất ngờ, khiến mọi người xôn xao, bàn tán, đau buồn, thương cảm, vì đây là lần đầu tiên trong lịch sử hàng không quân sự mới xảy ra một vụ như vậy tại An Thới, Phú Quốc. Liền sau tai nạn đã có đội cứu cấp từ trong bờ dùng ca-nô, tàu máy ra tiếp cứu. Một số người bị thương nặng đã được trực thăng chở thắng tới quân y viện Cần Thơ (Rất may hôm đó có chuyến trực thăng đi công tác Phú Quốc). Một số người bị thương nhẹ thì đưa ngay vào bệnh xá tại đây và bệnh viện quân cảnh. Thật không may cho Hải Quân đã có mấy người chết, trong ngành nha, y có đại úy

Dư, trung úy Thứ.v.v...Cũng có hai người pilot nữa! Bên bộ binh ngành tiếp vận, ban tài chánh có đại úy Hòe, đúng kỳ phát lương, mang theo một rương đầy giấy bạc, máy bay rớt, tiền trôi lềnh bềnh trên mặt nước. Trong số người may mắn sống sót có cô con gái ông chủ tiệm phở Bò Vàng. Còn ông Hai và Quân, trời dành cho nỗi oan khiên, bất hạnh, mất đi người chồng, người con rể tương lai. An đã tử nạn trong chuyến bay oan nghiệt nầy. Thật ra số chàng chưa chết như vậy đâu, nếu không có sự trao đổi tuần lễ đi phép với người bạn cùng phòng. Anh Thắng, tháng sau vợ ở cữ, anh cần về phép để săn sóc vợ con. Hai người đã thỏa thuận và An đồng ý lấy phép trước về sắm quà đính hôn. Nào ngờ chuyến đi nầy là đi vào thiên thu, để lại lắm nỗi đớn đau, thương nhớ cho bao nhiêu người thân. Mộng ước của Quân đã vỡ tan, mộng ước của An cũng theo cánh chim sắt nằm lạnh lẽo dưới vùng biển mặn ngàn năm.

Ông Hai ngó xuống con đường, lối về Bộ Tư Lệnh. Buổi chiều ảm đạm thê lương, bầu trời chớm đông toàn là mây xám. Ông thấy gương mặt An nhạt nhòa dưới vùng biển nước ngoài kia. Vài cánh chim hải âu bay qua, bay lại, lúc bay thấp thấp, đôi cánh chập chờn, là đà trên mặt nước, rồi lại bay vút lên cao. Ông Hai bất giác chợt nghĩ - "Nếu chiếc máy bay nọ cũng bay vút lên nhẹ nhàng như những cánh chim kia thì đời con gái ông và còn nhiều cuộc đời khác đâu phải khổ sở, ly tan, nhớ thương muôn đời, muôn kiếp!". Ông ngước mắt nhìn lên trời cao - "Trời già ơi, ông bày chi cay nghiệt, ông rẽ thúy, chia uyên cho đôi đường âm dương cách biệt!". Ông Hai đau cho ông thì ít nhưng ông đau cho con gái ông thì nhiều lắm! Ông hồi tưởng, hình dung toàn diện con người của An, một chàng thanh niên đẹp trai khỏe mạnh và chân tình, nhất là yêu thương Quân thắm thiết mà cũng quý mến ông nữa. Ông Hai nhớ lại mấy tuần lễ trước, An có ghé nhà thăm, hỏi ông cần mua sắm gì khi chàng đi phép, và An gợi ý sẽ mua cho ông bộ vét-tông mới để ông mặc trong ngày đính hôn của chàng với Quân. Rồi An lại nói nhiều về những ngày tháng tương lai... Sau khi Quân học xong sẽ làm đám cưới, ông sẽ có những đứa cháu thật kháu khỉnh, bụ bẫm, dễ thương, chúng nó sẽ là niềm vui của ông trong lúc tuổi già. Bây giờ thì đâu còn gì nữa? Tất cả đã hết rồi! An đã thật sự rời xa thế giới hiện hữu nầy, chàng không còn biết khổ đau, sầu muộn. Chỉ có Quân, con gái ông là người phải hứng chịu nỗi cay đắng, bẽ bàng, khi tình đầu một sớm bỗng ly tan. Tự nhiên, hai dòng nước mắt ông ứa ra, ông thương cảm cho An và thương cảm cho Quân con gái ông. Ông khẽ gọi:

- Quân, Quân ơi... con khổ rồi con ơi!

Câu chuyện rớt máy bay sau ba tuần lễ dần dần cũng chìm vào quên lãng. Mọi người không còn bàn tán ồn ào như trước nữa. Nhưng ông Hai trong lòng lúc nào cũng thấp thỏm, lo âu. Từng ngày, từng ngày, ông mâu thuẫn với chính mình. Một đàng ông muốn gặp mặt con, đằng khác ông lo sợ gặp lại Quân là thấy cả sự bất hạnh, đau đớn hiện ra rõ nét hơn - " Biết nói làm sao với nó đây về câu chuyện An đã tử nạn!".

Chuyện gì đến rồi cũng phải đến. Một buổi sáng nọ, cũng vào giờ giấc thường nhật, chuyến tàu đò An thới - Rạch Giá đã cập bến. Ông nghe giọng Quân từ bên ngoài cánh cửa, cũng một giọng nói quen thuộc như trước:

- Ba ơi, con về rồi ba ơi! Ra mở cửa cho con đi ba!

Ông Hai trong nhà đã thức dậy từ lâu, nằm suy nghĩ lung tung - " Rõ ràng tiếng của con Quân, nhưng chưa tới lễ Giáng sinh sao nó về sớm vậy? Hay là nó đã biết sự việc An không còn nữa!". Ông Hai bỏ chân xuống giường tìm đôi dép kẹp, đôi chân ông nặng nề, kéo lê, không nhanh nhẹn, hấp tấp như mọi khi. Tiếng ông vọng ra:

- Ờ, ờ, từ từ con, ba nghe rồi để ba mở!

Quân vừa nghe tiếng chốt cửa kéo qua một bên, nàng đẩy cánh cửa bước vào, tay bụm miệng chạy ngay ra phía sau nhà, nàng nôn mửa dữ dội. Ông Hai nhìn gương mặt con gái tái xanh, nhợt nhạt, dáng vẻ tiều tụy bơ phờ. Ông nhủ thầm - "Chắc nó bị say sóng? Không lẽ nào, nó đi biển quen quá rồi! hơn nữa mùa nầy là mùa biển êm. Hay là nó bị bệnh bao tử trở lại? Mấy năm trước đã chữa khỏi rồi mà!". Ông Hai tự hỏi rồi cũng tự trả lời. Điều ông lo lắng nhất là cái chết của An, biết nói sao với Quân đây? Ông xách túi hành lý của Quân đi vào nhà, tay gài chốt cửa lại.

Quân, sau cơn nôn ọe, nàng rửa mặt, rửa tay, trở lên nhà gặp ông Hai. Nàng quỳ sụp xuống chân ông, ôm chặt chân cha, khóc ngất. Ông Hai khom người xuống, vuốt lên mái tóc của con, nói lời thương cảm, ủi an, mong xoa dịu nỗi đau của đứa con gái:

- Thôi con, số kiếp trời định như vậy, biết làm sao hơn! Ba thông cảm con mà... Ba thương con lắm Quân ơi!

Ông Hai tưởng con gái khóc vì lẽ biết tin An từ trần, chớ đâu hiểu rằng Quân khóc vì một nguyên cớ thầm kín... Còn Quân thì lại nghĩ khác! Nàng về đây có nỗi niềm riêng, đâu đã biết tin gì? Khi nghe ông Hai nói lời an ủi, cảm thông, nàng lại càng khóc lớn hơn... Giọt nước mắt mang theo niềm tủi hổ, lỡ lầm.

Gần ba tháng nay, sau khi rời đảo, nàng vào trường sư phạm Vĩnh Long. Ban ngày lên giảng đường, chiều tối về nhà nội trú, sinh hoạt chung với các bạn cùng khóa. Nàng rất nhớ An và cũng nhớ thương cha già lắm. Quân cứ mong chóng đến ngày Giáng sinh, nàng có cơ hội về nhà được mấy hôm.

Hơn ba tuần nay, nàng cảm thấy trong người có điều gì khác lạ, thường hay bị mệt. Hai tháng qua nàng cũng không thấy dấu hiệu nguyệt kỳ của người phụ nữ nữa! Chuyện nầy cũng thường xảy ra cho nàng lắm, nên nàng chẳng lấy làm để ý. Mãi đến khi nghe thèm chua, nghe tanh hôi mùi cá, nhất là mỗi buổi sáng nàng cảm thấy nhờn nhợn nơi cổ họng, như muốn nôn ọe ra. Lúc bây giờ nàng mới bắt đầu lo... "Chuyện riêng tư, thầm kín, biết hỏi ai bây giờ? Chỉ một lần mà cũng dính bầu sao? Cái đêm mưa gió giữa đường nơi ngôi nhà hoang ấy, nàng đã hiến dâng đời con gái cho An. Sau lần đó nàng xấu hổ, không làm chuyện ấy nữa, và nàng vào nội trú đến nay".

Quân hồi hộp, lo lắng chờ mãi kinh kỳ xuất hiện, nhưng không còn kiên nhẫn được nữa. Nàng ra phố tìm mua quyển sách nói về người đàn bà trong thời kỳ thai nghén. Đọc mới phân nửa, nàng quả quyết mình có mang rồi! Tinh thần bấn loạn, nàng sợ hãi vô cùng. Viễn ảnh tốt nghiệp trường sư phạm hoàn toàn sụp đổ. Nàng nghĩ ngay đến An, An là cái phao để nàng bám vào, An cũng là người chịu trách nhiệm, là người giải đáp bài toán khó nầy đây! Nghĩ thế, nàng liền bỏ giảng đường, bỏ bạn bè, bỏ nhà nội trú, cấp tốc qua phà, lên xe đò về Rạch giá, rồi một đêm lênh đênh trên biển. Tàu cặp bến, nàng trở về nhà trong tâm trạng vô cùng khổ sở. Biết nói với cha như thế nào đây! Nàng chỉ muốn quỳ sụp dưới chân cha rồi xin cha tha tội, tha lỗi cho đứa con gái hư hỏng như nàng!

Khi ông Hai nói những lời trên, Quân cảm thấy cha mình như một ông Tiên, hiền từ, nhân hậu quá! Nàng lại mủi lòng khóc lớn hơn, nói qua giọng thống hối, nghẹn ngào:

- Xin ba tha tội cho con, xin ba tha lỗi cho con... Nàng lặp lại hai lần cùng một câu nói đó. Ông Hai chợt nhận ra, có điều gì khác lạ hơn, không như điều ông đang suy nghĩ .Tay run run, đỡ con gái đứng lên:

- Quân! Chuyện gì vậy? Con bình tĩnh đi, nói cho ba biết chuyện gì đã xảy ra?

Quân ngập ngừng, ấp úng, đưa tay quẹt nước mắt, đôi mắt rướm lệ nhìn ông Hai như cầu xin một sự tha thứ:

- Thưa ba, thưa ba... con, con, con đã có mang với anh An rồi!

Ông Hai lảo đảo ngồi bệt xuống chiếc ghế bên cạnh, hai tay nắm chặt cạnh bàn, đôi mắt ông nhắm lại. Không biết ông nghĩ gì? Không biết ông hình dung gì? Quân chờ đợi một cơn thịnh nộ hay một bạt tai nẩy lửa, nhưng bất chợt ông Hai lặp lại câu nói mà buổi chiều kia, sau khi nghe tin An tử nạn:

- Quân, Quân ơi... đời con khổ rồi con ơi!

Quân bước tới gục đầu vào lòng cha nức nở:

- Ba, ba! Xin ba tha tội cho con, xin ba tha lỗi cho con! Con là đứa con bất hiếu, hư đốn đã làm cho ba đau lòng...

Rồi nàng nói như để trấn an ông Hai, như để giải quyết vấn đề:

-Thưa ba, chúng con sẽ làm đám cưới, chúng con sẽ săn sóc ba, ở cận kề ba mãi mãi... An đã hứa với con điều đó!

Bây giờ đến lượt ông Hai ấp a, ấp úng...không biết mở miệng nói với con như thế nào về cái chết của An. Đột nhiên Quân nói:

- Trưa nay con ra tiệm sách, thế nào cũng gặp được An, con sẽ nói rõ sự việc.

Tim ông như thắt lại, hơi thở nặng nề, đứt quãng, ông nhìn Quân thương hại, đớn đau - "Trước sau, sớm muộn gì khi ra phố nó cũng biết! thôi thì mình phải nói". Ông bảo Quân đứng dậy, ngồi vào chiếc ghế đối diện, thu hết can đảm, ông nói rõ từng tiếng:

- Con bình tĩnh nghe ba nói. Cậu An đã chết rồi!

Ông mếu máo nói tiếp:

- Ba tuần lễ trước, chiếc ca-ri-bu rớt xuống biển, nó chết rồi con ơi!

Quân tưởng như mình nghe lầm hoặc giả ông Hai giận quá nói gở. Nàng trố mắt, kinh ngạc hỏi lại:

- Ba, ba nói gì? Hay là ba không muốn gả con cho An?

Ông Hai lẩm bẩm, như chia xẻ nỗi tuyệt vọng tột cùng của đứa con gái, ngay cả với ông nữa:

- Còn đâu nữa mà gả với xin Quân ơi! Cậu An đã chết rồi, chết thiệt rồi con à!.. Ông Hai đau đớn gào lên ở câu cuối để nhấn mạnh cho Quân biết rằng lời nói của ông là sự thật. Rồi ông lấy tờ Sông Kiên nằm trên bàn đưa cho Quân:

- Đây, mọi sự ở trong nầy. Con bình tĩnh mà đọc!

Tin tức nằm ở trang đầu, đôi mắt Quân mở to, như hai ống kính hiển vi, cố rọi, soi từng chữ. Nàng lặng người buông rơi tờ báo xuống, rồi ôm mặt khóc ngất:

- Hết rồi An ơi! Sao anh đành bỏ em, sao anh đành bỏ em? Sao anh đành bỏ em?

Nàng cứ lặp đi, lặp lại câu nói ấy. Đôi mắt vô hồn nhìn vào khoảng không như tìm kiếm bóng hình An từ bên kia thế giới...

Chương Mười Chín

NGÀY XUÂN THĂM BẠN

Ngày tháng cứ lặng lẽ trôi, trôi trên niềm đau, nỗi khổ, trôi trên thân phận, cuộc đời bất hạnh của người con gái đương xuân. Rừng mai vàng bên bờ biển đang kết nụ đơm hoa, những cánh hoa vàng tươi khoe sắc báo hiệu mùa xuân mới sắp trở về. Xuân của đất trời, xuân của lòng người, nhưng với Quân mùa xuân sẽ không bao giờ đến nữa, chỉ còn là mùa xuân kỷ niệm một thời bên An vui đùa trên sóng nước, mơ ước đến tương lai. Mùa xuân xưa đã trở thành huyền thoại, để lại trong tâm tư nàng nỗi nhớ nhung đau khổ dật dờ...

Hơn hai tháng nay, sau ngày biết được An không còn nữa, Quân sống như kẻ mất hồn, nàng thường trầm tư mặc tưởng, mắt nhìn vào cõi xa xăm, mông lung nào đó. Nàng hụt hẫng, ngơ ngác kiếm tìm hình bóng An. Ánh mắt nhung huyền mơ mộng ngày nào từ từ chuyển sang màu tím u buồn như màu hoa rau muống biển trên bãi vắng năm xưa. Sự vắng mặt đột ngột của An, cái chết bất ngờ đã làm thương tổn nội tâm nàng và cùng lúc sự phát triển của đứa con trong bụng ít nhiều cũng ảnh hưởng đến sinh tâm lý, nên nàng thường có sự thay đổi bất thường. Buổi sáng tinh sương, khi mặt trời hồng vừa ló dạng sau dãy đồi của Duyên Đoàn 42. Nàng ra biển một mình, lặng ngắm đất trời, lặng ngắm biển khơi, trong nỗi quạnh quẽ, cô đơn, để chiêm nghiệm cái đau, để nghiền nát cơn bi lụy, để hòa tan trong sự vi diệu của đất trời, hầu tìm cho tâm hồn nàng một trạng thái tĩnh lặng, bình yên... Nàng thơ thẩn đi lên đồi cát, cúi xuống nâng niu, vuốt ve từng cánh hoa rau muống biển mới nở phơi phới dưới ánh nắng đầu ngày. Rồi nàng ra biển buổi chiều, khi mây tím kéo về giăng kín không gian, cánh hoa tím buồn cũng héo sầu khép lá. Trời đất biển chuyển không ngừng, chỉ một ngày trôi qua mà đã làm thay đổi hình dạng sắc màu của cỏ cây, hoa lá! Như cuộc tình của nàng với An, bắt đầu tốt đẹp, tươi vui, tràn đầy niềm phúc lạc. Một kết thúc bi thương, chan hòa nước mắt. Nàng ngồi như tượng đá, hàng giờ, hàng giờ, nhìn vào biển cả mênh mông, nhìn lên rừng cây bạt ngàn sương khói, để mong tìm thấy lại hình bóng của An. Biển vẫn vô tình, gió vẫn vi vu qua từng kẽ lá. Nàng ngước nhìn lên bầu trời, trăng sao xa quá, không chia xẻ nỗi đau cùng nàng. Chỉ có cái bóng, cái bóng luôn luôn bên cạnh là thủy chung đến cùng. Rồi nàng lại thấy An bước ra từ cái bóng ấy, khi mặt trời chìm sâu dưới vùng biển rộng, nàng cũng thấy An chìm theo luôn. Nàng hớt hải kêu lên:

- Anh An, anh An đừng bỏ em! Đừng bỏ em!

Đã bao chiều nàng ngồi như thế, để tưởng nhớ, để khóc thương người yêu đã đi vào cõi vĩnh hằng. Như lời nàng đã từng nói với An trong buổi hẹn hò đầu năm - "Nếu ngày mai mất anh, em sẽ ngồi đây mà tưởng nhớ, mà khổ đau..". Không ngờ lời nói ấy đã trở thành sự thật.

Cái chết của An quá bất ngờ, khiến tinh thần nàng bị suy sụp, lúc tỉnh, lúc mê. Đôi khi nàng nghĩ - "An là kẻ bạc tình, chàng đã nghe lời bố mẹ về Đà Lạt cưới vợ để bố mẹ vui lòng". Những lúc nàng suy nghĩ như vậy, đầu óc nàng rất tỉnh táo, rồi nàng lại vui lên không thèm nghĩ đến kẻ phụ rẫy, thiếu trách nhiệm, không xứng đáng trong tình yêu thương của nàng. Được năm ba ngày, nàng lại chìm đắm trong nỗi nhớ thương u uất, tủi buồn. Nàng thả hồn trôi bập bềnh trên sóng nước, mộng du tới cõi nào để mong tìm gặp lại An. Có lúc nàng thâm trầm dễ thương, đôi lúc nàng hét hò dữ tợn. Tâm tính nàng thay đổi bất thường, càng ngày càng hiện rõ hơn về chứng bệnh tâm thần.

Ông Hai quả là người cha nhân hậu, hiền từ. Ông như cây cổ thụ, che nắng, che mưa cho đứa con gái côi cút, tội tình. Dù miệng đời là cuồng phong, gió bão, ông vẫn là ngàn nhánh rễ bám chặt, bám sâu vào lòng đất, giữ vững cho thân cây không bị nghiêng đổ bởi thành kiến của người đời. Ông tự cho mình như con ngựa già được che kín hai bên mắt. Lối đi, lối về, dù quanh co, khúc khuỷu, dù đường thẳng, đường cong. Ông chỉ biết nhìn về phía trước, không bận tâm đến hai bên. Dù rằng có những ánh mắt soi mói, dị nghị của hàng xóm, láng giềng.

Tình thương của ông quả là cao cả, vượt qua mọi khó khăn, mọi định kiến của xã hội đương thời. Ngay lúc nầy, Quân cần ông săn sóc, yêu thương, ủi an và khích lệ. Chớ nếu ông không muốn bị mang tai tiếng, hoặc giả ông sợ dư luận gièm pha, thì ông đã gởi Quân vào Rạch Giá ở với người dì như đã bao nhiêu năm trước Quân ở trọ học. Chờ sinh nở rồi đem con cho Cô Nhi Viện là xong. Hoặc ông để Quân ở với một trong hai người chị đã lấy chồng xa, điều ấy cũng giải quyết được vấn đề. Nhưng đằng nầy ông rất yêu thương Quân bằng trái tim của một người cha, đối với đứa con gái dù đã trót nông nổi, lỗi lầm. Ông đưa vai gồng gánh nỗi tai ương, họa kiếp của con, để bày tỏ tình yêu thương đùm bọc, chở che khi con cái lâm vào cảnh khốn khó, ngặt nghèo.

Lúc trước, ông còn để Quân ra trông coi tiệm sách, nhưng càng ngày thấy bệnh tình con gái càng trầm trọng, nên ông không để Quân ra tiệm sách nữa. Có lần kia, vừa thấy người khách bước vô tiệm, dáng vẻ cao ráo, lại mặc đồ sĩ quan hải quân, Quân nhào tới ôm chầm rồi nắm tay kêu gào thảm thiết:

- An, An, anh An, anh đi đâu mà bỏ em lâu thế? Anh đừng bỏ em nữa nghe anh An!

Người khách lạ hoảng sợ, lúng túng nhưng có phần thương hại. Rồi tiếng đồn Quân điên loạn vang xa. Lại một chiều kia, ông Hai đang ở tiệm sách, ông sai Khôi về nhà dòm ngó Quân. Thằng nhỏ về tới nhà chẳng thấy Quân đâu, liền ra bờ biển tìm kiếm.Giữa lúc ấy Quân đang chạy xuống biển, tay vẫy vẫy, miệng gọi lớn:

- Anh An, anh An, anh chờ Quân với, anh đi đâu vậy? Anh đừng bỏ Quân, anh đừng bỏ Quân anh An!

Thằng bé Khôi liền lao xuống biển, kéo tay Quân lên, áo quần nàng ướt đẫm. Đó là vài hiện tượng khởi đầu cho bệnh loạn trí của nàng. Ông Hai rất đau đớn, khổ tâm khi thấy con gái ra nông nổi nầy! Ông hy vọng một ngày nào đó, thời gian sẽ làm Quân nguôi ngoai, rồi nàng sẽ tỉnh táo trở lại. Ban ngày ông gởi Quân ở nhà mẹ của Khôi, không để cho nàng tự do ra biển nữa, hầu tránh cho nàng khỏi nhìn thấy lại cảnh cũ mà chạnh nhớ tới người xưa. Đầu óc nàng mơ mơ, hồ hồ như thế thì tai nạn chết đuối cũng có thể xảy ra lắm! Rồi ông cũng không cho Quân ra tiệm sách nữa, sợ nàng nhìn thấy các anh mặc đồ tím, quân phục của hải quân làm nàng lại tưởng là An, vết thương lòng dễ gây cho nàng xúc cảm. Còn ngôi nhà của ông, Quân đã có nhiều kỷ niệm với An. Từ khung cảnh, từ những chuyện vui, chuyện buồn. Từ những buổi tối hai người rù rì, thủ thỉ với nhau. Họ ngồi ngay bộ bàn ăn nơi nhà bếp. Ông Hai đổi luôn bộ bàn đó, mua lại bộ bàn mới, để Quân không còn nhận ra cảnh cũ, hầu tâm hồn nàng quên hẳn bóng hình An.

Ngày nào An hứa sẽ săn sóc ông, mà giờ đây ông phải săn sóc Quân, săn sóc đứa con chưa sanh của chàng. Thật ra, ông rất thương quý An, đã coi chàng như con rể của ông rồi. Dù hai người lỡ lầm có con với nhau trước ngày thành hôn. Điều nầy ông không muốn, nhưng đã xảy ra rồi thì ông cũng cứ coi đứa bé kia là cháu ngoan của ông, là món quà thiêng liêng An để lại cho ông vui trong tuổi già cô quạnh.

Về phần Quân, thời kỳ thai hành đã qua, hết tháng thứ tư thì nàng không còn ụa, mửa nữa. Cái bụng bây giờ thấy lúp lúp, đã gần sáu tháng rồi. Lúc tỉnh táo, Quân thường vuốt ve, vo tròn lên bụng, nói thầm, thỏ thẻ với con. Hoặc khi cái thai mấp máy, gò lên liên hồi - "Đừng hư thế con! Đừng làm mẹ đau, mẹ sẽ đánh đòn con đó".

Cũng có lúc thần trí nàng mơ hồ, khi em bé động đậy, nàng sợ quá, khóc mếu máo - "Ba ơi, ba ơi, cái gì trong bụng con mà sao cứ nhúc nhích, đau quá, con sợ quá đi thôi!". Rồi nàng tiếp tục khóc than, sợ hãi.

Hôm nay mùng hai Tết, Quân không còn ý niệm về thời gian hay ngày tháng, nàng mất luôn cái tri thức nhận diện người thân hay bè bạn. Hai chị nàng biết được tin Quân lâm vào hoàn cảnh trớ trêu, oan trái nên đã xin phép chồng về thăm cha và em trong những ngày đầu năm. Quỳ và Quyên rất đau lòng, buồn bã lắm, khi thấy Quân cô em xinh đẹp thông minh ngày nào trở nên khờ khạo, ngơ ngáo. Thần trí bất an, thân thể gầy nhom, tóc tai lượt thượt, ít khi chịu chải gỡ. Cây kẹp của An vẫn nằm trên mái tóc ấy, phủ dài xuống tận ngang eo. Quỳ cùng Quyên bàn tính - "Không nên cho Quân để tóc dài nữa! Em bệnh hoạn, thần trí mông lung, cắt tóc ngắn cho Quân thì tiện hơn". Nghĩ thế hai nàng cố dụ ngọt Quân như ngày còn bé:

- Để chị Hai cắt tóc đẹp cho em ăn Tết nghe? Tết tới rồi, cắt tóc mặt em sẽ xinh đẹp hơn. Cắt tóc rồi em sẽ được mặc đồ mới nữa đó chịu hông? Ngày xưa em hay đòi cắt tóc khi Tết đến lắm mà!

Quân trở lại tâm tính của thời còn bé, luôn được hai chị cưng chiều, nàng ngoan ngoãn ngồi yên. Lọn tóc cuối cùng vừa rơi xuống, Quân cảm thấy cái đầu nhẹ tưng, khác lạ. Theo thói quen nàng đưa tay ngược ra phía sau túm lại mái tóc, nhưng hỡi ơi, nàng hét lên:

- Tóc của em đâu rồi? Tóc của em đâu rồi? Còn cái kẹp của An nữa! Cái kẹp của An đâu?

Quân nhìn xuống thấy mớ tóc đen dài nằm rời rạc trên nền nhà, nàng quắc mắt, sấn tới, thụi vào người hai bà chị, giọng dữ dằn:

- Trả tóc lại cho tao! Trả tóc lại cho tao! An không còn thương tao nữa nếu tao không có mái tóc dài. Mầy là đồ quỷ, mầy là đồ quỷ mà...

Quân khóc lóc, kể lể nỉ non.Từ trong tận cùng tri thức, nàng biết rằng An đã yêu mái tóc dài mượt mà ấy. Cây kẹp kia An tặng nàng trong đêm giáng sinh. Lúc nào nàng cũng kẹp lên mái tóc, để nghĩ rằng chàng luôn ở bên cạnh. Bây giờ mái tóc dài không còn nữa, làm sao mà kẹp cây kẹp kia? khi nàng có cảm xúc mạnh thì thần trí dễ dàng đi vào ảo tưởng. Vừa lúc ấy, ba chiếc xe gắn máy của bọn Dung, Khảnh và thầy Hiền từ Dương Đông xuống An Thới thăm Quân, đã vào đậu trước sân nhà. Trong năm, họ biết tin chẳng lành xảy đến cho An, khiến Quân phải bỏ trường sư phạm về nhà sống trong mê loạn bất thường. Bọn Dung đi học tận Sài gòn, chờ Tết đến, về Phú Quốc rồi mới xuống thăm Quân được. Nhưng Quân nào có nhận ra ai đâu! Nhất là Dung, Dung rất xót xa, nghẹn ngào nhìn Quân lặng thinh, hai giọt nước mắt thương cảm ứa ra. Ước gì Quân còn tỉnh táo để tiếp tục cãi cọ, gây gổ, ganh đua với nàng như mọi khi. Mới mùng hai Tết năm trước, An và Quân lên Dương Đông thăm nàng, thấy cuộc tình của hai người Dung hâm mộ, thèm lắm. Quân vui tươi, hạnh phúc, bơi lội trong biển tình mát rượi. An lịch sự, tế nhị, vui vẻ, thân thiện với tất cả bạn bè. An trở lại thời sinh viên, học sinh cùng bọn Dung, chàng phiêu lưu, mạo hiểm theo bước chân người yêu thăm vùng đất Dương Đông. Nhất là đoạn đường rừng dài gần ba mươi cây số từ An Thới đến Dương Đông, rồi lại leo dốc núi chùa Sư Muôn. Bao nhiêu hiểm nguy rình rập mà chẳng có chuyện gì xảy ra. Rồi đột nhiên chàng lại chết trong một chuyến bay về phép sắm quà đính hôn. Bọn Dung nghe được tin nầy, bàng hoàng, xúc động lắm! Người chết kể như yên ngủ một giấc ngủ dài. Hồn phơi phới nhẹ nhàng bay cao, làm bạn với trăng sao mây nước. Có biết đâu người ở lại muôn vàn thống khổ, ngậm ngùi tiếc thương. Quân sống như người chết chưa chôn, Dung đau lòng lắm khi thấy bạn cứ mê mê, tỉnh tỉnh hoài.

Quân khép nép, sợ sệt, đứng sát vào hai người chị khi nàng nghe tiếng máy nổ của xe lớn quá. Dung là bạn lâu năm của Quân nên hai chị Quỳ và Quyên đều biết Dung và Dung cũng nhận ra họ. Dung chạy tới chào hai chị và giới thiệu các bạn. Thầy Hiền nắm tay vợ, cô giáo Nhung bước lên bực thềm nhà định chào hỏi chị Quỳ và chị Quyên. Quân thình lình sấn tới, giật tay cô Nhung ra:

- Anh An của Quân mà! Sao nắm tay anh?

Rồi nàng lại đẩy thầy Hiền ra, giành đứng sát vào cô Nhung, đưa tay vo vo hai cái bụng bầu, giọng vui vẻ tự nhiên:

- Ồ, em bé của An hả? Quân cũng có em bé của An nè! Chị từ Đà Lạt ra hả? chị là vợ của An phải không?

Rồi Quân quay sang thầy Hiền, nắm cánh tay thầy lắc mạnh:

- Anh là kẻ bạc tình, anh là tên sở khanh, anh đi ngay, đi ngay. Đi về với vợ anh đi...

Dung đứng gần đó liền chạy lại, giằng lấy tay Quân, kéo về phía mình:

- Quân, không phải anh An đâu, nhìn kỹ đi! Đây là thầy Hiền, anh họ của Dung đó, nhớ hông? Chị kia là cô giáo Nhung, vợ ảnh. Tụi mình có đi dự đám cưới ảnh đó! Nhớ hông? Ráng nhớ đi.

Rồi giọng Dung tha thiết van lơn:

- Ráng nhớ đi, ráng tỉnh táo lại đi Quân ơi! Tỉnh táo để sinh con, để nuôi con của mầy với An đó, biết không?

Quân với đôi mắt lạc thần, nhìn qua người nầy, nhìn đến người kia, nhưng không biểu lộ trạng thái buồn, vui nào trên gương mặt cả. Chợt nàng dừng lại nơi Khảnh, trên vai Khảnh lủng lẳng chiếc máy chụp hình. Hình như nàng đã có ấn tượng, Quân bước tới cười hồn nhiên:

- Ồ, anh Khảnh, anh Khảnh chụp cho Quân một tấm hình nhé! Quân mới cắt tóc đó, đẹp lắm mà!

Mọi người đều mừng rỡ vì thấy Quân đã nhận ra Khảnh rồi, Khảnh mở máy chụp hình rồi dỗ ngọt Quân:

- Được, được! Chị Quân đứng đây nè, đứng ngay gốc dừa lửa nầy, để Khảnh chụp cho một tấm.

Quân đi tới gốc dừa, nhưng không quên kéo tay thầy Hiền:

- Anh An, anh An, mình tới đây đứng chỗ nầy, để Khảnh chụp cho tụi mình một tấm nhé anh An!

Dung lắc đầu buồn bã, nói với thầy Hiền:

- Thôi thì anh ráng đóng vai An giây phút cho con Quân nó vui. Rồi nàng kéo tay cô Nhung vô đứng chụp chung luôn. Cô giáo Nhung đứng bên cạnh thầy Hiền và Quân đứng một bên. Tấm hình thật ngộ nghĩnh, kỳ khôi. Một anh đứng giữa hai bà bầu...

Quân miệng cười tươi tắn, nắm lấy bàn tay thầy Hiền, mà trong tận cùng tiềm thức, nàng cứ ngỡ là bàn tay của An. Bọn Dung, Hiền, Khảnh, ngày xuân đến thăm bạn, đã mang theo hình bóng An sống lại trong chiều sâu tâm thức của Quân. Để nàng thấy lại kỷ niệm xưa, chan hòa niềm vui cùng các bạn nơi bến nước Dương Đông của mùa xuân năm trước.

Chương Hai Mươi

VƯỢT CẠN

Khi chùm phượng đỏ đầu mùa nở rộ báo hiệu hè sang, thì cơn mưa hạ cũng bắt đầu kéo đến. Buổi chiều phố nhỏ vắng vẻ, đìu hiu, cơn mưa ập đến từ lúc chạng vạng cho tới quá nửa đêm. Hơn tuần nay, ông Hai đóng cửa tiệm sớm để về nhà chăm sóc, canh chừng Quân. Vì nàng đang ở trong thời kỳ cuối, sắp tới ngày sinh nở. Thằng bé Khôi cũng vậy, ban đêm nó xuống nhà ông Hai ngủ để canh chừng, nếu lỡ nửa đêm Quân chuyển bụng đi sanh, thì nó phụ ông một tay đưa Quân đến nhà bảo sanh.

Áo quần, đồ dùng cho em bé đã chuẩn bị sẵn sàng, Thu Sương từ Rạch Giá cũng gởi ra hai cái gối ôm và một cái gối nằm bé nhỏ, có thêu hình hai chú cá heo vượt sóng rất xinh xắn, dễ thương. Còn đám bạn của Quân từ Dương Đông, Dung, Hương và Ái Mi vừa mới bãi trường cũng xuống thăm Quân tuần trước. Các nàng mua khăn, mền, phấn, tã cho em bé không thiếu thứ gì! Ông Hai cũng chu đáo lắm, ông mua mấy lọ dầu khuynh diệp, một cái bình thủy đựng nước sôi, ông còn mua thêm chai rượu con mèo nữa. Loại rượu bổ máu huyết cho người đàn bà sau khi sinh nở.

Ông sắp xếp một số đồ cần thiết bỏ vào giỏ, để xách theo khi Quân đi sanh. Ông Hai hồi hộp chờ đợi từng ngày, tâm trạng ông vừa mừng, vừa lo. Hàng đêm trước khi đi ngủ ông thắp một nén nhang cho mẹ Quân, khấn vái bà phù hộ đứa con gái sinh đẻ mau mắn, mẹ tròn con vuông, như thế ông mới an lòng đi vào giấc ngủ.

Đêm nay cũng như bao đêm trước, ông vừa đốt xong cây nhang, đưa tay vặn lu ngọn đèn dầu, bước tới bộ phản buông mùng chui vào. Ông Hai nằm trằn trọc, lắng nghe tiếng mưa rơi đều đều rả rích trên mái tôn, âm thanh buồn buồn, đơn điệu như cung bậc cuộc đời của hai cha con ông.

Quân nằm buồng trong, thằng Khôi nằm nhà sau. Ông Hai nằm thao thức một lát rồi cũng đi vào giấc ngủ. Mãi đến khi nghe tiếng Quân đi ra, đi vô nhà vệ sinh nhiều lần, ông mới lồm cồm ngồi dậy, vén mùng lên, bỏ chân xuống giường rồi vặn ngọn đèn cho sáng hơn. Ông đứng chờ Quân ngay cửa nhà bếp, thấy con gái bước ra, ông nhỏ nhẹ hỏi ngay:

- Quân, con sao vậy? Sao không ngủ mà đi ra, đi vô hoài vậy?

Quân vẫn còn ở trong tình trạng lúc tỉnh, lúc mê, nên câu trả lời của nàng nửa mê, nửa tỉnh:

- Chắc đầu hôm anh An chặt dừa cho con uống, nên đau bụng mắc đi cầu hoài...

Ông Hai nghe Quân nói thế liền nghĩ ngay đến chuyện đau bụng nầy chắc có lẽ đau bụng đẻ không chừng! Ông kéo tay Quân vô nhà trong, bảo nàng nằm ngủ một giấc, nếu còn đau bụng nữa thì phải cho ông biết.

Đã hơn nửa đêm, mưa gió bên ngoài vẫn còn rớt hột, Quân lên giường ngủ được một giấc và ông Hai cũng thế. Đến khi nghe tiếng Quân đứng bên đầu giường gọi khe khẽ:

- Ba, ba ơi...chắc nhà mình bị mưa dột rồi! Rớt xuống giường con đó...

Ông Hai lại lồm cồm ngồi dậy, đi vô buồng Quân xem xét. Ông ngước mặt nhìn lên mái tôn, nghĩ thầm có lẽ mái tôn lâu ngày đã bị hở, bị lủng một chỗ nào đó nên nước mưa rớt xuống. Ông cũng nhìn lên nóc mùng của Quân, chẳng thấy dấu vết gì là có bị ướt nước, ông còn cầm cây đèn đến gần để soi cho rõ, đoạn ông quay sang nói với Quân:

- Ba đâu thấy gì? Đâu có ướt nước gì đâu con!

Quân đứng sát bên ông, tay ôm cái bụng, gương mặt nhăn nhó:

- Nầy, ba thấy không? Quần con ướt hết trơn rồi nè!...mà con còn đau bụng nữa! Ui da... Thôi, thôi để con đi cầu!

Lúc bấy giờ ông Hai mới quyết chắc rằng Quân đã đến giờ chuyển bụng sanh. Dù rằng trước kia vợ ông sanh ba đứa con, ông đều vắng mặt. Là lính tráng, một năm được về phép một hai lần, vợ chồng hủ hỉ, gần gũi nhau xong là ông trở lại đơn vị ngay. Sau đó vợ mang bầu, khi tới ngày sanh, một mình bà tự động đến nhà thương. Khi biết vợ sanh xong thì ông xin phép về thăm năm, bảy ngày. Ông Hai nhớ lại, chưa lần nào đưa vợ đi sanh hay cận kề bên vợ để chia xẻ, cảm thông sự đau đớn của người phụ nữ khi "Đi biển" một mình.

Hồi sanh Quân cũng thế, lúc con được ba tuổi, ông chẳng may bị thương ngay chân nên ông được giải ngũ về nhà sống gần vợ con từ lúc đó. Mấy bà bạn của vợ ông thường nói chuyện sinh đẻ với nhau, nên ông cũng nghe lóm được đôi điều. Khi nghe Quân bảo nhà bị mưa dột, nước rớt xuống làm ướt quần. Ông liền nghĩ ngay đến chắc có lẽ bọc nước lồi ối bị bể, con bé tưởng là nước mưa rồi bảo như thế! Nên ông ngăn Quân lại, không cho đi nhà vệ sinh nữa, và dịu giọng:

- Con sắp sanh em bé rồi, đi với ba tới nhà bảo sanh đi!

Quân trả lời tỉnh bơ:

- Không, con không muốn sanh em bé đâu, con buồn ngủ quá! Để con ngủ một chút...

Vừa nói, nàng vuột khỏi bàn tay ông, đi thẳng vào buồng.

Ông Hai bước ra sau bếp, đánh thức thằng Khôi dậy, bảo nó đi rửa mặt cho tỉnh ngủ rồi cùng ông dắt Quân tới nhà bảo sanh. Quân càng lúc càng đau nhiều hơn, nàng khóc thút thít, tay xoa xoa lên bụng:

- Ba ơi, con đau quá ba ơi...

Thằng Khôi rửa mặt xong, nó bước tới nói:

- Chị Quân đi sanh em bé đi thì hết đau ngay mà! Đi nè...

Nó mặc chiếc áo mưa vào cho Quân rồi gài nút cẩn thận. Cái nút ngay chỗ bụng để hở vì cái bụng bầu của Quân. Ông Hai lui cui thắp lên ngọn đèn bão, tay xách theo cái giỏ đồ của em bé. Quân ngoan ngoãn để yên cho thằng Khôi dắt đi. Ba người bước ra khỏi nhà giữa đêm khuya, ông hai dặn dò thằng Khôi:

- Nhớ cẩn thận, đừng để chị Quân mầy té nghe con!

Quân vừa đi vừa khóc, giọt nước mắt hòa tan theo giọt mưa đầu mùa, thấm vào lòng đất để hoa lá được xanh màu, thấm vào lòng người mẹ trẻ lần đầu tiên sắp cho ra đời một mầm sống mới.

Ba người đi qua con lộ dài giữa phố, mưa lâm râm, lất phất, như nỗi đau ngâm ngầm của Quân. Nhiều vũng nước lênh láng, in đậm bóng ba người, hắt hiu, vàng úa dưới ánh sáng chong chanh của ngọn đèn bão.

Mười lăm phút sau, họ đứng trước cửa nhà bảo sanh Nguyên Đức, ông Hai bảo Khôi:

- Con về nói với cô Năm mẹ con tới đây ngay, cậu Hai đang đợi...

Gọi là nhà bảo sanh, nhưng thật ra chỉ có ba chiếc giường nằm bên ngoài và một phòng sanh ở tận phía trong. Ông Hai gõ cửa nhiều lần mới nghe tiếng bà mụ Đức hỏi vọng ra:

- Ai đấy? Chuyện gì vậy?

- Có người đến sanh bà ơi, ông Hai lên tiếng trả lời.

Cánh cửa mở ra, ông đưa Quân vô.

Giọng bà mụ Đức còn ngái ngủ:

- Ồ, cô Quân hả, được, được...tới giờ sanh rồi, ông để cổ đi theo tôi...

Nói xong bà nắm tay Quân đi nhanh về phía phòng sanh.

Mấy tháng trước cô Năm có đưa Quân đến thăm thai nhiều lần ở đây, nên bà mụ Đức đã biết rõ hoàn cảnh của Quân. Bà tận tình chăm sóc cái thai và cũng quan tâm đến sức khỏe của Quân lắm! Ông Hai ngồi chờ phòng ngoài, bên cạnh là chiếc giỏ xách. Đầu óc ông căng thẳng, nghĩ ngợi lung tung, ông mừng vì sắp được làm ông ngoại, nhưng lại sợ Quân trong tình trạng nầy có biết cách sinh con hay không? Rủi mà sinh khó, tính mạng hai mẹ con rất nguy hiểm.

Ông ngồi hơn nửa tiếng đồng hồ thì cô Năm tới, bà quýnh quáng hỏi:

- Sao, anh Hai, con Quân nó sanh chưa? Nó đau bụng nhiều không?

Ông Hai ngờ ngợ trả lời, vì ông đâu biết thế nào là đau nhiều hay đau ít:

- Ờ, ờ...Chắc cũng có...

Cô Năm như rành rẽ, nói để ông Hai an lòng:

- Khi nào nó đau bụng nhiều, đau thúc lắm thì mới sanh. Anh ngồi đây nghe, để tôi vô bên trong coi như thế nào đã....

Ông Hai kêu giật ngược cô Năm lại:

- Nè, cô xách theo cái giỏ đồ em bé luôn đi.

Cô Năm vừa bước đi vừa trả lời:

- Chưa cần đâu, anh cứ để đó!

Cô Năm chưa kịp gõ cửa thì bà mụ Đức đã bước ra:

- Mới sáu phân thôi! Chắc còn hai tiếng nữa cổ mới sanh.

- Tôi vô với nó được không cô Đức?

- Được chứ, chị nên vào an ủi cổ đi... Tội nghiệp cổ kêu khóc dữ lắm.

Quân nằm trên bàn sanh, cái bụng óc nóc, trên người phủ lên tấm mền mỏng. Nàng quay mặt vào phía trong vách, chị phụ giúp đang lăng xăng dọn sẵn đồ nghề cho bà mụ. Cô Năm bước tới, giọng nhỏ nhẹ, trìu mến, tay vuốt lên mái tóc ngắn của Quân:

- Con ráng chịu đau nhé, một chút sẽ có em bé. Em bé dễ thương lắm, sanh em bé ra là hết đau ngay...

Quân nằm im thim thíp, không trả lời câu nào. Thỉnh thoảng nàng nhăn mặt, cắn răng, như để chịu đựng cơn đau, khi đau quá nàng mới kêu lên:

- Ba ơi, ba ơi...

Khiến ông Hai ngồi bên ngoài càng thêm sốt ruột, không biết chia xẻ thế nào với con trong nỗi đau vượt cạn nầy!

Cô Năm trở ra phòng đợi, ông Hai lo lắng hỏi:

- Sao, sao, chừng nào nó sanh cô Năm?

- Bà mụ Đức nói: "Chắc còn hai giờ nữa nó mới sanh".

Ông Hai muốn tìm hiểu đôi chút về việc sanh đẻ của người đàn bà, để ông được yên tâm:

- Nầy cô Năm, sanh con so có khó khăn không cô?

Cô Năm thấy anh mình lo lắng quá, nên cô cười rồi bông đùa:

- Thì anh ráng nhớ lại đi, hồi chị Hai vợ anh sanh con Quỳ có khó không? Nếu chị sinh dễ thì con Quân giống mẹ cũng sinh dễ mà. Thôi, anh đừng lo quá sẽ có hại đến sức khỏe.

Ông Hai thiệt tình:

- Chuyện lâu quá rồi làm sao tôi nhớ được cô Năm. Hơn nữa, bả sanh đâu có tui ở bên cạnh!

Để thời gian chóng qua, hai anh em ngồi nhắc lại chuyện ngày xửa, ngày xưa. Chuyện năm Thìn, năm Mão. Lan man một hồi rồi cũng dẫn đến câu chuyện hiện tại. Cô Năm buột miệng than rằng:

- Tội nghiệp con Quân, diện mạo xinh đẹp, lại thông minh học giỏi mà số kiếp hẩm hiu. Mới từng tuổi nầy đã mất chồng, đứa con lại không cha, rồi mang trong người cái bệnh khờ khờ, dại dại thế nầy, thì làm sao mà nuôi con được đây anh Hai?

Ông Hai chớp chớp đôi mắt, ngó lên trần nhà như muốn gởi gắm lòng thành, kỳ vọng vào đẳng tối cao:

- Cô Năm biết không, tôi cũng lo lắm! Nên đêm đêm thường khấn nguyện ơn trên, Phật Trời cùng mẹ nó, luôn cả cậu An nữa. Làm ơn độ trì cho con Quân sanh xong bệnh tình từ từ thuyên giảm, thần trí nó sớm trở lại bình thường.

Trong phòng sanh, Quân đau đớn, quần quại. Cái đau như xé da, xé thịt. Thoạt đầu nàng cảm thấy chỉ đau từ ngang bụng trở xuống, nhưng rồi cái đau tràn lan khắp cơ thể. Cơn đau nầy vừa dứt, nàng chưa kịp lấy lại sức thì cái đau khác lại đến. Quân như hụt hẫng, chới với, hai tay bấu chặt thành giường để đè nén cơn đau. Nàng nhắm hai mắt lại, nước mắt ràn rụa, tuôn trào. Cái bụng gò lên méo xẹo, cứng ngắt, nàng có cảm tưởng như đang mang một khối đá nặng nề, muốn trút xuống, vứt ra mà không tài nào làm được.

Bà mụ Đức bước vô phòng thăm thai lại một lần nữa, bà quay qua bảo cô phụ tá:

- Cô chuẩn bị cho tôi thau nước nóng đi!

Rượu cồn và dao kéo sẵn sàng trên mâm, bà bảo Quân hít vào một hơi thật dài, đưa hơi xuống bụng rồi đẩy em bé ra... Quân ngoan ngoãn làm theo, nàng hít, thở gần chục lần, lấy hơi rặn em bé, nhưng em bé vẫn chưa lọt lòng. Quân hết hơi mệt lả, nàng ngất đi. Bên tai vẫn còn nghe tiếng nói văng vẳng của bà mụ:

- Sắp được rồi, sắp được rồi. Cô ráng rặn thêm vài hơi nữa... Cô Quân đừng ngủ, đừng ngủ nghe! Cô ngủ thì khó sanh lắm đó...

* * *

Quân lang thang một mình bên bờ biển vắng, dưới cơn mưa chiều lất phất nhẹ bay. Từng lớp sóng nhịp nhàng, đẩy đưa, lăn tăn chạy sát vào bờ. Ngoài xa kia, một cánh hải âu lạc loài, đơn độc bay giữa bầu trời mưa gió, trông thật đáng thương, thật tội nghiệp cũng giống như nàng cô đơn chiếc bóng... Đường bay hãy còn xa, đường đời thì thăm thẳm mịt mờ. Nàng đã từng đợi mong những buổi chiều mưa, những trưa nắng rọi, nhưng hình bóng người thương vẫn biền biệt phương trời. Nàng cúi xuống ngắt một nhánh hoa rau muống biển, thả trôi theo làn sóng nhấp nhô, ngoài biển xa lớp mưa mù trắng đục bay nghiêng nghiêng lướt tới như đuổi theo cánh chim chiều lẻ loi bạt gió. Quân đưa mắt buồn nhìn theo, mưa càng nặng hạt, cánh chim côi bay đến gần hơn, gần hơn... Qua làn mưa mỏng, gương mặt An hiện ra, nụ cười rạng rỡ trên môi. Đôi mắt tinh anh ngời sáng như thầm mời gọi:

- Lại đây với anh! Lại đây với anh đi cô bé! Rồi chàng đưa tay như muốn ôm chầm lấy nàng. Quân quá vui mừng, vì đã bao ngày tháng qua, nàng chờ đợi cái giây phút nầy, chỉ mong thấy lại bóng hình An. Gương mặt chàng lúc ẩn, lúc hiện, chập chờn trong cơn mưa gió. Nàng đưa tay nắm lấy tay An thì chàng lùi lại phía sau. Đôi tay chàng cứ như muốn ôm lấy nàng, miệng vẫn tươi cười:

- Ráng chút nữa đi em! Ráng chút nữa đi, sắp được rồi! Sắp được rồi!

Quân cố hết sức để nắm được bàn tay An, bầu trời tối sầm lại, nàng nhìn xuống thấy biển nước mênh mông, sóng cuộn ầm ầm, mưa vẫn rơi đều trên biển. Bầu trời lóe nhiều vệt sáng, giọng An đều đều khích lệ:

- Thêm chút nữa! Thêm chút nữa! Sắp được rồi em...

An vừa nói vừa lùi dần về phía sau. Quân cứ ráng lướt tới, đuổi theo cho kịp An. Toàn thân nàng cảm thấy nhẹ nhàng như có đôi cánh nhỏ. Nàng bay như thế để đuổi theo An. Hai người bay qua vùng biển lớn, bầu trời tối đen, mưa đã dứt hột. Ánh sao lung linh chiếu rọi trên cao.

Giọng An vẫn đều đều khích lệ, thúc giục bên tai:

- Ráng lên Quân! Sắp được rồi! Sắp qua rồi...

Gió thổi vù vù, biển đêm ma quái, dưới kia nhiều đợt sóng trắng tung cao, cao mãi, cao mãi...chạm vào ánh bình minh là lúc Quân vừa nắm được bàn tay An, chàng kéo một cái thật mạnh, Quân đã sang được bờ biển bên kia. Nàng mừng quá, ôm chầm lấy An.

Đứa bé vừa lọt lòng mẹ cất tiếng khóc "tu qua, tu qua"... Giọng bà mụ Đức reo lên:

- Con trai, con trai, chúc mừng cô Quân, chúc mừng cô Quân.

Quân định thần giây lát, rồi từ từ mở đôi mắt mệt nhọc ra nhìn. Một em bé sơ sanh đỏ hỏn, gương mặt sao giống An quá như nàng đã thấy trong giấc mơ vừa qua. Rồi nàng lặng lẽ khép hai mắt lại, đầu óc nàng từ từ sáng ra... Ký ức ngược dòng trôi về qua khứ, nàng nhớ lại tất cả. Nhất là lúc biết mình có thai nàng bỏ trường sư phạm về An Thới để báo tin cho An, cũng là lúc ông Hai cho nàng biết An đã qua đời trong một chuyến đi phép.Tai nạn máy bay đã mang An rời xa nàng vĩnh viễn, để lại bao thương nhớ, lỡ làng. Rồi từ đó, nàng chìm sâu trong tận cùng khổ đau, ngang trái, và thần trí nàng bắt đầu sống giữa hai trạng thái mộng và thực. Có lúc nàng mơ hồ thấy mình lạc vào vùng sương khói mông lung rồi cái thai trong bụng thì cứ lớn dần và như thế nàng vừa hạ sanh đứa con của nàng với An. Đứa bé vừa ra đời thì nàng cũng vừa bước ra khỏi cái thế giới u ám, mờ mịt sương che.

Thần trí Quân bỗng dưng bừng sáng, như ánh mặt trời tỏ rạng sau đêm dài tăm tối thê lương. Một ngày mới bắt đầu, một sinh mạng mới cũng vừa đến thế giới nầy với nhiều nỗi chông chênh, phước hạnh.

Quân vừa vượt qua một công trình phức tạp, khó khăn. Bà mẹ nào cũng một mình vượt qua biển lớn. Một cuộc vượt cạn nhiều gian nan, nguy hiểm.

Thật ra Quân hoàn tất hành trình nầy không phải một mình nàng, mà còn có sự tham gia hỗ trợ và khích lệ của An nữa!

"Đàn ông đi biển có đôi. Đàn bà đi biển mồ côi một mình". Điều nầy đối với Quân, hình như không hoàn toàn đúng lắm.

Cuộc sinh ly, tử biệt, đã làm tinh thần nàng suy sụp, rồi cuộc vượt cạn xé da, xé thịt đã mang thần trí nàng sáng suốt trở lại để nuôi con. Bé Việt Hải sẽ là niềm vui, nguồn an ủi của hai cha con nàng trong những ngày tháng trước mặt.

Đời người như một biển lớn khó vượt qua, nhưng Quân đã vượt qua tất cả. Nàng vượt qua thời kỳ đau khổ nhất, bi thương nhất và cũng khó khăn nhất. Đây là sự nhiệm mầu hay nhờ hồn thiêng của An phù trợ? Cho dù thế Quân cảm thấy đau đớn bội phần khi biết An không còn nữa. Nàng nuối tiếc giấc mơ đẹp vừa qua, nàng muốn trở vào cơn mộng để tìm gặp An ở thế giới bên kia. Quân thầm gọi: "An ơi, đừng vội đi! Hãy chờ em, em sẽ đến với anh ngay!" Quân buông trôi tư tưởng, cố tìm vào giấc ngủ, một giấc ngủ giữa đời trong cơn mộng trần ai nghiệt ngã.

Chương Hai Mươi Mốt

GIẤC MƠ TRÙNG PHÙNG

Chiếc tàu đò êm êm rẽ sóng, An nhìn vào khoảng không trước mặt, tất cả chỉ là màu đen. Thỉnh thoảng chàng thấy ánh lên vài vệt sáng trắng bởi chất lân tinh của nước biển. Suốt đêm chàng không chợp mắt, cứ mong tàu mau cập bến để chàng sớm gặp lại Quân. Bà Bình ngồi cạnh bên con, trong lòng cũng chung tâm trạng. Chốc chốc bà lại nhắc nhở An:

- Đừng lo lắng lắm con! Hãy bình tĩnh, kẻo không rồi bệnh lại tái phát thì khổ đấy.

Kể từ ngày chiếc ca-ri-bu lâm nạn, An tưởng đã chết, nhưng không chàng chỉ bị thương, vì ngay lúc đó An chụp được chiếc phao ôm chặt rồi trôi bập bềnh theo con sóng. Đội cứu cấp từ trong bờ vừa ra đến thì rủi thay An bị một vật cứng theo ngọn sóng đẩy tới đập mạnh vào đầu khiến An bất tỉnh, đội cứu cấp mau lẹ chuyển chàng lên trực thăng bay thẳng đến Quân Y Viện Cần Thơ. Nằm đây tuần lễ, chàng vẫn chưa tỉnh lại. Sau đó An được chuyển về Tổng Y Viện Cộng Hòa ở thành phố Sài gòn, nơi đó có đầy đủ phương tiện cứu chữa hơn. Mạng to, phước lớn, nên sau một tháng An đột nhiên tỉnh lại, nhưng mọi chuyện thuộc về quá khứ An đã quên sạch không nhớ được gì hết! Khi bị chấn thương sọ não, trong tình trạng như vậy, có người hôn mê thời gian dài, ngắn khác nhau. Nên lúc tỉnh lại họ mất ký ức trong một giai đoạn nào đó, ngay cả tên tuổi hay người thân trong gia đình cũng quên luôn. Ông bà Bình xin chuyển An về Đà Lạt để được gần nhà, dễ dàng theo dõi bệnh tình và chăm sóc chàng chu đáo hơn. Họ từ từ nhắc nhở, gợi lại những tập quán quen thuộc, thông thường hàng ngày. Nhờ vậy mà tình trạng sức khỏe và trí nhớ của An dần dần hồi phục. Gần ba tuần lễ trước, đêm nào nằm ngủ An cũng mơ thấy có tiếng người con gái gọi tên chàng rất tha thiết, rất bi thương. Âm thanh xoáy sâu vào tận tim óc, khiến chàng phải dùng thuốc an thần để chìm sâu vào giấc ngủ. Thế rồi một đêm kia, cuốn phim dĩ vãng hiện ra, lúc rõ nét, lúc mờ mờ, khi liên tục, khi đứt quãng. Chàng thoáng gặp người con gái đẹp nơi đảo xa, rồi bóng hình nàng chợt tan biến. Giấc mơ lại tiếp tục, hai người quen nhau trên chuyến tàu xuôi về An Thới. Hình như An đã yêu nàng tha thiết, hai người thề non, hẹn biển, đi chơi nhiều chỗ, nhiều nơi… An cũng thấy lại cảnh hai người ướt sũng dưới cơn mưa, trong căn nhà hoang leo lét ánh củi lửa, nàng hiến dâng chẳng chút so đo.

Ngược dòng ký ức, An thấy lại buổi ban đầu chiếc tàu nhảy sóng, lắc lư. Dưới biển sóng cuồng nổi loạn, trên trời sét đánh ầm ầm. Ánh sáng vàng cam đụng nhau nổ chát chúa. Thình lình chiếc tàu bị gãy làm đôi, người con gái văng ra xa, chìm vào biển đêm đen nghịt. An hốt hoảng kêu lên: "Quân, Quân! Em đâu rồi Quân?".

Dần dần An nhớ lại tất cả, không thiếu chi tiết nào. Chàng nhớ mình có người yêu tên Quân, nàng là sinh viên trường sư phạm Vĩnh Long. Mùa nầy là mùa hè, có lẽ Quân đã trở về An thới rồi. Nhất là tấm hình và chữ ký của Quân phía sau, là bằng chứng hùng hồn nhất, cho chàng biết rằng đây là sự thật, chàng có người yêu ở đảo nên đã thuyết phục được bà Bình. Chớ thoạt đầu, bà cứ ngỡ rằng An chưa hết bệnh, còn trong trạng thái nửa vời… khó tin lắm! Nhưng cuối cùng bà quyết định cùng An đi một chuyến ra An Thới xem sao.

* * *

Đúng năm giờ sáng thì tàu đã cập bến, An đưa mẹ vào tiệm cà phê uống ly sữa nóng rồi vội vàng đưa bà đến nhà Quân. Trời còn nhá nhem, đường sá chưa sáng tỏ, nên bà Bình phải bước chậm chậm qua mấy cục gạch nơi cái giếng lầy lội nước. An nhớ lại ngày xưa chàng đã đứng đợi Quân nơi nầy, khi trông thấy chàng Quân cười tươi tắn, chân bước nhanh qua mấy viên gạch kia. Con đường dẫn tới nhà Quân hôm nay sao dài lê thê, mà bước chân của bà Bình thì quá ngắn! An nôn nóng, sốt ruột, cuối cùng thì ngôi nhà cũng hiện ra…

An bước vô sân nhà Quân, con chó vàng chạy lại ngoe ngoẩy cái đuôi, tỏ vẻ mừng vui. Nó cứ lẩn quẩn dưới chân chàng, khịt khịt cái mũi ươn ướt. An bước lên bực thềm, đưa tay vỗ nhẹ vào cánh cửa, miệng gọi nho nhỏ:

- Quân, Quân! mở cửa cho anh, Quân!

An không dám gọi lớn vì biết hàng xóm còn đang yên giấc, bà Bình thấy thế liền nói:

- Chắc cô Quân còn ngủ say, con gọi lớn hơn coi xem sao!

An cất tiếng gọi to, tay vỗ mạnh lên cánh cửa:

- Quân, mở cửa! Anh An đây! Mở cửa cho anh đi em…

Thằng bé Khôi từ giữa khuya đưa Quân đi sanh, rồi trở về nhà tiếp tục ngủ một giấc cho tới bây giờ. Khi nghe có tiếng người gõ cửa, nó tưởng mình đang nằm mơ, mắt vẫn còn nhắm, nó định ngủ tiếp. Lại nghe tiếng đập cửa rầm rầm, thằng nhỏ ngồi bật dậy, chân chưa mang dép, bước thẳng lên nhà trên. Nó tưởng ông Hai về, mắt nhắm, mắt mở, đẩy cánh cửa ra. Trời còn tối mờ mờ, nó thấy An đứng sững đó, gương mặt không rõ nét thằng nhỏ hoảng vía, bỏ chạy kêu, la thất thanh:

- Ma! Ma! Lạy Chúa tôi! Ma, ma!

Vừa kêu, vừa khóc, nó điếng hồn chạy tuốt nhà sau, lấy cái mền trùm kín từ đầu xuống chân. Ngồi run bần bật ở một góc giường… An thấy hành động của thằng nhỏ cũng phì cười, chàng nói với bà Bình:

- Chắc nó tưởng con chết rồi hiện về nên nó sợ đấy! Thôi, me vào nhà đi, để con xuống hỏi chuyện nó. Lạ quá, sao chẳng thấy Quân và bác đâu cả?

Cây đèn bão hồi khuya đưa Quân đi sanh vẫn còn cháy leo lét, đặt trên bàn ăn tại nhà bếp. An bước tới chỗ thằng Khôi, qua lớp mền, chàng nghe tiếng nó đọc kinh luôn miệng, tay làm dấu Thánh giá liên hồi. An tốc mền ra, nắm tay thằng bé, cất giọng nhẹ nhàng:

- Mở mắt ra, đừng sợ! Anh đây mà, Anh không có chết, mở mắt ra đi em.

An lắc lắc cánh tay thằng nhỏ, cố để nó hoàn hồn, cho nó tin rằng chàng là người bằng xương, bằng thịt đang đứng trước mặt nó.

- Khôi! mở mắt nhìn anh đi! Anh còn sống mà! Bác đâu? Chị Quân em đâu?

Bà Bình cũng vừa xuống tới nhà bếp, liền lên tiếng:

- Cháu đừng sợ nữa, có bà đây mà! Bà là mẹ của An đấy. Bây giờ cháu bình tĩnh, hãy mở mắt ra đi, nói cho bà biết cô Quân đâu?

Thằng Khôi thu hết can đảm, từ từ mở he hé cặp mắt ra nhìn. Nó nhìn bà Bình, nó thấy bà cười, rồi nó nhìn qua An, nó cũng thấy An cười. An xoa đầu thằng bé:

- Đấy, em thấy không? Anh An của em đây mà, Chị Quân đâu? Nói anh biết nhanh lên!

Thằng nhỏ bây giờ tỉnh táo, hết sợ, trả lời gọn gàng:

- Dạ, chị Quân đi sanh em bé rồi! Hồi tối đó…

An thoáng giật mình - "Quân sinh con, Chẳng lẽ con của nàng với mình? Hay là Quân lấy chồng khác? Không thể nào như thế được! Mình bị tai nạn mới hơn nửa năm thôi mà!" chàng hỏi lại thằng nhỏ:

- Sao! Em bảo sao? Chị Quân đi sinh em bé hở? Ở đâu, Làm ơn đưa anh đến đấy, mau lên!

* * *

Trời vừa hừng sáng, ba người đi nhanh tới nhà bảo sanh Nguyên Đức. Bà Bình lặng lẽ theo con mà trong lòng đầy nỗi hoang mang, thắc mắc, bà có chung ý nghĩ như An "Quân đã sinh con! Chẳng biết đây có phải là núm ruột của An không nữa?", vì bà đâu biết An và Quân đã có tình trao trong đêm mưa gió ấy...

Quân được đưa ra nằm phòng ngoài, bên cạnh là đứa con đỏ hỏn, em bé quấn trong chiếc khăn bông trắng tinh. Sau cơn sinh khó, Quân mất sức khá nhiều, cơ thể nàng rã rời, mệt mỏi. Nàng chỉ muốn ngủ một giấc dài để lấy lại sức. Ông Hai biết điều đó, nên ông đến thăm con giây lát và để nhìn thấy đứa cháu ngoại yêu quý của mình, ông ân cần dặn dò Quân:

- Con hãy ráng ngủ một giấc cho khỏe, bây giờ ba về nhà, nhờ cô Năm nấu nồi súp, trưa ba mang vô cho con ăn.

Quân nhìn ông, nhẹ gật đầu, lòng rưng rưng niềm cảm xúc. Sinh nở không chồng bên cạnh, tất cả phải đành nhờ cậy nơi người cha. Giọt nước mắt ứa ra, bất giác nàng thầm gọi- "An ơi! An ơi! Có biết em đau khổ lắm không?" Dòng lệ tủi buồn lăn dài trên má, Quân nghe thương nhớ An vô cùng. Nàng nhìn xuống mặt con để tìm lại nét hao hao của chàng hầu vơi đi sự nhớ nhung sầu khổ... Lúc sinh đẻ, người đàn bà thường hay nhạy cảm dễ mủi lòng, dễ tủi phận. Nhất là ở trong hoàn cảnh như vầy! Quân lại trách ông Trời- "Trời ơi! Sao không để con điên luôn cho con tỉnh lại làm gì mà nghe chua xót ngập hồn!..". Nàng thấm thía trong nỗi cô đơn, âm dương cách biệt với người mình yêu hơn bao giờ hết. Biển kia vẫn còn, rừng xanh chưa trụi lá mà lời thề hẹn năm xưa đã trở thành sương khói mông lung. Sao An nỡ bỏ mẹ con nàng bơ vơ, côi cút ở cõi thế gian. Càng nghĩ, Quân càng thấy con tim mình đau nhói. Nàng lại trách ông Tơ bà Nguyệt xe chỉ mối duyên tình hờ hững để sợi chỉ hồng phải đứt đoạn dở dang. Kiếp nầy coi như đã hết, chỉ còn gặp lại An trong giấc mộng mà thôi!...

Ông Hai vừa ra khỏi nhà bảo sanh một đỗi, thì đã thấy ba bóng người thấp thoáng đi dưới con đường kia. Một già, một trẻ và một thanh niên, ông chẳng màng để ý, cứ bước đều đều. Hơn nữa mắt mũi kèm nhèm, không nhìn rõ tận xa, ông cứ lầm lũi bước. Mãi đến khi nghe tiếng thằng Khôi gọi:

- Cậu Hai, cậu Hai! Chú An nè! Có bà nữa!

Ông lại nghe tiếng thằng Khôi nói tiếp:

- Chú An chưa chết, chú An đến thăm chị Quân.

Hai chân ông như chôn chặt giữa lộ, hai mắt ông mở to nhìn về phía trước. Nhìn vào gương mặt người thanh niên mà thằng Khôi gọi là chú An. Ông như á khẩu, không nói được lời nào. An chạy nhanh lại, ôm chầm lấy ông, nắm bàn tay xương xẩu, bóp chặt, nghẹn ngào xúc động:

- Thưa bác, cháu đây! Cháu vẫn còn sống bác ạ! em Quân đâu? Xin bác cho cháu gặp em Quân.

Ông Hai mừng đến chảy nước mắt:

- Trời ơi..cậu An, cậu còn sống thiệt sao? Con Quân hết khổ rồi, con Quân sẽ vui mừng lắm!

An buông ông ra trịnh trọng giới thiệu:

- Thưa bác, đây là me của cháu.

Đoạn chàng quay sang bà Bình:

- Thưa me, bác đây là ba của Quân.

Bà Bình nghiêng người:

- Dạ, xin kính chào ông anh.

Ông Hai đáp lễ:

- Dạ không dám, xin chào bà ạ!

Ông Hai, bà Bình gặp nhau bất ngờ giữa đường, giữa phố nên chào hỏi nhau qua loa, lấy lệ, bà Bình sốt ruột vì chuyện sinh con của Quân nên bà đi thẳng vào vấn đề để tìm hiểu thật sự đứa bé là con cháu nhà ai? Bà khéo léo lên tiếng:

- Dạ thưa ông anh, chúng ta sẽ bàn nhau về chuyện của bọn trẻ. Thôi, bây giờ nhờ ông anh đưa chúng tôi đến thăm cô Quân đi! Cổ sinh trai hay gái ông nhỉ? Đứa bé giống ai, thưa ông?

Ông Hai sung sướng, hớn hở ra mặt:

- Được, được! Gần đây thôi, để tôi đưa bà và cậu An đi…Cháu sinh con trai bà ạ! Gương mặt giống cậu An lắm. Bà và cậu An thấy sẽ thương liền đó!

An nghe đứa bé là con của mình, chàng vui sướng reo lên:

- Con được làm cha rồi me ơi! Mình đi nhanh lên để gặp cu tý...

Bà Bình cũng vui lây, bà tươi cười mắng yêu con:

- Bố mầy! Thế là me cũng được làm bà nội rồi!

Thằng Khôi chen vô:

- Cậu Hai cũng được làm ông ngoại nữa...

Bốn người cùng cười, chia xẻ niềm vui bất ngờ tương ngộ. Dù chưa gặp mặt con trẻ, nhưng An và bà Bình cảm thấy trong lòng nhẹ nhõm. Sự lo lắng, hoài nghi như có cánh đã bay đi mất...

Họ đến nhà bảo sanh, ông Hai dẫn đường đi trước, ngang qua khỏi phòng đợi, ông đẩy thêm một cánh cửa nữa là lọt vào phòng của sản phụ. Căn phòng vắng lặng im lìm. Ba giường thẳng hàng, hai giường trống, Quân nằm tận giường trong, nàng hình như đang ngủ. Ánh sáng lờ mờ đủ cho An nhìn thấy gương mặt hốc hác, tiều tụy của nàng, An đau lòng lắm!

Ông Hai vừa đi vừa nói lớn cố để báo tin cho con:

- Cậu An đây nè con! Cậu An còn sống Quân ơi...

Trong lúc đó An chạy nhanh đến bên giường. Quân đang thiu thỉu ngủ, trong cơn mê chập chờn nàng nghe tiếng được, tiếng không, chưa kịp mở mắt, Quân cảm thấy như có ai nắm lấy bàn tay mình. Bàn tay thật ấm áp, thân quen. Bàn tay ấy mấy giờ trước đã đưa nàng qua con biển lớn. Quân mở mắt ra, nhưng cứ tưởng mình còn đang nằm mộng "Gương mặt An đây mà! Hình vóc An đây mà! Có phải thật không? Hay mình đã chết rồi, đang sum hợp cùng An ở thế giới bên kia!"...

An bóp nhẹ tay Quân, dằn cơn xúc động, chàng nói nhanh:

- Không phải là mơ đâu em! Anh vẫn còn sống, thực sự anh đang ở bên em và con đấy...Chuyện dài dòng lắm từ từ anh kể...

Quân khóc òa, nàng không thể tin vào cặp mắt của mình, giọt nước mắt hạnh phúc tuôn đầm đìa, nàng nghiêng người nắm chặt bàn tay An kêu lên:

- Trời ơi anh thật rồi, anh còn sống đây mà! Con mình đã có cha…em vui mừng lắm, anh đừng rời xa em nữa nghe anh!

An lấy khăn lau nước mắt, rồi ôm đôi vai gầy guộc của Quân, chàng âu yếm nói:

- Được, được! Anh không xa em và con nữa đâu! Hãy tin anh đi! Hãy giữ gìn sức khỏe, đừng khóc nữa em!

Đoạn chàng hướng mắt sang bà Bình:

- Có me đến thăm em và con nữa đấy!

Quân từ nãy giờ quá xúc động, nàng để hết tâm tư vào sự xuất hiện bất ngờ của An. Niềm vui không phải là tiếng cười, mà là những giọt nước mắt yêu thương. Khóc cho sự mầu nhiệm của đời, trải qua bao hoạn nạn tai ương nàng đã tìm lại được cái phân nửa của mình. An là lẽ sống, là chiếc phao cứu độ, là con đò thời gian chở nàng về với chuỗi ngày êm đềm, hạnh phúc. Bởi thế nàng đã quên hết mọi việc chung quanh nên khi nghe có bà Bình, nàng ràn rụa nước mắt định ngồi dậy chào bà Bình. Bà xua tay ra dấu bảo nàng hãy nằm yên đó, bà đưa đứa cháu cho An, bước tới bên Quân nhẹ giọng dỗ dành, an ủi:

- Con dâu của mẹ ngoan lắm! Thôi đừng khóc nữa con! Mới sinh khóc nhiều không nên. Mẹ biết con chịu nhiều đau khổ, nhiều thiệt thòi lắm! nhưng mọi chuyện đã qua. Chúng ta làm lại từ đầu trong yêu thương, trong hạnh phúc nghe con…

Ông Hai đứng đó, lòng tràn ngập niềm vui: "Chuyện như thần thoại, như hoang đường! Người chết sống lại. Không phải…Tin đồn thất thiệt! Biến cố xảy đến dồn dập, Quân mang thai, Quân điên loạn… Công điện gởi về báo tin sai lạc, nhầm lẫn với một người Trung úy khác có cùng chung tên họ ở Giang Đoàn, khi đi tuần trong sông bị Việt Cộng bắn trúng mấy quả. Vị sĩ quan nọ bị thương nặng được chở tới Quân Y Viện Cần Thơ, cùng lúc An vừa chuyển về Sàigòn. Chẳng bao lâu vị sĩ quan ấy đã qua đời, còn phần An khi tỉnh lại chàng đã mất ký ức. Xếp của An, đại úy Xuân lại đổi đi nơi khác liền sau đó nên mọi tin tức đều bị cắt đứt…Tưởng mất tất cả, nào ngờ bây giờ người cũ trở về mà lại có thêm người mới nữa, đó là đứa cháu ngoại yêu quý của ông".

An ngồi bên mé giường, ôm con vào lòng ngắm nghía không biết chán. Gương mặt thiên thần ngủ vùi trong chăn ấm. Thằng bé Khôi đứng sát cứ mân mê bàn tay bé xíu của cháu, nó vô tư phê bình:

- Không giống chị Quân chút nào hết! Nhưng không sao, giống chú An cũng đẹp trai lắm rồi…

An sung sướng, lòng rộn lên niềm vui, chàng đưa tay sờ lên mặt con, làn da đỏ hồng mềm mại. Gương mặt giống chàng thật, chẳng giống Quân chút nào cả…

An hôn con thì thầm nói:

- Con của bố, con của bố ngoan lắm!

Đứa bé cứ say sưa ngủ vùi trong vòng tay ấm áp của cha. An quay qua nắm lấy bàn tay búp măng của Quân đưa lên môi hôn, nhìn sâu vào mắt nàng, nói những lời tình nghĩa yêu thương:

- Quân, anh cám ơn em đã sinh cho anh một đứa con trai thật kháu khỉnh, thật giống anh…

Quân bây giờ mới sống trong phút giây hiện thực, nàng thỏ thẻ:

- Không phải mình em sinh con đâu! Cũng có anh giúp sức sinh con nữa đó!

Rồi nàng kể lại, trong giấc mơ đã thấy An đưa nàng sang bờ biển bên kia là lúc em bé lọt lòng, cũng là lúc An và bà Bình qua con biển lớn để gặp lại nàng.

Sau khi nghe xong câu chuyện, An tinh nghịch trêu ghẹo Quân thêm:

- Thế thì lần sau em phải "Đi biển một mình" và phải sinh cho anh một nàng công chúa thật dễ thương, thật giống em đấy nhé!

Quân ngượng ngùng, mắc cở cười trách yêu:

- Cái anh nầy, cái anh nầy hay nói bậy!...

Mọi người góp thêm tiếng cười trong niềm vui trùng phùng tương hợp. Bao nhiêu sóng to, gió lớn, biển cả mênh mông, vượt cạn, vượt sâu họ đều vượt qua. Ngày tháng trước mặt là đại dương hạnh phúc, mặc cho người sĩ quan hải quân lèo lái con thuyền tình của mình về tới bến bờ yêu thương vĩnh cửu.

Tiếng hát của ca sĩ Băng Châu vang lên từ tiệm cà phê bên kia đường trong ca khúc *"Qua Cơn Mê"* thật đằm ấm, thật nồng nàn... *"Một mai qua cơn mê, xa cuộc đời bềnh bồng, anh lại về bên em. Ngày gió mưa không còn, nên đường dài thật dài, ta mặc tình rong chơi..."* Âm thanh réo rắt thiết tha như tiếng nhạc lòng trỗi nhịp. Quân chớp mắt nhìn qua khung cửa sổ, ngoài biển xa có đôi cánh hải âu bay vào trời rộng dưới ánh nắng chan hòa của buổi sớm mai. /.

Hoa Hướng Dương
San Jose, California Hoa Kỳ
Viết xong đầu thu năm 2006

Sinh Hoạt Văn Học và Cộng Đồng

Nhà Văn Diệu Tần và Hoa Hướng Dương

Cô Đoan Trang Giám Đốc ĐPT Quê Hương (Áo dài) và Hoa Hướng Dương

Nhà Thơ Dương Huệ Anh, Cát Dương và Hoa Hướng Dương.

ÔB. Đặng Chí Bình (Tg. Thép Đen) Hoa Hướng Dương, nhà báo Huỳnh Lương Thiện và Cát Dương.

Ngục Sĩ - Thi Sĩ Nguyễn Chí Thiện Hoa Hướng Dương và Cát Dương

Nhà Thơ Trần Trung Đạo (Áo Trắng) Cát Dương và Hoa Hướng Dương

Buổi ra mắt CD Thơ của TG. Hoa Hướng Dương ngày 16 tháng 5 năm 2004

Quan khách tham dự buổi ra mắt CD thơ HHD tại Trung Tâm Sinh Hoạt Văn Hóa Thánh Dường Tư Do, San Jose, California, năm 2004

A.chị Trần Q Hà-Chị Nguyễn Thị Ái-Tg HHDương và Nha Sĩ Dương Bích Hải

Hoa Hậu Công Nương Á Châu Bích Liên-Hoa Hướng Dương và Ông bà Đinh Khắc Tư

Ông Bà Bác Sĩ Nguyễn Trọng Nhi - Giáo Sư Trần Công Thiện (Áo vét-tông xanh) và Tác Giả Hoa Hướng Dương (Áo dài tím) tham dự buổi ra mắt CD thơ

Thân hữu: Chín- Nhung- Viên- Tố- Huyền- Tuyết- Quang- Hiền
(Tham dự buổi ra mắt CD thơ HHD)

Thân hữu và Nghệ Sĩ: Cô Đỗ Minh Ngọc - MC Khánh Hà * Ca Sĩ góp tiếng hát: Triệu Minh-Lê Thu-Lệ Hằng-Vân Phi (Áo xám) TG. Hoa Hướng Dương-Nhà thơ Hoàng xuyên Anh và chị Từ Mai Chi.

Hội Phụ Nữ Việt Nam Hải Ngoại Bắc California tổ chức Lễ Tưởng Niệm
Hai Bà Trưng tại San Jose. Hội Trưởng Bà Trương Bích Hoa

VBVNHN/ TTTB HK, *Hàng trước*: TrúcGiang - Ng.P. Đáng - Kathy Trần -
BíchTy - HX Anh - HHDương -CátDương - Ng. Tấn Ích. *Hàng Sau:* Du Sơn -
Vũ.Gia Sắc - Kim Vũ - Diệu Tần - PN Lương -Vũ QTrân - Từ Phong - Mặc
Lan Đình - Phạm.Q. Trình -Minh Anh - Quốc Lân - Võ Thạnh Văn.

Thân hữu Hội Đồng Hương Phú Quốc:
Hàng trước: Thu Cúc – anh Nhịn - bạn
*Hàng sau:*HHD-Hương-CôD.VânXuân-Ân

Ô.Bà Nguyễn Văn Sáu
đang ký tên Lưu niệm
buổi ra mắt CD thơ của HHD.

Những Cánh Hải Âu vùng Bắc Cali (LLCS/HQ): Thiêm-Bảy-Niên trưởng A-Niên trưởng Thông-Tuấn-Luận- HHDương – Anh - Bửu - Cát Dương - Niên trưởng Phước - Lý. (Tham dự buổi ra mắt CD thơ)

Tham dự Lễ Thượng kỳ đầu năm 2005 tại Tiền đình Quận Hạt Santa Clara: Chị Kim Hoa-Chị Diệu Hòa-Bác Đỗ Ngọc-TràMi-H. H..Dương

Anh Vân-Chị Oanh-Hoa Hương Dương- Chị Thúy- Anh Đạt (Tham dự buổi ra mắt CD thơ)

Hoa Hướng Dương đang quàng Khăn cờ Việt Mỹ của chị Đỗ Minh Ngọc trao tặng

Hải Quân Cát Dương và Hải Quân Đinh Khắc Tư trong ngày ra mắt LLCS/HQ

Nhà thơ Song Linh- ô. Từ Văn Nghĩa,
Hội trưởng.Hội Ái Hữu Kiên Giang -
Nhà văn Hải Bằng. (Tham dự buổi ra
mắt CD thơ)

Nghệ Sĩ Đan Hùng (Tay cầm hoa)
và Cát Dương.

Hàng trước: Hồng Ngọc- Trà Mi- Hoa Hướng Dương-CátDương- Chị Phấn
Hàng sau- Hải Quân: Ngô Ngọc Liên- Nguyễn Văn Viễn-Nguyễn Xuân Lý-
Nguyễn Văn Bé (Tham dự buổi ra mắt CD thơ)

Thân Hữu Đồng Hương Phú Quốc: Hai người bạn - Ngọc- Tuấn Quốc-
Hoa Hướng Dương - Ngọc Dung- Cô Huỳnh Phụng Vân- Kim Hương-
Thu Cúc tham dự buổi ra mắt CD thơ

GỌI HỒN DÂN TỘC

Thơ

Hoa Hướng Dương

2 0 0 7

ĐÔI DÒNG TÂM SỰ

Kính thưa quý bạn yêu thơ, quý đồng hương thân mến,

Tập thơ *Gọi hồn Dân Tộc* nầy được thành hình là do sự khuyến khích, yêu cầu của hầu hết thân hữu sau buổi ra mắt CD thơ băng về trước. Để giữ tròn lời hứa nếu có sự ủng hộ nồng nhiệt của quý vị, Hoa Hướng Dương sẽ in thành Tuyển Tập. Hôm nay *Thi Phẩm Gọi Hồn Dân Tộc* đã ra đời sau những tháng năm dài cưu mang. Đứa con tinh thần sinh ra không phải trong nhung lụa ấm êm mà là trong thời kỳ dầu sôi lửa bỏng, hoạn nạn, tai ương xảy đến cho riêng mình và cho cả một dân tộc. Tác giả mang tâm tình của người Việt Nam lưu vong thể hiện bằng những bài thơ đậm nét tình quê, tình nước, tình nhà. Kêu gọi tự do, dân chủ, nhân quyền sớm đến với đồng bào ruột thịt trong nước. Mong đây sẽ là món quà trên mọi món quà bình thường khác cho những người cùng chung tâm tư, nguyện vọng, cùng chung lý tưởng quốc gia. Hãy cảm thông, chia xẻ với dòng văn thơ tôi dù không mượt mà bóng bẩy, phù phiếm chữ nghĩa nhưng đó là tất cả tấm lòng. Nhất là những bạn bè thân thương, đồng hương quý mến đã đến với Hoa Hướng Dương bằng trái tim chẳng chút ngại ngần, bằng bàn tay siết chặt ân cần, thủy chung.

Hoa Hướng Dương rất trân trọng

VÀI CẢM NGHĨ VỀ HOA HƯỚNG DƯƠNG

*Nhà thơ **Dương Huệ Anh***

Hướng Dương (nay là Hoa Hướng Dương) mà tên thật là Nguyễn Ngọc Minh, một tên tuổi, còn tượng đối trẻ, mới xuất hiện ở vùng South Bay hơn 10 năm nay, nhất là từ khi chính thức tham gia hoạt động với Thi Đàn Lạc Việt vào khoảng năm 1994.Từ ngày ấy, bà liên tục có mặt trong các buổi sinh hoạt văn học của cơ sở cũng như các các hội đoàn bạn- dù khá nặng gánh gia đình và bận mưu sinh.

Trước 1975 vốn là một giáo chức ở vùng Phú Quốc, nên khi sáng tác, thơ bà cũng chan chứa những hình ảnh, tình cảm trong sáng, êm đềm... yêu thích biển, núi, sông, đồng ruộng, mái trường...như ta gặp trong bài *Nhớ Dòng Sông Xưa*:

> *Nầy chị, nầy anh, nầy em bé nhỏ,*
> *Hãy cùng tôi về thăm lại Dương Đông.*
> *Quê hương ta tháng năm đầy sóng gió,*
> *Sóng gọi nước về thành một dòng sông.*
> *..............*
>
> *Mây trắng bao la, đất trời mở rộng*
> *Chờ ta về thăm lại một mùa hoa.*
> *Gió bắc, gió nam, thổi vào lồng lộng*
> *Mơ thấy ai về cuối dẫy mù sa...*
> *..............*
> *Ôi! nhớ quá trời quê hương bát ngát!*
> *Kỷ niệm về như ngàn sóng bủa vây*
> *Nước sông xưa một đời ai tắm mát,*
> *Đứng bên trời tôi khóc tuổi thơ bay...*

Với thân phận lưu vong từ năm 1975, bà, cũng như một số đông người khác, khó giữ được nỗi cảm hoài nơi xứ người và da diết nhớ về những hình ảnh xa vợi, thân thương...mà chúng ta có thể thấy trong bài *Dấu Xưa*:

Trời Phú Quốc xanh màu hy vọng
Đất Dương Đông thắm mộng ân tình
Tôi về chiều nắng lung linh
Chân qua chốn cũ nhớ tình năm xưa
Buồn man mác mây đưa theo gió
Cảnh bàng hoàng ngọn cỏ, cành cây
Chập chờn như bóng ai đây
Mông lung nỗi nhớ đong đầy dấu xưa...

Là nữ phái, bà cũng mang nỗi xót xa về nghịch cảnh (mà cả một dân tộc) đã phải đương đầu và vẫn mong ngày trở lại với một quê hương giàu mạnh và đổi mới.

...Con mới lên ba mà đã hỏi
Lời nhẹ nhàng xoáy cõi lương tâm
Đường nào đi tới Việt Nam?

Vì:

Thế hệ trẻ chán chường quên lãng
Sống hững hờ trác táng từng đêm...

Và:

Mười sáu xuân về trên đất khách
Mười sáu lần nghe hồn rách tả tơi

Số mệnh nghiệt ngã tuy thế, chưa chịu buông tha người đàn bà đa sầu đa cảm khi Hoa Hướng Dương bị mắc chứng khiếm thị; cuộc đời đối với bà từ đó chỉ còn là bóng tối. Nhưng với bản tính kiên cường, bà đã dựa vào nguồn cảm súc dồi dào sẵn có để quên, vươn lên, để sống thật với lòng mình, và trầm lặng theo đuổi con đường đã vạch ra.

Thành quả khá tốt đẹp khi bà tổ chức ra mắt 3CD thơ của mình, và hôm nay thi tập GỌI HỒN DÂN TỘC và truyện dài QUA BIỂN đã được in ấn để đánh dấu hoạt động tích cực của bà.

Đây là một gương sáng và một thành tích đáng ca ngợi (có thể liên tưởng đến trường hợp của nữ y sĩ khiếm thị Jane Poulson (mất năm 2001) tại Canada ở tuổi 49.

Trong khi mà thơ văn đang ở trong vận bĩ, khó tìm lại những ngày huy hoàng thủa xa xưa. Nhưng đối với một người có hoàn cảnh khá đặc biệt, tôi đã làm mấy vần thơ như sau để tặng bà trong ngày ra mắt 3 CD.

Quê em Phú Quốc, bến Dương Đông
Biển rộng, trời cao, sóng chập chùng
Đỏ mọng vườn tiêu, đầy trái chín
Thơm ngon mắm nhĩ, nhẹ mê lòng
"Mùa Xuân đã mất" thương bầy trẻ
"Gãy Cánh Kiều Sa" tủi má hồng
Bất hạnh, dựa vào thơ đứng dậy
Noi gương Đồ Chiểu, đẹp ghê không!

Xin dùng những hàng cuối nầy để kết thúc vài cảm nghĩ về Hoa Hướng Dương và ước mong các văn, thi hữu và thân hữu sẵn sàng đón nhận những đứa con tinh thần của nhà thơ nữ Hoa Hướng Dương.

South Bay, 23/8/2006
THỤY CẢM (Dương Huệ Anh)
Cựu Hội Trưởng Hội Thi Đàn Lạc Việt

CẢM NGHĨ VỀ THI PHẨM "GỌI HỒN DÂN TỘC"
CỦA TÁC GIẢ HOA HƯỚNG DƯƠNG

Nhà thơ **Trường Giang**

Tôi vừa nhận được bản thảo Tập Thơ "GỌI HỒN DÂN TỘC" của Nữ Thi sĩ Hoa Hướng Dương. Bà yêu cầu tôi viết đôi lời về tác phẩm này.

Tôi đã hoan hỉ nhận lời vì các lý do sau:

1/- Nhà thơ nữ Hoa Hướng Dương đã từng tham gia vào mọi sinh hoạt Cộng Đồng tại Miền Bắc California, từ công tác Văn Học Nghệ Thuật, cho đến các cuộc tranh đấu cho Tự Do Dân Chủ, Nhân Quyền để yểm trợ cho đồng bào quốc nội.

2/- Tôi đã nghe 3 CD Thơ của Hoa Hướng Dương phát hành năm 2004, cũng như đã đọc thơ của bà đăng trên các báo chí miền Bắc Ca Li.

Thơ nhạc trong 3 CD "Gẫy cánh kiêu sa"và "Mùa Xuân Đã Mất" là hai tác phẩm chứa đựng suối lệ chia ly, ân tình đứt đoạn, tang tóc, đau thương chồng chất do Cộng sản gây ra cho đất nước Việt Nam trong suốt nửa thế kỷ qua.Vì cảm tình đặc biệt ấy, tôi đã đọc kỹ từng bài với ý tưởng và kỹ thuật sáng tác hoàn chỉnh trong thi phẩm này.

Trước khi đề cập đến phần chính yếu, tôi muốn ngỏ đôi lời về thân thế và sự nghiệp của tác giả. Theo chiều hướng đó, khi đọc "Gọi Hồn Dân Tộc", chúng ta mới cảm nhận được nỗi ray rứt mà Hoa Hướng Dương đã gửi gắm trong thơ.

Tác giả sinh trưởng tại thị xã Dương Đông, thuộc quận Phú Quốc, tỉnh Kiên Giang.

Trước năm 1975, Hoa Hướng Dương là một giáo chức. Bà đã viết văn và làm thơ ngay từ thuở còn ở tuổi học trò.

Bà và gia đình đã định cư tại Hoa Kỳ sau ngày mất nước 30-4-1975. Sau khi cuộc sống ổn định, với khả năng thiên phú sẵn có, bà lại tiếp tục sáng tác không ngừng.

Nhưng rồi đầu thập niên 1990, một tai họa đã xẩy ra làm thị lực của tác giả kém dần. Dù đã chữa trị ở nhiều nơi tại Pháp và Hoa Kỳ nhưng Tây Y tân tiến cũng đành chịu bó tay. Hoa Hướng Dương là người có ý chí mạnh mẽ, lại nhờ có phu quân tận tình săn sóc, giúp đỡ, tác giả đã phấn đấu vươn lên đương đầu với thử thách, đau thương.

* * *

Thi Phẩm "GỌI HỒN DÂN TỘC" có trên 100 bài gồm nhiều thể loại và chủ đề khác nhau: Lục Bát,STLB, Bát Cú, Thất ngôn, Ngũ ngôn. Nội dung Thi Phẩm này đều nhằm vào mục đích hướng về Đất Nước, Quê hương mà một người, nếu không có lòng yêu nước chân thành, lòng nhân ái, vị tha thì không thể sáng tác được những bài thơ đầy tình tự dân tộc trong tác phẩm tầm cỡ này.

Dù an hưởng một cuộc sống sung túc trên một đất nước văn minh giàu mạnh nhất hoàn vũ, nhưng tác giả lúc nào cũng hướng lòng mình về đất Tổ, quê Cha. Bà kêu gọi người Việt tỵ nạn Cộng Sản đoàn kết lại thành một khối để tranh đấu cho một nước Việt Nam không còn Cộng Sản.

> *Cùng nhau siết chặt bàn tay,*
> *Xây nền Dân chủ cho ngày Việt Nam.*
> *Núi sông phủ một màu lam,*
> *Là người dân Việt sao cam cho đành.*

Tác giả tin tưởng rằng khi Xã Hội Chủ Nghĩa bị triệt tiêu, thì nền Dân Chủ đích thực tức khắc sẽ xuất hiện trên đất nước Việt Nam:

> *Con thuyền sứ mạng ra khơi,*
> *Vững tay lèo lái, dù trời phong ba.*
> *Bền lòng từng ngọn sóng xa,*
> *Đưa thuyền Dân chủ vượt qua bến bờ*
> (Con Thuyền Dân Chủ)

Trăng rằm tháng Tám là ngày Tết Nhi Đồng. Đó là ngày vui của các em thiếu nhi vùng Á Châu. Nhưng trẻ thơ ở miền quê Việt Nam hiện giờ, cơm không có ăn, áo quần không đủ mặc thì lấy đâu ra lồng đèn, bánh trung thu. Và tác giả đã cảm kích viết nên lời:

> *Không tung tăng múa hát dưới sân trường,*
> *Vì cuộc sống là đầu đường xó chợ.*
> *Chuyện em mơ là thiên đường sách vở,*
> *Xin thưa không… là bát phở thừa dư…*

…..

Từ khi Đảng về cùm kẹp người dân
Muốn trẻ con phải dốt nát, ngu đần
Phải đói rách để dễ phần thống trị
(Lời Buồn Trung Thu)

Theo truyền thống Phật Giáo, Lễ Vu Lan là ngày các Phật tử lên Chùa lễ Phật để cầu nguyện cho Cha Mẹ được siêu sinh tịnh độ. Là một Phật tử thuần thành, vào ngày Lễ trọng đại này, trong giấc ngủ, tác giả đã mơ thấy Mẹ mình với những cử chỉ trìu mến, thân thương lúc sinh tiền:

Trong giấc ngủ con mơ thấy Mẹ,
Tiếng ru hời nhẹ tựa lời kinh
Làm sao thoát chốn u linh
Trở về thế giới hữu hình thăm con.
…..
Đêm nay trời đất lạnh căm,
Vu Lan nhớ Mẹ âm thầm lệ rơi

Nghe quanh đây vang lời kinh tụng
Âm thanh buồn héo rụng tim con
(Vu Lan Nhớ Mẹ)

* Thời kỳ kháng chiến 1945-1954, thân phụ của HHD đã bỏ cuộc cày đánh đuổi giặc Tây. Khi đất nước chia đôi, Ông ở lại Miền Nam chứ không ra Bắc vì cho rằng Ông đã hoàn tất nghĩa vụ đối với đất nước quê hương.

Khi Cộng Sản Bắc Việt cưỡng chiếm Miền Nam, tác giả HHD đã theo chồng di tản sang Hoa kỳ và thân phụ Bà đã mệnh chung sau hơn hai chục năm mất nước:

Theo vận nước con lìa xa Tổ Quốc,
Lần sau cùng không kịp nói biệt ly,
Hai mươi mấy năm được tin Ba mất
Lắng lòng đau, con hóa kiếp hoa quỳ…

......

Giờ vĩnh biệt gởi tình con theo gió
Chốn quê nhà ba rời bỏ người thân
Phút linh thiêng, rùng mình con chợt rõ,
Mất Cha hiền là mất cả mùa Xuân.

(Mùa Xuân Đã Mất)

Như trên đã nói, vì một tai họa bất ngờ xẩy ra, thị lực của HHD yếu dần, từ đó bà không được nhìn thấy rõ bóng dáng của người thân yêu, trong đó, khuôn mặt ngây thơ của cô con gái út vừa tròn 5 tuổi. Trong nỗi đau chất ngất này, tác giả đã phải thốt lên:

Tại sao Mẹ phải mù lòa
Nên con đã mất tuổi hoa cuộc đời
Từng miếng ăn, từng cái chơi,
Mẹ không chu đáo như thời anh con.

Không có nỗi cô đơn nào hơn khi tác giả ngồi trước hiên nhà để chờ con về sau giờ tan trường:

Một mình ngồi đợi trước hiên,
Chờ con tan học hồn nhiên về nhà.
Huyên thuyên giọng nói ngọc ngà,
Mẹ đau như cắt xót xa tấc lòng...

(Nỗi Lòng Của Mẹ)

* Hồi tưởng lại thời niên thiếu, HHD đã được cha mẹ cho đi học trường Làng, rồi trường Tỉnh, rồi cuối cùng trở về quê thành một cô giáo đứng lớp dạy học trò.

Năm mươi em, ánh mắt nhìn thơ dại,
Ngồi lắng nghe khi cô giáo giảng bài.
Môn toán cộng, em đếm đi, đếm lại,
Bài toán đời, cô tính vẫn còn sai...

Rồi vì nạn nước, tai họa "tháng tư đen" đổ ập xuống, chôn vùi cả một nền Dân Chủ của Miền Nam, HHD đã cùng với hàng triệu đồng bào phải cắn răng lìa bỏ Quê hương đi đến một phương trời xa lạ.

Không còn gì nhức nhối tâm can cho bằng ra đi mà không kịp một lời từ giã thân bằng, quyến thuộc và đám học trò thân thương:

Ngôi trường nhỏ nằm bên bờ biển lặng,
Gió ngàn khơi thổi dịu nắng tháng tư.
Tháng tư đen làm đời thêm trĩu nặng,
Ta chia tay chưa kịp nói giã từ....

Ở miền đất tạm dung, sau mấy chục năm cô giáo trẻ ngày xưa nay đầu đã bạc, nhiều đêm năm nhớ về ngôi trường xưa, học trò cũ mà lòng đau như xé. Trường ốc ngày xưa giờ đây đổ nát, học trò thì mỗi người mỗi ngả như đàn chim tản lạc không có hướng đi:

Ngôi trường cũ xác xơ cành phượng vỹ
Học trò xưa nay lang bạc phương nào
Nghe nhớ quá những mùa hoa tuyệt mỹ
Cánh phượng hồng - sợi tóc bạc tìm nhau...
(Phượng Hồng- Tóc Bạc)

Sau khi Cộng Sản Hà nội cưỡng chiếm Miền Nam, chúng đã cho một số đảng viên cải dạng thành Đại Đức, Tăng Ni biến chùa chiền thành nơi thế tục. Các Phật tử thuận thành quyết đấu tranh cho Tôn giáo và đạo pháp dõng dạc cất lên tiếng nói:

Đường Tôi, Ông hai ta cùng chung bước,
Bước đi về hai hướng khác nhau,
Đường tôi đi có tình nghĩa đồng bào,
Có máu đổ, lệ trào pha thơ hận.

Ba mươi năm đàn áp Tôn giáo, bắt bớ, đánh đập, tù đày chỉ với mục đích bắt buộc các nhà tu hành chân chính theo chủ nghĩa Mác- Lê Nin nhưng chẳng mấy ai quy phục:

Ba mươi năm hồn oan vương cây cỏ,
Tiếng kinh cầu vàng võ đi hoang.
Tiếng kinh cầu rụng cờ đỏ sao vàng,
Để dân tộc hết lầm than đói khổ.

Dù bị đàn áp vô cùng dã man nhưng các tôn giáo nhất định không bán linh hồn cho quỷ đỏ, vẫn quyết liệt tranh đấu đến thắng lợi cuối cùng, khiến tác giả phải chạnh lòng:

Thương quá đỗi những con đường nghiệt ngã,
Những thần tăng vất vả đi qua.
Những thần tăng đổi mạng giữ Cà Sa,
Cho Phật giáo nở hoa Mùa Chánh Pháp.
(Hoa Chánh Pháp)

Ngoài những bài thơ rực lửa đấu tranh, Bà còn có nhiều đề tài phong phú khác như hoàn cảnh xã hội, kiếp nhân sinh, thân phận cuộc đời, tình yêu đôi lứa, tình nhân loại v.v…

Tôn ti trật tự chẳng còn đâu
Già cả sang đây chỉ rước sầu
Con rể, đổi đời lên nhậm chức
Mẹ chồng, nhường ghế lại nàng dâu
(Tuổi Biết Buồn)

Trong ngày Memorial Day, tác giả luôn hướng lòng về những chiến sĩ đã nằm xuống:

Memorial Day tưởng nhớ người
Anh hùng tử sĩ của tôi ơi!
Tên anh sống mãi theo hồn nước
Thanh sử còn ghi đến vạn đời…
(Memorial Day)

Có đôi lúc người thơ bỗng ngậm ngùi cho thân phận và cuộc đời của chính mình:

Tôi dò dẫm đi tìm tình nhân loại
Khách qua đường, nhận diện chẳng ai quen!
Họ quay lưng, lòng tôi buồn đá sỏi
Đêm nhân gian không sáng nổi ánh đèn
(Trăng lệ)

Rồi người thơ lại phân vân, suy tư về kiếp luân hồi:

Làm sao biết được kiếp nào vinh quang
Bao nhiêu chấm hỏi, chấm than
Thôi thì đừng đến thế gian làm người
Chỉ cần làm áng mây trôi
Bay trong trời đất thấy đời nhẹ tênh…
(Kiếp Sau)

Cuộc đời dẫu phù du, mong manh như kiếp hoa, kiếp bướm, nhưng đã đem lại cho đời nhiều nét chấm phá và lợi ích nào đó cho tha nhân. Tuy nhiên, nghĩa bóng hoa cũng có sức mạnh vô song:

Quân tử nhìn hoa cũng lạc lòng
Hoa cười nghiêng đổ cả non sông
Hoa lơi giáng ngọc bên lầu vắng
Lữ khách chồn chân, xích ngựa hồng
(Hoa)

Đây có lẽ là tác phẩm sau cùng nên tác giả đã ngậm ngùi cám ơn những thân hữu, những người ái mộ Bà:

Xin giữ mãi những bàn tay tình nghĩa
Cám ơn người cho tôi được niềm vui
Và:
Phút chia tay đất trời buồn lồng lộng
Trong hồn tôi đọng mãi những âm vang…
(Phút Chia Tay)

Trong vườn thơ Hoa Hướng Dương vẫn không thiếu phần tình yêu đôi lứa:
Hai đứa yêu nhau chẳng dám về…
Chung đường bạn biết thiệt kỳ ghê!
(Xuân Buồn)

Và mê đắm rồi ly tan:
Tất cả tình tôi thế đấy anh
Xôn xao như lá thắm trên cành
Chợt cơn gió chướng từ đâu tới
Làm rụng bên đời chiếc lá xanh
(Tình Trăng Nước)

Dù tình yêu tan vỡ, người con gái vẫn nghĩ đến quê hương, dân tộc:

Thôi anh nhé, đừng thường tình nhi nữ!
Đất nước mình cần những bậc hùng anh
Dám đứng lên dìm những cơn sóng dữ
Sá gì đâu tan một giấc mộng lành
(Thăng Hoa)

Từ tình yêu trai gái, thơ Bà tỏa rộng ra tình yêu nhân loại và khuyên người đời làm những việc thiện lành:

Làm người chọn một lối đi
Hành trình từ thiện khác gì tu thân

Rồi Bà nhận thấy sự vô thường của trời đất:

Đời người như bóng trăng xa
Tròn rồi lại khuyết liền qua mấy hồi
(Đóa Hoa Từ Ái)

Bà cảm thấy thế giới hôm nay có nhiều biến động, chiến tranh, chết chóc, tang thương. Tác giả đã dùng thơ bày tỏ:

Bao nhiêu người đã hy sinh
Mẹ mua kim chỉ vá tình thế gian
(Hai mùa Vu Lan)

Nơi Miền đất ty nạn, Hoa Hướng Dương luôn luôn đau với cái đau chung của đất nước, Bà đã gào thét lên, dõng dạc "Gọi Hồn Dân Tộc" bằng những câu thơ đầy khí khái:

Ai người nghĩ tới Quê hương,
Hãy mau đoàn kết, biểu dương màu cờ.
Về đây chung một ước mơ,
Cứu nguy Tổ quốc, đừng chờ qua đêm

Tác Giả chưa thực sự tin tưởng mọi người đáp ứng yêu cầu của mình, Bà lại mở lời thống thiết kêu gọi đừng một ai vì quyền lợi riêng tư mà đẩy quê hương vào vòng tủi nhục, khổ đau:

Đất này, đất của Ông Cha,
Vun bồi xương máu, thêm hoa, thêm cành.
Cháu con hợp sức đấu tranh,
Cho ngày lịch sử trở thành cuồng phong.
Thổi tan chủ thuyết đại đồng,
Đã đưa đất nước vào vòng trầm luân.

Tác giả Hoa Hướng Dương tin tưởng tuyệt đối rằng Chính nghĩa nhất định thắng. Vì vậy, Bà đã hạ bút viết những vần thơ chắc nịch:

Chúng ta con cháu Tiên Long,
Quyết tâm đòi lại núi sông, cõi bờ.
Rồi đây chẳng phải là mơ,
Từ Nam chí Bắc màu cờ Quốc gia
Vàng tươi dưới nắng chan hòa
Thắm ba sọc đỏ chung nhà Việt Nam

HHD là người sinh ra và lớn lên trong một gia đình có tinh thần yêu nước cao độ, thân phụ bà đã thể hiện lòng yêu nước đúng nơi đúng lúc nên đã tác động vào tư tưởng của tác giả không nhỏ.

HHD chọn từ ngữ rất xúc tích nhưng giản dị như lời nói thường ngày. Miêu tả một sự việc, một tâm trạng, tác giả thường đi thẳng vào vấn đề, nên người đọc dễ dàng nắm bắt được ý chính của bài. Thơ Bà còn có thêm giá trị về hai phương diện đức dục và trí dục nữa.

Tôi nghĩ « Gọi Hồn Dân Tộc » là một thi phẩm có giá trị trên phương diện phát huy tinh thần yêu nước chân chính, tranh đấu cho một đất nước Việt Nam Tự Do, Dân Chủ và Nhân Quyền . Tác phẩm này xứng đáng góp mặt trong tủ sách Văn Học Hải Ngoại.

San Jose, ngày đầu Thu 2006
Trường Giang
Đoàn Trưởng Thi Văn Đoàn Bốn Phương

GỌI HỒN DÂN TỘC

THƠ

Hoa Hướng Dương

Xuất Bản 2007

Mời quý độc giả
bước vào vườn thơ
Hoa Hướng Dương

với nỗi lòng của người mất nước

GỌI HỒN DÂN TỘC

Ai người nghĩ tới quê hương
Hãy mau đoàn kết, biểu dương màu cờ
Về đây chung một ước mơ
Cờ Vàng rợp bóng cõi bờ Việt Nam
Cám ơn anh, cám ơn chị, cám ơn em...
Chan hòa ánh mắt trong niềm thiết tha
Đất nầy đất của ông cha
Vun bồi xương máu thêm hoa thêm cành
Cháu con hợp sức đấu tranh
Cho ngày lịch sử trở thành cuồng phong
Thổi tan chủ thuyết đại đồng
Đã đưa đất nước vào vòng trầm luân
Gái, trai, già, trẻ xuống đường
Nói lên tội ác của phường tay sai
Toàn cầu đồng loạt triển khai
Gọi hồn dân tộc cho ngày Việt Nam
Chúng ta con cháu Tiên Long
Quyết tâm đòi lại núi sông cõi bờ
Rồi đây chẳng phải là mơ
Từ Nam chí Bắc màu cờ Quốc gia
Vàng tươi dưới nắng chan hòa
Thắm ba sọc đỏ chung nhà Việt Nam

Xuân Nhớ

Nhẩm đếm thời gian thấm thoát trôi
Mới đây mà đã một năm rồi
Xuân xưa mừng đón trong tình ấm
Bên Mẹ hiền, bên anh, chị tôi

Bây giờ ngồi đón mùa xuân lạnh
Lạnh buốt thịt da, lạnh cả lòng
Đất Mỹ không như mình vẫn tưởng
Quê người, phong kín đời lưu vong

Đón xuân không có bánh chưng xanh
Chẳng thấy mai tươi nở rộ cành
Lại thiếu cây nêu; câu đối đỏ
Buồn ơi... giọt nước mắt rơi nhanh!

Tôi nhớ Việt Nam mỗi độ xuân
Nhà nhà vui vẻ xúm quây quần
Bên nồi bánh tét, ngồi chờ chín
Bên ánh lửa hồng rộn bước chân

Đêm cuối năm không ai ngủ được
Lắng nghe từng tiếng pháo mừng xuân
Pháo hồng nổ vội nghe vui nhỉ?
Sáng sớm ra nhìn, ngập cả sân

Mồng một đợi chờ, giờ đã đến
Trên bàn nghi ngút khói hương bay
Trẻ con xúng xính trong đồ mới
Mừng tuổi ông bà nghe thật hay...

Ở đây Tết đến buồn hiu hắt
Đóng cửa ngồi nhà, gọi chúc nhau
Tuyết trắng trên cây sầu cúi mặt
Nghe hồn lịm chết vạn xuân sau...

Waterloo, Iowa, Xuân Bính Thìn 1976

Tình Yêu Cánh Gió

Phú Quốc muôn đời vẫn đẹp xinh
Mây cài trên sóng bóng lung linh
Trời cao trong vắt xanh màu nước
Bãi cát vàng mơ gợi ý tình...

Chùa Cao phong cảnh rất nên thơ
Hoa lá đua nhau nở rợp trời
Dốc nhỏ đưa tình lên đỉnh mộng
Nghe hồn lắng đọng tiếng sao rơi

Sao rơi sáng rực cả dòng sông
Sáng tuổi hoa niên sáng cả lòng
Đừng chở tình em ra cửa biển
Để em còn mãi với Dương Đông

Dinh Cậu chiều hôm sợi tóc bay
Em đi trong nắng bóng nghiêng dài
Phất phơ tà áo vờn theo gió
Gió ở đâu về đậu mắt nai?

Gió từ An Thới đến Dương Đông
Gió lướt qua trên vạn cánh hồng
Gió tạt vào rừng mai Cửa Cạn
Hỏi nàng hoa nhỏ có chờ mong?

Nếu biết tình yêu như cánh gió
Làm sao nắm gió được trong tay?
Làm sao nhốt gió vào trong áo?
Để gió suốt đời không thể bay...

Biết thế nên em chẳng dám yêu
Mai kia, mốt nọ, gió xoay chiều
Thổi tung vạt cát bay vào mắt
Là lúc lòng em sẽ khổ nhiều...

Em muốn muôn đời như nước sông
Vô tư êm ả chảy xuôi dòng
Ngoài kia biển lớn nhiều giông gió
Gió bắc, gió nồm, lẫn gió đông...

Thôi nhé hãy về với đại dương
Để làm cánh gió lướt muôn phương
Để em mãi mãi hoài thơ dại
Mãi mãi tuyệt vời như phiến gương...

SẦU LY HƯƠNG

Người về chắc có qua sông nhỏ?
Ta chưa về gởi trọ bàn chân
Quê hương tiếng gọi vô chừng
Nửa đêm thức giấc nghe từng nhịp đau
Ngoài sông vắng lao xao tiếng sóng
Gành đá buồn hoài vọng cố nhân
Ngậm ngùi trơ bóng hải đăng
Cồn cao, bãi thấp mấy lần bể dâu!
Đời lưu lạc sầu treo đỉnh nhớ
Đong đưa hoài tình lỡ trăm năm
Đêm xanh rụng xuống âm thầm
Mượn hồn Trang Tử về thăm quê nhà
Đất mẹ hỡi, bóng tà sắp khuất
Mà lòng con thao thức, đầy vơi...
Quê hương là cả phần đời
Từ lâu con sống như người mộng du
Bước hụt hẫng cõi mù vạn cổ
Cánh thiên thần gãy đổ đường bay
Gởi tình về cuối sông mây
Qua vùng ký ức, ngập đầy ánh sao
Lung linh sáng, ngọt ngào tuổi nhỏ
Nắng trưa hè, ngọn cỏ, bờ lau
Lằn roi mới đó quên đau
Lén cùng đám bạn, bơi ào qua sông
Ôi... kỷ niệm như dòng nước chảy
Nước sông buồn trôi mãi về đâu?
Thời gian nếu có nhiệm mầu
Cúi xin rửa hộ vết sầu ly hương...

CÓ NHỮNG BÀN TAY

Có những bàn tay xoa đời nhân thế
Có những bàn tay kết rễ yêu thương
Có những bàn tay dẫn lối thiên đường
Có những bàn tay tha hương siết chặt
Và một bàn tay thay vì con mắt
Thấy rõ lòng người qua mỗi bàn tay...

* * *

Có những bàn tay kết tình thân ái
Có những bàn tay mang lại gió trăng
Có những bàn tay đẹp nét thiên thần
Có những bàn tay rất thân, rất quý
Có những bàn tay ru đời tận tụy
Có những bàn tay của chị, của anh
Có những bàn tay giữ mãi ngày xanh
Có một bàn tay loanh quanh tìm kiếm
Có những bàn tay mạch nha ngọt lịm
Có những bàn tay âu yếm tình người
Có những bàn tay nở đóa hoa tươi
Nở mãi cho đời thêm hương, thêm sắc
Có một bàn tay thay vì đôi mắt
Thấy rõ tình người trong tận trái tim...

San Jose, tháng 6 năm 2006

Đông Về
Trên Đất Lạ

Đông về nơi đất lạ
Trời ngả màu thê lương
Hàng cây trơ trụi lá
Tuyết trắng xóa phố phường

Không gian mờ hơi lạnh
Giá buốt lòng tha hương
Đắng cay hồn lưu lạc
Trôi giạt khắp muôn phương

Chiều đông trên đất khách
Trời mờ mịt màu sương
Trong nỗi đau cùng cực
Gục đầu khóc quê hương

Tuyết vẫn rơi lặng lẽ
Rớt nhẹ xuống mặt đường
Bám hờ lên cửa sổ
Kết thành chuỗi nhớ thương

Đêm về vương ngấn lệ
Thuyền lạc bến Tầm Dương
Nổi trôi đời viễn xứ
Mơ ngày quy cố hương...

Waterloo, Iowa, 1975

RÓT RƯỢU MỜI NGƯỜI

Tôi quý trọng những anh hùng, liệt nữ
Đã hy sinh bảo vệ mảnh giang san
Tên tuổi họ được ghi vào thanh sử
Trong trái tim, trong dòng giống da vàng

* * *

Tôi kính nể những tấm gương bất khuất
Đời sống thường, ta rót rượu mời nhau
Xin một ly cho những người vị quốc
Bằng hồn thiêng sông núi, tử khí hào

* * *

Dậy đi anh, mời anh chung rượu lễ
Rượu hóa thân thành dòng máu Việt Nam
Thời Hùng Vương, chảy suốt mấy ngàn năm
Nuôi đất mẹ vinh quang bao thế kỷ

Uống đi anh những chung đời mộng mị
Hướng về Nam, châu lệ ngập biển đông
Rượu sinh ly, tử biệt trộn máu hồng
Tang thương đó bởi vì ai anh nhỉ?

* * *

Tôi rất tiếc mình không là nam tử
Chẳng giúp gì cho công cuộc đấu tranh
Mấy vần thơ mong là cơn sóng dữ
Góp sức thêm, xô sập bức tường thành

* * *

Giờ lịch sử mời anh chung rượu ngọc
Rượu Âu Cơ hợp cẩn với Lạc Long
Rượu ly bôi, nhớ ngày xưa ngang dọc
Rượu đoàn viên Hồng Lạc bốn nghìn năm...

Gởi Em
Hương Vị Quê Nhà

Gởi em nguồn nước phù sa
Gởi em màu tím hoa cà vườn xưa
Gởi em nhịp võng đong đưa
Ầu ơ tiếng mẹ ru trưa ngày hè
Gởi em điệu hót chích chòe
Đậu trên cành khế bóng che hững hờ
Gởi em cánh phượng tuổi thơ
Sân trường gió lộng hoa mờ mịt bay...
Ngỡ ngàng tiếng gọi chia tay
Ưu tư khởi điểm cho ngày biệt ly
Gởi em luống cải xanh rì
Trên giàn hoa mướp thầm thì bướm ong
Gởi em một mớ nhãn lồng
Ngọt ngào hương vị thơm nồng tình quê
Gởi em nửa mái tóc thề
Nửa kia giữ lại mai về trao em
Gởi luôn giọt nắng bên thềm
Cho hồng môi má, cho mềm mắt nai
Me chua, ổi chát, muối cay
Xoài non, cốc chín chỉ hai đứa mình
Gởi em một khóm lục bình
Vừa trôi vừa trổ hoa tình đơn sơ
Đời nghèo chỉ mấy vần thơ
Bài thơ tiêu biểu cả trời quê hương...

CHỊ TÔI

Chị không cùng mẹ, cùng cha
Nhưng cùng dòng máu con nhà Tiên Long
Chị đi phục vụ truyền thông
Cố đem tiếng nói giúp đồng bào ta
Cứu nguy xã tắc, sơn hà
Mà sao trời mãi phong ba thế nầy?
Chị ơi, tình chị đã đầy
Hai mươi năm lẻ, dạn dày đấu tranh
Dáng người nho nhã, thanh thanh
Nhưng tình yêu nước chất thành núi cao
Chị đi qua những nỗi đau
Xuống ghềnh, lên thác đã bao năm trường
Chị đi đầu buổi tang thương
Mà lòng như đóa hướng dương rạng ngời
Chị đi mang lại cho đời
Tự do, dân chủ bằng lời truyền thanh
Chị là một khoảng trời xanh
Sau mùa gió bão nắng hanh rộn ràng
Chị đi dưới bóng cờ vàng
Nguyện cầu sông núi độ an cho người...
Thơ em mộc mạc đôi lời
Chắc không đủ chữ vẽ vời bướm hoa
Chỉ vì lý tưởng Quốc Gia
Tình chung một mối; con nhà Việt Nam
Chị đi nói tiếng lương tâm
Những người tranh đấu đáng làm chị tôi.

Kính tặng chị Đoan Trang
Cùng những người phụ nữ đấu tranh cho
tự do, dân chủ, nhân quyền Việt Nam

HOA

Hoa là sứ giả của tình yêu
Hoa tượng trưng cho nét mỹ miều
Hoa nở, hoa tàn ai tiễn biệt
Hoa ngồi ru tuổi lúc đìu hiu..

Hoa thanh cao đặt giữa bàn thờ
Hoa hồng ngày cưới đẹp như mơ
Hoa thường hiện diện nơi trang trọng
Hoa dặm cho nàng thêm ý thơ

Hoa nhìn rạng rỡ lúc soi gương
Hoa nói lên thay kiếp má hường
Hoa nở trong vườn khoe sắc thắm
Hoa là tri kỷ của quân vương

Quân tử nhìn hoa cũng lạc lòng
Hoa cười nghiêng đổ cả non sông
Hoa lơi dáng ngọc bên lầu vắng
Lữ khách chồn chân, xích ngựa hồng

Hoa là biểu tượng của niềm vui
Hoa cũng xẻ chia nỗi ngậm ngùi
Hoa hóa giải những điều ngộ nhận
Khiến người hả dạ dễ làm nguôi

Hoa là tình nối giữa âm dương
Hoa vút cao lên cõi vĩnh trường
Hoa tưởng thưởng những thành quả lớn
Hoa cầu nhân loại biết yêu thương

Hoa gởi tặng người khi ốm đau
Hoa tôn vinh những đấng anh hào
Hoa tang tiễn biệt người lần cuối
Hoa khóc cho đời trôi quá mau!

Có những loài hoa kiếp gió sương
Nở trong thanh vắng giữa đêm trường
Nở khi đông xám, trời băng giá
Nở mãi cho đời luôn ngát hương...

Hoa là sản phẩm của thiên nhiên
Hoa quý như đức tính mẹ hiền
Hoa trải tấm lòng cho đại thể
Hoa là chiếc đũa của bà tiên...

San Jose, May 2006

Thư Viết Thăm Chồng

Thư viết cho anh lúc nửa đêm
Ngoài trời mưa rớt giọt êm êm
Trong căn nhà vắng, con yên giấc
Nghĩ đến tình đời cay đắng thêm!

Thấm thoát mà đã qua bốn năm
Anh đi dạo ấy lúc đêm rằm
Đình chùa tháng bảy vang chiêng trống
Em tiễn người, mà tim buốt căm...

Từ đó quê nhà em nuốt lệ
Tảo tần hôm sớm để nuôi con
Nắng mưa liệm kín thân cô phụ
Đời dẫu phong trần - dạ sắt son

Anh ạ, đời nghèo chỉ muối rau
Cháo tương em sống cũng qua ngày
Chỉ thương con dại mình không đủ
Áo mặc, cơm no như những ngày...

Bên ấy anh giờ sống ấm êm
Có còn nghĩ tới mẹ con em?
Phồn hoa đô hội đừng sa ngã
Đừng rửa đời trai với rượu mềm

Không khóc mà sao lệ nhạt nhòa
Tình chồng, nghĩa vợ, tiếng kêu cha
Của đàn con nhỏ dần dần lớn
Cảm thấy tim lòng đau xót xa

Đêm tối cho đời thêm đắng cay
Đèn mờ không sáng đủ tương lai
Thương người ngã ngựa thân phiêu bạt
Tiếc ngọc hoài hương mộng cũng phai...

Thư viết cho anh đã khá nhiều
Ngoài trời mưa tạnh gió hiu hiu
Gối chăn không ấm đời cô phụ
Đàn trỗi cung sầu bóng tịch liêu...

Màu Nắng Quê Hương

Nắng San Jose khơi về dĩ vãng
Tháng hạ quê mình có phượng hồng rơi
Anh ở đây sầu vây kín khung trời
Từng kỷ niệm hiện về trong ký ức

Ôm ấp mãi vùng trời màu nước biếc
Nhớ thương hoài em gái nhỏ mộng mơ
Nắng Dương Đông tô đẹp ý mong chờ
Ngày tao ngộ hoa chung tình kết nụ

Phú Quốc bây giờ vào mùa mưa lũ
Mưa trắng khung trời ấp ủ niềm riêng
Dáng em xinh như mèo ướt ngoan hiền
Ngồi bó gối mơ tình yêu thần thánh

Ép mộng dưới hoa, phượng sầu rã cánh
Gió lạnh đông về rụng ánh sao đêm
Bước em qua cỏ lá cũng úa mềm
Đêm hò hẹn đầu tiên đời con gái

Đường viễn xứ cho dài thêm nuối tiếc
Bước lưu đày không ngăn nổi nhớ nhung
Em ở đâu trời hải đảo mịt mùng
Ru niềm nhớ qua ân tình ly cách

Anh lạc lõng giữa quê người đất khách
Tình phương Đông hoài trách kẻ phương Tây
Rượi nơi nầy chưa uống lòng đã say
Tình không trọn vì dòng đời nghiệt ngã

Gió quê hương thổi về qua xứ lạ
Lạnh ngoài trời lạnh đi cả vào tim
Lá thu phong từng chiếc rụng bên thềm
Rồi mục rữa như kiếp sầu nhân thế

Bao mất mát sau cảnh đời dâu bể
Mong chỉ còn màu nắng của quê hương
Nắng nơi đây pha nhẹ sắc đoạn trường
Nên mãi mãi tình ta không thắm nụ!

TRUYỆN TRĂM CON

Theo truyền thuyết trước thời lập quốc
Lạc Long Quân chia cắt trăm con
Năm mươi đứa trở về non
Năm mươi xuống biển, một con trị vì...
Tình ruột thịt phân ly từ đó...
Nghĩa đệ huynh trước có, sau không!
Bao năm nước mắt chảy ròng
Gia đình ly tán, đau lòng Âu Cơ
Mẹ mòn mỏi đợi chờ con trẻ
Đứa đầu sông, lạc kẻ cuối sông
Tháng năm vò võ ngóng trông
Mong ngày kết hợp cho lòng mẹ yên

Nhưng sóng gió triền miên kéo tới
Các con giờ thật sự quên nhau!
Quên luôn cái nghĩa đồng bào
Nở ra trăm trứng đi vào sử xanh...
Đứa bội bạc, gian manh, bạo ngược
Phản giống nòi, chẳng được sắt son
Kéo về từ chỗ núi non
Đem quân đánh chiếm Sàigòn tả tơi
Đứa lưu lạc, nổi trôi khắp ngả
Đứa tù đày, chết rã rừng sâu
Quê hương tan tác khổ đau
Lê dân, bá tánh gục đầu kêu la
Dòng lịch sử trôi xa biền biệt
Ngược thời gian tìm thuyết năm xưa
Tổ tiên di sản có thừa
Truyền cho con cháu chẳng chừa điều chi!
Quá đau xót, tạm ghi nét bút
Tình trăm con chém, giết bởi ai?
Phải chăng do thuyết ngoại lai
Mang vào giày xéo hình hài Việt Nam....

Cảm tác theo lịch sử con Rồng cháu Tiên.
Và thời kỳ chiến tranh Quốc Cộng đưa đến
sự lưu lạc của người Việt trên toàn Thế giới.
San Jose đầu thập niên 1990

TÌNH TRĂNG

Có những mùa trăng đã từng ngự trị
Trong lòng tôi từ thuở mới khai sinh
Trăng lả lơi cho trời đất giao tình
Trăng bẽn lẽn ẩn mình sau kẽ lá
Trăng sáng quá trải lên từng gốc rạ
Ngập đất trời, ngập đến cả hồn tôi
Tiếng suối reo trong tựa tiếng trăng cười!
Như khúc nhạc ru êm đời nhân thế
Thuở ấy tình xanh như chùm bông khế
Lấm tấm tím, hồng trắng tuổi điểm trang
Chân bước đi, lòng chưa chút vội vàng
Vui tuổi nhỏ trong hương tình ruộng rẫy
Theo bóng thời gian trăng về lộng lẫy
Vằng vặc bầu trời, run rẩy hư vô
Áng mây che, trăng huyền ảo, mơ hồ
Hư hay thực tri thân không định rõ!
Tuổi mộng mơ tâm hồn thường bỏ ngỏ
Lạc lối tìm về hương bưởi, hương cau
Gió thoảng đưa mùi hoa sứ ngạt ngào
Đêm thanh tịnh, đêm tan vào cây cỏ
Trăng vẫn sáng trên vùng trời cao đó!
Đẹp tuyệt vời, lơ lửng giữa tầng không
Trăng mênh mông, trôi nhè nhẹ bềnh bồng

Trăng kiều diễm như lòng nàng trinh nữ
Trăng sáng quá, đêm về không muốn ngủ!
Tôi mơ trăng, thao thức bởi vì trăng
Mắt say sưa theo dõi bóng chị hằng
Tìm hoan lạc trong tình trăng muôn thuở
Tôi với trăng chắc là duyên với nợ?
Tuổi mười lăm thường tập tễnh làm thơ
Trăng không về nên hồn mãi bơ vơ
Trăng không sáng nên buồn lòng thi sĩ
Tôi với trăng hai bạn đường tri kỷ
Vắng mùa trăng, tình kim chỉ ngẩn ngơ!
Giấy trắng vô tư, mực tím hoen mờ
Ghi rất vội, sợ mùa trăng đáo hạn
Bỏ lại sau lưng, làm người tỵ nạn
Một chuyến tàu đời, chở nặng tình quê
Sóng nước bao la, trăng cũ không về
Đêm bỏ xứ buồn như ngày tận thế!
Cuộc sống tha hương, đoạn đời dâu bể
Mười ngón tay hồng bám rễ thời gian
Mua áo cơm, bán rẻ mảnh trăng vàng
Trăng lẻ bạn nên không thèm về nữa!
Gác gió, lầu mây trăng gầy bên cửa
Sáng dật dờ như nắng úa tàn thu
Trăng cô đơn vây kín bởi sương mù
Trăng hờ hững cùng người thơ năm trước
Sáng lên trăng cho tâm hồn rạo rực
Đẹp mùa trăng tiềm thức dậy yêu thương
Sáng ân tình tràn ngập cả quê hương
Tôi sống mãi những mùa trăng kỷ niệm...

San Jose, Thu 1993

Về Bến Lạc Hồng

Buổi sáng mùa xuân nắng rất hồng
Cát còn yên ngủ, biển mênh mông
Gió lùa qua tóc hôn lên má
Em bỗng ươm mơ chuyện vợ chồng

Ai biết lòng ai đã chín vàng?
Đò tình chờ gió đẩy đưa sang
Thuyền ai một lái e giông tố
Đừng ngại nàng ơi đã có chàng...

Hai ta lèo lái con thuyền mộng
Về bến tình yêu, bến Lạc Hồng
Xây dựng cuộc đời nơi cố quốc
Thỏa tình trai Việt, gái Tiên Long

Rồi ta kể lại cho con cháu
Nghe chuyện một thời của núi sông
Triệu triệu con tim vì đại cuộc
Xa lìa đất tổ sống lưu vong

Xứ người đâu đã mỏi chân bon
Chính khí Lê Lai mãi mãi còn
Dân Việt đứng lên làm lịch sử
Cờ Vàng phất phới tạc lòng son

Tuổi trẻ vươn mình khắp bốn phương
Âu Tây Bắc Mỹ chốn khoa trường
Trau dồi học hỏi nền tân tiến
Tô điểm cho đời rạng ánh dương

Kiến tạo niềm tin nơi hải ngoại
Tình nhà dựng lại khắp năm châu
Mai về ta viết trang sử mới
Văn hóa Việt Nam đẹp địa cầu

Duy trì bản sắc dân Hồng Lạc
Con cháu Hùng Vương thắm mối duyên...
Sông núi chuyển mình ngày hội lớn
Thuyền Rồng về bến Mẹ Âu Tiên...

Tinh hoa Nguyễn Huệ bừng bừng sáng
Khí tiết Trưng Vương rạng nước nhà
Dân Việt qua rồi thời lạc xứ
Ba miền hợp tấu khúc xuân ca....

San Jose, năm 2000

MÁI ẤM GIA ĐÌNH

Chiều về nhạt ánh tà dương
Cha con chồng vợ yêu thương đậm đà
Chung vui dưới một mái nhà
Tình chồng, nghĩa vợ mặn mà lâu nay
Đường đời dù lắm chông gai
Ta cùng chung sức đắp xây gia đình
Đừng vì hai chữ nhục vinh
Không màng danh lợi, không nhìn xa hoa
Gió mùa nổi trận phong ba
Đưa thuyền nhỏ bé vượt qua tháng ngày
Thuyền tình đổ bến tương lai
Chở theo hy vọng hình hài đàn con
Cơm canh thanh đạm vẫn ngon
Vui lây với tiếng cười dòn trẻ thơ
Ấy đời cuộc sống như mơ
Hương lòng thắm đượm bài thơ ân tình
Nợ duyên từ kiếp ba sinh
Hẹn hò kết hợp nên tình đắm say
"Tóc mai sợi ngắn sợi dài
Lấy nhau bằng được, thương hoài ngàn năm"
Trải qua mấy độ thăng trầm
Tình yêu còn mãi trăm năm thề nguyền
Đưa nhau vào cõi thần tiên
Sống cho hết kiếp, là duyên để đời
Thế gian có được mấy người
Biết yêu, biết sống, vẹn lời thủy chung
Con ngoan, vợ đẹp, tình nồng
Gom yêu thương lại về trong một nhà.

Mẹ Tôi

Mẹ tôi tuổi quá sáu mươi
Lưng còng má hóp da mồi tóc sương
Nuôi con mấy bận đoạn trường
Đắng cay tủi nhục má hường phôi pha
Gánh gồng, phố chợ, đường xa
Bó rau, trái mít gánh ra thị thành
Đổi về từng bữa cơm canh
Nuôi con tám đứa, áo lành che thân
Đường đời mòn nhẵn đôi chân
Tháng năm lặn lội tuổi xuân héo gầy
Nuôi con từ lúc đỏ hây
Giờ con khôn lớn như bầy chim khuyên
Thoát ra khỏi cánh mẹ hiền
Bay vào trời rộng tới miền nào xa....
Biết chăng ở chốn quê nhà
Tâm tư từ mẫu chan hòa nhớ thương
Mắt mờ pha lẫn màu sương
Tóc buồn đếm sợi đo lường tháng năm
Thương con những đứa xa xăm
Đường mây rộng bước chắc không ngày về
Mẹ già bóng ngả trời quê
Mong đàn con trẻ ngày về không xa
Tôi mong mẹ sống rất già
Ngày tôi trở lại cả nhà đoàn viên
Đảo xa sóng vỗ triền miên
Như tình của mẹ vạn niên vẫn còn...

Bài Thơ Thương Nhớ

Con viết lên đây được mấy dòng
Gởi về cha mẹ thỏa chờ mong
Quê hương xa quá ngoài tay với
Lệ đổ từng đêm nát cả lòng

Con biết mẹ cha giờ nhớ lắm
Tuổi già tóc bạc trắng màu sương
Tháng năm mòn mỏi chờ tin trẻ
Ngày ngày ra biển ngóng...đại dương

Con đã vun trồng cây hạnh ngộ
Chờ ngày trổ nụ kết đơm hoa
Ngờ đâu mưa bão rồi cây đổ
Nghiêng ngửa đời con lạc hướng nhà...

Con nhớ ngày xưa chiều cuối năm
Ba mang con trẻ tắm suối trong
Kì lưng, kì cổ chờ ăn Tết
Kì rát thịt da để ấm lòng

Nhớ ngày sắp Tết con theo mẹ
Đi chợ đường quê xa mỏi chân
Gió bắc thổi tung bay cát bụi
Bên rừng mai nở đón mùa xuân

Mẹ sắm vội vàng mươi mét vải
Nhà nghèo con cái lại hay đông
Quanh năm con mặc quần sờn đáy
Chờ dịp xuân về mặc áo bông

Chợ Tết ba mươi người tấp nập
Mẹ chờ buổi chợ đi về trưa
Thị rau, bánh mứt còn thừa lại
Tiền có trong tay cũng đủ vừa

Xứ biển quê nghèo đời giản dị
Tuổi thơ vui sống chẳng buồn lo
Đêm về đuổi bắt đèn đom đóm
Sáng sớm tinh sương lượm vỏ sò

Tất cả làm cho con nhớ quá
Nhớ thời niên thiếu ngát hương hoa
Lẫn trong tiếng sóng trùng dương gọi
Có tiếng đùa vui của cả nhà

Giờ nơi đất khách con hồi tưởng
Kỷ niệm chập chờn như khói sương
Mỗi độ xuân sang hồn vỡ nát
Gởi về cha mẹ vạn niềm thương.

Thương Đời
Cô Gái Thuyền Nhân

Cũng là phận gái như tôi
Mùa xuân chưa đến thì đời đã tan
Mong manh một chiếc thuyền nan
Lênh đênh trôi giạt, sóng ngàn bủa vây
Bao la trời nước màu mây
Tử sinh ví tựa chỉ mành treo chuông
Khát thì nhờ vả hạt sương
Đói thời mượn tiếng trùng dương ru hồn
Từ nay chắc hẳn không còn...
Biển khơi là nấm mồ chôn cuộc đời!
Tỉnh, mê hồn xác rã rời
Đói no trông đợi cũng hoài đợi trông
Trời vừa tô điểm sắc hồng
Một con thuyền lạ lồng vào đại dương

Tưởng trời nhỏ chút lòng thương
Nào ngờ hải tặc trên đường kiếm ăn!
Dã man, thô bạo, hung hăng
Giết chồng, cướp vợ; bất phân trẻ già
Thôi rồi tàn một kiếp hoa!
Tả tơi từng mảnh, cánh hoa dại khờ
Trời cao nhắm mắt làm ngơ
Cũng đành bỏ mặc ván cờ thế nhân
Ước gì đổi cả phù vân
Cho em quên hết những lần thương đau
Tự do trả giá quá cao
Ai người thấu hiểu quần đảo truân chuyên!
Ngượng ngùng hai chữ tơ duyên
Bọt bèo phận gái thuyền quyên bẽ bàng
Nhìn theo ngọn sóng dần tan
Luyến lưu bao giấc mộng vàng thanh xuân
Ước gì đổi cả phù vân!
Cho em quên hết những lần thương đau!
Duyên lành hãy kịp đến mau
Nhờ tay quân tử sông đào rửa nhơ
Đời rồi sẽ đẹp như thơ
Bài thơ hạnh phúc ấm đời thuyền nhân...

Đầu thập niên 1980

Ngày Giỗ Chị

Chị ạ, hôm nay ngày giỗ chị
Trên bàn nghi ngút khói hương bay
Cơm, canh những món chị ưa thích
Di ảnh mơ hồ, nét nhạt phai..

Mười lăm năm trước lúc chia tay
Chị hẹn với em sẽ có ngày
Vui cảnh đoàn viên trên đất khách
Thâm tình ấm lại buổi ban mai

Con thuyền đưa chị xa rời bến
Mang cả buồn vui nửa cuộc đời
Góp nhặt ân tình nơi xứ mẹ
Trao người em nhỏ chốn xa xôi

Thuyền không qua bến đời ô trọc
Thuyền đã đi vào bể khổ đau
Thân xác trôi theo dòng nước lạnh
Cuối cùng cũng tới nơi chôn nhau

Manh chiếu gói theo thân bạc mệnh
Hồn oan sống lại lúc đêm về
Lang thang phiêu bạc bên trời nước
Lưu luyến hư tình chốn biển mê...

Mười mấy năm rồi như chớp mắt
Mẹ giờ tóc bạc nhượm màu sương
Riêng em đơn độc nơi trời lạ
Khóc chị, thương mình nhớ cố hương...

Chị đã nằm yên dưới đáy mồ
Em lòng ở lại chít khăn sô
Ngậm ngùi năm tháng từng đêm vắng
Mơ chị về trong cõi hư vô...

Tháng năm tiếp nối tiết đông sang
Nấm mộ hoang vu cát phủ vàng
Chị có nghe hồn xanh vạn cổ?
Em sầu muôn thuở vẫn không tan....

Viết để tưởng niệm chị Nguyễn Tuyết Hòa
tử nạn tháng 12 năm 1977 trên đường vượt
biển tìm Tự do.

Lời Con Trẻ

Con mới lên ba mà đã hỏi
Lời nhẹ nhàng... xoáy cõi lương tâm
Đường nào đi tới Việt Nam?
Mẹ nghe như thể nửa lầm nửa tin
Lời con trẻ đượm nghìn trách móc
Câu vô tình trong óc tuôn ra
Con ơi đường tới nước nhà
Lòng người thì chắc còn xa hơn đường
Thế hệ trẻ, chán chường quên lãng
Sống hững hờ trác táng từng đêm
Say sưa bên chén rượu mềm
Mềm môi, mềm dạ, mềm luôn chí hùng
Rượu vào bụng, lửa nung gan phổi
Đốt cho tan, nông nổi cuồng điên
Sao ai không chọn lửa thiêng?
Thắp lên soi sáng từng miền tối tăm
Mặt nhìn mặt hỏi thầm còn nhớ?
Giống da vàng loang lở niềm tin
Đừng ngồi làm kẻ lặng thinh
Đứng lên quang phục quê mình Việt Nam
Chí quật cường ngàn năm sáng chói
Xây đắp chung bờ cõi mơ hoa
Con ơi đường tới nước nhà
Giờ nầy chắc hẳn không xa hơn lòng?
Lời con trẻ mở vòng giải thoát
Cho lớp người bèo bọt hôn mê
Lằn roi thay mấy câu thề
Quất vào da thịt, máu về lại tim.

GÃY CÁNH
KIÊU SA

Tôi mất hết sau tháng ngày dâu biển
Đời miệt mài trôi giạt giữa đêm đen
Biết tìm đâu bờ bến cũ thân quen
Hồn viễn xứ không về đêm lưu lạc
Thơ của tôi đã chín nhừ, rữa nát
Đời thi nhân khao khát đợi mùa xuân
Mảnh vai gầy không chở nổi gian truân
Vì cuộc sống là hành trang nghiệt ngã
Thơ của tôi là văn chương cặn bã
Thẩm thấu qua từng ống ruột, đường tim
Vốn khô cằn không lời lẽ dịu êm
Không tình tự, không say trời mộng ảo
Thơ của tôi về theo mùa giông bão
Cánh gãy rồi nên vỡ mộng kiêu sa
Trách ông trời, sao lại chọn là ta?
Để tôi nhả ra lời cay nghiệt
Đêm tối trời cho hồn tôi rên siết
Đêm thiên thu mắt biếc trắng màu sương
Đêm ơi đêm, sao đêm quá đoạn trường
Ngày không đến nên tình tôi đã chết!

Sáng Tình Dân Tộc

Tiễn em về với quê hương
Em mang theo những yêu thương ngọc ngà
Mười năm sống kiếp xa nhà
Mưa ru nỗi nhớ, nắng pha ngày buồn
Thu về mấy bận lệ tuôn
Đông qua, hè đến sợi buồn giăng tơ
Ngày xuân cánh én bơ vơ
Hắt hiu chiếc bóng, hồn thơ lạnh lùng
Em đi mở hội tương phùng
Đường vui rộn bước, ngại ngùng chị mang
Tình nhà, ơn nước ngổn ngang
Làm sao vẹn cả đôi đàng hỡi em?

Nhớ nhung ấp ủ từng đêm
Mẹ già tựa cửa bên thềm đợi con
Em thơ lòng đã héo hon
Chờ mong tin chị, uá mòn tương lai
Sông sâu, biển lớn, đường dài
Thâm tình cốt nhục vui ngày đoàn viên
Trời Nam sóng gió triền miên
Ai người nghĩ tới ưu phiền Quốc gia?
Thương em lòng chị xót xa
Mang về những thứ làm quà hồi sinh
Đạo con em đã vẹn tình
Nhưng còn ơn nước em đành quên sao?
Triệu người dân Việt khổ đau
Ra đi tìm sống, đất nào dung thân?
Thương thay những kẻ vô phần
Danh xưng tỵ nạn xóa dần từ đây!
Về chi, chỉ thấy chua cay...
Chờ ngày đất nước đổi thay màu cờ
Sáng tình dân tộc như mơ
Trăm con Lạc Việt nối bờ yêu thương
Về xây dựng lại quê hương
Đèn hoa rực sáng phố phường Việt Nam.

San Jose, 1990

NGÔI NHÀ TỴ NẠN

Ngôi nhà tỵ nạn có gì hay?
Ngõ trúc đong đưa chiếc lá gầy
Bụi chuối sau hè phe phẩy gọi
Ngỡ hồn dân tộc ở quanh đây...

Nào mai, nào huệ, nào lan, lựu
Nào cúc, nào hồng, nào thủy tiên
Sáng sớm thong dong ra dạo cảnh
Xanh, vàng, tím, đỏ đủ làm duyên

Nâng niu từng cánh hoa thân thiết
Chợt thấy nàng hoa cũng mỉm cười
Âu yếm mơn tình trên lá biếc
Nghe hồn sống lại tuổi đôi mươi

Lung lay đáy nước bóng sen hồng
Cây bưởi đang hồi sung mãn bông
Ong, bướm chập chờn khoe cánh mộng
Ngất ngây hương thoảng kết hoa lòng

Bước tới vườn rau thời lạc xứ
Quê hương hiện diện ở nơi nầy
Tía tô, dấp cá, hành, ngò, quế
Húng nhũi, tần ô, ớt mọc đầy

Bầu, bí chung giàn vẫn tốt tươi
Bạc hà, rau muống, giậu mồng tơi
Vươn vai thức dậy cười trong nắng
Đâu biết mình đang lạc bến đời?

Hoa, cỏ vô tình khơi nỗi đau
Lệ người vong quốc lại tuôn trào
Xa quê, nhớ mãi ngôi nhà cũ
Có cảnh vườn xưa đượm sắc màu...

Tháng Tư nhớ nhà 2006

Mưa Trên Phiến Đời

Mưa về từ thơ ấu
Mưa át tiếng chào đời
Mưa xuyên qua màn tối
Mưa thấm buồng tim côi

Mưa cho tôi mầm sống
Mưa trải khắp ruộng đồng
Mưa bay qua đầu ngõ
Mưa kéo về ngang sông

Những ngày mưa tầm tã
Cây lá cũng rũ buồn
Tuổi xanh qua vội vã
Cõi trần tắm mưa tuôn

Mưa theo đời con gái
Mưa dan díu tự tình
Mưa lên vùng sám hối
Mưa nhạt nhoà Thánh kinh

Ngày rời xa đất Việt
Mưa đưa tiễn cuối trời
Trên con tàu ly biệt
Sụt sùi như mưa rơi...

Xứ người hồn lịm chết
Những tháng đầu mùa xuân
Cơn mưa phùn dai dẳng
Nhớ nhà mắt rưng rưng

Cành non vừa trẩy lá
Hoa chớm nở tưng bừng
Mưa vẫn rơi lả tả
Chim hót chào mùa xuân

Trong hồi sinh vạn vật
Sao nghe lòng thê lương
Nơi đâu cũng trời đất
Nơi đâu là quê hương?

Giọt lệ sầu vương vấn
Dài như những giọt mưa
Từ muôn ngàn thế kỷ
Có giọt đầy giọt thưa

Giọt rơi vào mắt biếc
Cay xé rát vành mi
Thời gian dù đi ngược
Cũng lạc mất xuân thì

Mưa xanh xao phiền muộn
Mưa khắc khoải nhớ mong
Nhớ gì tôi không biết!
Nhớ ngày còn mắt trong

Giọt mưa hay nước mắt?
Đọng lại trên bờ môi
Những giọt tình lạnh ngắt
Làm quay quắt một thời...

Còn chi mà nuối tiếc!
Đời sao lắm phũ phàng!
Bỗng dưng mình gánh chịu
Một mảnh trời vừa tan!

Mưa đời tôi mục rữa
Đêm vô cùng mênh mông
Ngàn năm, trăm năm nữa
Mưa có buồn hơn không...?

Tình Tím

Tôi cúi xuống khi người cài lên tóc
Hai cánh hoa rừng tím thẫm dễ yêu
Nắng ngả nghiêng pha loãng sắc mây chiều
Rừng hoang vắng lặng im loài đá sỏi

Tôi đứng đó người dang đôi cánh rộng
Bấu vào hồn mười móng vuốt thật sâu
Trong đê mê quên hết nghĩa thương đau
Người cúi xuống tôi nghẹn ngào chấp nhận

Cây cỏ lao xao bàn về thân phận
Đá sỏi âm thầm chứng nhận hôm nay
Màu tím đơn sơ vụng dại ai cài
Khi biết được đó là màu dang dở

Nếu chẳng may mình không duyên,, không nợ
Tôi nhớ hoài hoài màu tím dễ yêu
Nhớ dáng ai nhòe nhoẹt dưới bóng chiều
Bờ môi ấm và vòng tay thân ái

Nếu lỡ mai người đi không trở lại
Tôi hiểu rồi và chấp nhận đau thương
Bởi tên người đặc tính của mùi Hương
Tan rất vội trong không gian tình sử...

Người muốn đi thì làm sao tôi giữ?
Nên chiều nay còn lại nỗi cô đơn
Nên chiều nay đôi mắt ướt giận hờn
Nhặt hoa tím mới hay tình đã tím...

Tiễn Tình

Nhìn anh cất bước ra về
Hồn em ngã xuống tái tê một mình
Nước mắt rưng, tiễn cuộc tình
Yêu thương đã giết chúng mình với nhau
Cho người tất cả nghẹn ngào
Xa người để biết buồn hơn bao giờ
Người đi tình vẫn xanh mơ
Cuối đường em thấy bóng mờ cố nhân
Nhìn anh dù chỉ một lần
Nghe hồn òa vỡ ngại ngần dấu xưa
Tình mình như những giọt mưa
Nhẹ rơi...mất hút tình vừa ra đi

Buồn nào bằng buổi biệt ly
Hai hàng nước mắt dâng mi nhạt nhòa
Anh về xóa sạch tình ta
Đầu gành cuối bãi người xa ngút ngàn
Cõi lòng đã trắng khăn tang
Mỉm cười giã biệt mơ màng Hương yêu
Nụ hôn của một buổi chiều
Người trao em để nhận nhiều chua cay
Làm sao tìm lại vòng tay
Một lần yêu để vạn ngày đau thương
Nước mắt rơi suốt đêm trường
Bóng người mới đó, khói sương quyện mờ
Em rồi muôn khiếp bơ vơ
Tiễn tình bằng những lời thơ não nùng...

Khói Thơ

Cho tôi viết lời thơ buồn tiễn biệt
Để đưa anh vào cuối nẻo mây ngàn
Thuở đầu đời tình mình màu xanh biếc
Anh đi rồi như lá đổ mùa sang

Bao kỷ niệm êm đềm thời tuổi nhỏ
Đêm ba mươi anh gởi lá thư đầu
Giấy học trò gói tình anh trong đó
Chuyện yêu đương tôi nào biết gì đâu?

Sáng mùng một anh giả vờ qua cửa
Chậu cúc vàng nở rộ đóa đầu năm
Anh táo bạo viết thư tình lần nữa
Thư gởi rồi sao chẳng thấy hồi âm?

Tối mồng hai, mồng ba, rồi mồng bốn
Cứ mỗi ngày tôi nhận một tờ thư
Anh liều lĩnh tình yêu không cần vốn
Biết cho đi dù nhận lại số trừ...

Mùa xuân thắm bên tình anh điệp khúc
Mà lòng tôi là con suối trong veo
Chảy về đâu vườn ai đầy hoa cúc
Tháng chạp rồi dòng nước bỗng cạn queo

Trời vào xuân nắng say tình hoa bướm
Người vào yêu cũng đã chớm nhớ nhung
Quê hương biển sóng chập chùng
Tình vừa nhen nhúm tương phùng hẹn nhau
Từ dạo ấy ta đi vào lối rẽ
Hai mảnh đời hai đường kẻ song song
Tình người ở lại nhớ mong
Tình tôi trọ học bên dòng Kiên Giang
Hai năm tình bớt rộn ràng
Hai năm gặp lại ngỡ ngàng duyên nhau
Đêm cuối cùng anh trao dòng tâm sự
Đêm ly tan anh hát khúc tình ca
Thôi rồi lỡ một mùa hoa
Thôi đành mãi mãi gọi là cố nhân...

Thôi anh nhé, hãy ngủ vùi trong đất
Chậu cúc vàng đã rụng đóa tàn phai
Tình không trọn, trăng sao buồn cúi mặt
Ở góc trời một vệt khói thơ bay...

MEMORIAL DAY

Chiến sĩ trận vong đổ máu hồng
Chết vì tổ quốc, rạng non sông
Tháng Năm, dân Mỹ thường ghi nhớ
Thăm viếng nghĩa trang, tỏ tấm lòng

Chúng ta cũng phải nhớ công lao
Tử sĩ miền Nam đổ máu đào
Người chết, cho ta còn được sống
Bây giờ yên ấm nỡ quên sao?

Nửa triệu thanh niên đã nát thây
Hồn thiêng quyện lấy bóng cờ bay
Hy sinh của họ thật cao cả
Đáng để cho ta tưởng nhớ hoài...

Ba ngày nghỉ lễ đến thăm nhau
Chén chú, chén anh mở tiệc chào
Ai đó chớ quên đời tử sĩ
Quay cuồng trong cơn lốc binh đao...

Xin một phút giây tỏ tiếc thương
Cho dù người chết ở sa trường
Hay viên đạn pháo khi di tản
Hoặc giả bỏ mình giữa đại dương

Chiều qua Khu Hội thắp tuần nhang
Ngưỡng vọng anh linh, mắt lệ tràn
Di ảnh mơ hồ qua lớp khói
Nụ cười rạng rỡ nét hiên ngang

Cúi đầu tưởng niệm đấng hùng anh
Tuẫn tiết, quyên sinh chết với thành
Xứng đáng đứng vào hàng Thánh Tướng
Con Hồng, cháu Lạc khắc bia xanh...

Memorial Day tưởng nhớ người
Anh hùng, tử sĩ của tôi ơi!
Tên anh sống mãi theo hồn nước
Thanh sử còn lưu đến vạn đời...

Ngày Chiến Sĩ Trận Vong năm 2006

MÀU NÔ-EN

Nô-en lại đến... nỗi buồn rơi
Bông tuyết bay bay lạnh đất trời
Phố xá tưng bừng ngày lễ hội
Hoa đèn rực rỡ khắp muôn nơi

Người gởi tặng tôi tấm thiệp màu
Vàng, xanh, đỏ, trắng đẹp mùa sao
Phải chi người gởi lòng yêu nước
Tranh đấu dân mình hết khổ đau

Anh tặng người yêu chiếc áo lông
Sang ghê...ấm mượt mấy nghìn đồng
Quê nhà lắm kẻ cần cơm, áo
Lắm kẻ cơ hàn lạnh gió đông

Cô vợ tặng chồng ly rượu thơm
Nửa vòng tay ấm, nụ môi hôn
Vang vang tiếng nhạc mừng đêm Thánh
Góa phụ đơn côi dấu lệ hờn

Em thơ góc chợ nằm co ro
Tuổi trẻ Việt Nam đã đắm đò
Ông lão buông chèo ngồi ngái ngủ
Mặc tình thế sự chẳng buồn lo

Ông thấy quê ta cũng sắc màu...
Vàng tay khói thuốc bệnh ho lao
Xanh non màu lá suy dinh dưỡng
Bạch phiến vào trường, trắng nỗi đau

Cờ đỏ điêu tàn khắp núi sông
Em kia chưa lớn bán môi hồng
Ngậm ngùi rưng rức hồn Trưng, Triệu
Tủi thẹn muôn đời giống Lạc Long

Tôi cúi đầu trên quyển Thánh Kinh
Cầu xin Thiên Chúa cứu dân mình
Tự do, no ấm mau mau đến
Hạnh phúc, nhân quyền sớm tái sinh...

Giáng Sinh 2004

Nhớ Dòng Sông Xưa

Nầy chị, nầy anh, nầy em bé nhỏ
Hãy cùng tôi về thăm lại Dương Đông
Quê hương ta tháng năm đầy sóng gió
Sóng gọi nước về thành một dòng sông

Dòng sông buồn chảy miên man ra biển
Chuỗi miệt mài như kiếp kẻ lưu vong
Nắng Ca-li chưa phai màu lưu luyến
Sóng muộn phiền rung nhẹ phiến long đong

Mây trắng bao la, đất trời mở rộng
Chờ ta về thăm lại một mùa hoa
Gió bắc, gió nam thổi vào lồng lộng
Mơ thấy ai về cuối dãy mù sa ...

Giờ nầy chắc mẹ già đang nấu bánh
Nấu cho nhừ những mẩu bánh quê hương
Đứa em nhỏ ra đầu sông chờ gánh
Nước sông buồn pha rửa những nhớ thương

Người bạn cũ có còn đi vào núi
Chặt nhánh mai rừng chuẩn bị đón xuân
Đêm ba mươi cố ngăn dòng lệ tủi
Mưa ngoài trời hay nước mắt rưng rưng

Còn đâu nữa hỡi mùa xuân con gái?
Rất nồng nàn trong màu áo mới may
Buổi sáng đầu năm đi chùa lễ Phật
Mơ ước ươm vàng trên những ngón tay...

Ôi nhớ quá trời quê hương bát ngát
Kỷ niệm về như nghìn sóng bủa vây
Nước sông xưa một đời ai tắm mát
Đứng bên trời, tôi khóc tuổi thơ bay....

Gởi Người Xứ Bắp

Ngồi buồn dệt mấy vần thơ
Gởi người xứ bắp tình hờ trăm năm
Tình ai thừa một chỗ nằm
Tình tôi cần mãi tấm lòng thâm giao
Phần tư thế kỷ qua mau
Tóc xanh nay đã chớm màu tuyết sương
Kết tình tri ngộ Hiền-Hương
Lưu vong đất khách chung giường chung chăn
Tắm sông cũng có dự phần
Để nguyên quần áo lội băng qua bờ
Giật mình cây cỏ ngẩn ngơ
Hồn nhiên như đám trẻ thơ lên mười
Đong đưa tiếng nói câu cười
Gọi anh, gọi chị, cho đời nở hoa
Đường chiều một bóng trăng xa
Des Moines trực chỉ tà tà đêm xuân

Chuyện vui chơi, chuyện bụi trần
Chuyện người vũ nữ khỏa thân đêm nào
Khiến ai hồn xác lao đao
Quên luôn cái ví giấy màu xanh xanh
Bao nhiêu kỷ niệm đỗ đành
Trăm thương ngàn nhớ viết thành câu ca
Cái thời mộng mị đã qua
Mà người xây mộng nay là phế nhân
Hoa sầu rụng cánh phù vân
Đường đời lặng lẽ bước chân sa mù
Tìm đâu lại được ngày vui
Xuân qua, hè đến, tiếng cười lạc âm
Người ơi, người có biết không?
Tôi ôm quá khứ vào lòng chắt chiu
Kẻo mai nắng sớm, mưa chiều
Chuyện đời tan, hợp lắm điều đau thương
Tặng người một đóa "Hướng Dương"
Lung linh màu nắng, thắm hương nghĩa tình
Kiếp sau đổi bóng thay hình
Nhận ra người cũ, nước tình vào tim...

Tặng đôi bạn thâm giao Hiển và Renee
Tình dài xứ bắp 1976, Waterloo, Iowa.

Tiếc Đời Tài Hoa

Jeannie Mai hỡi, Ngọc Lan ơi!...
Chị đi một bước đất trời man man
Từ nay trong gió thu sang
Hồn người nghệ sĩ rộng đàng phiêu du
Tiếng ai vang cõi sa mù?
Ngân nga thanh thoát ngàn thu lạc lòng
Chị đi trời tắt nắng hồng
Ca-li chợt tối mùa đông lạnh lùng
Rồi đây bao kẻ nhớ nhung
Tiếc thương giọng hát, dây chùng cung lơi
Tài hoa mệnh bạc một đời
Hương tàn, phấn rữa y lời thế nhân
Đất người gởi nắm xương tan
Đời người ca nữ như tằm vương tơ!
Rồi đây dưới ánh đèn mờ
Màn nhung sân khấu hững hờ từng đêm
Rong rêu ngày tháng bên thềm
Khóc người nghệ sĩ lòng thêm não nùng
Đời còn lắm kẻ thủy chung
Người người mến mộ có cùng niềm đau
Văn thanh mấy điệu gởi trao
Chị đi một bước, thẫm màu thời gian
Để đời tiếng hát tình tan...
Mai, Lan ơi..hỡi, lệ tràn tiễn đưa
Vòng hoa tưởng nhớ người xưa
Hương tình gởi trọn đất vừa buông theo
Thu sang trời tựa gương treo
Soi đời nhân thế bọt bèo, phù du
Chị ơi! ngủ giấc ngàn thu
Gió thay tiếng nhạc hát ru muôn đời...

CON THUYỀN DÂN CHỦ

Bài thơ tôi viết cho người
Nêu cao chánh nghĩa sáng ngời niềm tin
Quê hương từ buổi điêu linh
Muôn dân lưu lạc nhớ tình nước non
Thiết tha những tấm lòng son
Tiên phong tiến bước dẫm mòn chông gai
Cùng nhau siết chặt bàn tay
Xây nền dân chủ cho ngày Việt Nam
Núi sông phủ một màu lam
Là người dân Việt sao cam cho đành?
Chúng ta hợp sức đấu tranh
Cứu nguy tổ quốc sử xanh nhớ hoài
Chuyện công chẳng phải riêng ai!
Tôi vì hâm mộ viết bài hương ca
Đường đi dẫu có bôn ba
Bước cho vững chắc trăm hoa đón chờ
Người đi tô đẹp hồn thơ
Người về mang lại giấc mơ cho đời
Con thuyền sứ mạng ra khơi
Vững tay lèo lái dù trời phong ba
Bền lòng từng ngọn sóng xa
Đưa thuyền dân chủ vượt qua bến bờ
Thuyền Rồng chở cả trời mơ
Con thuyền Lạc Việt vẫn chờ đợi ta....

Ai Về Phú Quốc

Ai về Phú Quốc cho tôi nhắn
Thăm lại giùm tôi những xóm làng
Có mái tranh nghèo xưa của mẹ
Gió nồm lồng lộng đẩy mùa sang

Cầu Ngang nối nhịp hai bờ cát
Đón bước chân em buổi học về
Nón lá che nghiêng ngày nắng mới
Dáng hiền thùy mị nét chân quê

Dòng sông dấu hỏi lững lờ trôi
Dinh Cậu trơ gan giữa biển trời
Lũ lượt tàu ghe về bến cũ
Trong khoang đầy ắp cá ngon tươi

Vườn tiêu chín mọng từng chùm đỏ
Lủng lẳng treo vui trước mắt người
Xinh xắn đong đưa đùa theo gió
Nồng nàn hương vị hạt tiêu tươi

Mưa về Phú Quốc sao dai quá?
Bến nước rừng tràm mọc nấm non
Trăng trắng,nõn nà hình chiếc nón
Nuốt vô miệng đắng, vị càng ngon

Dương Đông, Cửa Lấp chứa chan tình
Nhớ mãi trong đời ghẹ Hàm Ninh
Suối Đá, rừng sim mùa trái chín
Sùng Hưng tháng bảy cúng "xô đình"

Nước mắm quê tôi rất đậm đà
Sáng Tươi, Thành Tựu, những doanh gia
Nghề làm nước mắm ai bì kịp
Sản xuất năm châu rạng nước nhà...

Phú Quốc đặc thù giống chó săn
Thông minh dai sức lại siêng năng
Trên lưng hiện rõ đường lông xoắn
Độc nhất giống nầy chốn thế gian

Còn mãi trong tim cảnh phố phường
Chùa Cao hẹn ước mỗi chiều buông
Ấp Nùng, xóm vắng xa khu chợ
Đón khách phi trường giọt nắng tuôn

Cửa Cạn một thời cũng liệt oanh
Anh hùng Trung Trực đã lưu danh
Lập đồn đánh đuổi bọn quân Pháp
Nợ nước, tình nhà rạng sử xanh

An Thới bãi chiều nương cánh gió
Gia Long nước ngọt giếng ân tình
Trời cao cứu khổ đoàn quân khát
Chúa Nguyễn đi vào trang sử kinh.

Thăm hết giùm tôi những nẻo đường
Gởi tình tri ngộ khách tha phương
Làm thân viễn xứ sầu lưu lạc
Biết đến bao giờ vơi nhớ thương...

Màu Hoa Nhớ

Cho tôi mơ lại khung trời cũ
Thấy sóng bạc đầu phủ đại dương
Bao giờ về với quê hương
Mong tình yêu cũ còn vương núi đồi
Rừng hoa tím khơi màu kỷ niệm
Phút đầu tiên âu yếm trao duyên
Thương em như cánh hoa hiền
Loài hoa hoang dại bên triền đồi xanh
Tình lộng ngọc vờn nhanh cánh gió
Bờ môi nồng mở ngõ đường yêu
Cơn mê tình ái diễm kiều
Đồi cao kết mộng, rừng chiều mờ sương
Tình anh trải còn vương khóm lá
Dấu yêu xưa biết đã còn không?
Yêu ai yêu đến trăm năm
Thấy hoa mà tưởng thấy lầm người xưa
Vùng duyên hải cơn mưa vào hạ
Sóng vỗ bờ gành đá trơ trơ
Ngồi đây mà cứ ước mơ
Quê hương xa quá mịt mờ đường bay
Đời lưu lạc lúc say lúc tỉnh
Kiếp phiêu bồng treo đỉnh tang thương
Mai nầy trở lại cố hương
Người xưa, chốn cũ còn vương chút tình?

Qua Phố

Hỏi người qua phố hôm nay
Có ai nhặt được hình hài người yêu?
Hỏi người qua phố cuối chiều
Có trông màu mắt tiêu điều xót xa
Hỏi người qua phố hôm qua
Có hay tình đã mù xa ngút ngàn
Đường chiều mỏi bước chân hoang
Qua bao góc phố, ngỡ ngàng tình tôi
Đèn đêm phố đã lên rồi
Nghe bao nuối tiếc một thời mơ hoa
Giật mình đưa nhẹ tay xoa
Mới hay nước mắt nhạt nhòa bờ mi
Thôi rồi người đã ra đi...
Tôi về ôm mộng tình si trọn đời...

Mùa Xuân
Qua Mau

Xuân về nơi tha hương
Sắt se niềm nhớ thương
Tình trôi vào mưa bão
Rã rời cánh uyên ương...

Xuân có về qua đó
Gởi tất cả tình anh
Trao người yêu bé nhỏ
Hồng môi mắt thêm xanh...

Cho anh bao niềm nhớ
Cho anh ngàn ước mơ
Trời mùa xuân quê mẹ
Đẹp như hồn bài thơ...

Em còn ngồi sưởi tóc
Chiều muộn màng cuối năm
Tóc thề bay theo gió
Nhớ gì trong xa xăm...

Sáng đầu năm hò hẹn
Em đẹp rất hồn nhiên
Gót chân son bén lén
Nét thơ ngây ngoan hiền

Đôi nhân tình hạnh phúc
Đi dạo khắp phố phường
Cho nhau bao lời chúc
Ôi mùa xuân yêu thương

Chỉ còn là âm hưởng
Những mộng tình xa xưa
Tìm về trong ký ức
Một thoáng buồn đong đưa...

Anh ru hồn viễn xứ
Bằng điếu thuốc vàng tay
Dáng em gầy ẩn hiện
Qua khói mờ bay bay...

Thêm mùa xuân ly biệt
Đời còn dài chia xa
Anh một trời nuối tiếc
Mùa xuân nồng đã qua....

Chuyện Tình Hoa Bướm

Hoa của tôi bướm cũng của tôi
Sao ai nỡ lấy mất đi rồi?
Cho tôi thăm lại vườn hoa mộng
Hoa bướm một thời hoa bướm ơi...

Người bỏ đi rồi đi thật xa
Thiên nhai, hải ngạn chốn yên hà
Bao la trời đất nào ai biết
Thổn thức lòng tôi bóng nguyệt tà

Tôi ước mơ đời luôn có đôi
Như hoa bên bướm đẹp muôn đời
Sao người vội hát bài ly khúc
Buổi tiệc chưa tàn lệ đã rơi

Tôi hứa đợi người hết tuổi xuân
Như tình Ô Thước với sông Ngân
Đề thơ trên lá chờ hoa nở
Hoa nở người về vui tiếng chân

Người ở nơi đâu cứ mãi tìm
Đường đời lặng lẽ cánh hoa đêm
Sương khuya đẫm ướt thành hoa lệ
Hỡi cố nhân ơi thấu nỗi niềm

Cho tôi sống lại thời mơ mộng
Có cánh bướm vàng chơi trước sân
Có ánh nắng hồng tươi khóm lá
Gọi hồn hoa cũ nét thanh tân

Về nhé người ơi hãy chóng về
Cho lòng rộn rã khúc đê mê
Cho hoa rạng rỡ bên tình bướm
Hoa bướm từ đây đẹp ước thề.

ĐỨT SỢI CHỈ HỒNG

Người cho ta mối oan tình
Ta như tượng đá lặng thinh giữa trời
Từ khi gối mộng bên người
Nỗi đau trước mặt, nụ cười sau lưng
Đôi tay buông thỏng giữa chừng
Nửa như níu lại, nửa bưng mặt buồn
Người về ôm trọn mùa xuân
Chia ta một nửa che vừng trán nhăn
Ngày đi nhún nhảy đôi chân
Cuối mùa phượng nở tàn cơn nắng hè
Thấy đò đã tủi phận ghe
Thấy dòng sông cũ le hoe cánh buồm
Dòng đời đâu hẳn chảy suôn
Đôi khi chảy ngược làm tuôn mạch sầu
Trả người nửa khúc tình đau
Mấy dòng thơ lạnh nhuốm màu khói hương
Ai về nhắn gió muôn phương
Cho ta gởi cánh hướng dương úa tàn
Tôi đi tìm lại nắng vàng
Nghe trong hương nắng mùa sang hững hờ
Người cho ta mối duyên khờ
Ta về góp lá lấp bờ ngăn sông
Coi như tình chết giữa dòng
Lập bia chi mộ cũng xong một đời..

San Jose tháng 11, 2004

Xuân Nghiệt Ngã

Mười sáu mùa xuân trên đất khách
Mười sáu lần nghe hồn rách tả tơi
Giọt tang thương còn đọng lại vành môi
Lau ngắn lệ cho khô dòng tủi hận
Em có biết bên nay trời lận đận
Đám lưu dân lạc lõng giữa mùa Xuân
Đêm giao thừa lòng tê dại bâng khuâng
Nghe nhớ quá mùi bánh chưng bánh tét
Xuân nơi đây hình như đang giãy chết
Cũng bánh, cũng trà, cũng mứt, cũng hoa
Sao không nghe thơm hương vị quê nhà
Sao không ngửi được mùi mai, mùi quất
Mười sáu mùa xuân đong đầy nước mắt
Tôi khóc cho người ở lại cố hương
Tôi khóc cho ai chung phận tha phương
Lòng mòn mỏi chờ mùa xuân dân tộc
Ngày trở về trong niềm vui xúc động
Tay bắt, mặt mừng, gió lộng chiều xuân
Tiếng chim ca thay khúc nhạc vang lừng
Ngoài hiên vắng pháo đì đùng nổ chậm
Mơ một phút cho hồn như bay bổng
Rồi trở về thực tế vẫn là đây
Rượu chưa mời, sao lòng lại mềm say
Hồn chưa khóc, mà nghe cay trong mắt
Xuân ơi xuân, mười sáu năm quay quắt
Tôi thẫn thờ mỗi lúc bước em sang
Hãy cho tôi những giây phút huy hoàng
Đừng đến nữa hỡi mùa xuân nghiệt ngã...

Xuân 1991

Áng Thơ Hồi Âm

Ta nhận thư Hồng đã mấy năm
Ngại ngần chưa muốn viết hồi âm
Vì qua cảnh sống đời lưu xứ
Sợ kể bạn nghe sẽ mủi lòng

Chẳng đặng đừng nên gởi áng thơ
Lồng trong vần điệu những niềm mơ
Bình minh tỏ rạng chân trời cũ
Để mắt ai kia khỏi úa mờ

Ta đã thấy người như thấy ta
Hồng xinh màu má nét kiêu sa
Của thời con gái mình ba đứa
Hai buổi dạy về khoe áo hoa

Mái trường rộn rã tiếng cười vui
Khắng khít bên nhau suốt một thời
Có gã Hương khờ dâng ý thắm
Gọi mời ai đó bỏ cuộc chơi....

Từ dạo theo chàng qua bến lạ
Bỏ trò, bỏ bạn, bỏ mùa hoa
Kẻ đi người ở chung hoài niệm
Cái thuở tuyệt vời của chúng ta

Ngọn gió oan khiên bỗng thổi về
Bàng hoàng như sống giữa cơ mê
Phần tư thế kỷ xanh xao mộng
Giông bão đời nhau lỗi ước thề

Thôi nhắc làm chi chuyện đã rồi
Cứ coi tiền kiếp rất xa xôi
Những ngày hoa bướm thần tiên ấy
Liệm kín hồn tôi một góc trời

Hãy giữ cho nhau một chút tình
Dù rằng cuộc sống lắm điêu linh
Nhân sanh tự cổ giai lưu thảo
Trôi giạt về đâu kiếp lục bình?

Người ở bên kia, ta ở đây
Tiếc thương quá khứ, khóc lưu đày
Hai phương ly cách tình xao xác
Tiếng vạc lưng trời khuất nẻo mây...

Ta chẳng còn gì để tặng nhau
Ngoài ân tình cũ một lòng đau
Hằn lên ánh mắt niềm mơ ước
Bước xuống thơ ngây tóc đổi màu...

Thương tặng bạn Nguyễn Thị Kim Hồng

Xin Chớ Ngồi Yên

Từng cơn sóng dâng tràn trong tâm tưởng
Nghe hồn mình bay lượn tận đâu đâu...
Quê hương ơi, kỷ niệm chất ngất sầu
Tôi mộng mị vùng trời xưa dấu ái

*

Rừng mai thắm ngàn năm còn sống mãi
Lối cỏ mòn hoa tím dại chen nhau
Núi hoang vu, cây lá ngát xanh màu
Con dốc nhỏ mỗi lần ta hò hẹn

*

Đường đất đỏ, má hồng ai e thẹn
Nụ hôn đầu bẽn lẽn dấu tình si
Cuả một thời con gái mới dậy thì
Yêu đắm đuối một chàng trai lính thủy

Chuyện tình yêu trải qua bao bi lụy
Giận rồi thương, thương giận loay hoay
Bởi quá yêu nên mới có được ngày
Hai đứa sống tự do trên đất lạ
*

Hiện tại nầy, cuộc đời dù thư thả
Lắm khi buồn lã chã lệ tuôn rơi
Sống ở đây luôn nghĩ tới triệu người
Đang oằn oại dưới gông cùm cộng sản
*

Ai thấu hiểu tâm tư người tỵ nạn
Vật chất thừa; nhưng lãng đãng niềm đau
Đêm từng đêm u uất máu lệ trào
Thương quá đỗi tình đồng bào ruột thịt
*

Ngày đầu xuân, bóc thêm tờ lịch
Mấy chục năm rồi thảm kịch chưa tan ...
Chủ thuyết tam vô, cờ đỏ, sao vàng
Đưa dân tộc vào lầm than đói khổ
*

Tám mươi triệu dân, bấy nhiêu ngôi mộ
Đang chết dần dưới chế độ gian manh
Từ cụ già tóc bạc lẫn đầu xanh
Hãy cùng nhau đứng lên giành quyền sống
*

Lịch sử Việt Nam vẻ vang truyền thống
Đánh đuổi giặc ngoài, tiêu diệt giặc trong
Dù chúng ta đang sống kiếp lưu vong
Xin chớ ngồi yên khoanh tay mà ngóng ....

Hai Mùa Vu Lan

Năm xưa tháng bảy đêm rằm
Vu Lan thắng hội hương trầm tỏa bay
Mẹ còn kẽo kẹt trên vai
Đường khuya một bóng đổ dài dưới trăng
Con ngồi tựa cửa băn khoăn
Ngước nhìn lên hỏi chị hằng. ".Mẹ đâu?"
Tháng bảy là tháng mưa ngâu
Mưa rơi trong mắt, mưa sầu trong tim
Chuông chùa đổ nhịp êm êm
Nguyện đường giờ chắc đã thêm đông người
Từ khi cất tiếng chào đời
Con không nghe được những lời mẹ ru
Cha đi vào chốn nghìn thu
Má hồng mẹ phải đánh đu với đời
Bán buôn mẹ tính lỗ, lời
Nuôi con chẳng quản dù đời gian lao
Bán trầu rồi lại bán cau
Nhưng không bán được nỗi đau quê mình
Bao nhiêu người đã hy sinh
Mẹ mua kim chỉ vá tình thế gian
Đêm nay mây bạc trăng vàng
Mẹ còn lặn lội bán hàng đường xa
Bán tương, bán đậu, bán cà
Bán trong nắng sớm, bán qua mưa chiều
Con mơ mình thành cánh diều
Có đôi mắt sáng, dõi theo bóng người
Con bay lơ lửng giữa trời
Mẹ đi lững thững giữa đời gian nan
Nhà bên con Trúc, con Trang
Được mẹ chúng dắt cầu an lễ chùa
Ra về còn được quả dưa

Được bông hồng nhỏ cài vừa áo xinh
Con ngồi thui thủi một mình
Nghe dòng máu chảy, thấm tình mẹ yêu
Chập chờn giấc ngủ buồn thiu
Chợt nghe có tiếng mẹ kêu.".Lễ chùa"
Trên cao trăng đậu bẹ dừa
Mẹ buông gióng gánh để bừa trước sân
Hai mình, hai bóng dưới trăng
Cầm theo một bó hoa sen trắng, hồng
Không gian phảng phất hương trầm
Cổng chùa đã đóng âm thầm từ lâu
Mẹ, con ngơ ngác nhìn nhau
Mẹ như hối tiếc, xoa đầu con ngoan
"Năm sau Đại Lễ Vu Lan
Mình đi chùa sớm, nghỉ hàng một hôm"
Con cười chia bó hoa thơm
Mẹ cầm hoa trắng, con ôm hoa hồng
Hướng vào chánh điện bên trong
Cùng nhau quỳ xuống thành tâm nguyện cầu
Con cầu mẹ được sống lâu
Chờ ngày khôn lớn con hầu báo ơn
Đường đời lắm lúc trợt, trơn
Con cần mẹ dắt qua cơn nguy nàn
Hôm nay cũng lễ Vu Lan
Mẹ không còn ở thế gian nữa rồi!
Năm xưa mẹ chẳng giữ lời
Bỏ con côi cút giữa đời bơ vơ
Tuổi con dạo ấy còn thơ
Vu Lan báo hiếu mãi chờ lớn khôn
Đêm nay mưa gió trong hồn
Ngước nhìn Phật Tổ, mộng chôn theo người
Em kia có mẹ vui cười
Con không còn mẹ, hoa tươi trắng màu
Nhìn hoa lòng chợt buốt đau
Mẹ ơi, con mẹ nghẹn ngào.. lệ rơi!

Mùa Xuân Đã Mất

Dòng lệ nóng tuôn tràn trên môi mắt
Con gục đầu nức nở khóc thương ba
Phút lâm chung chắc lòng ba quặn thắt?
Đứa con yêu chưa kịp trở về nhà

Ba, ba hỡi bên nầy con đứt ruột
Như ngồi trên đống lửa đốt tim gan
Vì nghịch cảnh nên con không về được
Thỏa ước nguyền xin thắp nén tâm nhang

Màu hương khói đưa con vào quá khứ
Thuở sinh tiền ba cũng lắm gian nan
Nơi thành thị, ba sống đời công tử
Lấy vợ miệt vườn, mất hết cao sang

Rồi từ đó, ba tay cày tay cuốc
Sân trước, vườn sau, hoa trái đơm đầy
Căn nhà nhỏ, âm vang hồn yêu nước
Bỏ cuốc cày, ba đánh đuổi giặc Tây

Thời năm tư, từng đoàn người xuôi ngược
Tập kết, vô nam, bỏ hết cửa nhà
Ba của con thật vô cùng sáng suốt
Lý tưởng muôn đời..chính nghĩa Quốc gia

Ba ở lại dưỡng nuôi đàn con nhỏ
Giặc tan rồi, ba vác cuốc lên nương
Đêm mồ hôi tưới xanh màu cây cỏ
Sức cần lao tô thắm đẹp ruộng vườn...

Chỉ vài năm yên bình nơi thôn ấp
Bỗng một hôm có giặc cộng kéo về
Ba vội vã bỏ xóm làng Cửa Lấp
Súng đạn vô tình, ba sợ lưỡi lê...

Về trên chợ ba đi làm công chức
Mẹ bán hàng, cũng có đủ bữa ăn
Tám đứa con biết tiêu xài chừng mực
Sợ thân cha, áo mẹ lắm phong trần

Theo vận nước, con lìa xa tổ quốc
Lần sau cùng không kịp nói biệt ly
Hai mươi mấy năm được tin ba mất
Lắng lòng đau, con hóa kiếp hoa quỳ

Dương Đông hỡi, mặt trời nơi phương đó
Con cúi đầu bái tạ tiễn phụ thân
Khúc nhàn du qua câu kinh, tiếng mõ
Bước bồng lai ba trút bỏ bụi trần...

Giờ vĩnh biệt, gởi tình con theo gió
Chốn quê nhà ba rời bỏ người thân
Phút linh thiêng, rùng mình con chợt rõ
Mất cha hiền là mất cả mùa xuân...

Viết để tưởng nhớ Phụ thân
25 tháng 7 Âm Lịch 1999

Bóng Chiều Tan

Giọt nắng lung linh đã úa vàng
Ve sầu trỗi điệu khóc chiều hoang
Lòng người mấy bận sầu như nắng
Nắng tắt cho lòng thêm nát tan

Có những buổi chiều tiếp nối nhau
Đường mây hun hút bóng nghiêng chao
Hắt hiu cõi mộng đời hư, thực
Nhớ thuở xuân xanh mới độ nào

Hạnh phúc hao gầy như ước mơ
Nhạn về cuối nẻo trời bơ vơ
Thương ta hơn nửa đời hoang phế
Tình nhạt men rồi ta say thơ

Gió cuốn thơ bay chốn mịt mùng
Thiên thu đào mộ khóc tình chung
Sinh ly, tử biệt nguồn đau khổ
Trải khắp nhân gian đến tận cùng..

Mấy ai thoát khỏi ải trăm năm?
Cái lọng càn khôn thật oái oăm
Nhật nguyệt xoay đều vòng sanh tử
Phù sinh đâu khác phận tơ tằm

Nhớ mới ngày nào được đặt tên
Ông bà cha mẹ cận kề bên
Thoáng trong nháy mắt thành thiên cổ
Còn lại mình ta cõi chênh vênh..

Có nghĩa gì đâu một kiếp người?
Mong manh ngắn ngủi tựa sương rơi
Tiền tài, danh vọng như mây khói
Sáng thấy chiều tan ở cuối trời...

HOA CHÁNH PHÁP

Đường ông đi có "Hoa thơm cỏ lạ"
Có niềm vui hối hả lên ngôi
Có tiếng cười của người chiến thắng
Đường tôi đi với màu mây tang trắng
Tháng Tư buồn, ngày nắng chẳng lên cao
Tháng Tư buồn có những con tàu
Nghẹn ngào rời bến mẹ...
*

Rồi từ đó quê hương buồn lặng lẽ
Tôi âm thầm làm kẻ lưu vong
Tôi âm thầm trên những chặng gai đâm
Mang tâm sự nỗi lòng người mất nước...
*

Đường tôi, ông hai ta cùng chung bước
Bước đi về hai hướng khác nhau
Đường tôi đi có tình nghĩa đồng bào
Có máu đổ, lệ trào pha thơ hận
Ba mươi tháng Tư nhớ ngày Quốc Hận
Thương dân mình lận đận hoài sao?
Ngước mặt nhìn trời, trời mãi trên cao
Ngó xuống đất, tóc pha màu sương tuyết
Dù ngày mai trong giờ tử biệt
Góp sức tàn lẫm liệt đấu tranh
Đường tôi đi không hoa sói hoa tranh
Chỉ qua thành quách cổ...
Nhớ thuở Hùng Vương da trần đi bộ
Nhớ thời Triệu, Trưng chiêu mộ hùng anh
Nhớ Quang Trung chiến thắng tiến vào thành
Giữa lúc toàn dân hoan hô vang dội

Đường Ta đi có tên trong bia mộ
Để ngày sau hiển lộ tổ tông
Đường Ta đi có hào khí Tiên Rồng
Có chính nghĩa và hồn thiêng sông núi.
                    *

Ba mươi tháng Tư; Một trời hận tủi...
Thơ tôi buồn kết thành chuỗi đau thương
Thơ tôi buồn nhỏ lệ khóc quê hương
Khóc đất nước rơi vào tay giặc đỏ
Ba mươi năm hồn oan vương cây cỏ
Tiếng kinh cầu vàng võ đi hoang...
Tiếng kinh cầu.. " rụng cờ đỏ sao vàng"
Để dân tộc hết lầm than đói khổ
                    *

Đường ông đi toàn dân phẫn nộ
Áo thiền sư mấy độ tàn phai
Áo thiền sư thêu hoa cúc, hoa mai
Kéo dài thêm nghiệp chướng
Đường tôi, ông không cùng chung hướng
Hướng ông về đại cuộc hư hao
Hướng ông về có những nỗi đau
Của đồng bào nước Việt
Ông có nghe bao oán hờn rên siết
Triệu sinh linh quốc biến gia vong
Đường ông đi không nở đóa sen hồng
Mà chỉ thấy đòng đòng cơn lửa hạ
Thương quá đỗi những con đường nghiệt ngã
Những Thần Tăng vất vả đi qua
Những Thần Tăng đổi mạng giữ Cà Sa
Cho Phật Giáo nở hoa mùa chánh pháp.

Kính tặng các vị Tăng Sĩ bất khuất trong nước
(T.TH.Thích Huyền Quang, H.T Thích Quảng Độ,TH.T
Thích Không Tánh, TH.T Thích Thiện Minh v. v....)

Thần Tiên Mộng Ảo

Đêm nằm thoáng giấc mơ qua
Ta từ nơi chốn nào sa xuống trần
Mơ màng tiềm thức lâng lâng
Hình như ta cũng là dân trên trời
Chức ban Ngọc Đế phán rồi
Danh xưng Thái Tử ngôi thời đợi trao
Hùng tài võ lược mưu cao
Thiên đình đại hội thao thao luận bàn
Triều thần văn võ bá quan
Tỏ lòng thán phục, với ngàn lời khen
Đẹp trai, hào phóng, bon chen
Tính ưa gái đẹp mon men trộm nhìn
Hồ sen tiên nữ ngâm mình
Xiêm y cởi hết ta rình, ta xem
Ông Trời mà thấy cũng thèm
Huống chi ta vốn lem nhem hơn người
Mắt nhìn muốn nổ con ngươi
Tháng năm cứ thế cửa trời cũng vui
Trăm ngày thoát, một ngày xui
Tiên Bà túm được cái đuôi tục trần
Trình tâu, thưa gởi Ngọc Hoàng
Ngài liền tống xuống thế gian làm người

Ta từ phút ấy nổi trôi
Hơn hai mươi tuổi sống đời lưu vong
Kiếp nầy mang phận má hồng
Sinh con, đẻ cái, nối dòng người ta
Thiên đình tặng một cành hoa
Bút danh chính hiệu gọi là Hướng Dương
Nhờ trời còn chút Thiên lương
Nên tài hoa nở giữa vườn phong lôi
Giận đời ta chửi cái tôi
Giận mình ta chửi cái tồi ngày xưa
Thế gian đời lắm gió mưa
May mà Ngọc Đế nỡ chưa dứt tình
Làm người lúc nhục lúc vinh
Làm người trần thế thường tình khổ đau
Ta giờ cuộc sống thẫm màu
Văn chương ngủ trọ, thơ vào lầu mây
Với trời hụt hẫng đôi tay
Lấy chân đo đất, đất dài, nông sâu
Túi thơ dù đã ngả màu
Tối tăm chẳng gợn chút sầu lòng ta
Vẽ vời dệt gấm thêu hoa
Phủ lên một kiếp tài hoa tật nguyền
Mấy lần bộ óc chớm điên
Điên cho quên hết ưu phiền thế gian
Điên không là chuyện dễ dàng
Mê mê, tỉnh tỉnh, tàng tàng mà thôi
Trầm luân, bể khổ nhuộm đời
Mai ta hết hạn, về trời lên ngôi...

Sau một giấc mơ kỳ bí,
tác giả cảm tác để lại mai sau.

Nỗi Lòng Của Mẹ

Lời nầy mẹ viết cho con
Mai sau khôn lớn sắt son giữ gìn
Thời gian phai nhạt bóng hình
Nhưng không xóa được mối tình thiêng liêng
Thương con trong trắng ngoan hiền
Vô tư tuổi ngọc, ưu phiền chưa mang
Ôm con lòng mẹ nát tan
Buồn cho thân phận ngổn ngang lệ nhòa
Tại sao mẹ phải mù lòa?
Nên con đã mất tuổi hoa cuộc đời
Từng miếng ăn, từng cái chơi
Mẹ không chu đáo như thời anh con
Mẹ đầy lòng những héo hon
Đêm đêm thao thức no tròn đắng cay

Mẹ hôn môi mắt, chân tay
Nâng niu, trìu mến hình hài con thơ
Long lanh ngấn lệ hoen mờ
Tình thâm ấp ủ giấc mơ tuổi hồng
Con ơi, thấu hiểu hay không?
Giả vờ chẳng chút đau lòng vì con
Gượng cười mẹ hát ví von
Cùng con đùa giỡn như còn bình yên
Thật ra mẹ giấu ưu phiền
Cho con sống trọn tuổi hiền thơ ngây
Một mình mẹ chịu đắng cay
Kiên cường khỏa lấp tháng ngày khổ đau
Cho con đẹp giấc chiêm bao
Bơi trong suối mát ngọt ngào tình thương
Mắt sầu đọng lệ đêm sương
Ngày con cắp sách tới trường đầu tiên
Một mình ngồi đợi trước hiên
Chờ con tan học hồn nhiên về nhà
Huyên thuyên giọng nói ngọc ngà
Mẹ đau như cắt xót xa tấc lòng
Cớ sao có mắt như không
Để con phải chịu long đong buổi đầu
Trời cao không phép nhiệm mầu
Vì con mẹ ráng qua cầu đắng cay
Mong con tươi sáng tương lai
Mẹ đây cam phận những ngày tối tăm!

Tâm sự nầy để lại cho con *Trương Nguyễn Tràmi*, mai khôn lớn làm hành trang tưởng nhớ... người mẹ một thời đi giữa phong ba....

CUỘC ĐỜI
và TÌNH NGƯỜI

Bốn mươi năm làm người
Đời chẳng còn gì vui!
Ngoài tấm thân tàn phế
Như lá giữa dòng xuôi

Trôi qua vùng kỷ niệm
Thời quá khứ mộng mơ
Tuổi son hồng, mực tím
Đẹp mượt mà nhung tơ!

Chỉ còn là hư ảo
Làm giông bão một đời
Trong hương tình bàng bạc
Trong nghẹn ngào chơi vơi

Tôi mang hồn tỉnh thức
Nhiều ray rứt xót xa
Tình chôn sâu đáy vực
Đời chập chờn bóng ma...

Linh hồn tôi băng hoại
Xác thân tôi rã rời
Mùa xuân không trở lại
Bão tố về nơi nơi

Lòng thế gian hạn hẹp
Tình bằng hữu đổi thay
Hỏi tình nào tri kỷ?
Hỏi đời còn vòng tay?

Xin cho tôi chỗ núp
Trong trái tim loài người
Đêm rao mời hạnh phúc
Đêm tình về muôn nơi...

Rồi sẽ có một ngày
Tôi vĩnh viễn ra đi
Trong ân tình bèo bọt
Trong hiềm khích, sân si

Là lúc hồn thanh thản
Đi vào cõi tịch yên
Lìa xa đời ai oán
Trút bỏ hết ưu phiền...

ĐÓA HOA TỪ ÁI

Đã mang vào kiếp con người
Mấy ai tránh khỏi đến thời thịnh, suy?
Đất trời rộng một lối đi
Hành trình từ thiện khác gì tu thân
Đường đời vạn nẻo phù vân
Vô thường chắp cánh bay dần tới ta
Đời người như bóng trăng xa
Tròn rồi lại khuyết liền qua mấy hồi
Hôm nay cuộc sống thảnh thơi
Ngày mai ai biết đường đời phong ba
Giúp người như thể giúp ta
Tấm lòng nhân ái chan hòa yêu thương
Bàn tay năm ngón kim cương
Lung linh, chiếu sáng soi đường trần ai
Cứu người hoạn nạn kém may
Giúp người bất hạnh đổi thay cuộc đời
Hoa lòng nở giữa ngàn khơi
Chiếc phao cứu độ vớt người qua sông
Mai nầy tàn cuộc thu đông
Xuân qua, hè tới nắng hồng xôn xao
Bàn tay xoa dịu nỗi đau
Đóa hoa từ ái muôn màu kết tinh
Làm người chọn một hành trình
Con đường nhân bản chúng mình nên đi...

ĐOẠN KHÚC

Người ta có của để đời
Thi nhân không của, để lời trăng sao.

*

Tiền bạc có nhiều xài cũng hết
Văn chương, chữ nghĩa sẽ còn hoài!

*

Lục bình tím ngắt một màu
Lá xanh đời lá, hoa sầu đời hoa!

*

Tình yêu như cây Giáng Sinh
Sau mùa lễ hội, trụi mình trơ vơ ..

*

Tình yêu như hoa hướng dương
Trời mà không nắng; hồn vương mây sầu

*

Tình yêu như chiếc lưỡi câu
Nhấp nha, nhấp nháy miếng mồi ngụy trang

*

Tình yêu như trái khế vàng
Cắn vô một cái, lan tràn vị chua

*

Tình yêu không bán, không mua
Mà sao nhân thế cứ thua lỗ hoài

*

Tình yêu như đóa hoa gai
Đụng vô một cái, không trầy cũng đau

*

Tình yêu như viên kẹo màu
Dụ ta vào cuộc, ôi chao…dại khờ…!

XUÂN BUỒN

Nhà anh ở cạnh một dòng sông
Buổi sáng bình minh nắng tỏa hồng
Chiều đến hoàng hôn khoe sắc tím
Đêm về lấp lánh thủy tinh trong

Nhà em thấp thoáng bóng hàng cau
Ngõ trước đong đưa mấy nhánh đào
Mỗi độ xuân về hoa chớm nở
Mai vàng rực rỡ phía sân sau

Những buổi tan trường anh bước vội
Về ngang qua đó ngó loanh quanh
Thấy em dáng nhỏ ngồi hong tóc
Ồ...lạ, tim mình sao đập nhanh

Em cứ vô tư chẳng biết gì!
Cành mai đang trổ nụ xuân thì
Như lòng anh đã xanh mơn lá
Em vẫn vô tình chẳng biết chi!

Thư hồng anh viết đã trao tay
Giấu kín sau trang lá thuộc bài
Sáng sớm lén nhìn qua cửa lớp
Em cười sáng rực cả tương lai

Hai đứa yêu nhau chẳng dám về...
Chung đường, bạn biết thiệt kỳ ghê!
Tình chưa thắm mực anh từ biệt
Nhập ngũ lên đường giữ mảnh quê

Phượng hồng đưa tiễn bước chân ai
Nước mắt em rơi, bóng đổ dài
Có tiếng ve sầu thêm não nuột
Bàn tay, chưa dám nắm bàn tay!

Thấm thoát thoi đưa, em dạy học
Vẫn yêu người lính trẻ phong sương
Thư xanh anh viết, " sang năm tới..
Áo cưới vu quy, pháo nhuộm đường"

Rồi xuân năm ấy anh về đến
Giữa lúc mọi người đang đón xuân
Trên cỗ quan tài lòe ánh nến
Tim em thắt lại tưởng như ngừng!

Tấm ảnh anh cười rất dễ thương
Ngày vui chưa đến, đã âm, dương
Bàn tay em nắm, bàn tay lạnh
Một thoáng tình đầu quyện khói hương...

Chuyện
Người Đưa Cơm Tháng

Ngỡ ngàng gặp lại người xưa
Năm qua, tháng lại người đưa cơm chiều
Đời tôi sao quá cô liêu
Năm canh thao thức còn nhiều vấn vương
Nhớ thời hò hẹn yêu đương
Ba năm dệt mộng thiên đường cho nhau
Ngày vui ly rượu hồng đào
Đính hôn hai họ chúc nhau duyên nồng
Tưởng đâu nên nghĩa vợ chồng
Nào ngờ phận bạc má hồng ủ ê
Chiến trường cơn sốt lê thê
Trị Thiên vùng dậy lời thề còn vang
Hoa Dù nở giữa mây ngàn
Một cơn gió loạn, ghi hàng "Tiếc Thương"
Máu hồng nhuộm đỏ quê hương
Thẻ bài lạnh lẽo bên đường chờ ai?
Quốc kỳ phủ kín linh hài
Hai hàng nến trắng cắm dài áo quan

Thôi rồi tình đã dở dang
Anh đi trời phủ màu tang lạnh lùng
Khóc ai trong cõi mịt mùng
Khóc ai từ lúc mắt trong nay mờ ...
Ngày ngày một bữa cơm chờ
Người đưa tận cửa, hững hờ bước ra
Biết gì sau bức rèm hoa
Người yêu năm cũ, lệ nhòa nhớ thương
Tình cờ một buổi chiều sương
Lá thu tan tác, sân vườn vắng tanh
Chợt nghe tiếng hát của anh
Khơi lên từ khúc tình xanh vọng về
Giật mình như tỉnh như mê
Rõ ràng tiếng ấy của người đưa cơm
Nhận nhau như xác nhận hồn
Mừng mừng, tủi tủi, bồn chồn ruột gan
Chuyện đời anh kể lớp lang
Chuyện người trong cỗ áo quan ngày nào
Ấy là anh bạn chiến hào
Còn anh từ đó trong rào tù binh
Quê hương khói lửa chiến chinh
Bao nhiêu mất mát, bao tình chia phôi
Tay anh mất một cánh rồi
Tôi thì còn lại nửa đôi mắt buồn
Quê người tình cũ còn vương
Hai đời tàn phế tựa nương tháng ngày
Cơm chiều thêm những chén đầy
Tình già ấm lại sau ngày gió mưa ...

SAN JOSE
THÀNH PHỐ HOA VÀNG

Tôi đến đây đã mấy chục năm
Từ khi thung lũng mới ươm mầm
Đất lành chim đậu từ muôn ngả
Về chốn nầy đây sưởi nắng trong

San Jose phố chẳng đông người
Cửa tiệm, nhà hàng được mấy nơi
Thực phẩm Á Đông chỉ vỏn vẹn
Nhưng dân tỵ nạn sướng mê đời

Điện tử bừng lên như sức sống
Người làm hãng xưởng kiếm không ra
Vợ 'ly' chồng 'tách' cày quần quật
Kiếm mớ tiền đô gởi mẹ già

Chương trình nhân đạo "Hát-Ô" sang
Khu Hội lập ra cũng rộn ràng
Cơ chế Cộng Đồng bầu đại diện
Giúp người mới đến đỡ hoang mang

Tiếng nói Quê Hương rõ lập trường
Sáng ngời chính nghĩa tỏa mười phương
Đấu tranh uy tín dân tin tưởng
Đả đảo, hoan hô dậy phố phường

Sinh hoạt cộng đồng thêm khởi sắc
Hội hè, hội Tết càng đông vui!
Quán ăn, nhà cửa mọc như nấm
Phố nhỏ giờ đây lại lắm người...

Xe cộ trên đường tiếp nối nhau
Giá nhà vùn vụt cứ tăng cao
Dân ta hăm hở chơi chứng khoán
Thầm ước mong sao sẽ chóng giàu

"Đót Côm" vỡ nợ bể te tua
Dân Việt kêu trời...lại bị thua!
Kinh tế xuống, lên là thế đấy
Thôi thì đành vậy, đợi sang mùa...

Ngày tháng huy hoàng đã vắng xa
Còn đâu thung lũng buổi vàng hoa
Bao người thất nghiệp, bao người khổ
Chồng 'tách', vợ 'ly' dợm bán nhà..

Đi đâu chẳng sướng bằng nơi đây!
Thời tiết tuyệt vời vương bóng mây
Thực phẩm Việt Nam đầy đủ quá
Tình người luôn mở rộng vòng tay.

Cảm Tạ

Bên kia màn sương, bầu trời rực rỡ
Đường tôi đi hoa chớm nở tưng bừng
Bởi vì người đã mang lại mùa xuân
Xin cảm tạ và tri ân tình thắm
Hôm nay đây ngày vàng trong cuộc sống
Tôi giữ gìn và trân trọng về sau
Tình trăm con thắm thiết nghĩa đồng bào
Tình gia tộc và tình thân bè bạn
Tôi trải lòng qua vần thơ tỵ nạn
Người đến đây chia xẻ nỗi niềm chung
Duyên tri âm, nói mãi vẫn không cùng
Xin tạc dạ và muôn vàn cảm kích
16 tháng 5 ghi trên tờ lịch
Ngày khai hoa, nở nhụy của thi nhân
Tôi hân hoan giới thiệu con tinh thần
Mùa Xuân Mất *và* **Kiêu Sa Gãy Cánh**
Hai chủ đề, tuy nhiên chung một mảnh
Mảnh tình riêng và chung phận lưu vong
Đời của tôi đã mất ánh sáng hồng
Không to lớn bằng nỗi đau dân tộc
Quê hương ta đắm chìm trong cơn lốc
Triệu dân lành đang sống kiếp lao đao
Dù chúng ta mất hết - Vẫn còn nhau
Tình đoàn kết, nghĩa đồng bào bất diệt
Cám ơn ai những tấm lòng hào kiệt
Những ân tình xanh biếc mùa xuân
Thời gian trôi, trôi mãi sẽ không ngừng
Tôi đứng lại giữa tình người hoa nở...

Viết cho ngày ra mắt CD thơ 16-5-2004

CHÚC MỪNG
TUYỂN TẬP BÚT HOA 3

BÚT vàng ghi lại những điều hay
HOA nở văn thơ suốt tháng ngày
RA sức góp công cho hậu thế
MẮT nhìn thẳng chữ, giữ lòng ngay

CHÚC anh thơ phú thêm thi tứ
MỪNG chị văn chương nét phượng bay
THÀNH thật cám ơn quý tác giả
CÔNG nầy đáng thưởng tấm mề đay!...

San Jose, ngày 11 tháng 6 năm 2006

* * *

LÀM NGƯỜI

Làm người đứng giữa trời xanh
Làm người liêm sĩ, lợi danh chẳng màng
Làm người chững chạc đàng hoàng
Làm người như thế cả làng nước ưa
Đừng làm như đám cỏ thưa
Ngả nghiêng theo gió, đẩy đưa xuôi chiều
Hãy làm như những cánh diều
Nghịch trong hướng gió phiêu diêu tự tình…

CHÚC XUÂN ĐINH HỢI

Nơi đất khách đón xuân Đinh Hợi
Chúc bà con tài, lợi dồi dào
Bác nào tuổi đã khá cao
Luôn luôn khỏe mạnh, ốm đau giã từ...
Chúc anh chị suốt đời hạnh phúc
Mãi yêu nhau như lúc đầu tiên
Con xinh, vợ đẹp, chồng hiền
Gia đình êm ấm, bạc tiền hạnh thông
Chúc em cháu bỏ công đèn sách
Sẽ có ngày hiển hách, vinh quang
Thắm tươi như cánh mai vàng
Mùa xuân bất tận, giàu sang xứ người
Chúc đất nước qua thời đen tối
Để người dân thoát nỗi khổ đau
Đầu năm nâng chén rượu đào
Mùa xuân dân chủ đẹp bao tiếng cười...
Ta sẽ thấy đất trời khác lạ
Trên quê hương nghiệt ngã bao năm
Mùng một có ánh trăng rằm
Sáng soi nước Việt, tối tăm chẳng còn!
Tết, Tết, Tết... màu son tươi thắm
Nắng xuân về sưởi ấm trời xanh
Trên cao chim hót đầu cành
Trước sân bướm lượn chòng chành khóm hoa
Xuân Đinh Hợi, nhà nhà sung túc
Chúc mọi người hạnh phúc, bình an
Giao thừa tiếng pháo nổ vang
Giật mình thức dậy, mai vàng thêm bông...

San Jose tháng 02 năm 2007

ĐỌC THƯ THẦY CŨ

Con đọc thư thầy sao thấy thương!
Tuổi già lăn lóc giữa trời sương
Tay gầy cuốc đất trồng khoai sắn
Giấy trắng, bảng đen trả lại trường

Lớp học không còn như thuở trước
Hững hờ với thuyết Mác, Lê-Nin
Năm ba đứa trẻ còn ngồi lại
Có đứa xứ người, đứa vét kinh

Sân trường tẻ nhạt mùi hoang phế
Cửa lớp rong rêu đứng ngỡ ngàng
Bỗng thấy, phấn, roi thành cội rễ
Đâm vào da thịt, cõi lòng tan

Nhà nước bảo dân xây Chủ nghĩa
Trường thì xiêu vẹo bóng thời gian
Mái tôn như thể... ong làm tổ
Hoa nắng thi nhau rụng xuống bàn

Tình nghĩa thầy trò luôn thắm thiết
Cho dù cuộc sống đã đôi nơi
Công thầy dạy dỗ thời thơ ấu
Con vẫn luôn ghi nhớ suốt đời...

Gởi mảnh tình thơ theo gió bão
Chia cùng ai đó những niềm đau
Đọc thư chất ngất, lòng thương cảm
Trò khóc thầy xưa lệ dạt dào...

San Jose, đầu thập niên 1980

Cùng Nhau Nguyện Cầu

Tôi cúi xuống nghe tim mình thổn thức
Đau niềm đau với Nữu-Ước, Đi-Xi*
Sáng thứ ba khung cảnh xám màu chì
Là chết chóc là phân ly đổ nát...

*   *   *

Triệu con tim còn bàng hoàng ngơ ngác
Twin Center chốc lát biến thành tro
Ngũ Giác Đài năm cánh cụm co ro
Cả thế giới âu lo và rúng động

*   *   *

Tôi đang sống hay đi vào cơn mộng?
Thật hãi hùng, lồng lộng bóng phi cơ
Thượng Đế ở xa nên em chết tình cờ
Ôi oan nghiệt hay cuộc đời dâu bể

*   *   *

Người tri thức biết ngăn ngừa cội rễ
Kẻ vô luân bất kể nghĩa nhân
Tôi thương em có đôi mắt lạc thần
Giống y hệt dân tôi ngày mất nước

Hồi tưởng lại mấy mươi năm về trước
Thật kinh hoàng cảnh máu lửa, đạn rơi
Chuyện xảy ra chỉ tưởng ở quê tôi
Nay lại đến xứ bình yên muôn thuở

* * *

Tôi với em như hai người tình lỡ
Dẫu thế nào cũng chẳng nỡ quên nhau
Vì chúng ta có chung một niềm đau
Mong tất cả hãy trôi vào quên lãng

* * *

Lòng nhân ái thăng hoa đời tỵ nạn
Bởi vì em có di sản đặc trưng
Có tự do, no ấm một rừng
Có chính nghĩa, nhưng lưng chừng tình nghĩa

* * *

Em hãy cùng tôi bước vào Thánh địa
Cùng nguyện cầu Hiệp Chủng Quốc bình yên
Mọi tai ương tách khỏi đám dân hiền
Và thế giới triền miên trong hạnh phúc...

Viết cho biến cố 9-11-2001
* Washington D.C

Nhang Khói Bên Trời

Lá vàng run rẩy rơi từng chiếc
Phủ kín mồ em ngập nhớ thương
Lặng lẽ ra đi không giã biệt
Lệ lòng tuôn mãi, mộng còn vương

Em về bên đó xa xôi quá
Dáng nhỏ người yêu bóng mập mờ
Gió lạnh se lòng người ở lại
Ân tình chưa kịp kết thành thơ!

Vòng hoa tưởng niệm em lần cuối
Gởi cả tình anh đến cố nhân
Nắm đất lạnh khô buông vội vã
Theo em xuống tận dưới mộ phần

Ngày tháng đau buồn trôi thật chậm
Anh rồi muôn kiếp mãi cô đơn
Qua bao góc phố con đường cũ
Mơ thấy em xưa bóng chập chờn

Muôn tiếng côn trùng hòa nhịp điệu
Như lời tâm sự của anh đây..
Hát ru em khúc ca tình ái
Em hãy ngủ vùi giấc thật say

Chiều nay nhặt những lá vàng rơi
Đốt vội cho em để ấm đời
Tan tác lá sầu bay trước gió
Ngàn thu nhang khói động bên trời..

Cõi Tịnh Yên

Ta đi trả mối nghiệp duyên
Từ vô lượng kiếp căn nguyên tội tình
Ta về rửa sạch tâm linh
Tìm trong tỉnh thức câu kinh Di Đà
Em đi vào cõi ta bà
Ta đi vào chốn sa hà mênh mông
Lòng ta là cõi chân không
Tình em trút mãi chẳng đong được gì
Tâm thành nguyện kết từ bi
Xa lìa ái dục, kiến tri liên đài
Em đi một trả thành hai
Gieo mầm nhân quả kéo dài trầm luân
Ta đi vớt đóa vô thường
Trên dòng sinh diệt miên trường khổ đau
Đưa tay hái cánh hoa sao
Soi đường tịnh độ lối vào thiên cung
Em về hái nụ sầu chung
Trổ bông "Tứ Đại" trùng trùng thế gian
Ta say trong ánh đạo vàng
Em say cuộc sống mơ màng thực, hư
Ta về đốt hết nghiệp dư
Nghe hồn thanh tịnh, kinh thư thông làu
Nhà ta ở chốn non Đào
Trần ai em lạc bước vào tử sanh
Thôi em, thì cũng thôi đành
Nghiệp riêng em chọn, phước lành ta mang
Bao giờ trời trở mùa sang
Theo ta vào cõi Niết Bàn tịnh yên
Thế gian lắm mối ưu phiền
Thoát vòng tục lụy, gieo duyên Bồ Đề..

Không Là
Trăm Năm

Ta như loài hướng dương
Nở giữa trời gió lộng
Ai chỉ là chiếc bóng
Lơ lửng giữa dòng sông

Bờ mê chưa qua khỏi
Bến giác hãy còn xa
Lần tay đếm tuổi ngà
Giật mình bóng câu qua

Ta như loài hoa nắng
Nồng thắm giữa bầu trời
Ai vẫn hoài sân hận
Nên đường đời chia đôi

Bao nhiêu năm đã đủ
Cho cuộc tình u mê
Bao lần ai đoan hứa
Ta thất vọng ê chề

Thuở ban đầu tình đẹp
Lúc kết thúc tình đau
Ta yêu ai lầm lỡ
Ngày tháng buồn xanh xao

Đêm từng đêm trở giấc
Hồn chất ngất nghẹn ngào
Ta yêu ai lầm lỡ
Sầu cứ mãi dâng cao

Bay qua vùng tỉnh thức
Thắp sáng tình Hướng Dương
Lìa xa đời ô trược
Khép kín cửa vô thường

Xin làm hoa trí huệ
Chiếu sáng cõi vô minh
Nương theo dòng đại ngã
Vượt thoát chốn u tình

Ai lòng trần ở lại
Hãy tiếp tục sân si
Ngày mai trời trở gió
Lá khóc mùa chia ly

Ai cuộc đời cũng thế
Lặng lẽ nuốt sầu bi
Cốc rượu đời chưa cạn
Thấy bóng mình trong ly

Rồi hoàng hôn chợt đến
Hợp, tan ôi tiêu điều
Sân ga và bến đỗ
Những bến đời tịch liêu

Có bến về vĩnh cửu
Có bến là hư không
Bến ai giờ hoang lạnh
Ôm nỗi buồn rêu phong....

Đời Như Sợi Tóc

Lặng lẽ vô tình như sợi tóc
Hững hờ lần lượt những ra đi
Tóc non chớm mọc, tóc kia rụng
Chưa nhuốm mùi đời đã biệt ly

Tóc rơi rải rác trên nền thảm
Tóc rớt đâu đây cạnh góc nhà
Tóc kết tình tơ trên gối nệm
Thương người nhặt tóc hát bi ca

Hơn nửa đời người tóc bỗng rụng
Sợi dài, sợi ngắn, sợi so le
Đếm bao nhiêu sợi còn lưu lại
Bằng cả chân tình tôi vuốt ve

Nắm trọn trong tay mớ tóc sầu
Hỏi rằng tóc nọ sẽ về đâu?
Thế gian trắc ẩn niềm ly biệt
Bất quá trăm năm cũng bạc đầu

Đời người ví tựa như đời tóc
Mai mốt rồi đây cũng trở về
Tất cả vô thường nơi cõi tạm
Khuyên ai hãy sớm tỉnh cơn mê..

Tiếc nuối làm gì ba sợi tóc
Thản nhiên cứ rụng chẳng buồn, vui
Tóc nay giã biệt, tóc kia mọc
Thân xác rồi đây có lúc vùi…

XUÂN CÔ LỮ

Hai mươi mấy mùa xuân về ròng rã
Đếm tuổi đời tàn tạ theo tháng năm
Trái tim xanh giờ đây cũng tím bầm
Đời viễn xứ mơ nằm nơi đất mẹ
Gởi mộng vào thơ tình lên khe khẽ
Bướm theo đàn vờn nhẹ trên khóm hoa
Áo tung bay trong nắng mới lụa là
Mai, Cúc, Trúc chan hòa khoe sắc thắm
Tôi mơ ước một mùa xuân êm ấm
Bên cạnh ông bà, cha mẹ, chị em
Tuổi thơ qua, ngày tháng cũ buông rèm
Buồn hiện tại, nghe thèm hương quá khứ
Xuân không đến trong tim người cô lữ
Cánh thiệp hồng mang nét chữ thân thương
Từ quê nhà qua mấy ngả đại dương
Lời chúc đẹp dòn tan như pháo Tết
Nơi đất khách làm gì mà có Tết?
Tết đơn thuần trong ý nghĩ phàm phu
Kiếp lưu vong ngày tháng tựa ngục tù
Đời héo hắt như mùa thu khô lá
Xuân vẫn đến trong muôn lòng thiên hạ
Đón chào xuân với tất cả niềm vui
Sao riêng tôi, chỉ cay đắng, ngậm ngùi
Mượn men rượu chôn vùi bao nỗi nhớ
Quê hương hỡi, đã muôn trùng cách trở
Tôi xa người, tan vỡ cả trái tim
Mỗi lần xuân có muôn vạn mũi kim
Đâm rất ngọt, xuyên tâm người mất nước...

San Jose, Xuân 1998

PHƯỢNG HỒNG; TÓC BẠC

Tôi sinh ra giữa khúc quanh lịch sử
Hiệp định Giơ-Ne chia cắt hai miền
Giấy trắng, mực đen, toàn là xảo ngữ
Của những con người tâm địa đảo điên

Đất miền Nam dưỡng nuôi tôi khôn lớn
Ngày đầu tiên được mẹ dẫn tới trường
Tôi khép nép bên tiếng cười, đùa dỡn
Mẹ vỗ về đừng sợ nhé ...con thương!

Tôi tung tăng trong vườn hoa tuổi ngọc
Buổi sáng nào cũng đứng hát quốc ca
Anh, chị lớn ra giữa sân trước lớp
Thượng kỳ lên dưới ánh nắng chan hòa

Mùa phượng nở hồng lên trái tim nhỏ
Lá phượng xanh rụng xuống tóc đen xanh
Tà áo trắng vuốt ve trang giấy trắng
Mực mồng tơi pha tím giấc mộng lành

Lên trường tỉnh thêm mấy mùa mưa, nắng
Trở về quê, tôi cô giáo trường làng
Lòng vẫn trẻ tóc vương đầy bụi phấn
Chim sáo về theo nhịp trống trường tan

Năm mươi em, ánh mắt nhìn thơ dại
Ngồi lắng nghe khi cô giáo giảng bài
Môn toán cộng em đếm đi, đếm lại
Bài toán đời tôi tính vẫn còn sai

Cô dạo ấy sao mà khó tính thế!
Bởi vì cô chỉ muốn em nên thân
Vì học sinh là mầm non cội rễ
Cho quốc gia, cho xã hội nhân quần

Ngôi trường nhỏ nằm bên bờ biển lặng
Gió ngàn khơi thổi dịu nắng tháng tư
Tháng Tư đen làm đời thêm trĩu nặng
Ta chia tay chưa kịp nói giã từ...

Ba mươi năm cô sống đời viễn xứ
Nhớ sân trường, nhớ phấn trắng, bảng đen
Nhớ các em, cô thương từng tuồng chữ
Nhớ các em, Rằm Tháng Tám cộ đèn

Đời quá nửa trăm năm rồi cát bụi
Sợi tóc gầy bạc trắng mới vừa rơi
Cô nợ em đôi roi niên học cuối
Gặp lại nhau xin trả vốn lẫn lời

Nhà cô ở cạnh ngôi trường Tiểu học
Buổi trưa hè nghe tiếng trẻ ê a...
Trong thinh lặng, cô giáo ngồi đếm tóc
Tóc mây bay chở quá khứ về nhà

Ngôi trường cũ, xác xơ cành phượng vỹ
Học trò xưa nay lang bạt phương nào?
Nghe nhớ quá, những mùa hoa tuyệt mỹ
Cánh phượng hồng; sợi tóc bạc tìm nhau..

San Jose tháng 4 - 2005

Lời Buồn Trung Thu

Em bé ơi.. trăng đêm nay sáng quá
Ánh trăng tròn như chiếc lá tình thương
Em có buồn khi rời bỏ quê hương
Tôi nhớ mãi mái trường thời tuổi dại
Mừng Trung Thu chúng ta nơi hải ngoại
Hướng lòng chung về mảnh đất Việt Nam
Rước đèn soi qua ngõ ngách tối tăm
Mang ánh sáng cho xanh mầm tuổi trẻ
Đời các em không bút màu tô vẽ
Không xinh tươi như hoa trái mùa xuân
Không tung tăng múa hát dưới sân trường
Vì cuộc sống là đầu đường, xó chợ
Chuyện em mơ là thiên đường sách vở
Xin thưa không...là bát phở thừa dư
Dám nghĩ gì đến lễ Tết Trung Thu
Đến bánh mứt, đèn ông sao, cá chép..
Tuổi trẻ Việt Nam đi vào ngõ hẹp
Từ khi đảng về cùm kẹp người dân
Muốn trẻ con phải dốt nát ngu đần
Phải đói rách để dễ phần thống trị
Hạnh phúc lắm, các em đang ở Mỹ
Trung Thu về em có nghĩ gì không?
Vẫn vui ca dưới ánh sáng đèn lồng?
Xanh, đỏ, tím tuổi hồng thêm tươi thắm
Bánh kẹo thừa, vòng tay me êm ấm
Tình cộng đồng là một tấm gương soi
Phải yêu thương, giữ truyền thống giống nòi
Phải trân quý những gì mình đang có
Trên trời cao ánh trăng rằm sáng tỏ
Thơ tôi buồn, nhỏ từng giọt xanh xao..
Tuổi trẻ em là bánh kẹo ngọt ngào
Sao tôi lại pha vào màu mực đắng?
Xin lỗi em, xin lỗi em lắm lắm...

BẾN CHỜ

Cát còn in dấu chân xưa
Dương buồn lả ngọn đong đưa trái sầu
Trăm năm duyên cũ về đâu?
Tìm trong nỗi nhớ, úa màu thời gian
Bãi đời một bóng thênh thang
Bờ xưa, bến cũ lỡ làng người qua
Lòng người mấy bận phong ba!
Hai mươi năm chẵn đã là niềm đau
Tay gầy như lá xanh xao
Như cơn nắng hạ phai màu ước mơ
Tình em ở mãi bến chờ
Tình anh no gió sang bờ lãng quên
Biển đời sóng vỗ mấp mênh
Thuyền em một chiếc, lênh đênh giữa dòng
Bến xưa nay đã rêu phong
Buồn con nước chảy, nghe lòng quặn đau
Mái chèo khua động trăng sao
Hắt hiu quá khứ, nghẹn ngào tương lai
Nhẹ nhàng như sợi tóc bay
Anh đi là hết; tình hai lối đời
Anh đi phương ấy xa xôi
Bỏ ân tình cũ, bỏ trời quê hương
Bến bồi, bến lỡ, bến vương
Bến nào anh đổ bên đường lưu vong?
Quê nhà còn một bến mong
Còn con đò nhỏ, còn dòng sông xưa
Nhịp nhàng ngọn sóng đẩy đưa
Thả tình ra biển mà mưa trong hồn...

LẤY CHỒNG XỨ LẠ

Lấy chồng xứ lạ có gì vui?
Cúi mặt em đi giữa ngậm ngùi
Như kiếp lục bình trôi bến đục
Một lần bước tới, chẳng đường lui...

Thân gái Việt Nam quá đoạn trường
Đảng về mang đủ loại tai ương
Nước nhà tụt hậu dân cùng khổ
Kiếm sống em tôi phải đứng đường

Giã từ câu hát buổi đồng dao
Em bán thân cho các nước giàu
Nô lệ ái tình nuôi mẹ ốm
Nuôi bầy em nhỏ gầy xanh xao

Khi đến xứ người em tỉnh mộng
Đài loan, Hàn Quốc hết mơ, mong
Đổi đời, đổi cả bao oan trái
Một bước sang ngang mấy tấm chồng...

Cũng vì cờ đỏ với vàng sao
Đưa đẩy dân tôi đến hố, hào
Cán bộ tham tiền vơ sạch túi
Khiến người dân Việt phải lao đao

Con cháu Triệu, Trưng bán chợ người
Đứng trong lồng kiếng dáng hoa tươi
Chào hàng, mời khách ôi.. ô nhục
Nhân phẩm còn đâu nữa hỡi trời!

Đau lòng chia xẻ nỗi lầm than
Đất nước hôm nay quá lụn tàn
Bại hoại luân thường, suy đạo lý
Vì nghèo gái Việt hết đoan trang...

NHỚ NGƯỜI
SANG NGANG

Nhẹ nhàng như gió thoảng qua
Tình cờ như hạt mưa sa giữa trời
Người đi theo mộng xa trôi
Bỏ tôi ở lại một đời bơ vơ
Tháng năm khắc khoải đợi chờ
Mông lung ảo ảnh, mập mờ hư không
Thương ta ngày tháng nhớ mong
Bóng người biền biệt lấp dòng thời gian
Hỏi trăng mấy độ trăng tàn?
Hỏi ta sao lại yêu nàng đắm say!
Thói thường nhân thế đổi thay
Tình trường là chốn u hoài nắng mưa
Thẫn thờ ngắm ánh sao thưa
Nghe hồn lịm chết mấy mùa đau thương
Cuối đường xác pháo còn vương
Ngậm ngùi cho kẻ điên cuồng vì yêu
Khắp trong trời đất có nhiều
Sao ta không chọn, lại yêu mình nàng
Bây giờ tình đã trái ngang
Nàng vui bến khác lỡ làng đời tôi
Giận nàng sao nỡ đổi ngôi
Giận ta sao mãi nhớ người sang ngang.

Duyên Kiếp Lục Bình

Dập dềnh con nước đẩy đưa
Lục bình tản mạn trôi thưa từng về
Mặc đời ai tỉnh ai mê
Thân em bèo giạt từ quê lên thành
Ngâm mình dưới nước lạnh tanh
Năm qua, tháng lại cũng đành vậy thôi
Khi vui em mỉm miệng cười
Khoe màu hoa tím cho người điểm trang
Cuộc đời cứ thế lang thang
Ao hồ, sông lạch, ngút ngàn trời mây
Ai người mở rộng vòng tay?
Vớt em ra khỏi tháng ngày phiêu linh
Hậu giang sông nước hữu tình
Lục bình lẻ bạn, linh đinh khắp trời
Tìm đâu ra chỗ nghỉ ngơi
Rễ chưa bén đất, nước thời dâng cao
Bứng lên chẳng chút nghẹn ngào
Tấm thân bèo bọt lại chào biệt ly
Tìm không ra một hướng đi
Số em bạc bẽo, nói gì được đây?
Nổi trôi theo vực nước đầy
Nước mang em đến, nước lay em về
Tình em trải khắp sông quê
Qua miền lục tỉnh hả hê lòng người
Lao đao trôi đến muôn nơi
Tắp qua, giạt lại cái đời truân chuyên
Rày đây, mai đó triền miên
Bao la trời nước cái duyên lục bình....

NỖI ĐAU
MẤT MẸ

Bốn lăm năm làm người
Mới nếm vị mồ côi
Thật sao mà chát đắng!
Nuốt mãi vẫn không trôi

Cứ vướng ngang cổ họng
Lắm lúc chạy xuống tim
Làm tim co thắt lại
Đau đớn tợ luồn kim

Ai chia lằn ranh giới?
Vẽ hai cõi tử, sinh!
Làm cho tôi mất mẹ?
Làm điêu đứng tâm linh!

Đường trần ai thăm thẳm
Từng bước đời nghiêng chao
Xác thân con còn đó!
Hồn lạc mất phương nào?

Chẳng còn gì mơ ước!
Chẳng còn gì thiết tha!
Ngoài hình bóng mẹ già
Đã vào cõi mờ xa...

Không còn một bến đậu
Không còn chốn bình yên
Đời phong ba, bão táp
Vì đã mất mẹ hiền!

Chỉ còn mong gặp lại
Trong những lúc chiêm bao
Má ơi,...con nhớ má!
Lòng thổn thức, nghẹn ngào...

Cảm tác khi mất mẹ
San Jose ngày 10 tháng 09 âl năm 1997.

CẮT ĐẤT, CẮT RUỘT

Cắt đất như cắt ruột
Ruột gan tôi đau nhói từng cơn
Máu chảy ra kết nụ căm hờn
Hoa chánh nghĩa đua nhau bừng nở
Hỡi bọn người gian manh, tráo trở
Quá đê hèn dám bán đất tiền nhân
Mẹ Việt Nam bất khả xẻ phân
Giang sơn đó của toàn dân nước Việt
Bọn các ngươi mưu mô xảo quyệt
Theo Nga Tàu mang chủ thuyết tam vô
Hại lương dân phá nát cơ đồ
Nay cắt đất hiến hung nô phương bắc
Còn đâu nữa hỡi thác nguồn Bản Giốc
Ải Nam Quan say giấc ngàn năm
Nguyễn Phi Khanh lừng lẫy tiếng tăm
Một câu nói nức lòng con trẻ...
Hỡi những người lương tâm coi nhẹ
Sống vô hồn làm kẻ bất trung
Phản tổ tiên, liệt nữ anh hùng
Tội ác ấy nhơ danh thiên cổ
Ngàn đời sau cháu con phỉ nhổ
Hận ngút trời tủi hổ tổ tông
Quê hương ta trải qua mấy ngàn năm
Ông cha đã dùng máu xương giữ nguyên bờ cõi
Lịch sử Việt Nam vinh quang chói lọi
Lê, Lý, Nguyễn, Trần giặc khiếp uy danh
Người từ đâu, tay nhúng máu tanh
Mang chủ nghĩa ngoại lai về đọa đày dân tộc

Khắp cõi trời Nam đất gào, biển khóc
Triệu dân lành trong cơn lốc oan khiên
Bọn tham quan lên nắm chính quyền
Đưa đất nước vào vết nhơ lịch sử
Tôi chỉ là phụ nữ
Sống xứ người nhưng nặng nợ non sông
Biết được tin ngươi bán đất cha ông
Dâng lãnh hải cho quan thầy Trung Quốc
Lòng ta đây đớn đau như dao cắt
Lệ chảy ròng ròng tựa ngày mất mẹ cha
Hỡi những người Việt Nam yêu nước thiết tha
Hãy đứng lên, vì quê cha cùng nhau chống cộng
Có như thế ta mới còn đất sống
Kẻo mai nầy chúng triều cống cả Việt Nam
Cho bọn bá quyền Trung Hoa "vĩ đại"
Hỡi những người chiến binh hãy mau mau tỉnh dậy
Chĩa mũi súng vào bọn cán bộ, công an
Lịch sử Việt Nam lập tức sang trang
Công trạng ấy lưu danh muôn thuở
Hỡi những người anh em đừng bao giờ sợ
Chớ yếu hèn mà bỏ lỡ dịp may
Quyết đứng lên vạch mặt bọn tay sai
Kẻ bán nước chia hình hài tổ quốc
Hãy nhớ câu: "Thà nghèo ta cạp đất"
Ý nói rằng còn đất là còn sự biển sinh
Còn quê hương dân tộc tự tình
Còn sự sống trong tinh thần nhân bản...
Nếu mất đất là mất đi tất cả
Mất cuộc đời, mất gia phả Rồng Tiên
Hỡi những người Việt Nam ở khắp mọi miền
Hãy đứng lên tranh đấu cho sự vẹn toàn lãnh thổ...

San Jose, Xuân Nhâm Ngọ 2002

HOA TÍM
BẰNG LĂNG

Mỗi lần hoa tím bằng lăng nở
Là khiến lòng tôi nghĩ chuyện xưa
Nàng ở bên kia con lạch nhỏ
Lối về qua mấy nhịp cầu thưa

Tôi từ phố thị ra thôn lẻ
Buổi dạy đầu đời làm giáo sư
Tất cả sao chừng như mới mẻ
Bảng đời chưa vẽ phấn ưu tư

Trên bàn cắm vội cành hoa tím
Hoa tím bằng lăng tuổi học trò
Chắc của em nào mong lấy điểm
Những gì ưu ái thầy dành cho!

Cứ thế, hai mùa hoa tím nở
Bàn thầy điểm nhẹ mấy cành tươi
Em yêu sắc tím màu dang dở
Gởi gắm cùng ai một nụ cười

Những chiều tan học cùng chung lối
Kẻ trước, người sau bước ngập ngừng
Gót nhỏ em đùa lên cỏ rối
Tôi về nghe nỗi nhớ rưng rưng...

Thêm mùa hoa nở người không thấy
Sắc tím bằng lăng cũng mất rồi
Gượng hỏi mới hay cô gái ấy...
Rượu hồng đã cạn chén giao bôi

Buổi sáng mùa xuân trời rất lạnh
Dưới tàng cây tím xác bằng lăng
Màu hoa dấu ái giờ tan tác
Em bước sang sông có ngại ngần?

Từ đây trong cõi xa xăm đó
Em có bao giờ nhớ đến tôi?
Hoa nở hoa tàn rồi lại nở
Còn tôi vĩnh viễn mất em rồi!...

Thăng Hoa

Mười sáu năm tưởng chừng như quên lãng
Cuộc tình hồng ngày tháng đã phôi pha
Em tang thương ôm mảnh đời tỵ nạn
Anh xanh xao như cây lá rừng già

Mười năm lẻ anh giam thân góc núi
Vắng tình người trời đất cũng thê lương
Củ khoai sâu cổ nuốt trôi hận tủi
Chốn lao lung, em là cánh hoa hường

Có đôi lúc anh mơ thành mây trắng
Bay lên cao để sưởi nắng quê hương
Hay cùng em ru tình trên đồi vắng
Rồi lang thang lạc bước giữa phố phường

Cứ như thế anh sống qua ngày tháng
Gắng sức làm để vượt mức " chỉ tiêu"
Giả điếc, giả câm bẩm thưa ông cán!
Cầm giấy tha là cầm chắc Việt kiều...

Ta gặp lại giữa cuối mùa hoa nở
Tình hôm nào, tình vào cõi thiên thu
Tóc râu xưa đã bạc phai lắm sợi
Vẫn yêu em dù sống kiếp lao tù

Thôi anh nhé đừng "thường tình nhi nữ"
Đất nước mình cần lắm bậc hùng anh
Dám đứng lên dìm những cơn sóng dữ
Sá gì đâu tan một giấc mộng lành

Tình cao cả là tình yêu tổ quốc
Tình gái trai là những thứ bọt bèo
Nếu có yêu, xin yêu đời phục quốc
Đừng yêu mãi, hoài một thứ dây leo...

Em phận gái đành làm thân chùm gởi
Cũng nát lòng khi quê mẹ điêu linh
Anh nam nhi hãy vung gươm quật khởi
Cứu quê hương tạo no ấm công bình

Rồi sẽ có một ngày ta gặp lại
Trên quê hương rực rỡ bóng cờ vàng
Tình núi sông, tình Việt Nam còn mãi
Tình thăng hoa đời sống mới vinh quang.

PHÚ QUỐC QUÊ TÔI

Tân niên họp mặt thật là vui
Rạng rỡ trên môi những nụ cười
Rối rít câu chào đêm hội ngộ
Đưa tôi về lại một vùng trời

Phú Quốc quê ta có những gì?
Hàng dương xanh ngát bóng xuân thì
Nhấp nhô sóng gợn xô lên cát
Nở đóa hoa đời mỗi bước đi

Phú Quốc cho tôi sống những ngày
Hồn thơ phơi phới cánh hoa mai
Tung tăng chân sáo vui cùng bạn
Tối đến ê a tiếng học bài

Lá vàng không rụng cũng thu, đông
Tháng tám tròn trăng cộ đèn lồng
Xanh, đỏ, tím, vàng đi giữa phố
Gió lùa đèn cháy còn tay không

Phượng nở hè về, thôi áo trắng
Bạn bè đôi ngả nhớ chao ôi!
Nhớ con chim nhỏ sân trường vắng
Ngơ ngác nhìn vô lạ chỗ ngồi

Hết năm Tiểu học lên Trung học
Một đoạn đường qua chẳng thấy xa
Bỏ lại thầy cô nơi lớp cũ
Tập làm "Người lớn" thử coi mà!

Áo dài ngượng nghịu bước chân non
Màu trắng trinh nguyên tuổi mộng tròn
Em ướp hương đời trang sách vở
Xin ai đừng để nhạt màu son

Hai giờ toán học, sao dài quá!
Vườn ổi, vườn xoài hấp dẫn hơn
Suối Đá, rừng sim mặc sức phá
Chôm chôm chết yểu trái xanh dờn...

Chùa Cao rượt đuổi từng tam cấp
Cả bọn thở hì... mệt đứt hơi...
Phong cảnh mùa xuân hoa nở thắm
Mênh mông biển nước, đẹp quá "chời!"

Hải đảo còn đâu những tháng ngày
Tuổi vừa mới lớn đợi chờ ai
Chiều ra Dinh Cậu hình như để...
Ngắm trộm "Nàng Tiên" mái tóc dài

Buổi tối qua Cồn coi gỡ cá
Lung linh mờ ảo dãy đèn hoa
Các cô ngồi đợi ghe vào bến
Mặc sức mà trêu chọc gái nhà

Em nào em nấy vui như Tết
Miệng nói, môi cười rất dễ thương
Thoăn thoắt bàn tay căng ổ lưới
Mượn vành nón lá đứng che sương

Dương Đông, Cửa Cạn chứa chan tình
Nhớ mãi trong đời ghẹ Hàm Ninh
Năm ngả ra vào nơi thị trấn
Ai về An Thới nhớ hồi kinh.

Quê tôi Tết đến "đui hung lắm!"
Pháo nổ tưng bừng, trống múa lân
Cá cọp bầu cua bày ngập phố
Cờ vàng lộng gió đón mùa xuân

Lễ hội xô giàn ngày tháng bảy
Đình thần ông Bổn, tới Sùng Hưng
Bánh qui, bánh nếp sao ngon thế
Con nít nhào vô chụp quá chừng...

Quê nhà chữ nghĩa cũng lênh đênh
Văn hóa tiền nhân vượt thác ghềnh
"Xà lãng, xà beng rồi xà lột"
"Cù" Hên đi lại một "mình ên"

Ai về Phú Quốc cho tôi nhắn
Đã thấy "mờ mờ Dinh Cậu" chưa?
Ghé quán Cù Đe... tràn giọt đắng
Ngậm ngùi câu nói "có liền" xưa!

Mai về chẳng thấy bóng dừa cao
Chẳng thấy vườn tiêu lẫn gốc đào
Khách lạ vung tiền mua đất đảo
Thơ sầu rụng xuống mấy vần đau...

Quê cũ mình tôi lạc dấu hài
Gom tình về giữ mãi trong tay
Đường khuya một bóng ai tri kỷ
Thiên địa man man tiếng thở dài!

Tháng ngày bình dị đã trôi xa
Phú quốc thuở nào cuả chúng ta
Mai mỉa làm sao từ ngữ mới!
"Tắm tiên, tắm tục" thẹn quê nhà

Bài thơ nhắc lại thời hoa mộng
Phú Quốc bây giờ có còn không?
Lối cũ, đường xưa sao lạ quá!
Cho tôi sống lại giấc mơ hồng...

Cảm tác sau đêm Tân Niên Hội Ngộ
San Jose, ngày 11 tháng 2 năm 2006

Mừng
Hội Đồng Hương Phú Quốc

Xuân về hoa nở khắp nơi
Tình người cũng nở rợp trời lưu vong
Về đây chung một tấm lòng
Chúc mừng giới trẻ lập xong hội nhà
Chúc ông, chúc bác, chúc bà
Chúc em, chúc cháu, nhà nhà yên vui
Gặp nhau nở một nụ cười
Kết tình thân ái cho đời thắm hoa
Quê mình nước mắm đậm đà
Là niềm kiêu hãnh của ta xứ người
Nồng nàn như hạt tiêu tươi
No tròn tình nghĩa, ấm đời ly hương
Về đây kết chặt yêu thương
Tương thân, tương ái, biểu dương nghĩa tình

Vũng Bầu, Cửa Cạn, Hàm Ninh
Dương Đông, An Thới đẹp tình nước non
Thành viên giữ dạ sắt son
Đồng Hương Phú Quốc mãi còn thơm danh
Chúc em, chúc chị, chúc anh
Tình như sóng biển, đời xanh mây chiều
Bọn mình tóc đã muối tiêu
Làm sao nắm lại cánh diều tuổi thơ
Thả hồn về chốn mộng mơ
Bầu cua cá cọp, gọi mời đầu năm
Thua rồi cái mặt hầm hầm...
Đổ thừa đánh mất cho lòng đỡ quê
Bao nhiêu kỷ niệm hiện về
Chùa Cao, Dinh Cậu, lê thê tuổi hồng
Hẹn hò rồi lại phập phồng
Sợ người quen biết chỉ mong ốm đòn...
Cái thời thơ dại trẻ con
Năm mươi năm nữa vẫn còn trong ta
Hải đảo tình đã nở hoa
Đồng Hương Phú Quốc chan hòa niềm vui
Chia tay lòng thấy bùi ngùi
Hẹn nhau năm tới sẽ vui gấp mười...

Kính tặng Hội Đồng Hương Phú Quốc
San Jose, 2005

CÔ GÁI **DƯƠNG ĐÔNG**

Em, cô gái Dương Đông có má hồng môi thắm
Mắt ươm tình thích ngắm sóng biển khơi
Anh. trai phong sương phiêu bạt bốn phương trời
Đến Phú Quốc mong kết duyên tình chồng vợ
Xin nói trước để anh đừng bỡ ngỡ
Quê hương em có nhiều thứ đặc trưng
Nước mắm ngon, tiêu chín, trái sim rừng
Ghẹ Hàm Ninh, nấm tràm tươi, khô thiều, khô mực
Con gái Dương Đông rất chân tình và thành thực
Thương ai rồi như bánh mứt đầu năm
Dù ngoài kia mùa biển động ầm ầm
Hải đảo em, nơi chốn bình yên mời anh trú ngụ
Sống đây lâu anh sẽ làm Đảo Chủ
Và em cũng sẽ là Chúa đảo phu nhân
Chung quanh ta, có nhiều cô gái cá ở trần
Nên cấm anh không được một lần nhìn, ngắm!...

Thơ vui xứ biển

LỜI MẸ

Được quanh quẩn bên bốn con yêu dấu
Đời không may, trong bóng tối vẫn vui
Mẹ con ta chia xẻ những ngọt, bùi
Những thành quả đắng cay hay hạnh phúc
Con đỗ đạt, mẹ mừng rơi nước mắt
Bỏ công lao đèn sách đã bao năm
Đêm từng đêm , mẹ khẩn nguyện âm thầm
Mong con trẻ được tai qua, nạn khỏi
Dù các con không kim cương sáng chói
Đạo làm người phải giữ lấy nghĩa nhân
Phải thương yêu những kẻ bạc phần
Phải giúp đỡ những khi ai cần đến
Lòng của mẹ luôn luôn là bờ bến
Cho con đậu vào khi trời chuyển bão giông
Mẹ thương con với tất cả tấm lòng
Dù con trẻ thành công hay thất bại
Lời mẹ dạy, con phải ghi nhớ mãi
Chớ rụt đầu, thối chí trước khó khăn
Phải quyết tâm khắc phục mọi gian nan
Rồi ánh sáng vinh quang sẽ đến
Trái tim mẹ luôn luôn là bờ bến
Cho con trú vào sẽ có được bình yên
Mẹ không phải là bà Phật, bà Tiên
Nhưng Mẹ có chất nam châm
Hút muộn phiền đời sống.

Người Yêu LÍNH THỦY

Em về nghiêng cánh vạc bay
Đèn khuya yếu ngọn bóng dài thê lương
Tay gầy mười ngón tơ vương
Đêm sâu tròng mắt, hoang đường tình ta
Hải hành mấy bận lên ca
Còi tàu vọng lại, âm ba não lòng
Người đi trong cõi tang bồng
Tình em gái nhỏ cũng lồng theo mây
Chiều về nhớ tóc em bay
Tóc loang trời tím, đếm ngày vắng nhau!
Sầu lên con nước dâng cao
Tương tư chín đỏ ngọt ngào nhớ nhung
Thương anh trong cõi mịt mùng
Qua ngàn hải lý chập chùng mù xa
Anh đi tình có thiết tha?
Đừng vui bến lạ, đời hoa úa tàn
Bạch Đằng mỏi bước chân hoang
Chiều thương đô thị, võ vàng tình em
Thẫn thờ, rạp hát, quán kem
Tàu chưa về bến nghe thèm vòng tay!
Mỏi mòn môi nhạt, mắt cay
Má hồng thôi đánh, quên ngày lược gương
Đêm buồn tiếng vạc kêu sương
Nhớ ơi là nhớ, người thương nơi nào
Nếu đời còn có kiếp sau
Em xin làm cánh chim cao giữa trời
Theo anh tận cõi mù khơi
Tìm người lính thủy trao lời nhớ thương...

Khóc Ba Vĩnh Điện

Thương ba lặng lẽ ra đi
Con nơi xứ lạ nói gì được đây?
Lòng thành quyện khói hương bay
Về nơi Vĩnh Điện trong ngày đưa tang
Khóc ba suối lệ tuôn tràn
Lạy ba lần cuối đôi đàng cách nhau
Nghẹn ngào tim nát lòng đau
Tháng năm còn lại xanh xao cuộc đời
Hết rồi những lúc..ba ơi!
Lá thư dòng chữ, với lời khuyên răn
Bao hàm tất cả tình thân
Lòng ba như nước sông Hằng trôi xa
Những gì ưu ái thiết tha
Trong tình trìu mến gởi qua bên nầy
Thương con ba mở vòng tay
Ấp yêu che chở, tình nầy khó quên
Ba đi ngày tháng buồn tênh
Con như thuyền nhỏ chông chênh biển hồ
Ba nằm yên tận dưới mồ
Con liền xé vội khăn sô chít đầu
Làm tròn bổn phận người dâu
Lòng luôn thương nhớ tình sâu nghĩa đầy
Ba về nương cánh hạc bay
Bỏ con ở lại tương lai mịt mờ
Từ đây hoang lạnh đôi bờ
Khóc ba bằng những lời thơ não lòng
Hồn thiêng ở cõi hư không
Mong Ba chứng giám cho lòng con yên
Tâm tư gởi đến cha hiền
Nghìn thu an lạc hồn thiêng trên trời.

Kính dâng Ba Trương-Thế-Quý

Tri Ân Võ Hoàng

Cám ơn anh người trai hùng hải đảo
Là vinh quang, là gia bảo quê nhà
Phú Quốc mình giữa trời nước bao la
Đã nở rộ đóa hoa chánh nghĩa
Đường tranh đấu là con đường linh địa
Ai đi qua, phải trả cả máu xương
Từ khi nhuộm đỏ quê hương
Cộng nô gieo rắc tang thương đủ điều
Anh sĩ khí như diều căng gió
Quyết đứng lên dẹp bỏ bất công
Truyền đơn rải chợ Dương-Đông
Hô hào dân chúng, nhập dòng đấu tranh
Chuyện bị lộ, anh đành xa xứ
Đến Thái Lan lưu trú bao ngày
Cường hào, áp bức gấp hai
Không quen luồn cúi, không nài van xin
Anh bất kể thân mình tỵ nạn
Đoạt lấy tàu tới đảo Nam Dương
Hải trình lắm bận bi thương
Tàu, ghe hỏng máy, đại dương mịt mùng
Anh vùng vẫy giữa muôn trùng sóng nước
Ý chí cao hơn bão tố, phong ba
Mờ mờ đất Úc hiện ra
Hiểm nguy khắc phục, tàu qua xứ người

Sóng gió lớn, biển đời thử thách
Anh vượt lên ngõ ngách tử sinh
Sydney hải cảng hữu tình
Anh đi giữa phố ngỡ mình mộng du
Liên Hiệp Quốc nhật tu lý lịch
Trả anh về nơi xứ "Cờ Hoa"
Hồn anh đậu bến quê nhà
Thân neo viễn xứ, cho qua tháng ngày
Đêm từng đêm, đêm dài thao thức
Bao suy tư thế sự nước non
Thê nhi, một gánh cỏn con
Công danh, lợi lộc chẳng còn bận tâm...
Anh nhất quyết đi làm lịch sử
Không thành công rồi cũng thành nhân
Chuyện bà tiên với đôi chiếc đũa thần
Anh mơ ước hóa thân thành hiệp sĩ
Đường anh đi là con đường tuyệt mỹ
Phá gông, cùm, đạp đổ mọi bất công
Chí làm trai phải trả nợ núi sông
Anh ngã xuống tô hồng trang sử Việt
Cám ơn anh, người trai hùng tiết liệt
Dám hy sinh cho đại cuộc tồn vong
Món quà thiêng, anh gởi lại Dương Đông
Tôi hãnh diện, mình là dân Phú Quốc...

San Jose, Cali. mùa thu 1989

BIỂN NHỚ

Biển có chờ ai có đợi ai
Cho tôi mơ sống lại bao ngày
Trùng dương biển động con tàu nhỏ
Lính thủy non nghề ngất ngư say

Say sóng đại dương hay sóng tình
Nam nhi hồ hải kiếp phiêu linh
Tàu anh xuôi ngược qua nhiều bến
Mỗi bến anh qua một bến tình

Có mắt em xanh ngày biển êm
Có môi em ngọt chiều hoàng hôn
Có tay em rộng ru niềm nhớ
Suối tóc em mềm say bóng đêm

Thấy cả tình em soi đại dương
Thấy trăng bàng bạc về muôn phương
Thấy loài hoa biển theo triền sóng
Thấy trọn khung trời anh nhớ thương

Em nói với anh ghét biển nhiều
Biển luôn kề cận người em yêu
Để em trông đợi dài năm tháng
Ôm mối tương tư mỗi buổi chiều

Em hãy chờ khi hết hải hành
Tàu về đặt vội chiếc hôn nhanh
Đền bù những lúc anh xa vắng
Môi mắt thơm nồng hương biển xanh

Bây giờ hai đứa duyên tròn mộng
Cho dẫu qua rồi thuở đợi mong
Vẫn nhớ thiết tha về biển cũ
Hỏi rằng biển có nhớ ta không ?

Giấc Mơ VIỆT NAM

Trúc xanh soi bóng nước
Giang thủy ngắm trời trôi
Én về Cao cánh lượn
Mùa xuân đã đến rồi

Quốc gia qua gió bão
Đời hết phút chia phôi
Tình trăm con Lạc Việt
Ngủ vùi chung chiếc nôi

Ngày quê hương mở hội
Chim phượng cùng chim công
Múa theo nhịp trống đồng
Nhớ một thời cha, ông...

Người vui bày yến tiệc
Lúa chín ngập cánh đồng
Mai vàng trên cành biếc
Mỉm cười ngắm núi sông

Mẹ Âu Cơ hoan hỉ
Cha Lạc Long vui mừng
Đợi chờ bao thế kỷ
Mắt lệ nhòa rưng rưng

Đêm lung linh ánh nến
Đêm thơm ngát trầm hương
Giấc mơ hiền sẽ đến
Rạng ngời đóa hướng dương

Xuân Ất Dậu 2005
Mến tặng nhà thơ Trúc Giang (Cao Gia)

DẤU XƯA

Trời Phú Quốc xanh màu hy vọng
Đất Dương Đông thắm mộng ân tình
Tôi về chiều nắng lung linh
Chân qua chốn cũ nhớ tình năm xưa
Buồn man mác mây đưa theo gió
Cảnh bàng hoàng ngọn cỏ, cành cây
Chập chờn như bóng ai đây?
Mông lung nỗi nhớ, đong dầy dấu xưa
Như tàn tích, hương thừa mộng ảo
Bước giang hồ hoài bão khắc ghi
Tôi về, người đã ra đi
Không câu từ tạ, không gì gởi trao
Lưu chút dạ, nghẹn ngào quyến luyến
Tình ngày xưa tan biến mong manh
Đá trơ rêu phủ đầu gành
Hoàng hôn rớt xuống; long lanh cuộc tình
Anh rộng bước, tung hoành một cõi
Nuôi chí thiêng dòng dõi ông cha
Hai vai một gánh sơn hà
Trời cao, đất rộng; phong ba nổi chìm
Tôi vẫn đứng im lìm trong bóng
Hồn bơ vơ, cô đọng thời gian
Thoáng nghe một chút ngỡ ngàng
Người xưa biền biệt, chiều tan hững hờ...

Đầu thu 1988, San Jose, California

Xuân Mơ

Nghe muôn cánh lá xôn xao
Ngoài kia có nụ anh đào trổ bông
Thướt tha e ấp dáng hồng
Nàng xuân kiều diễm về trong lòng người
Rộn ràng dưới nắng xuân tươi
Chim cao tiếng hót, buông lời véo von
Mây trôi lơ lửng đầu non
Bao cô thôn nữ mộng còn vương vương
Pháo hồng nhuộm đỏ mặt đường
Áo màu khoe khắp phố phường ngày xuân
Vui trong khung cảnh tưng bừng
Nhà nhà nhộn nhịp mừng xuân trở về
Mơ màng khúc nhạc đê mê
Du dương tiếng sáo vọng về từ xa
Xác xơ dưới cội mai già
Rụng rơi từng cánh như là đợi ai
Mộng lòng chưa thắm đã phai
Thương người một bóng đi ngoài gió sương
Chí trai trải khắp quê hương
Ba năm tình ấy còn vương vấn hoài
Đón xuân nhấp chén rượu cay
Nguyện cầu đất nước ngày mai thái bình
Anh về nối lại cuộc tình
Mùa xuân bất diệt duyên mình đẹp đôi.

Người Hùng Lý Tống

Anh, người của trời xanh mây trắng
Lỡ sa cơ cay đắng đời trai
Bốn năm viễn xứ tù đày
Nhìn con én liệng, mơ ngày tự do
Vì đất nước căm hờn giặc đỏ
Xót dân lành bày tỏ nghĩa trung
Quê hương...nay chốn hang hùm
Vào, ra mấy bận ung dung tiếng cười
Rải truyền đơn trắng trời Nam Việt
Đầu kỷ nguyên tới miệt Cuba
Bứt râu con "khủng long già"
Hú tim Phiêu, Khải, thật là hả hê
Anh xứng đáng con Lê cháu Lý
Tính can trường dũng khí vút cao
Tim anh có máu đồng bào
Có chung nhịp đập nỗi đau sơn hà
Vì đại nghĩa quốc gia dân tộc
Nay lao lung tận góc trời xa
Chúng tôi là những đóa hoa
Đua nhau bừng nở làm quà giáng sinh
Gởi đến anh thắm tình tranh đấu
Lời ủi an cho dẫu đơn sơ
Lòng chung nối kết đôi bờ
Hoa Kỳ, đất Thái giấc mơ sum vầy
Tình đồng hương ướp đầy hoa nắng
Dù ngoài kia tuyết trắng rơi rơi
Người đi lấp biển vá trời
Chung lòng đoàn kết ấm đời hùng anh
Bắc Ca Li tường thành chống cộng
Mai anh về nối rộng vòng tay
Đường tranh đấu - Tiếp tục bay
Việt Nam ắt sẽ có ngày hồi sinh...

TÂM TÌNH
NGƯỜI LÍNH BIỂN

Có những con tàu lạc loài trôi nổi
Neo xứ người hằng mấy chục năm qua
Hôm nay đây, dưới ánh nắng chan hòa
Thung lũng Hoa Vàng đón chào quan khách
                    *

Về bên nhau từ các vùng sông lạch
Từ biển khơi, ngõ ngách của đại dương
Từ miền xa, vùng duyên hải tiền phương
Từ chiến đĩnh, Giang đoàn, Thủy bộ
                    *

Vui lên anh trong phút giây tương ngộ
Kẻo ngày mai trời dở chuyện nắng, mưa...
Ai sẽ buồn khi ngắm ánh sao thưa?
Ai sẽ nhắc màu trời xanh biển cả
                    *

Nhớ khi xưa ra trường đi muôn ngả
Đứa trôi về vùng đất lạ Năm Căn
Muỗi vo ve ngỡ tiếng sóng Bạch Đằng
Gương Hưng Đạo, tinh thần trai nước Việt
                    *

Tuổi hai mươi chứa chan bầu nhiệt huyết
Chí làm trai nào há sợ chi đâu
Biển lăm le, từng cơn sóng bạc đầu
Tàu lừng lững đi vào vùng gió bão
                    *

Anh hoang vu trên đỉnh Đài Kiểm Báo
Quét mắt thần soi sáng giữa trời đêm
Tôi làm thơ ca tụng lúc biển êm
Hái hoa sóng khi sao trời thắp nến

Đời lính thủy lênh đênh đi và đến
Ghé Hoàng Sa rồi về bến Cam Ranh
Xuống Hậu giang bao kỷ niệm dỗ dành
Đêm truy kích mắt xanh tình chiến hữu
*

Ra Phú Quốc trong tháng ngày mưa lũ
Nhớ Thành Đô, ta nhớ quá em ơi!
Nhớ Nha Trang thuở áo trắng bên người
Chiều "đi bụi" ta tôn em thần nữ
*

"Tổ Quốc Đại Dương" hào hùng bốn chữ
Mộng đầu đời tôi giữ mãi trong tim
Kỷ niệm rơi ta vạch sóng đi tìm
Xin góp nhặt làm hành trang quân ngũ
*

Gặp lại nhau nhắc về thời xưa cũ
Thuở tung hoành trên sóng nước đại dương
Hay cùng em đi dạo khắp phố phường
Chiều thứ bảy, tan trường "hoa trắng nở!"
*

Anh đến đón làm tim ai rạng rỡ
Tình hôm nào dù tình ở, tình đi!
Mất quê hương, ta còn lại những gì?
Tình chiến hữu, tình yêu thương đồng đội...
*

Mặt trời xoay, xoay dần vào bóng tối
Tuổi đời ta đều đã quá sáu mươi
Gặp hôm nay, lưu lại những tiếng cười
Để nhớ mãi tâm tình người lính biển...

Tặng các anh Hải Quân khóa 1&2HSQ/SQĐV
và các chị trong ngày Hội Ngộ 2005 tại San Jose

KIẾP SAU

Ngồi buồn nghĩ tới kiếp sau
Xót thân phận cũ niềm đau chín mùi
Tiếc thay lịch sử loài người
Công trình tiến hóa chẳng soi được mình
Tàn hơi đổi bóng thay hình
Nhập dương lần nữa có mình có ta
Chen chân trong cõi ta bà
Ngó quanh, ngó quẩn, ngó xa, ngó gần
Ngó nhau thoáng chút tần ngần
Luân hồi hóa kiếp có phần chúng ta
Thoạt nhìn cứ tưởng lạ xa
Nhìn lâu mới biết rõ ta, rõ người
Ôm ngau dở khóc dở cười
Cái thân phận cũ, cuộc đời trớ trêu
Hồng trần bèo bọt rong rêu
Kiếp sau, kiếp trước cũng đều như nhau
Tuổi trời giấc mộng xanh xao
Ai mà biết được kiếp nào vinh quang
Hay là tiếp tục cơ hàn
Hay là bệnh tật cưu mang vào người
Hay là ngang trái chia phôi
Hay là duyên số hợp rồi lại tan
Bao nhiêu chấm hỏi, chấm than!
Thôi thì đừng đến thế gian làm người
Chỉ cần làm áng mây trôi
Bay trong trời đất, thấy đời nhẹ tênh...

♥ TRÁI MỘNG TÌNH YÊU

Anh tình tứ đưa em vào cõi mộng
Đường thênh thang hoa tình ái muôn màu
Ta say đắm bên nhau chiều gió lộng
Mắt đưa tình khép nhẹ cánh môi trao

Từ một thuở mà bây giờ vương vấn
Lúc chưa quen em trong trắng như tờ
Nhưng ai biết được trái đời ngọt, đắng
Lỡ ngậm rồi nên ra ngẩn vào ngơ

Tay phù thủy anh ban nhiều phép lạ
Khiến hồn em si dại bởi đam mê
Rừng ái ân cây tình còn xanh lá
Em ngu ngơ nên lạc mất lối về...

Năm tháng rộng cho nồng men tình tứ
Đời say Hương một khắc ngỡ thiên thu
Hạnh phúc ta tưởng chừng như bất tử
Đẹp tuyệt vời, ôi... cánh lá mùa thu

Lá thu rụng theo chu kỳ thời tiết
Còn tình mình đoạn cuối sẽ về đâu?
Sẽ về đâu, về đâu..cần chi biết!
Miễn cuộc đời hai đứa mãi bên nhau

Ta cứ sống cho tròn câu ước hẹn
Khắp đất trời tràn ngập trái yêu thương
Nhớ khi xưa Adam vì mắc nghẹn
Nuốt không trôi nên nhả hột bên đường

Đám con cháu nhặt về làm hạt giống
Đem gieo trồng khắp bốn biển, năm châu
Trái yêu đương không còn là trái cấm
Trái yêu đương nồng thắm nhất địa cầu..

♫♫♫

Thơ Vui Mừng Cưới

Mừng ngày hai trẻ thành đôi
Yêu thương nồng thắm đường đời thênh thang
Cùng nhau xây giấc mộng vàng
Gia đình hạnh phúc bên đàn con xinh
Ngân NGA khúc hát DIỄM tình
Chu TOÀN đạo hiếu trung trinh ở đời
Lành như hoa trái giữa trời
Trong như nhật nguyệt sáng ngời THANH cao...
Trăm năm tình mãi thắm màu
Bền duyên giai ngẫu ngọt ngào ái ân
Thơ vui MINH kết đôi vần
SẮC CẢM hòa hợp "Tấn Tần - Trúc Mai"
Đường tình lạc bước thiên thai
Suối nguồn róc rách cỏ may đâm chồi
Đưa nhau lên tận đỉnh đồi
Ngồi trên yên ngựa nghe đời ngất ngây

Thời gian như bóng chim bay
Ba mươi năm lẻ - Tình dài lưu vong
Gặp nhau đời nở hoa hồng
Kết tình bằng hữu ấm lòng tha HƯƠNG
Rượu nồng cạn chén uyên ương
Chúc mừng hai họ - QUAN VIÊN công thành
HIỂN vinh con cháu lập danh
HUYỀN, NHUNG, CHÍN mộng trên cành yêu đương
Đêm nay chăn chiếu lạ giường
Có đôi bạn trẻ thiên đường tìm nhau
Noi gương người trước mau mau
Trầu vàng mẹ TỐ thắm cau ba HIỀN
Cô dâu xinh đẹp như tiên
Chú rể đạo mạo hiền lương hơn người
Thuyền tình tách bến ra khơi
Chúc mừng hai trẻ trọn đời yêu nhau...

Mừng ngày thành hôn của hai cháu Toàn-Nga
Con của anh chị Phạm Quang Hiền và Lê Tích Tố.
San Jose, October 16, 2004
*Những chữ viết hoa là tên của các thân hữu đã
quen biết nhau trên 30 năm tại Waterloo, Iowa..

TUỔI BIẾT BUỒN

Ai bảo mười lăm mới biết buồn?
Ta đây sáu chục vẫn tơ vương
Hai già đối bóng ngồi than thở
Con cái giờ đây đã lạc nguồn

Bảo lãnh mẹ cha đến xứ nầy
Nấu cơm, rửa chén, giữ con bây
Cuối tuần dúi ít đồng tiền lẻ
Trả mớ công lao tưởng đã đầy

Cái đứng, cái ngồi, mất tự do
Cái ăn, cái ở lại phiền to
Người già lạt miệng thường ăn mắm
Dâu, rể kêu lên, thúi bếp lò...

Ông cụ thói thường hút thuốc rê
Sang đây coi bộ... quá ê chề!
Mỗi khi thèm thuốc phải đành nhịn
Cái lạnh tình đời cũng đủ ghê

Tôn ti, trật tự chẳng còn đâu
Già cả sang đây chỉ rước sầu
Con rể đổi đời lên nhậm chức
Mẹ chồng nhường ghế lại nàng dâu

Vui thì bẩm mẹ, dạ thưa con..
Buồn đến ra uy "khuyu mấy hòn"
Chửi chó, mắng mèo nghe chột dạ
Buồn nầy đếm được, chắc bằng non...

Ông bảo với bà, cũng ráng thôi
Mai nầy sắp đến tuổi về hưu
Sáu lăm lãnh được tiền bà ạ!
Dẫn dắt nhau đi khuất mấy hồi

Hai ta share được một phòng riêng
Còn lại mấy trăm đủ chợ tiền
Mai mốt rồi đây, bà lãnh tiếp
Hai người ngàn rưỡi, sướng như tiên

Chẳng còn phiền não bởi dâu con
Chuyện đáng lo là chuyện nước non
Đóng góp tấm lòng cho đại cuộc
Già mà như thế, mới là ngon!

TUỔI TRẺ VIỆT NAM

Mùa xuân quốc nội không vui
Nên xuân hải ngoại ngậm ngùi thương tâm!
Các bạn có nghe không?
Bên kia trời quê hương
Có lũ sói hoang nổi điên cắn bậy
Chúng cắn bừa vào tuổi trẻ Việt Nam
Những thanh niên đang mơ ước âm thầm
Ngồi góp lửa ươm mầm cho đất nước
Việt cộng vào cửa trước
Người dân lành liền bước cửa sau
Bỏ quê hương trong tức tưởi, nghẹn ngào
Chào vĩnh biệt đất miền Nam trù phú
Em ở lại với bầy dã thú
Một lũ sói rừng vừa đói, vừa điên
Chúng nhe răng ngoạm lấy đám dân hiền
Và nuốt trửng bằng tội danh ngụy tạo
Khóa chặt miệng mồm, mắt tai, trí não
Của bao con người chính trực, hiên ngang
Muốn đưa dân tộc ra khỏi cảnh lầm than
Muốn đất nước huy hoàng và thịnh trị...
Các em là những viên kim cương toàn mỹ
Trong tay bọn hung thần là cộng sản ác ôn
Chúng dũa, chúng mài, Chúng đục khoét, nấu nung
Rồi sẽ có ngày em trở nên sáng chói...

Tuổi trẻ Việt Nam hãy cất cao tiếng nói
Bằng trái tim chân chính, thẳng ngay
Bọn huênh hoang kia rồi sẽ có ngày
Phải quỳ mọp trước linh đài tổ quốc
Bao lớp trẻ bị giam vào ngục thất
Lê Chí Quang quay quắt lòng đau
Phạm Hồng Sơn tim rỉ máu đào
Và còn nữa, còn bao nhiêu người oan ức!
Nguyễn vũ Bình noi gương người đi trước
Tự tay mình thảo sẵn một tờ thư
"Đất nước nầy cần đa đảng, đa nguyên!
Cần dân chủ, tự do và thịnh vượng"
Nguyễn Khắc Toàn, cựu chiến binh đổi hướng
Cũng nói lên nguyện ước của toàn dân
Đáng nể thay những dũng sĩ sang Tần
Lòng can đảm sánh bằng năm biển lớn!
Đường gươm lóe, chưa rơi đầu bạo chúa
Nhưng chắc rằng, chế độ đã lung lay...
Hãy quyết tâm tranh đấu sẽ có ngày
Bọn cộng sản không còn trên đất Việt!
Rồi mùa xuân trở nên thắm thiết
Cành mai vàng xanh biếc lộc non
Hẹn nhau gặp tại Sàigòn
Mùa xuân an lạc, chẳng còn bao xa...

San Jose, năm 2002

XUÂN NHỚ NHÀ

Nghĩ cũng lạ, trong thời chinh chiến
Mùa xuân về bao tiếng cười vui
Thanh bình sao lại ngậm ngùi?
Chia tay giã biệt, tàu xuôi xứ người
Nơi đất khách nhớ về hải đảo
Đêm giao thừa tiếng pháo nổ vang
Gió bay rợp bóng cờ vàng
Nhà nhà cúng Tết mùi nhang thơm lừng
Em áo đỏ, áo hường, áo tím
Chị áo xanh, âu yếm cười duyên
Tuổi thơ đẹp giấc mơ tiên
Ngày vui bên mẹ, mẹ hiền còn đâu?
Phú Quốc hỡi, nay sầu ly xứ
Mùa xuân nào mãi giữ trong tim
Ngồi buồn kết chữ trong đêm
Thả trôi kỷ niệm đi tìm ngày xưa

Thuở chim sáo mới vừa biết hót
Lời tình ca mật ngọt mùa xuân
Lan xa qua núi, qua rừng
Mọi người hớn hở mời xuân vào nhà
Sáng mùng một, món quà năm mới
Tiền lì xì đếm tới, đếm lui
Dương Đông phố nhỏ mà vui
Bầu cua, cá cọp ai thua nhớ hoài…
Nhớ tiếng trống múa lân vang dội
Ngày đầu năm dưa hấu đỏ,… hên
Đừng làm bể chén không nên
Đừng mang rác rưới ra bên ngoài nhà!
Những tập tục ông bà phải giữ
Muốn may lành kiêng chưởi cháu con
Chúc nhau câu chúc thật dòn
Gia đình êm ấm, nước non vui vầy
Nơi đất Mỹ xuân nầy nhớ quá
Nhớ cá mùa bạc má nổi lên
Thuyền ra cửa biển chông chênh
Thuyền vào bến đậu từng khênh cá đầy
Còn đâu nữa tháng ngày hạnh phúc!
Cành mai vàng ôm ấp tuổi thơ
Quê hương sống lại trong mơ
Mừng xuân Đinh Hợi, bài thơ nhớ nhà…

Lá Thư Trần Thế
(Vu Lan Nhớ Mẹ)

Chiều dương thế, chiều nhiều gió lộng
Tiếng kinh cầu lay động ngàn hoa
Thư nầy gởi đến mẹ cha
Lửa hồng, khói bạc xuyên qua cửu trùng
Nơi chốn ấy ung dung tuổi hạc
Tình phu thê nghĩa bạc vân thiên
Dương trần gió bão triền miên
Bầy con côi cút dưới hiên trời sầu
Nhớ phụ mẫu nguyện cầu siêu thoát
Thuở hàn vi bèo bột gian nan
Thương cha vất vả trên ngàn
Mẹ thì lặn lội gánh hàng bán rong
Mong bán hết cho xong buổi chợ
Dù lời ngoa chẳng sợ tội tình
Miễn sao tám đứa con mình
No cơm, ấm áo hy sinh cũng đành
Giờ ở chốn trời xanh thăm thẳm
Mẹ bán gì mua sắm cho con?
Hay là bán mảnh trăng non
Mua ông sao sáng ru con giấc nồng…

Trong giấc ngủ con mơ thấy mẹ
Tiếng ru hời nhẹ tựa lời kinh
Làm sao thoát chốn u linh?
Trở về thế giới hữu hình thăm con
Con nhớ mẹ, héo hon tuổi ngọc
Mẹ nhớ con xõa tóc làm mây
Chiều về níu cánh chim bay
Ủ hương tóc mẹ cho đầy túi thơm
Nơi cõi hạ tình thâm chẳng nhạt
Chốn non bồng mây bạc màu mây
Sáu năm mà tưởng mới đây
Sáu năm sầu đã đong đầy càn khôn
Sáu năm ấy ngỡ hồn hóa đá
Rêu xanh buồn như đã trăm năm
Đêm nay trời đất lạnh căm
Vu Lan nhớ mẹ âm thầm lệ rơi
Nghe quanh đây vang lời kinh tụng
Âm thanh buồn héo rụng tim con
"Có cha có mẹ thì hơn"
"Không cha không mẹ như đờn đứt dây"
Dòng mực thắm chưa phai nét bút
Ánh lửa hồng lập tức hóa thân
Thoát ra khỏi chốn hồng trần
Bay về Phật quốc vấn an song đường.

San Jose, Vu Lan 2003
Đêm Vu Lan tưởng nhớ đến hai đấng sinh thành

Huyền Năng **THƯỢNG ĐẾ**

Huyền năng Thượng Đế ở đâu?
Xin ban chút ít phép mầu đời con...

***

Ngài là đấng tối cao chí cả
Khắp đất trời ngài chả thua ai
Chỉ cần quơ nhẹ đôi tay
Bao nhiêu quyền phép hiện ngay tức thời
Có như thế thì đời đỡ khổ
Kẻo kiếp nầy chịu lỗ hoài sao?
Giá mua ngài tính là bao?
Con đây bán cả kiếp sau cho người

Ngài nghe thấy mắc cười không nhỉ?
Riêng con thì lập dị hơn xưa
Sá gì sớm nắng chiều mưa
Ông trời nổi hứng chẳng thua loài người
Có tự ái xin ngài nhớ rõ
Sổ thiên đình xóa bỏ tên con
Chớ ghi vào kiếp đoạn trường
Thế gian lắm lối, không đường nào qua
Lòng người chỉ thiết tha chừng mực
Kiếp phế nhân hậm hực cuồng ngông
Trên cao ông có thấy không?
Con thì thơ dại, chồng thời già nua
Đám bạn hữu đâu thua ruột thịt
Đếm họ hàng thân thích mấy ai?
Họ là cơn gió heo may
Thoáng trên mặt nước gợn lay bóng hình
Đành cười nhẹ gạ tình Thượng Đế
Ban phép mầu lắp bể khổ đau
Trần gian cây lá xanh màu
Muôn loài vạn vật cậy vào tay ông...

MÙA GIÓ CHƯỚNG

Có những mùa gió chướng
Nổi lên từ hướng nghiệp oan
Có những cánh cửa thiên đàng
Đã âm thầm đóng lại
Đêm thâm u, đêm vô cùng man dại
Ngày lặng lờ xuôi chảy về đâu?
Ta đớn đau ôm một góc trời sầu
Ngồi buồn tủi giữa lúc đầu chớm bạc...
Thương hay giận những đứa con trụy lạc
Đường công danh mờ nhạt chân trời
Đau lòng ta, đau lắm các con ơi!
Hồn ngã xuống theo đời con nông nổi
Gió thổi bờ xa, gió qua miền sám hối
Nghiệp oan nào, xin cứu rỗi đời con?
Cõi vô minh tri thức vốn không còn
Mùa gió chướng xoi mòn tâm từ mẫu.
Ta gọi tên con những đêm dài không ngủ
Là niềm đau, là mưa lũ muộn phiền
Con mãi đi trong ngõ tối triền miên
Tìm hoan lạc qua muôn ngàn cạm bẫy
Ta thương ta nửa đời đôi cánh gãy!
Không chở con về kịp sáng bình minh
Để ta vui trong ánh sáng quang vinh
Cùng con đi giữa thâm tình đèn hoa mở hội
Gió lộng trời cao, gió vào vùng bão nổi,
Gió thổi tình bay theo từng mảnh tim lòng
Chẳng còn gì, khi bờ đã chia sông
Mùa gió chướng, xuôi dòng theo định nghiệp...

ĐÊM NHÂN GIAN

Lòng tôi như những khoang thuyền
Chở mùa hương cũ về miền tịch liêu
Đời tôi như ngọn gió chiều
Lướt qua trần thế, tiêu điều, xác xơ
Tình tôi là cả trời mơ
Ai đem giông tố lên bờ mắt nâu!
Ngày, đêm sầu lại tiếp sầu
Hồn tôi giãy chết bởi màu oan khiên
Đường đời lạc bước thiên niên
Sau cơn gió bão rời miền trần gian
Về thăm động tích hoa vàng
Ngủ quên một giấc, mấy ngàn năm sau
Giật mình đánh thức trăng sao
Mới hay trời đất rơi vào đêm đen
Tôi đi tìm lại ánh đèn
Trần gian từ đó, tối đen mịt mùng..

TÀN PHAI

Ta đứng giữa đỉnh trời cao chót vót
Hồn mơ màng thấy lại bóng nghìn xưa
Giọt thiên thu tưởng chừng như mật ngọt
Rơi trong ta, đọng lại chút hương thừa

Ta vẫn đứng cất cao lời vẫy gọi
Thả tình ta trôi giạt bến sông xa
Thú đau thương phải chăng là huyền thoại?
Ta ấp mang như châu báu ngọc ngà

Từ muôn thuở tình yêu đầy kỳ bí
Ta du hành qua mấy lớp thời gian
Trong vô thức đã tìm sai vị trí...
Lỡ yêu em nên lạc mất thiên đàng..

Bờ giác ngộ quay về hành tinh cũ
Bến đam mê đã trễ chuyến đò sang
Em tỉnh thức, sao lòng ta thác lũ
Biết đau thương thì đã quá muộn màng...

Xuyên ngàn kiếp, xuôi về thời thượng cổ
Hỏi tổ tông, tội trả đến bao giờ?
Em thánh thiện cho ta nhiều cám dỗ
Vườn địa đàng phút chốc bỗng hoang sơ

Ta trở lại chôn tình vào đáy mộ
Đêm giao mùa lay động nhánh chia xa
Em vẫn đứng bên kia dòng cam lộ
Nước vô ưu tắm mát tuổi hiền hòa

Em câm nín cho buồn thêm dĩ vãng
Ta ngậm ngùi góp nhặt những tàn phai
Dư hương cũ sẽ trôi vào quên lãng
Đứng giữa trời ta dạo khúc man khai...

♥

♂

Tình Trăng Nước

Trời tím cho lòng tôi nhớ thương
Non xanh nước biếc bỗng dưng buồn
Trong tôi giờ đã đầy tâm sự
Mượn gió trao người một chút hương

Một chút Hương thơm của ái tình
Dệt từ thuở ấy mộng ba sinh
Trải đầy mộng thắm trên đồi núi
Rồi ngẩn ngơ theo chỉ một mình

Người ở đồi cao người có hay?
Tôi nơi phố nhỏ nhớ thương đầy
Chiều về ngắm cánh chim qua núi
Gởi trọn tình tôi theo áng mây

Tôi viết chữ Yêu lên trái tim
Chữ Thương vương vấn nắng qua thềm
Chữ Nhung êm ái bên giường mộng
Chữ Nhớ no tròn theo bóng đêm...

Tất cả tình tôi thế đấy anh
Xôn xao như lá thắm trên cành
Chợt cơn gió chướng từ đâu tới
Làm rụng bên đời chiếc lá xanh

Đã biết lòng ai quá hững hờ
Tôi về góp nhặt những vần thơ
Đắp lên nấm mộ tình hoa trắng
Trắng cả lòng anh, trắng ước mơ...

Anh mãi là trăng ngự đỉnh cao
Tôi như biển mộng đã loang màu
Mối tình trăng nước – Tình vô vọng
Đập bể trăng vàng thả biển sâu

Từ đó đời tôi vắng tiếng cười
Theo cơn sóng đẩy ánh trăng trôi
Thuyền yêu tách bến tìm quên lãng
Vẫn thấy trăng treo giữa biển đời...

Đàn Yêu Lỗi Nhịp

Cánh sầu rơi rụng đâu đây
Tưởng như ngày tháng chở đầy niềm đau
Tâm tư nửa mảnh xanh xao
Nửa ôm gối lạnh nửa trao về người
Âm thầm đếm lá thu rơi
Bao nhiêu chiếc lá, bao lời nhớ thương
Ba năm thắm mộng hải đường
Ngờ đâu gãy gánh can thường từ đây
Biệt ly sau cuộc đổi thay
Em đi xứ lạ, tù đày anh mang
Thương con lệ nhỏ đôi hàng
Quê người đất khách tình ngang trái rồi
Cách nhau nửa quả địa cầu
Tấm thân cô phụ dãi dầu tuyết sương
Xót xa thân phận má hường
Bước thêm bước nữa, đoạn trường em mang

Mười năm thiếp đã phụ chàng
Đam mê một thoáng bẽ bàng duyên nhau
Đêm sầu chắp cánh bay cao
Trong tay người ấy xiết bao ngậm ngùi
Ái ân ví tựa mưa vui
Thân như chiếc lá trôi xuôi giữa dòng
Thẫn thờ nghe gió qua song
Đàn yêu lỗi nhịp tơ lòng còn vương
Lạnh lùng đi giữa trời sương
Mảnh hồn tan vỡ, cung thương úa sầu
Đêm về thổn thức nghẹn ngào
Bao cơn mộng mị len vào tâm tư
Dối lòng qua những tờ thư
Nuôi ân tình cũ đền bù tội em
Thế gian máu chảy về tim
Kiếp sau xin trả thề nguyền năm xưa
Buồn như sợi tóc đong đưa
Sợi bay trước gió, sợi mưa trong hồn...

San Jose, 1990
Viết theo tâm sự một người bạn

Ướt Mi

Nàng nơi đất khách đời êm ấm
Có nhớ người xưa chung chiếu chăn
Gối mộng chia đôi bờ tóc xõa
Hòa chung nhịp thở đã bao lần!

Thăm thẳm cảnh đời sầu vạn lối
Tưởng chừng hạnh phúc đến trăm năm
Tháng tư ngày đó...đời đen tối
Nàng đã đi rồi, tim buốt căm

Bỏ lại giường xưa chăn chiếu lẻ
Sợi buồn con nhện mãi giăng mau
Cho ta ngâm lại thơ Huy Cận
Để thấy tình xưa đã bạc màu!

Bỏ lại bên kia bờ dĩ vãng
Nàng đi tìm mộng bến tương lai
Còn ta hiu quạnh theo ngày tháng
Đốt mảnh tình sầu trông khói bay

Khói tỏa mù sương lấp khoảng đời
Thuyền tình năm cũ đã ra khơi
Sao ta ngồi mãi bên bờ vắng!
Dõi mắt trông theo tận cuối trời...

Nàng bỏ tình tôi chẳng tiếc thương!
Trách ai xem nhẹ đạo cương thường
Ái ân ngọt lịm qua đầu lưỡi
Phụ rãy làm hoen phận má hường

Thôi nhé! Đành thôi đã biệt ly...
Nàng đi tan giấc mộng xuân thì
Gối chăn sưởi ấm đời người khác
Lối nhỏ ta về mưa ướt mi...

San Jose, hè 1995

CÂY TRÁI QUÊ NHÀ

Ai đã sống nơi miền thôn rẫy
Ắt phải thương cây trái quê nhà
Em thương trái quít, thanh trà
Tôi thương bụi chuối ra hoa thật đầy
Thương đu đủ cọng gầy thưa lá
Trái chín thơm, ướp đá hết chê!...
Chôm chôm, măng cụt, nhãn, lê
Mềm mềm vú sữa ta mê tới già
Nơi đất khách nhớ nhà quá đỗi
Nhớ vườn xoài, đào, ổi ra bông
Nhớ dưa hấu đỏ mát lòng
Nhớ mít tố nữ, má hồng chào thua
Nhớ vườn mận, vườn dừa hò hẹn
Lần đầu tiên e thẹn mắt nai
Tình chàng ngọt lịm ô mai
Me chua, khóm chín, muối cay mời người
Ăn một miếng, đã đời tuổi mộng
Tình đi rồi, ứ đọng sầu riêng
Thanh long đẹp cánh hoa tiên
Mơ, dâu Đà Lạt nên duyên vợ chồng
Xa-bô-chê, hương lòng thôn nữ
Mãng cầu dai, cùng bưởi năm roi
Cam chi mà phải thiệt thòi
Vải thô em cũng mặn mòi như ai
Khế với lựu lai rai cũng thấy
Trái sim rừng ai nấy...bo bo
Đói lòng ăn cũng đỡ no
Trái tim xa xứ, buồn cho tình người
* *
Về Việt Nam thương đời bình bát
Trái luân thường tan tác rụng rơi
Trái bơ thì ở cuối trời
Trái ngang, trái lý lên ngôi chủ nhà...

THU SANG
VẪN ĐỢI EM VỀ

Hình như trời đã vào thu
Mây trôi nhè nhẹ, nắng thu hững hờ
Không gian phẳng lặng như tờ
Tình thu man mác, hoang sơ lạnh lùng
Em đi chẳng hẹn tương phùng
Tôi nghe bao nỗi nhớ nhung kéo về
Tình tôi lạc giữa cơn mê
Thấy em dáng nhỏ, tóc thề ngang vai
Phất phơ tà áo tung bay
Tóc vờn theo gió, gót hài nhẹ đưa
Mong manh sợi nắng lưa thưa
Vương vào sóng mắt người chưa trở về!
Đưa hồn lìa cõi mộng mê
Chợt nghe vụn vỡ, tràn trề nhớ mong
Tháng ngày lặng lẽ qua song
Bỏ con đò cũ với dòng thời gian
Nâng niu từng chiếc lá vàng
Bao nhiêu chiếc lá nhớ nàng bấy nhiêu!
Sắt se bóng lẻ đường chiều
Không gian bàng bạc tiêu điều lối xưa
Hàng cây gọi gió đong đưa
Thì thầm khẽ hỏi, nàng chưa quay về?
Trách ai không vẹn câu thề
Cho tôi cảm thấy bốn bề quạnh hiu
Đời em nhung gấm mỹ miều
Biết chăng chốn cũ, chắt chiu tháng ngày!
Em say giấc mộng trang đài
Lòng tôi khắc khoải đong đầy nhớ thương
Chiều thu ảm đạm thê lương
Chờ em bóng nhỏ ngàn phương mịt mờ...

Nửa Hồn

Con đây còn lại nửa hồn
Nửa mang theo xác, nửa chôn quê nhà
Hàng cây nghiêng đổ xót xa
Muốn như níu kéo hồn ma lưu đày
Lệ tuôn giọt ngắn giọt dài
Như đường phi đạo chia hai lối đời
Mẹ cha ruột thắt tơi bời
Chị em ơi hãy nói lời biệt ly
Lòng con như có cái gì
Trăm dao kết ngọt, thau chì treo trong
Mắt ai như ứa nắng hồng
Chiều Tân Sơn Nhất mênh mông màu buồn
Máy bay đáp xuống phi trường
Vài giây phút nữa yêu thương cắt lìa
Con đi cha mẹ hãy về
Từ đây sớm tối bốn bề quạnh hiu
Nhớ cha nhớ mẹ nhớ nhiều
Nhớ con phố cũ tiêu điều xác xơ
Nhớ đêm có ánh trăng mơ
Nhớ con sông nhỏ lặng lờ quên trôi
Nhớ luôn cái bóng mẹ ngồi
Trong căn nhà nhỏ, miếng trầu giải khuây
Nhớ cha khói thuốc bay bay
Thả hồn tìm lại những ngày xa xưa
Quê mình tháng mấy trời mưa?
Sao như có tiếng giọt thưa giọt đầy
Bàn tay buông lỏng bàn tay...
Xứ người chờ sẵn tháng ngày nhớ nhung
Quê hương đồi núi chập chùng
Phi cơ lên được mấy tầng mây cao
Chợt nghe hồn xác lao đao
Nửa hồn còn lại nhập vào thiên thu

Mấy Mùa Xuân Qua

Cha mẹ hỡi mấy mùa xuân rồi nhỉ?
Con xa nhà, xa cha mẹ thân yêu
Nỗi nhớ thương dâng kín cả buổi chiều
Niềm đơn độc, phương trời đành câm lặng
Thương mẹ quá, ơn sanh thành mang nặng
Hai mươi năm chưa đền trả một ngày
Phương trời kia, mẹ hứng mọi chua cay
Khiến con trẻ tất lòng thêm đau xót
Xuân lại đến thêm mùa xuân bèo bọt
Xuân trong lòng, xuân mật ngọt quê hương
Xuân năm nay mẹ sống cảnh đoạn trường
Vì đất nước đang lầm than cơ cực
Xuân của con, không tưng bừng như trước
Vì bên con thiếu vắng anh chị em
Sống tha hương đôi lúc cũng thấy thèm
Tình ruột thịt, mái gia đình êm ấm
Nhớ khi xưa, chúa xuân về tươi thắm
Bên mẹ cha tràn ngập tiếng vui cười
Bên chị em non trẻ một thời
Chơi cá cọp, có đứa thua sạch túi
Xuân năm nay con gởi về mừng tuổi
Chúc mẹ cha luôn trường thọ khang an
Khi quê hương vắng bóng kẻ tham tàn
Con trở lại vui mùa xuân hạnh ngộ....

Tất cả cho Gia đình tôi.
Xuân Kỷ Mùi 1979
San Jose, California USA.

TRUYỆN TRĂM CON 2

Theo truyền thuyết trước thời lập quốc
Lạc Long Quân cất nhắc trăm con
Năm mươi đứa trở về non
Năm mươi xuống biển, một con trị vì

Tình dân tộc xuân thì phới phới
Bốn ngàn năm bờ cõi nở hoa
Hồn thiêng sông núi chan hòa
Tình thương thắm thiết, một nhà Việt Nam

Nhưng bất hạnh sanh mầm ngày đó...
Nghĩa đệ huynh trước có sau không
Bao năm nước mắt chảy ròng
Gia đình ly tán đau lòng Âu Cơ!

Mẹ mòn mỏi đợi chờ con trẻ
Đứa đầu sông, lạc kẻ cuối sông
Tháng năm vò võ ngóng trông
Mong ngày kết hợp cho lòng mẹ yên

Nhưng sóng gió triền miên kéo tới
Các con giờ thật sự quên nhau
Quên luôn cái nghĩa đồng bào
Nở ra trăm trứng đi vào sử xanh

Đứa bội bạc gian manh, bạo ngược
Phản giống nòi chẳng được sắt son
Kéo về từ chỗ núi non
Đem quân đánh chiếm Sàigòn tả tơi!

Đứa lưu lạc nổi trôi khắp ngả
Đứa tù đày chết rã rừng sâu
Quê hương tan tác khổ đau
Lê dân bá tánh gục đầu kêu la

Dòng lịch sử trôi xa biền biệt
Ngược thời gian tìm thuyết năm xưa
Tổ tiên di sản có thừa
"Thiên đường Cộng sản" chỉ chừa đống xương

Quá đau đớn, tạm nương nét bút
Tình trăm con chém giết bởi ai?
Phải chăng do thuyết ngoại lai
Mang vào giày xéo hình hài việt Nam

Nơi quốc nội cùm gông, xiềng xích
Chốn quê người tích cực đấu tranh
Mai sau cộng sản tan tành
Đàn chim Việt quốc đậu cành nước Nam.

Cảm tác bài số 1, San Jose 1998

Chưa Lần Mất Mẹ

Vô thường lặng lẽ qua sông
Ngàn năm mây trắng chở không người về
Tình con lạc cõi mộng mê
Tưởng như bóng mẹ chưa hề trăm năm.

* *

Con thay mặt tám đứa con của má
Trải lòng ra bày tỏ nỗi đớn đau
Kiếp phù sinh sao lại chóng qua mau
Giờ tử biệt má đi vào thiên cổ
Con ấm ức không về bên cạnh mộ
Không cúi đầu quỳ lạy trước hương linh
Mặc áo tang như sáu anh chị em mình
Và một đứa trong vô hình ngồi khóc...
Đời của má qua nhanh như cơn lốc
Hưởng được gì ơn mưa móc thế gian
Đưa đôi vai gánh trọn nỗi cơ hàn
Thời xuân sắc qua ngàn cơn giông tố

Con nhớ mãi nơi ngôi nhà sàn gỗ
Đứng phơi mình bên cạnh cội bằng lăng
Mỗi chiều về đôi mắt trẻ băn khoăn
Chờ bóng má hiện dần nơi đầu ngõ
Chân bước nhanh, ngọn đèn dầu đã tỏ
Gánh hàng về má có đủ bữa ăn
Tám đứa con thân thể cứ lớn dần
Mà thân má thêm phần nhỏ lại...
Hôm nay đây mình con nơi hải ngoại
Xé lòng đau trăm lạy đấng mẫu từ
Nước mắt nầy đâu rửa sạch ưu tư
Con tự nghĩ mình là con bất hiếu
Mẹ yêu ơi, con cúi đầu nhận chịu
Nếu má buồn, xin thấu hiểu giùm cho
Đời biển dâu, con đã lỡ chuyến đò
Không đưa tiễn má vào nơi cõi phúc
Đã hết rồi những tháng ngày hạnh phúc
Chỉ còn mong gặp má lúc chiêm bao
Để lòng con vơi bớt nỗi đớn đau
Và cảm tưởng chưa lần nào mất mẹ...

Thương kính dâng lên hương linh của Má
Ngày 10 tháng 9, 1997

Bão Về

Trời đất tối nhuộm màu mây phủ
Mưa kéo về nước lũ tràn đê
Gió bưng cột điện bên lề
Thảy vào trường học, bốn bề tan hoang
Nhà cửa sập, nước tràn như biển
Thương dân lành khóc tiễn người đi!
Hôm qua đồng lúa xanh rì
Có con trâu đứng, thở phì giữa trưa
Đám khoai sắn mới vừa thu hoạch
Tính kỳ sau làm sạch rẫy dưa
Hôm nay trời đổ gió mưa
Cuốn trôi tất cả chẳng chừa một ai
Những bàn tay lạc loài đêm tối
Cố tìm nhau qua cõi hư không
Chị kia khắc khoải ngóng chồng
Em kia chờ mẹ vẫn không thấy về

Mưa, gió, bão não nề tang tóc
Tiếng kêu la phút chốc lặng im
Con thơ xác đã đắm chìm
Trái tim người mẹ như kim cắm vào
Tiếng gió rít ào ào qua cửa
Mưa dầm dề suốt nửa tháng nay
Trời làm bão lụt thiên tai
Mỗi năm mấy bận, quắt quay dân lành
Tiếng kêu than trời xanh có thấu!
Trên quê hương yêu dấu Việt Nam
Ngày xưa ít bão, ít giông
Bây giờ Rồng giận, Rồng phun nước hoài
Hỡi dân việt tại ai phải biết?
Đốn cây rừng làm thiệt môi sinh
Đá cao đâu tự đăng trình
Lê thân xuống phố, vô dinh kẻ quyền
Biết như thế phải liền ứng xử
Đòi công bằng, luật giữ nghiêm minh
Thiên nhiên hát khúc giao tình
Mưa hòa, gió thuận yên bình từ nay...

DÂN OAN

Dân oan từ mới, được sinh ra...
Sản xuất đầu tiên tại nước nhà
Xã hội Việt Nam thời Cộng Sản
Phong trào khiếu kiện cứ lan xa

"Cây kim, cọng chỉ" chẳng thèm rờ
Cướp đất, cướp nhà lại tỉnh bơ!
Dân khổ, dân nghèo đi khiếu nại
Tham quan, cán bộ lại làm ngơ!

Thương quá Việt Nam, thương quá thôi!
Ngàn năm Văn Hiến mất đi rồi
Giang sơn nửa mảnh nay thành một
Nam Bắc hai miền vẫn nổi trôi...

Dân oan khiếu kiện sống lầm than
Về chốn Thành Đô, bỏ ấp làng
Cò kẻ đường cùng, xin án tử
Gia tài còn lại mảnh khăn tang

Tặng ông nhà nước làm di sản
Cai trị dân lành sớm chỉnh trang
Trả hết đất đai, tư hữu hóa
Người cày có lại vụ mùa sang

Được thế, dân ta mới mạnh giàu
Con Rồng Châu Á lướt bay cao
Nhân quyền, công chính luôn tôn trọng
Cây trái tự do khởi sắc màu!

Cả nước đang chờ sự đổi thay
Triệu người đóng góp triệu bàn tay
Nhà nhà vui hưởng đời an lạc
Cuộc sống lương dân hết đọa đày...

Tâm Khúc Mộ

Còn đâu lời nói êm tai
Thiết tha âu yếm của ngày mới yêu
Còn đâu giây phút nuông chiều
Tình xưa nay đã như diều đứt dây
Mỗi khi chén đĩa tung bay
Ghế bàn khua động, báo ngày mất nhau
Lòng tôi chất ngất niềm đau
Lòng anh nay bạc trắng màu hoang sơ
Tại xưa tôi quá ngây thơ
Yêu lầm thương lỡ, bây giờ đền ai?
Cầu hạnh phúc lung lay nghiêng đổ
Ráng bước đi đến chỗ bình yên
Ngồi ôm giấc mộng nhân duyên
Tìm trong quá khứ "thơ điên" ngày nào...
Lời thắm thiết ngọt ngào tình ái
Viên kẹo cay bọc lại lớp đường
Mười năm trọn nghĩa yêu thương
Mười năm còn lại chất đường tan mau
Rồi cuộc sống như màu lá chết
Bốn mùa xuân nối kết nghiệt oan
Đầu năm nước mắt tuôn tràn
Gia đình buồn thảm nát tan hương nguyền
Nợ ba sinh duyên tình chẳng trọn
Lửa ái ân tắt ngọn từ đây
Lòng ta như có kim may
Vá trăm mảnh nữa cho đầy đau thương
Thế là hết thiên đường khuất bóng
Đạo phu thê cuộc sống chẳng vui
Tháng năm chồng chất ngậm ngùi
Xây mồ tâm thức chôn vùi niềm đau...

Tôi Vẫn Còn Buồn

Người mãi tặng tôi một nỗi buồn
Cho tình tan vỡ giữa mùa xuân
Cho mai không thắm trên cành biếc
Chim én về chơi cánh ngập ngừng

Người mãi tặng tôi một nỗi buồn
Hoa lòng héo nụ rụng từng cơn
Hắt hiu chiếc lá bên thềm vắng
Ngơ ngác hồn thơ bóng cỏ hờn.

Tôi vẫn còn nguyên một nỗi buồn
Cành đào đọng lại giọt mưa tuôn
Sáu năm nối tiếp dòng thơ lệ
Nhỏ xuống đời tôi vạn chữ buồn

Chẳng lẽ tan rồi cuộc lửa hương?
Người là quỷ dữ hay ma vương?
Cứ đem mây xám lên trời biếc
Chăn gối buồn theo, lạnh má hường

Thôi nhé, từ đây hết đoạn trường
Hết hồi mê đắm lẫn đau thương
Tôi khung cửa nhỏ nhìn mưa bão
Nhìn bóng người đi ở cuối đường

San Jose, Tháng 11 năm 2004

TÌNH HOA LUÂN HỒI

Trong cánh luân hồi ta lắng nghe tiền kiếp
Lời vang vang gõ nhịp trầm luân
Ta đã đi vào chốn vô thường
Và lạc lối giữa suối nguồn sinh tử
Biết yêu anh ít lành nhưng lắm dữ
Lời thị phi ngôn ngữ của thế gian
Tình anh trao, ôi sao quá muộn màng
Đường tục lụy bạt ngàn hoa nghiệp chướng
Lời gièm pha tuôn ra từ muôn hướng
Ta không cần giải thích hay biện minh
Bởi thế gian, ai thấu hiểu chữ tình?
Đừng phê phán, hãy chờ ngày chung cuộc!

Có cái mất, đi liền sau cái được
Hợp, tan đều do nhân quả, nghiệp duyên!
Đời thăng hoa trên vạn nỗi ưu phiền
Ta dõng dạc bước lên ngôi thánh khiết
Đây lòng ta, trăm điều nào ai biết?
Thôi đành thôi, tha thiết cũng bằng không!
Hoa ân tình chẳng nở giữa đêm đông
Mà gai nhọn vẫn xanh mầm bén lá!
Rồi mai đây dòng đời xô bóng ngã
Ta nằm yên nghe đất đá gọi tên
Mới hay rằng đã cuối nẻo lênh đênh
Hoa nguồn sáng có tên từ dạo ấy!
Trong vô thức, mơ hồ ta đã thấy
Đóa "Hướng Dương" rạng rỡ ánh mặt trời
Dám ngẩng đầu đối diện với phong lôi
Và bão táp, mưa sa ngày nắng hạ
Trong đêm tối, ta chưa lần vấp ngã
Quyết kiên trì đi tới chỗ quang vinh
Để thế gian thắm đượm một thứ tình
Tình nhân ái, lung linh màu hoa nắng
Lạy Thượng Đế, con uống xong chén đắng
Đời còn gì ngoài một "đóa Hướng Dương"
Sá gì đâu địa ngục với thiên đường?
Con chỉ muốn làm loài "Hoa Trần Thế"...

San Jose, Cuối thu 1994

○

♂

♥

TRĂNG LỆ

Nầy cô bé có tên là "Trăng Lệ"
Hẹn hò ai mà xuống cõi thế gian?
Có phải chăng để gặp chàng" Hậu Nghệ"
Duyên thiên tiên nối tiếp giấc mộng vàng

Thuở hồng quang đất trời còn ngái ngủ
Chàng âm thầm đánh trộm chất men yêu
Gặp" Hằng nương" yêu nhiều nhưng chưa đủ...
Lòng ngất ngây chan chứa mộng thiên kiều

Ta hâm mộ dệt thơ thay lời chúc
Tình trăm năm người sống tới bạc đầu...
Thêm tuổi mới là thêm nhiều hạnh phúc
Dù ngoài kia, trời có đổ mưa ngâu...

Ta gặp nhau hai tâm hồn rộng mở
Em chân tình, thánh thiện quá em ơi!
Trong lòng ta, búp sen hồng mới nở
Em trăng sao mang ước vọng cho đời…

Ta ưu ái gọi tên em "Nguyệt Lệ"
Nước mắt ngà rửa sạch bụi thời gian
Em xinh tươi, nồng nàn như hoa huệ
Tiếng hát hay, giọng nói lại dịu dàng

Trong đêm tối ta thấy em diễm tuyệt
Mắt biết cười như hai hạt trân châu
Theo ánh sao em rời xa cung nguyệt
Xuống trần gian thắp sáng những tinh cầu

Ta dò dẫm đi tìm tình nhân loại
Khách qua đường nhận diện chẳng ai quen
Họ quay lưng, lòng ta buồn đá sỏi
Đêm nhân gian không sáng nổi ánh đèn

Chỉ có em, chở hồn ta về bến
Ngôn ngữ nào diễn tả hết ý thơ!
Chúc mừng em vui tươi bên ánh nến
Sáng đời nhau, tình nghĩa khó phai mờ…

Mến tặng cô em mắt tím nhân ngày Sinh Nhật
30-05-2006 (Lệ Hằng – Đinh Thuận)

Giữa Hai Màu Tóc

Tóc ta trắng một màu sương
Tóc em xanh mộng thiên đường ái ân
Em là tiên nữ giáng trần
Trong đêm đại hội sao băng giữa trời
Ta từ Nước Nhược về chơi
Ghé thăm trần thế nhớ lời hẹn xưa
Chờ em tuổi đã đong đưa
Chờ em từ lúc tóc chưa ngả màu
Bây giờ tóc trổ hoa cau
Vườn yêu mở lối em vào cùng ta
Một xuân xanh, một tuổi già
Giữa hai màu tóc thiết tha ân tình
Em hiền như mấy trang kinh
Em xinh như mộng cho tình ta say
Em thơm như đóa hoa lài
Mặn nồng hương lửa kéo dài tháng năm
Duyên tơ tóc sợi chỉ hồng
Xe tình hai đứa cho lòng nở hoa
Sá chi tuổi trẻ, tuổi già
Con tim mở ngõ gọi là nợ duyên
Đưa nhau đến chốn đào nguyên
Xây tình trên đỉnh non tiên hạ phàm ...

ĐĨNH ĐẠC

Bỏ công đèn sách bao năm
Hôm nay con lãnh được bằng cấp cao
Có cao cho dẫu là bao!
Phải kính cha mẹ, phải hào anh em
Phải yêu đất nước Việt Nam
Yêu luôn trái mít, trái cam quê nhà
Yêu thôn xóm, yêu ông bà
Yêu đồng lúa chín - khúc ca ngày mùa
Yêu đình miếu, yêu chợ, chùa
Yêu hồn dân tộc - líp dừa, líp tre
Yêu thêm ngọn gió trưa hè
Có con gà trống te te gáy hoài
Yêu bầy trâu ốm ban mai
Đứng trên đồng vắng, mơ ngày quang vinh
Yêu luôn câu hát tự tình
Tiếng hò sông nước đưa mình gặp ta
Yêu dòng lưu thủy phù sa
Yêu thuyền nhỏ bé, vượt qua xứ người
Yêu từng ngọn sóng trùng khơi
Công ai lèo lái tới trời tự do
Bây giờ cuộc sống ấm no
Thành công, đỗ đạt phải lo giúp đời..

TÓC ~ THƠ

Tôi là người tỵ nạn
Viết những vần thơ đen
Nhưng chữ nghĩa không hèn
Cho người mất nước đọc

Thơ tôi nằm lăn lóc
Trằn trọc suốt canh trường
Từng cọng gầy trơ xương
Mang nỗi hờn vong quốc

Thơ tôi là sợi tóc
Bay lộng trong trời buồn
Nhìn xuống thấy quê hương
Đau nỗi đau dân tộc

Thơ tôi là sợi tóc
Nuôi bằng máu Việt Nam
Chảy suốt bốn nghìn năm
Nấu nung lòng ái quốc

Thơ không bao giờ mất
Tóc không bao giờ tan
Dẫu nằm dưới suối ngàn
Tóc, thơ luôn hùng tráng

Thơ là vầng trăng sáng
Soi tỏ bước anh đi
Tuổi trẻ ước mơ gì?
Có nhiều như sợi tóc?

Dù ngày mưa lất phất
Dù gió bão cuồng phong
Dù sấm động ầm ầm
Thơ tôi vẫn bất khuất

Nầy anh Nam, chị Bắc!
Hãy nối kết niềm tin
Gương sáng tự trau mình
Cùng đứng lên tranh đấu

Thơ tôi từ bóng tối
Vượt qua khỏi đêm đen
Thắp sáng những ngọn đèn
Soi lương tâm nhân loại

Từ bút cùn mòn mỏi
Từ nét chữ nghiêng nghiêng
Như bóng dáng mẹ hiền
Chờ con hồn hoang dại

Gió chiều vừa thổi lại
Tóc trắng mẹ bay bay
Phủ lên trọn hình hài
Nước Việt Nam tang tóc!

Thơ tôi ngồi bật khóc
Chữ nghĩa bỗng lạnh căm
Ai dòng máu Tiên Rồng
Hãy mau mau tiến bước ...

San Jose, California USA.
Viết cho tháng Tư đen.
Sau 31 năm mất nước.

PHÚT CHIA TAY

Xin siết chặt những bàn tay tình nghĩa
Cám ơn người cho tôi trọn niềm vui
Lỡ ngày mai tôi đi vào thiên địa
Tình vẫn xanh, dù thân xác đã vùi

Tôi đã thấy tình người thật thắm thiết
Những ngọt ngào, thân ái, những xẻ chia
Mất quê hương, mất luôn màu xanh biếc
Tôi còn gì ngoài một khoảng trời khuya

Trong đêm tối tưởng chừng như mộng mị
Đời thi nhân xe mối chỉ văn chương
Gởi lại người, những tri âm, tri kỷ
Giữ hộ tôi, vì ngày tháng vô thường

Tình ai trải, vàng câu kinh phổ độ
Lời ai nồng như lửa ấm mùa đông
Sưởi lòng tôi qua phút giây tao ngộ
Mỗi bàn tay nở rộ mỗi đóa hồng

Gặp hôm nay xin thưa cùng bằng hữu
Ngày mai nầy tôi gác bút gió trăng
Một đời người mộng bướm hoa đã đủ
Nghiệp văn chương xin trả hết nợ nần...

Cám ơn người đã cho tôi nghĩa sống
Trong thương yêu, trong bọc trứng Da Vàng
Phút chia tay, đất trời buồn lồng lộng
Trong hồn tôi đọng mãi những âm vang...

Riêng tặng quý quan khách cùng bà con thân hữu
đã tham dự buổi tiệc ra mắt sách hôm nay.

Hẹn Một Ngày Về

Người làm cơn bão trần ai
Trên sân đời rộng lá bay loạn cuồng
Rừng xanh chim bỏ cội nguồn
Bay đi lánh nạn, lệ tuôn đầm đìa
Về đâu giữa lúc đêm khuya?
Dừng chân trú tạm bên bìa lưu vong
Xa quê nhớ tiếng Trống Đồng
Âm thanh giục giã nghe lòng ủ ê
Quyết tâm hẹn một ngày về
Cuồng phong quét sạch bốn bề lặng yên
Quê hương nối lại tơ duyên
Cho người dân Việt qua miền khổ đau
Trước sân hoa lý hoa đào
Thi nhau đua nở ngạt ngào trời xuân
Đầu năm cạn chén rượu mừng
Đàn chim trở lại vang lừng lời ca
Líu lo dưới nắng chan hòa
Lòng chung hoan hỷ, phong ba vừa tàn...

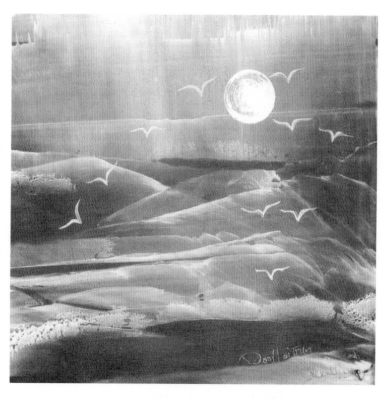

BIỂN SỚM
THE SEA AT DAWN
Tranh sơn dầu

Họa Sĩ ĐÀO HẢI TRIỀU

most thuở yêu nàng

Phụ trang
thơ

Trương Cát Dương

Vàng nhớ

Buổi sáng trên cao nghe hồn rời rã
Nhìn biển mưa mù, chợt nhớ em xa
Nhớ tóc em thơm một trời An thới
Thương vô cùng sắc tím một loài hoa

Con đường anh qua vàng lên nỗi nhớ
Đất bụi âm thầm, khóc ngất trong mưa
Cây cỏ bơ vơ gục đầu nức nở
Đau xót vô vàng ta nhớ ta xưa...

Em đã đi rồi, đi thật sao?
Phút giây gần gũi đã xa vời
Em đi biển nhớ gào tha thiết
Nát cả hồn anh, tắt nụ cười...

Trên đỉnh sầu mây mưa phất phơ
Nghìn con sóng vỗ réo quanh bờ
Cuốn theo từng dấu chân trên cát
Cuốn cả người thơ chốn mịt mờ

Buổi sáng trên cao nhìn khung trời rộng
Ôi nhớ vô cùng, nỗi nhớ rưng rưng
Nhớ mắt em xanh như trời Phú Quốc
Nhớ môi em nồng trong suốt mùa đông..

AT. 1973

Khói buồn . . . At. 1973

Một điếu thuốc đốt lên.
Một điếu thuốc đốt lên
Một điếu thuốc đốt lên cho nỗi buồn tênh!
Khói bay ... khói bay...từng kỷ niệm ...
Sao em không đến?
Để anh nhìn thấy anh trong mắt
Để thấy em cười làm hơi ấm trong đêm
Con tàu đó, một đời ai tẻ lạnh
Em tiếc gì... những bước chân êm...
Sao em không đến?
Để anh hoài mong đợi!
Giữa đêm buồn, ngồi đếm những sao rơi..
Sao em không đến như trong huyền thoại
Thoáng mơ người, từng sợi tóc mây bay
Sao em không đến cho tình ta bừng cháy
Cho tình ta sống lại những mơ say ...
Sao em không đến?
Khói buồn ai vương vấn
Trên môi người một nụ đắm hương yêu
Em không đến, đêm thu sầu trỗi điệu
Anh âm thầm góp nhặt lá vàng rơi...
Một điếu thuốc đốt lên
Lòng anh buồn vời vợi...
Một điếu thuốc đốt lên cho nỗi buồn tênh!
Khói bay...khói bay... từng kỷ niệm...

Em hãy ngủ cho mơ tình ngọt lịm
Cho bình yên từng nhịp thở nhé em
Chăn nệm đó một đời ai mơ ước
Tỉnh từng cơn, nghe nỗi nhớ đêm đêm...

Anh gối tay nhìn khung trời cao rộng
Như đêm nào mình gối cát bên nhau
Nghe sóng reo, nghe gió thoảng qua mau
Mà nhớ quá, cuộc tình xưa yêu dấu!...

Sầu

AT. 1973

Đốt cho tan cuộc tình nầy
Cho môi rực đỏ, cho đời lãng quên
Thuốc tàn thôi dễ gì quên!
Ta nuôi sầu nhớ, một bên hững hờ
Uống vô cho mắt ta mờ
Chân ta nhảy múa trên bờ vực sâu
Ước gì ta uống được sầu?
Cho ta quên lãng những ngày bên em
Từng đêm, từng đêm, từng đêm..
Ta mơ hương tóc nhung mềm của ai?
Ngón tay mười ngón trang đài
Đưa ta vào tận một đời khổ đau...

Hồi tưởng

Chiều lên con dốc gợi buồn
Nhìn hoa xưa tím dưới truông cỏ vàng
Mây bay chợt nhớ thu tàn
Gió reo đỉnh gió, mơ màng hồn say
Ta về lòng đã héo gầy
Nên lang thang để đọa đày kiếp thân
Ta lên dốc, đứng tần ngần
Nơi ta đã biết một lần yêu em
Hái hoa cài tóc xanh mềm
Du hồn ta đến một miền nào xa
Ngẩn ngơ giây phút ngọc ngà
Trên vuông trán nhỏ thịt da em hồng...

Chiều cuối cùng

Chiều cuối cùng, chiều chia tay
Tóc em bay khung trời nhớ
Còn đêm nay em một mình
Ôm gối mộng
Còn đêm nay
Ta một mình trên đỉnh núi
Nhìn mưa bay
Hồn ngất ngây, từng cơn nhớ...

ĐÔNG AN THỚI

Trời đã vào đông em có hay?
Ta trên đỉnh núi nhìn mây bay
Hỡi em yêu dấu miền An Thới
Có mộng mơ gì trong tối nay?

Hãy mộng một miền biển cát xanh
Có rừng hoa tím, lối đi quanh
Để ta được hái hoa tình tím
Cài tóc em và hôn thật nhanh...

Em có hay gì đông bước sang?
Gió reo trên cỏ, gió lang thang
Như ta từ thuở thương em đó
Trong nỗi buồn rêu, tình vỡ vàng

Trời lạnh vô cùng, em biết không?
Đã nghe nỗi nhớ dậy trong lòng
Tóc xưa còn phủ bờ vai ấm?
Hỡi em kiều diễm miền Dương Đông...

Cánh sầu bay   *AT.1973*

Chắp tay xin gọi tên người
Qua trăm nỗi nhớ, qua nghìn nỗi đau
Ta yêu người cả khối sầu
Ngang lưng trời đã bạc màu nhớ thương
Thấy gì trong cõi mù sương?
Ta hong tình giữa một rừng mộng mê
Người qua trên những lối về
Cát cồn in dấu, tóc thề bay tung
Yêu người trong cõi mịt mùng
Cánh sầu ta lướt giữa vùng tịch yên
Ta cho người lắm ưu phiền
Để người chắp cánh tới miền khổ đau
Cánh sầu em vút lên cao
Đẩy hồn ta xuống vực sâu đọa đày...

Về rừng

Tôi lên rừng đốt nỗi buồn
Thôi em đã chết trong hồn từ đây!
Nâng niu từng cánh hoa gầy
Hỏi hoa còn nhớ tình nầy hay không?
Bởi tôi là kiếp phiêu bồng
Nên em xem nhẹ tình nồng của tôi
Bây giờ tôi đã về tôi
Lên rừng tôi sống đơn côi với rừng
Em về hát khúc nhạc mừng
Xé tan thư cũ, đốt từng bài thơ
Đớn đau dù đến bao giờ
Tôi xin sống trọn một đời nổi trôi
Lên rừng tôi đốt tình tôi
Rừng thiêng cháy hết, tình tôi vẫn còn.

Đêm sâu

Đêm thật sâu, lòng thật buồn
Nhìn mênh mông vầng trăng nhỏ
Đêm bây giờ
Em lênh đênh vùng biển đó
Trong giấc mơ
Từng cơn sóng
Đưa em xa nghìn hải lý
Em thức giấc
Ngắm nhìn sao
Ngắm nhìn em bờ tóc rối
Em đã đi
Đã đi rồi, đi thật sao?
Trời An Thới không còn gì...
Ngày bơ vơ đêm thương nhớ
Ta bước đi buồn chân khóc
Ta nhớ em người yêu nhỏ
Ta trở về như chiếc bóng...
Nghe không em, anh đang nói
Bên cụm hoa nghìn câu nhớ
Biết không em, con dốc buồn
Anh thẩn thơ khi chiều xuống
Nhớ không em, một chiều nào
Hai cánh hoa cài lên tóc
Nhớ không em một nụ hôn
Cho tình đầu, nhớ nghe em!
Một ngày yêu, trăm ngày sầu...

AT. 1973

Chờ

Rã rời từng mảnh hồn xưa
Ta nghe thật nhớ, mộng vừa thoảng qua
Thấy em một thoáng nhạt nhòa
Em buông tóc giữa trời xa não nùng
Mắt trông bốn phía mịt mùng
Ta làm thân ốc giữa vùng biển xanh
Người ơi.. một chuyến kinh thành!
Ta không đưa tiễn, không đành lòng ta!
Cuộc tình qua, một người xa
Sầu lên nhấp chén quan hà đỉnh cao
Từng đêm chợt tỉnh chiêm bao
Tay run những tưởng mặt ai tựa kề?
Còn bao lâu nữa người về
Cho ta khỏi thấy bốn bề quạnh hiu
Gió mưa trên đỉnh tiêu điều
Ta nghe mục rã những chiều vắng em
Nhớ ai dưới ngọn đèn đêm
Nghe buồn chăn gối, nghe thèm tóc tơ...
Sao ta vẫn cách đôi bờ?
Sao ta vẫn đứng, ta chờ đợi ta?...

AT.1973

Đêm Say ...

Hai mốt năm rồi, ta chửa say
Cõi lòng đã cạn, chỉ chua cay
Năm năm, một giấc mơ rồi tỉnh
Say, tỉnh đêm nầy em có hay?

Rượu cháy bờ môi, từng giọt đắng
Nỗi buồn lạnh buốt xoáy trong tim
Từ lâu trống vắng đời như chết
Em mãi còn mơ giấc mộng tiên...

Không có em, thì ta có rượu
Ta ôm bầu rượu như ôm em
Ta ngoài quán lạnh cùng thơ rượu
Em ở loan phòng mãi ấm êm...

Ta mãi ngồi đây, nhìn bóng rơi
Bên ta bầu rượu vẫn chưa vơi
Cớ sao ta mãi cô đơn mãi...
Trong những lần vui rộn tiếng cười...

Ta đã mười năm rồi đó em!
Không em ta sống cũng như thừa
Nhìn ai hai mái đầu chung lại
Mà suốt đời ta, thiếu một người?

SJ. 1995

Bạc Tóc TÌNH XANH

Anh đi dưới nắng vàng hanh
Tìm trong kỷ niệm một vành nón nghiêng
Tóc em vờn ngón tay tiên
Gió lay tà áo, môi duyên hững hờ
Mắt em xanh cả một bờ
Biển tình xao động, nàng thơ tuyệt vời
Tim anh sóng vỗ một đời
Trong dư âm cũ vang lời người thương
Nắng xuân một dải vàng ươm
Em như một đóa Hướng Dương rạng ngời
Tóc anh bạc sóng trùng khơi
Tay em ve vuốt.. à..ơi..tình nồng...

SJ. 2006

Tình Em

Em xỏa tóc, nghiêng nghiêng vành nón lá
Mắt thẹn thùng,che nửa cánh môi xinh...
Mười ngón tay tiên bao lần em đã
Ru đời anh trong giấc mộng diễm tình....

* * *

Em có ghét những chàng trai lính biển?
Đời hải hồ, trôi giạt bến bờ xa
Nói yêu em, trong những lần đưa tiễn
Còn nhớ gì? khi mỗi bến tàu qua...

Em đâu biết, bến đời muôn vạn nẻo
Nhưng bến tình, xin chọn một em thôi!
Tàu ra khơi gió trùng dương lạnh lẽo...
Mơ quay về bến cũ của riêng tôi.

Em ghét lắm, những nơi tàu anh ghé
Nào Vĩnh Long, Sa Đéc, đến Cần Thơ
Anh lẩn thẩn, theo "người ta" lặng lẽ
Mắt đưa tình, môi tán chuyện vu vơ...

Em không thích, anh đi hoài, đi mãi
Nay Long Xuyên, mai Hồng Ngự, Tân Châu
Nơi anh đến, bao nhiêu nàng con gái
Anh say tình trong khóe mắt đêm sâu ...

Em đâu biết, đời trai thời chinh chiến
Đối mặt thù, cái chết nhẹ như bông
Bạn anh đó, hôm qua còn vang tiếng...
Mà chiều nay, ngã xuống giữa dòng sông!

Em ghét lắm, Bến Tre tàu anh đến
Anh đi bờ, dạo phố, không có em!
Đừng làm bộ, để "người ta" thương mến
Đến cổng trường, rồi hò hẹn quán kem !..

Nghĩ đến đây, tim em nghe nhói buốt
Ghét anh nhiều, đời lính thủy chong chanh..
Anh đừng mơ những mối tình bèo bọt...
Em mới là "Hoàng Hậu" của riêng anh!

Anh đâu biết, Sàigòn em cô quạnh
Ngày lang thang trên phố một mình em
Bến Bạch Đằng, chiều nay hồn hoang lạnh
Bước chân buồn, lặng lẽ ngắm sao đêm

Đừng khóc em, tình ta đâu sánh được
Tình quê hương đất nước lớn hơn nhiều
Anh đâu thể làm người trai bạc nhược
Quẩn quanh hoài trong uỷ mị tình yêu

Anh phải sống như kình ngư biển cả
Đời vẫy vùng trên những ngọn sóng cao
Chí nam nhi bao lần tàu nghiêng ngả
Giữa trùng khơi, biển động sóng ba đào

Tha anh đó, em yêu đời thủy thủ
Em sẽ là biển cả hát ru anh
Là hải đăng dẫn anh về bến cũ
Em vui mừng, giọt nước mắt long lanh...

SJ. 4/9/2005- Viết cho ngày Hội Ngộ
Khóa 1&2 HSQ/SQĐV tại San Jose, Ca.

tình xa ...   *SJ 2004*

tóc em trong gió thu bay
sợi bay, sợi vướng, tình say không lời
em về hải đảo mù khơi
nên tình hoang vắng, một đời thiếu em
bao thu lá rụng quanh thềm
cây trơ cành đứng giữa đêm lạnh lùng
tình em biển sóng chập chùng
tôi thân lục địa mông lung nỗi sầu
mưa chi, tháng bảy mưa ngâu
mà cầu ô thước đã thôi nối liền
em về chắp lại cánh tiên
tôi ngưu lang đợi ngàn niên cũng đành...
thu ơi tình đã không thành
như cây vàng lá, lìa cành mỗi năm...

tình thu

mùa thu vương mắt em buồn
như sương khói tỏa từ muôn kiếp vào
thu ơi, nhớ độ thu nào
hơi thu hiu hắt, vàng chao lìa cành
mắt em một khoảng trời xanh
mà lòng băng giá như vành trăng thu
tôi đi lạc cõi sa mù
gió thu vàng rụng, tình thu hững hờ
em về hong lại trang thơ
nắng thu vàng úa, dấu mờ nhớ thương
mắt em biển sóng vô lường
tàu tôi nghiêng ngả giữa đường viễn du
tình em vàng tựa lá thu
lá bay trong gió, cành ru nỗi buồn...

Tình **Không Đến** *SJ.2006*

Có con chim nhỏ hót trên cây
Buổi sớm em đi gió lạnh đầy
Ríu rít chim rừng vang tiếng gọi
Ven đường hoa dại ngát hương say

Tà áo em vờn bay phất phơ
Như cơn sóng biển cuốn xa bờ
Tình ai thơ dại, tình không đến
Như lá mùa non rụng hững hờ..

Ta vẳng nghe em từng bước chân
Đường xưa ai đứng, mắt bâng khuâng
Tiếng chim vẫn hót vang lời nhớ
Ta mãi xa nhau, tuổi xế dần...

Yêu Em Bốn Mùa

Mắt em nay đã bạc màu
Đường xưa, lối cũ nhẹ chao cánh đời
Âm thầm nhìn lá thu rơi
Bao nhiêu cánh úa bao lời nồng say
Yêu em tình chẳng đổi thay
Yêu từ xuân sắc đến ngày già nua
Vì đời mặn ngọt, cay, chua
Như trong trời đất bốn mùa gọi tên
Yêu em tận cõi lênh đênh
Tình xưa, nghĩa cũ lãng quên sao đành!

NHỚ BIỂN   S/ 1994

Mười chín năm dài nhớ biển khơi
Tình đem chôn kín mãi phương trời
Áo kia vẫn trắng chờ tao ngộ
Trắng cả hồn thơ, mộng rã rời

Mười chín năm dài ta nhớ biển
Lòng như chưa dứt mộng trăng sao
Biển khơi nồng mặn tình thương nhớ
Nhớ bạn bè xưa, lệ muốn trào...

Nhớ mãi tàu đi giữa biển xa
Hải hành trên sóng động phong ba
Gió mưa gào thét, thân tàu lướt
Nghiêng ngả đời trai, mộng nhạt nhòa...

Mộng nhạt theo từng cơn sóng đẩy
Đời trôi theo mấy kiếp phiêu du
Biển ơi, một thuở xưa vang dậy
Ngang dọc đời ai, khiếp kẻ thù...

Mười chín năm dài ta nhớ biển
Người đi tàn lụn tuổi hoa niên
Biển ơi , bủa sóng vây ta lại
Rửa hộ giùm ta những muộn phiền...

Mười chín năm dài nhớ biển đông
Biển xưa giờ vẫn thắm hơi nồng?
Gió nam còn thổi khơi mùa động ?
Ôi đến bao giờ thỏa ước mong...

Mười chín năm dài nhớ biển khơi
Mà ta mãi đứng một bên trời ...
Gươm thiêng đã ngả màu năm tháng
Cuối nẻo đời ai, tiếc một đời ...

Không là trăm năm

Thơ: Hoa Hướng Dương
Nhạc: Vũ Đình Ân

Ta như loài hướng dương, nở giữa trời gió lộng ai? chỉ là chiếc bóng lững lờ giữa dòng sông ta, như loài hoa nắng nồng nàn giữa bầu trời ta thất vọng ê chề cuộc tình vẫn u mê Thuở ban đầu tình đẹp lúc kết thúc tình đau ta yêu ai lắm lỡ ngày tháng buồn xanh xao, đêm từng đêm trở giấc hồn chất ngất nghẹn ngào ta yêu ai lầm lỡ sầu cứ mãi dâng cao Rồi hoàng hôn chợt đến hợp tan ôi tiêu điều sân ga và bến đỗ những bến đời tịch liêu có bến là trăm năm có bến là hư không bến ai giờ hoang lạnh ôi nỗi buồn rêu phong.

Mùa Xuân Qua Mau

Thơ: *Hoa Hướng Dương*
Nhạc : *Nguyên Vũ*

Xuân về nơi tha hương, se sắt niềm nhớ thương

tình trôi vào mưa bão, rã rời cánh uyên ương

cho anh bao niềm nhớ cho anh ngàn ước mơ

Trời mùa xuân quê Mẹ đẹp như hồn bài thơ.

Em có ngồi sưởi tóc chiều muộn màng cuối năm

tóc thề bay theo gió dáng em gầy thanh thanh

Anh ru hồn viễn xứ bằng điếu thuốc trên tay

dáng em gầy ẩn hiện qua khói mờ bay bay

thêm mùa xuân ly biệt đời còn dài chia xa

anh một trời nuối tiếc mùa xuân hồng đã qua.

Nhớ Biển

Thơ: Hoa Hướng Dương
Nhạc : Châu Thái

Biển có chờ ai có đợi ai, cho ta mơ sống lại bao ngày say sóng đại dương hay sóng tình, tàu anh xuôi ngược một bến tình có mắt em xanh ngày biển êm có môi em ngọt chiều hoàng hôn có tay em rộng ru niềm nhớ, suối tóc em mềm say bóng đêm, thấy cả tình em soi đại dương thấy cả trăng vàng về muôn phương thấy loài hoa biển theo triều sóng thấy trọn khung trời anh nhớ thương Biển có chờ ai có đợi ai cho ta mơ sống lại bao ngày vẫn nhớ tha thiết về biển cũ, hỏi rằng biển có nhớ ta không?

SÔNG TRĂNG
THE WAVES OF THE MOON
Tranh sơn dầu

Họa Sĩ ĐÀO HẢI TRIỀU

Lễ ra mắt CD Thơ của Hoa Hướng Dương quá thành công

Nhà thơ Xứ Gío Ngàn hải đảo Phú Quốc Hoa Hướng Dương đã làm lễ ra mắt 3 CD Thơ của bà gồm Gãy Cánh Kiều Sa 1&2 và Mùa Xuân Đã Mất tại Trung Tâm Sinh Họat Thánh Đường Tự trên đường Quimby thành phố San Jose vào lúc 2:00 giờ chiều ngày Chủ Nhật 16-5-2004 vừa qua.

Sau phần nghi thức chào quốc kỳ Hoa Kỳ, Việt Nam Cộng Hòa và phút mặc niệm đã được diễn tiến rất tôn nghiêm, MC Hoàng Tuấn đã cáo lỗi qua sự thông báo biệc lệ của Ban Tổ Chức là "..xin miễn giới thiệu thành phần quan khách tham dự vì e ngại có sự thiếu sót..".

Cụ Dương Huệ Anh, người đầu đàn của Thi Đàn Lạc Việt trong phần góp ý về tác giả, đã hết lời ca ngợi về thi tài cũng như sự can đảm của nhà thơ Hoa Hướng Dương, mà cụ cho rằng, như nhà văn Diệu Tần đã cho là: "đã dựa vào thơ mà đứng dậy". Không những thế cụ Dương đã ví người thơ Hoa Hướng Dương như thi bá Đỗ Chiểu. Đồng thời trong lúc cảm hứng, xuất khẩu thành thơ, cụ Dương đã tặng Hoa Hướng Dương những vần thơ qua bài "Noi gương Đỗ Chiểu" do cụ cảm tác ngay tại bục thuyết trình:

Quê em Phú Quốc, bến Dương Đông
Biển rộng, trời cao, sóng chập chùng
Đỏ mọng vườn tiêu, đầy chín trái
Thơm ngọn mầm nhỉ, nhẹ mê lòng
"Mùa Xuân Đã Mất" thương bày trẻ
"Gãy Cánh Kiều Sa" tủi má hồng
Bất hạnh, dựa vào thơ đứng dậy
Noi gương Đỗ Chiểu, đẹp ghê không!

Nhà văn Diệu Tần trong phần phân tách về tác phẩm, ông đã tuần tự tán thưởng thi tài của nhà thơ Hoa Hướng Dương qua nhiều chủ đề về Quê Hương, Tình Gia Đình, Tình Yêu Hạnh Phúc riêng tư, kể cả chuyện thời sự của cộng đồng chống cộng trong cả 3 CD Thơ, Gãy Cánh Kiều Sa 1 & 2 cũng như Mùa Xuân Đã Mất được trình làng lần này. Nhưng tựu chung, ông Diệu Tần vẫn tỏ ra thán phục sự can đảm, quyết tâm "Thắng tật, toại ý" của Hoa Hướng Dương, với kết luận, tác gia của Gãy Cánh Kiều Sa và Mùa Xuân Đã Mất đã vô cùng can đảm để "Dựa vào thơ mà đứng dậy".

Luân tiếp những xúc động trong buổi ra mắt này, điều gây cho niềm xúc động dâng cao trong lòng mọi người hiện diện là hình ảnh nhà thơ Hoa Hướng Dương được phu quân cũng là một thi nhân, nhà thơ Cát Dương dìu lên sân khấu để tâm tình cùng cử tọa. Hội trường trong khắc giây như chùng lại, bao trăm đôi mắt chú mục vào Hoa Hướng Dương. Trước mặt mọi người, nếu không do lời loan truyền từ trước, không do tự nhà thơ bày tỏ về khuyết tật của mình, thì không ai có thể ngờ đó là một phụ nữ vừa bị khiếm thị nặng, mà là một người đàn bà phương phi, dáng

vẻ nghiêm trang nhưng đôn hậu, dưới chiếc áo dài dân tộc màu tím đoan trang, mát nhẹ.

Với những xúc động còn quyện nhẹ trong lời, Hoa Hướng Dương xin phép mọi người được giới thiệu và tri ân người bạn đời của mình là nhà thơ Cát Dương, người đang và đã luôn luôn đứng kề sát bên mình. Hoa Hướng Dương nhân dịp này cũng xin được bày tỏ lòng biết ơn đối với đấng sinh thành, những cô, chú, bác, anh chị em, thân bằng quyến thuộc, những đồng bào, thi hữu, bạn bè tại địa phương, cũng như ở các nơi xa xôi đã về hiện diện cũng như đã tận tâm giúp đỡ việc tổ chức ra mắt các tác phẩm của mình. Nhiều ánh chớp của mọi lọai máy thu hình, chụp ảnh, nhiều vòng hoa tươi, nhiều lời khen tặng, khích lệ của thân hữu, đồng hương đã trìu mến dành cho Hoa Hướng Dương. Sự qủi mến về thi tài, lòng nể phục về lòng can đảm, kiên trì đối với nhà thơ của mọi người như tràn ngập phòng sinh họat đang chật kín người ái mộ.

Theo ghi nhận của mọi người hiện diện trong buổi ra mắt tác phẩm của nhà thơ Hoa Hướng Dương, thì đây là một thành công vào bậc nhất trong sinh họat cùng lọai từ trước cho đến nay tại địa phương. Người ta đã nói đến sự thành công về tổ chức, về số người hiện diện, về sự phát hành tác phẩm; nhưng điều trước nhất và trên hết là lòng ngưỡng mộ của mọi người đã dành cho nhà thơ Xứ Gío Ngàn Hoa Hương Dương.

Một điều khác đã góp công không ít cho nét, vẻ của sự thành công trên là sự lưu lóat, ý nhị, linh động của MC Hoàng Tuấn và sự trình diễn khá khích lệ của một số nghệ sĩ ca nhạc ngày hôm ấy.

Hãy ghi vào nhật ký sinh họat Văn Học Nghệ Thuật địa phương hiện tượng nổi cộm của buổi ra mắt tác phẩm của nhà thơ Hoa Hướng Dương.

Du Phong-SaigonUSA

NHÀ THƠ HOA HƯỚNG DƯƠNG

Một hình ảnh thơ còn hơn thơ...

Nguyễn Dương

Cali Today News - Vào chiều chủ Nhật tuần rồi, ngày 16 tháng 5. tại một địa điểm khá quen thuộc trong cộng đồng - Trung tâm Văn hóa Thánh Đường Tự Do, một buổi ra mắt thơ của thi sĩ Hoa Hướng Dương đã được tổ chức rất... chu đáo.

Khách tham dự khá đông. chật kín cả trong lẫn ngoài hội trường. Bên cạnh những gương mặt văn nghệ trong vùng mà chúng ta thường gặp trong nhiều buổi ra mắt thơ, văn, nhạc,... còn có những người khách ít khi xuất hiện, là những người hâm mộ riêng của thi sĩ Hoa Hướng Dương...

Buổi ra mắt thơ lần này cũng có cái lạ đôi chút khi tác giả gửi đến người yêu thơ 3 CD Gãy Cánh Kiều Sa, Mùa Xuân Đã Mất, mà không có thi tập trên giấy như thường lệ... Nhiều thi phẩm xuất sắc của nhà thơ Hoa Hướng Dương đã được chất lọc và diễn ngâm qua những giọng ngâm nổi tiếng từ trong nước ra hải ngoại...

Phần giới thiệu thơ của chị cũng được các "lão tiền bối" trong giới văn nghệ thung lũng hoa vàng như Diệu Tần, Dương Huệ Anh giới thiệu...

Trên sân khấu được trưng bày khá đẹp mắt, có background screen chiếu những ảnh bìa thơ, cảnh... đã góp phần tôn tạo cho một buổi ra mắt thơ... thêm phần mỹ thuật và hi-tech,...

Tất cả những điều đó cũng đủ làm cho nhà thơ Hoa Hướng Dương vui vì như thế là một buổi ra mắt thơ thành công hiếm có trong thành phố này trong thời gian qua...

Nhưng, với riêng người viết bài này, có một rung động khác, và có lẽ nhiều người tham dự hôm đó cũng có một rung động như thế...

Thật ra nhiều bạn bè đã biết trước thi sĩ Hoa Hướng Dương khiếm thị từ lâu rồi. Chị như là một hiện thân của nhà thơ Đồ Chiểu ngày nào. Căn bệnh nghiệt ngã này đã ập đến với chị và dù y học của Mỹ cao tột bực, đôi mắt chị vẫn không cứu vãn được.

Chị đi lại, bước lên sân khấu trong vòng tay dìu bước của người tình - người chồng. Chị đứng đó, nhìn xuống sân khấu, cám ơn ân nhân, bè bạn, người hâm mộ, nhưng chẳng thấy một ai... Khánh Hà giới thiệu về chị trong dòng lệ rơi và nhiều người bên dưới cũng vội lấy khăn lau khô dòng lệ nóng... Con gái chị Khánh Hà, và ái nữ của chị thay mặt cho đàn con lên tặng mẹ bó hoa tươi thắm với tấm lòng ngưỡng mộ, và chị đã chia xẻ người bạn đời của mình "một bó lớn hơn"... Một bó hoa lớn hơn dành cho chồng - người tình và sau đó, anh đã dìu nhà thơ Hoa Hướng Dương từng bước rời sân khấu...

Bạn bè, người hâm mộ vây xung quanh chị trong lúc đó ca sĩ và ban nhạc luân phiên phục vụ văn nghệ... Chị nghe người này người nọ chúc mừng, và đôi tay cố gắng tìm từng người bạn để siết chặt với lòng cám ơn...

Tôi tần ngần chứng kiến một thi phẩm tuyệt tác về tình yêu giữa hai người bạn tình, hai vợ chồng, hai tình nhân mà không thấy trong Gãy Cánh Kiêu Sa hay Mùa Xuân Đã Mất...Đúng vậy, cám ơn thi sĩ Hoa Hướng Dương đã đem lại cho chúng tôi một buổi chiều đầy cảm xúc!

HOA HƯỚNG DƯƠNG, CUỘC ĐỜI VÀ TÁC PHẨM

Tác giả có tên thật là Nguyễn Ngọc Minh, bút hiệu Hoa Hướng Dương và Hướng Dương. Tác giả sinh ra và lớn lên giữa vùng biển trời mênh mông sóng nước thuộc thị xã Dương Đông, quận Phú Quốc, tỉnh Kiên Giang, một hải đảo xa xôi cuối trời nước Việt. Tác giả đã kết hôn và có bốn người con, ba trai và một gái. Trước năm 1975 tác giả Hoa Hướng Dương là cựu giáo chức, đã làm thơ, viết văn từ thuở còn đi học. Sau ngày 30 tháng 4 năm 1975 tác giả định cư tại Hoa Kỳ, sau khi cuộc sống đã ổn định, tác giả tiếp tục sáng tác trên con đường văn học nghệ thuật. Bút hiệu Hoa Hướng Dương là ý của tác giả luôn hướng về Dương Đông Phú Quốc, để hoài niệm, để nhớ thương một vùng đất đã từng cưu mang và ôm ấp nhiều kỷ niệm đẹp của thời niên thiếu mà bây giờ đã nghìn trùng xa khuất mù khơi…

Dù hôm nay đang sống ly hương, nhưng tác giả luôn luôn hướng về chốn cũ. Trong nỗi niềm đó, tác giả đã trang trải lòng mình qua những vần thơ dù không trác tuyệt nhưng đã nói lên tính chất mộc mạc, bình dị, đơn sơ của người dân xứ biển thân thương.

Dòng suối lệ máu tim, cuộc chia phôi đổi đời nấc nghẹn, những ân tình không trọn vẹn niềm mơ. Ly tan, hụt hẫng, bàng hoàng, nuối tiếc là chất men bốc hơi tràn lan trong hồn thơ của tác giả. Tuổi thơ sống hoài trong thi nhân, có những thứ tình muôn đời bất diệt. Tình thân gia đình, tình quê, tình nước, tình nhà là những thứ tình luôn luôn hằng sâu trong trái tim của người con hải đảo đã được gói ghém trong CD Thơ *Gãy Cánh Kiêu Sa*. Chất chứa nỗi niềm, đầy ắp nhớ nhung, khắc khoải của tác giả về vùng quê hương mịt mờ sóng nước.

"Đời không như là mơ, nên đời thường giết chết mộng mơ!" Đầu thập niên 1990, một tai biến đã xảy ra cho chính tác giả, đã làm suy giảm tiềm năng sáng tác. Thị lực bị yếu dần, tầm nhìn bị giới hạn nên sau một thời gian chữa trị nhiều nơi, tại Hoa kỳ và Pháp, y học đành bó tay không cứu chữa được... Từ đó tác giả đã kiên cường chấp nhận cái không may của riêng mình và tác giả đã nỗ lực phấn đấu, vươn lên như loài hoa hướng dương, hướng về phía mặt trời để đối diện sự thật. Một sự thật đầy ắp thương đau và nhiều thử thách. Nhờ năng khiếu trời cho, tác giả vẫn tiếp tục sáng tác để làm phong phú cuộc đời và thăng hoa lẽ sống.

Là đứa con thứ năm trong gia đình gồm có tám anh chị em, tác giả Hoa Hướng Dương ra đi trong cơn hoảng hốt bất ngờ. Xa quê, xa nước, xa thân tình cốt nhục, để lại một biển trời nhớ thương nơi chốn quê nhà. Bức ruột ra đi, thâm tình ly cách, đất nước tan hoang, lòng người hỗn loạn, một trời oan khiên đã giáng xuống cho dân tộc Việt Nam.

Trong mùa Giáng Sinh 1977, giữa xứ người dòng tủi lệ chưa khô, tác giả lại nhận được một hung tin, một người chị thân thương ra đi tìm tự do, chi đi hoài, đi hoài nhưng chẳng bao giờ tới. Thân xác chị đã vùi sâu trong vùng biển lạnh bởi bàn tay hung bạo của con người cộng sản không chút lương tri, đã bắn xối xả vào chiếc tàu của đoàn người vượt biển tìm tự do. Những cảnh đời đớn đau, oan trái đã làm nặng trĩu tâm hồn tác giả, nhất là ngày đại tang của hai đấng sinh thành là niềm ray rứt khôn nguôi, vì tác giả không thể về để phục tang cha mẹ...

Rồi từ đó ngày tháng chẳng phôi pha, niềm đau cứ bất tận, tiếng thơ lòng trắc ẩn thê lương. Cuộc đời tinh thần và kiếp sống bị chi phối bởi định luật vô thường đã làm héo úa trái tim của tác giả. Tác giả Hoa Hướng Dương đã viết riêng cho mình, cho người hay cho những thân tình vừa vụt mất bằng những vần thơ vô cùng thống thiết, bi ai! Một chút đắng cay cao ngạo, hay ngậm ngùi đãi bôi là phấn hương tô điểm cho màu hoa nắng thắm tươi sau cuối mùa giông bão.. Mời các bạn hãy bước vào vườn thơ Hoa Hướng Dương với nụ hoa tình xanh xao màu hương khói ly tan sẽ được thể hiện qua những vần thơ chuyên chở nỗi lòng của tác gia trong CD thơ có chủ đề *Mùa Xuân Đã Mất* và *Gãy Cánh Kiêu Sa* đã nói lên trọn vẹn niềm đau, nỗi nhớ, trăn trở hoài về khiếp đời lưu vong xa xứ.

Sau hơn hai năm ngày ra mắt 3 CD thơ rất thành công. Tác giả nay lại cho ra đời đứa con tinh thần thứ hai là Tuyển Tập Văn Thơ gồm có hai phần:

Phần 1 - **Qua Biển** là truyện dài tình cảm thời chinh chiến, câu chuyện tình rất nên thơ, lãng mạn, nhưng không kém phần éo le, ngang trái của chàng sĩ quan hải quân cùng cô sinh viên sư phạm. Chuyện xảy ra tại hải đảo Phú Quốc, một vùng biển trời nước mây trùng điệp, nổi tiếng nhất là nước mắm đậm đà chất lượng.

Sách viết rất tỉ mỉ, từ An Thới đến Dương Đông, qua Hàm Ninh, Cửa Cạn. v..v…Với nhiều danh lam thắng cảnh, nhiều di tích lịch sử và nét văn hóa đặc thù, tập tục của từng địa phương.

Phần 2 - **Gọi Hồn Dân Tộc** là thi tập gồm trên trăm bài thơ được chọn lọc, nói lên tình yêu quê hương, đất nước, mong tự do, dân chủ, nhân quyền sớm đến cho dân tộc Việt Nam. Nói lên nỗi lòng của người xa xứ luôn nhớ về đất mẹ với đầy ắp kỷ niệm của một thời xa xưa nào đó… Tác giả đã dành trọn một đời không phải là thêu hoa, dệt gấm mà là những đoạn đường chông gai qua những đêm dài thao thức suy tư về hiện tình đất nước, về cuộc đời, về thế sự, nhân gian.

Đây là một món quà tinh thần tuy nhỏ bé nhưng nghĩa tình rất lớn lao. Tác giả vô cùng hạnh phúc khi được chia xẻ những dòng tâm tư, những cảm nghĩ của riêng mình như một cách thể hiện tình người rất người trong kiếp đời nổi trôi lưu lạc.

Một đời người; Một quyển sách, đây có thể là quyển sách độc nhất của người làm thơ, viết văn có hoàn cảnh nghiệt ngã, nhưng không khuất phục trước nghịch cảnh, quyết vươn lên để tìm ý sống cho đời, cho mình.

HHD

MỘT GÓC QUÊ HƯƠNG
A PIECE OF HOME
Tranh sơn dầu

Họa Sĩ ĐÀO HẢI TRIỀU

MỤC LỤC THƠ

Mục Lục Thơ
một thuở yêu nàng
Phụ trang thơ **Cát Dương**

Hoa Hướng Dương

Tên thật: Nguyễn Ngọc Minh
Bút hiệu: Hướng Dương,
Hoa Hướng Dương
Nơi sinh: Phú Quốc, Tỉnh Kiên Giang,
Nghề nghiệp: Cựu Giáo chức

Sinh hoạt Văn Học Trước năm 1975:

Thơ và tuỳ bút đăng trên Tuần Báo Văn Nghệ Tiền Phong và Phụ Nữ Mới.

Tại Hoa Kỳ:

Thơ, Truyện thỉnh thoảng đăng trên các báo địa phương và ở xa: Ý Dân, Đời Mới, Nàng Thế Kỷ 21, Tiểu Thuyết Thứ Bảy, Dân Ta, Con Ong Texas. Đặc San Lướt Sóng, Thủ Đức, Giai Phẩm Xuân Hải Quân.

Thành viên Thi Đàn Lạc Việt
.Hội viên Văn Bút Việt Nam Hải Ngoại, Trung Tâm Tây Bắc Hoa Kỳ

Thơ in chung:
Một Phía Trời thơ số 2 , 3 , 4 và 5
Tuyển Tập Xuân Thu Lạc Việt 2003
Tuyển Tập Thi Văn Viễn Xứ 2005
Tuyển Tập Thi Văn Bút Hoa 3, 2006

*Đã ra mắt 3 CD thơ chủ đề: **Gãy Cánh Kiêu Sa***
*Và **Mùa Xuân Đã Mất** tại San Jose năm 2004*
Trên 10 bài thơ đã phổ nhạc
Tuyển Tập Văn Thơ: Truyện dài QUA BIỂN
Và Thi Tập GỌI HỒN DÂN TỘC Xuất bản 2007

Đã Phát Hành

Gãy Cánh kiêu Sa CD thơ 1 và 2	Hoa Hướng Dương
Mùa Xuân Đã mất CD Thơ	Hoa Hướng Dương
Tuyển Tập Văn thơ: Qua Biển	
và Gọi Hồn Dân Tộc	Hoa Hướng Dương

Sẽ Phát Hành

CD Nhạc:

Những Tình Khúc Phổ Thơ Hoa Hướng Dương

Mọi chi tiết xin liên lạc: (408) 297-7166

**Tuyển Tập Văn Thơ
QUA BIỂN
&
GỌI HỒN DÂN TỘC**

Tác Giả Xuất Bản và Giữ Bản Quyền

ISBN 1-4276-0693-5

50025

9 781427 606938

ISBN: 1 4276 0693 5

Ấn Phí: 25 Mỹ Kim

Phụ Trách Ấn Loát
Nhà Xuất Bản HƯƠNG QUÊ
1701 Fortune Drive, Unit E
San Jose, CA 95131, USA.
Tel: (408) 324-1969 / (408) 324-1335
Fax: (408) 324-1228
Email: huongque@sbcglobal.net